മനസ്സിന്റെ ക്രമീകരണം, സമയത്തിന്റെ ക്രമീകരണം അല്ല

ഡേവിഡ് കടാവിയുടെ മറ്റു കൃതികൾ

ദി ഹാർട്ട് ടു സ്റ്റാർട്ട്: സ്റ്റോപ്പ് പ്രൊകാസ്റ്റിനേറ്റിംഗ് &സ്റ്റാർട്ട് ക്രീയേറ്റിംഗ്

ഡിസൈൻ ഫോർ ഹാക്കേഴ്സ്: റിവേഴ്സ് - എഞ്ചിനീയറിംഗ് ബ്യൂട്ടി

മനസ്സിന്റെ ക്രമീകരണം, സമയത്തിന്റെ ക്രമീകരണം അല്ല

സർഗ്ഗാത്മകത പ്രധാനമാകുമ്പോൾ ആവശ്യമായ ഉൽപ്പാദനക്ഷമത

ഡേവിഡ് കടാവി

SANAGE
PUBLISHING HOUSE

Paperback: 978-937499575-4
eBook: 978-937499765-9

Sanage Publishing House LLP
Mumbai, India

sanagepublishing@gmail.com

ഉള്ളടക്കം

അധിക വിവരം

ഈ പുസ്തകം വർഷങ്ങളോളം നിലനിൽക്കണമെന്ന ഉദ്ദേശ്യത്തോടെയാണ് ഞാൻ എഴുതിയത്, പക്ഷേ സാങ്കേതികവിദ്യ അതിവേഗം നീങ്ങുന്നു. എന്റെ സർഗ്ഗാത്മകമായ ഊർജ്ജം പരമാവധി പ്രയോജനപ്പെടുത്താൻ നിലവിൽ ഞാൻ ഏതൊക്കെ ഉപകരണങ്ങളാണ് ഉപയോഗിക്കുന്നതെന്ന് അറിയണമെങ്കിൽ, എന്റെ ന്യൂസ്‌ലെറ്ററിനായി ഇവിടെ സൈൻ അപ്പ് ചെയ്യുക kdv.co/tools

അധ്യായം 1

മനസ്സിന്റെ ക്രമീകരണം, സമയത്തിന്റെ ക്രമീകരണം അല്ല

കാര്യങ്ങൾ നിർമ്മിക്കുന്നത് ക്ലേശകരമായ കാര്യമല്ല; എന്നാൽ അവയെ നിർമ്മിക്കാൻ നമ്മെത്തന്നെ ഒരു മാനസികാവസ്ഥയിലാക്കുക എന്നതാണ് ക്ലേശകരമായ കാര്യം.

— കോൺസ്റ്റാന്റിൻ ബ്രൂൻകുഷ്

"ഒരു ദിവസത്തിൽ ഇരുപത്തിനാല് മണിക്കൂർ മാത്രമേയുള്ളൂ." ഈ പൊതുവായ നിരീക്ഷണത്തിൽ നിന്ന് നമുക്ക് എത്തിച്ചേരേണ്ട നിഗമനം ഇതാണ്: ഒരു ദിവസത്തിൽ ഇത്രയധികം മണിക്കൂറുകൾ മാത്രമേയുള്ളൂ എങ്കിൽ, നിങ്ങൾ ആ വിലയേറിയ ഓരോ മണിക്കൂറും പരമാവധി പ്രയോജനപ്പെടുത്താൻ കഴിയണം. സമയ ക്രമീകരണം (ടൈം മാനേജ്മെന്റ്), അത് വളരെ പ്രധാനമാണെന്ന് തോന്നുന്നു.

നിങ്ങൾ നിങ്ങളുടെ സമയം ക്രമീകരിക്കാൻ ആരംഭിക്കുമ്പോൾ, നിങ്ങൾ കൂടുതൽ കാര്യങ്ങൾ ചെയ്യുന്നുണ്ടെന്ന് നിങ്ങൾ കണ്ടെത്തും. നിങ്ങൾ ഒരു കലണ്ടർ സൂക്ഷിക്കുന്നതിനാൽ, നിങ്ങൾ ചെയ്യാനുള്ള കാര്യങ്ങൾ മറക്കുന്നില്ല. നിങ്ങൾ പതിവ് ജോലികൾ വേഗത്തിൽ പൂർത്തിയാക്കാൻ കഴിയുന്ന തരത്തിൽ നിങ്ങൾ ദിനചര്യകൾ നിർമ്മിക്കുന്നു. നിങ്ങൾ എല്ലാ ദിവസവും ഉപയോഗിക്കുന്ന ആപ്പുകൾക്കായി കീബോർഡിലെ കുറുക്കുവഴികൾ പഠിക്കുന്നു. അതിനാൽ നിങ്ങൾക്ക് നിങ്ങളുടെ സമയം നന്നായി പ്രയോജനപ്പെടുത്താൻ കഴിയുന്നതിന് വേണ്ടി, ചില അവസരങ്ങളോട് നിങ്ങൾ "വേണ്ട" (നോ) എന്ന് പറയാൻ പോലും തുടങ്ങിയേക്കാം.

എന്നാൽ നിങ്ങളുടെ സമയത്തിൽ നിന്നും അധികം കാര്യങ്ങൾ

ചെയ്യുന്നത് നിങ്ങൾക്ക് കൂടുതൽ കൂടുതൽ ബുദ്ധിമുട്ടായിത്തീരുന്നു. നിങ്ങളുടെ കലണ്ടർ നിറമുള്ള കണ്ണികളുടെ ഒരു കാലിഡോസ്കോപ്പ് കൊണ്ട് തിങ്ങി ഞെരുങ്ങുന്നു. നിങ്ങൾ "വേഗതയേറിയ വായന" (സ്പീഡ് റീഡിങ്) ആരംഭിക്കുകയും ഓഡിയോബുക്കുകളും പോഡ്കാസ്റ്റുകളും മൂന്നിരട്ടി (3x) വേഗതയിൽ കേൾക്കുകയും ചെയ്യുന്നു. നിങ്ങളുടെ ലക്ഷ്യങ്ങളിലേക്ക് നിങ്ങളെ നയിക്കുന്ന ഏറ്റവും അത്യാവശ്യമായ പ്രവർത്തനങ്ങൾ ഒഴിച്ച്, മറ്റുള്ളവയെല്ലാം നിങ്ങൾ വെട്ടിക്കുറയ്ക്കാൻ തുടങ്ങുന്നു. ഇനി നിങ്ങളുടെ സുഹൃത്തുക്കളോടൊപ്പം ഉച്ചഭക്ഷണം വേണ്ട – നിങ്ങൾ ഒറ്റയ്ക്ക് നിങ്ങളുടെ മേശയ്ക്കരികിൽ ഇരുന്ന് ഭക്ഷണം കഴിക്കും.

അടുത്തതായി, നിങ്ങൾ ഒരേസമയം രണ്ട് കാര്യങ്ങൾ ചെയ്താൽ നിങ്ങളുടെ സമയം കൂടുതൽ പ്രയോജനപ്പെടുത്താമെന്ന് നിങ്ങൾ ചിന്തിക്കുന്നു. അതിനാൽ നിങ്ങൾ മൾട്ടിടാസ്കിംഗ് ചെയ്യാൻ തുടങ്ങുന്നു. പല്ല് തേക്കുന്നതിനിടയിൽ നിങ്ങൾ ഇമെയിൽ പരിശോധിക്കുന്നു. ജോലിസ്ഥലത്തേക്ക് വാഹനമോടിക്കുമ്പോൾ നിങ്ങൾ കോൺഫറൻസ് കോളുകൾ നടത്തുന്നു.

സോഫയിലെ അയഞ്ഞ കുഷ്യനുകൾക്കിടയിൽ ചില്ലറ നാണയങ്ങൾ അന്വേഷിക്കുന്നത് പോലെ നിങ്ങൾ അധിക സമയം കണ്ടെത്താൻ തുടങ്ങുന്നു. നിങ്ങൾ മുമ്പ് എട്ട് മണിക്കൂർ ഉറങ്ങിയിരുന്നു, എന്നാൽ ഇപ്പോൾ നിങ്ങൾ അഞ്ച് മണിക്കൂർ മാത്രമേ ഉറങ്ങൂ. കുടുംബത്തോടൊപ്പമുള്ള അത്താഴങ്ങളിൽ നിങ്ങൾക്ക് ഇമെയിലുകൾ പരിശോധിക്കാം. വീട്ടിലുള്ള എല്ലാവരും ഉറങ്ങാൻ പോയതിനുശേഷം നിങ്ങളുടെ ലാപ്ടോപ്പിൽ കുറച്ച് അധിക മണിക്കൂറുകൾ ജോലി ചെയ്യാൻ കണ്ടെത്തും.

നിങ്ങൾ എല്ലായ്പ്പോഴും ക്ഷീണിതനാണ്. നിങ്ങളെ മുന്നോട്ട് നയിക്കാൻ ആവശ്യമായ അത്രയും കാപ്പി ലോകത്തിലില്ല. നിങ്ങളുടെ ഉത്കണ്ഠയുടെ അളവ് വാനോളം ഉയർന്നതാണ്, നിങ്ങൾക്ക് മറവിയുണ്ടാകുന്നു. നിങ്ങൾ എപ്പോഴും ധിറുതിയിലാണ്.

നിങ്ങൾ പഠിക്കുന്ന ഓരോ പുതിയ യുക്തിയും, ഓരോ പുതിയ "ജീവിത തന്ത്രവും", ഓരോ പുതിയ കുറുക്കുവഴിയും, ജീവിതം കൂടുതൽ തിരക്കേറിയതാക്കി തീർക്കുന്നു. നിങ്ങളുടെ കുറച്ച് ജോലിഭാരം നിങ്ങൾ മറ്റുള്ളവരെ ഏൽപ്പിക്കാൻ തുടങ്ങും. പക്ഷേ അപ്പോഴും നിങ്ങൾ വളരെ തിരക്കിലാണ്, ഒപ്പം വളരെ ക്ഷീണിതനും. നിങ്ങളെ എന്താണ് ഇത്ര തിരക്കിലാക്കുന്നത് എന്ന് നിങ്ങൾക്ക് പോലും വിശദീകരിക്കാൻ കഴിയുന്നില്ല. നിങ്ങളുടെ സമയം കൂടുതൽ പ്രയോജനപ്പെടുത്താൻ കഠിനമായി ശ്രമിക്കുന്തോറും നിങ്ങൾക്ക് കുറച്ച് സമയം മാത്രമേ ലഭിക്കൂ. നിങ്ങൾക്ക് സമയമുണ്ടെങ്കിൽ പോലും, നിങ്ങൾക്ക് ജോലി ചെയ്യാനുള്ള ഊർജ്ജം ഉണ്ടാകാറില്ല.

ഒരു ദിവസം നിങ്ങൾ അക്കാര്യം തിരിച്ചറിയുന്നത് വരെ: "ഒരു

ദിവസത്തിൽ ഇരുപത്തിനാല് മണിക്കൂർ മാത്രമേ ഉള്ളൂ." ഒരുപക്ഷേ ഞാൻ വിചാരിച്ചത് അത് അർത്ഥമാക്കുന്നില്ലേ?

സാധ്യമായ ഏറ്റവും കുറഞ്ഞ സമയത്തിനുള്ളിൽ പരമാവധി കാര്യങ്ങൾ ചെയ്യുക എന്നതാണ് അതിന്റെ അർത്ഥമെന്ന് ഞാൻ കരുതി.

ഒരു ദിവസത്തിൽ ഇരുപത്തിനാല് മണിക്കൂർ മാത്രമേ ഉള്ളൂവെങ്കിൽ, അതിനർത്ഥം ഒരു പരിധിയുണ്ടെന്നാണ് ഞാൻ പഠിക്കുന്നത്.

എന്റെ സമയത്തിൽ നിന്ന് എനിക്ക് വളരെ നിശ്ചിതമായ കുറച്ച് മാത്രമേ നേടാൻ കഴിയൂ. "ടൈം മാനേജ്മെന്റ്" എന്നത് ഒരു കല്ലിൽ നിന്ന് രക്തം പിഴിഞ്ഞെടുക്കുന്നത് പോലെയാണ്.

ഈ കഥ എന്റേതിൽ നിന്നും വളരെ വ്യത്യസ്തമല്ല. എന്റെ മുഴുവൻ പക്വതയാർന്ന ജീവിതത്തിലും, ഞാൻ ഒരു ഉൽപാദനക്ഷമതാ തത്പരനായിരുന്നു, കൂടുതൽ കാര്യങ്ങൾ ചെയ്യുന്നതിനുള്ള എന്റെ പ്രധാന തന്ത്രങ്ങളിലൊന്ന് ടൈം മാനേജ്മെന്റ് ആയിരുന്നു. ഇത് കോളേജിൽ നിന്നാണ് ആരംഭിച്ചത്. ഒരു ഗ്രാഫിക് ഡിസൈൻ വിദ്യാർത്ഥി എന്ന നിലയിൽ, ഫോട്ടോഷോപ്പിനുള്ള എല്ലാ കീബോർഡ് ഷോർട്ട്കട്ടുകളും ഞാൻ പഠിച്ചു. വേഗത്തിൽ ടൈപ്പ് ചെയ്യുന്നത് പഠിക്കാൻ വേണ്ടി ഞാൻ ട്രെയിനിങ് സോഫ്റ്റ്‌വെയർ ഉപയോഗിച്ചു. ബിരുദം നേടി ജോലിയിൽ പ്രവേശിച്ചപ്പോൾ, ഞാൻ നിരന്തരമായി ചെയ്യേണ്ട കാര്യങ്ങളുടെ (റ്റു-ഡു/to-do) ലിസ്റ്റ് സൂക്ഷിക്കുന്നതിനും എന്റെ ജോലികൾക്ക് മുൻഗണന നൽകുന്നതിനുമുള്ള വ്യത്യസ്ത വഴികൾ പരീക്ഷിച്ചു. എന്റെ ഇൻബോക്സിലെ ഇമെയിലുകളുടെ എണ്ണം എങ്ങനെ കുറയ്ക്കാമെന്ന് എന്നെ കേൾക്കുന്ന ഏതൊരു സഹപ്രവർത്തകനെയും ഞാൻ പ്രൗഢിയോടുകൂടി ഇടപഴകി. സിലിക്കൺ വാലിയിൽ ജോലി ചെയ്യുന്നതിൽ എനിക്ക് ഇഷ്ടപ്പെട്ട ഒരു കാര്യം, ഏറ്റവും പുതിയ ഉൽപാദനക്ഷമതാ ആപ്പുകളെക്കുറിച്ചുള്ള വിവരങ്ങൾ കൈമാറാൻ കഴിയുന്ന ടെക് വിദഗ്ധരുടെ ഒരു കുറവും അവിടെ ഉണ്ടായിരുന്നില്ല എന്നതാണ്.

ഒടുവിൽ, കുറഞ്ഞ സമയത്തിനുള്ളിൽ കൂടുതൽ കാര്യങ്ങൾ ചെയ്യാനുള്ള വഴികൾ നഷ്ടപ്പെട്ടു, എന്റെ അന്വേഷണം വഴിമാറിപ്പോയി. അതെന്നെ ഈ പുസ്തകത്തിൽ ഞാൻ പങ്കിടുന്ന സാഹസികതയിലേക്ക് എന്നെ നയിച്ചു.

നാല് വർഷങ്ങൾക്ക് മുമ്പ്, ഷിക്കാഗോയിലെ എന്റെ അപ്പാർട്ട്മെന്റിലെ വെറും തടികൊണ്ടുള്ള തറയിൽ പുറത്തു നിന്നും ഒരു ടേക്ക്ഔട്ട് കണ്ടെയ്നറിൽ വാങ്ങിയ ഉച്ചഭക്ഷണം ഞാൻ ഒരു പ്ലാസ്റ്റിക് ഫോർക്ക് ഉള്ള കഴിക്കുകയായിരുന്നു. എനിക്ക് ഫർണിച്ചറുകളോ, പ്ലേറ്റുകളോ,

വിലപിടിപ്പുള്ള വെള്ളി പാത്രങ്ങളോ ഒന്നും ഉണ്ടായിരുന്നില്ല. പതിനഞ്ച് മിനിറ്റ് മുമ്പ് ഞാൻ എന്റെ അവസാന കസേര ക്രെയ്ഗ്സ്ലിസ്റ്റിലെ (ഓൺലൈൻ വിപണി) ഒരാൾക്ക് വിറ്റിരുന്നു.

ഇതുവരെയുള്ളതിൽ വച്ച് ഏറ്റവും ധീരമായ ഉൽപ്പാദനക്ഷമതാ പരീക്ഷണത്തിലേക്ക് ഞാൻ കടക്കാൻ പോകുകയായിരുന്നു. എന്റെ അവസാനത്തെ സാധനങ്ങൾ സൂക്ഷിച്ചിരുന്ന മൂന്ന് സ്യൂട്ട്കേസുകളിലും, ഏഴ് വർഷമായി ഞാൻ അവിടെ താമസിച്ചിരുന്നതിന്റെ അടയാളങ്ങൾ ചുവരുകളിൽ നിന്ന് മായ്ച്ചുകളയുന്ന പെയിന്റുപണിക്കാരിലും ഞാൻ കണ്ണോടിച്ചപ്പോൾ, ഒരു വസ്തുതയെക്കുറിച്ച് ഞാൻ ചിന്തിക്കാൻ തുടങ്ങി: ആ രാത്രിയിൽ, ഞാൻ മറ്റൊരു രാജ്യത്ത് ആയിരിക്കും ഉറങ്ങുക. ആസന്ന ഭാവിയിൽ, ഞാൻ ഒരു വിദേശിയായിരിക്കും - ഒരു *എക്സ്ട്രാഞ്ചെറോ* - ജയപരാജയങ്ങളുടെ ചരിത്രമുള്ള ഒരു നാട്ടിൽ, ഭാഷ പോലും സംസാരിക്കാനാറിയാതെ.

ഇതെല്ലാം ആറ് വർഷങ്ങൾക്ക് മുമ്പ്, ഒരു ഇമെയിലിൽ നിന്നാണ് ആരംഭിച്ചത്. അത് മിക്ക സ്പാം ഫിൽട്ടറുകളും വെട്ടിച്ചു വരുന്ന തരത്തിലുള്ള ഒരു ഇമെയിലായിരുന്നു. അത് എനിക്ക് യഥാർത്ഥ സ്നേഹമോ, ഒരു വിദേശ ബാങ്ക് അക്കൗണ്ടിൽ നിന്ന് ദശലക്ഷക്കണക്കിന് ഡോളറോ, കിടക്കയിൽ മെച്ചപ്പെട്ട പ്രകടനമോ വാഗ്ദാനം ചെയ്തിരുന്നില്ല. എനിക്ക് ഒരു പുസ്തക കരാർ വാഗ്ദാനം ചെയ്തു.

ഞാൻ ഒരിക്കലും എന്നെയൊരു ഒരു എഴുത്തുകാരനായി കരുതിയിരുന്നില്ല. വാസ്തവത്തിൽ, കുട്ടിക്കാലത്ത് എനിക്ക് എഴുത്ത് വെറുപ്പായിരുന്നു. ആ പുസ്തക കരാർ സ്വീകരിക്കുന്നതിനെ കുറിച്ച് ഞാൻ ആലോചിച്ചപ്പോൾ, ഞാൻ സംസാരിച്ച എല്ലാ എഴുത്തുകാരും എനിക്ക് മുന്നറിയിപ്പ് നൽകി: "ഒരു പുസ്തകം എഴുതുന്നത് വളരെ കഠിനാധ്വാനമാണ്, വിജയസാധ്യത കുറവാണ്." പക്ഷേ, *അത് എത്ര ബുദ്ധിമുട്ടുള്ള കാര്യമാണെന്ന് ഞാൻ മനസ്സിലാക്കി,* അങ്ങനെ എന്റെ ആദ്യത്തെ സാഹിത്യ കരാറിൽ ഒപ്പിട്ടു.

ഒരു പുസ്തകം എങ്ങനെ എഴുതണമെന്ന് എനിക്കറിയില്ലായിരുന്നു, പക്ഷേ ഏറ്റവും വ്യക്തമായ രീതി: ടൈം മാനേജ്മെന്റ്. എനിക്ക് പുസ്തകം എഴുതാൻ സമയം ഉണ്ടെന്ന് ഞാൻ ഉറപ്പാക്കേണ്ടതുണ്ടായിരുന്നു.

എന്റെ ദുർലഭമായ സമയപരിധി പാലിക്കാനുള്ള ശ്രമത്തിൽ, എനിക്ക് തോന്നിയ എല്ലാ ടൈം മാനേജ്മെന്റ് തന്ത്രങ്ങളും ഞാൻ ഉപയോഗിച്ചു. എന്റെ കലണ്ടറിൽ എഴുതുന്നതിനുള്ള സമയം ഞാൻ ക്രമീകരിച്ചു. ഉണർന്നതിനുശേഷം എത്രയും വേഗം എഴുതാൻ തുടങ്ങുന്നതിനായി ഞാൻ ഒരു പതിവ് പ്രഭാത ദിനചര്യ വികസിപ്പിച്ചെടുത്തു. പ്രോജക്റ്റിന്റെ കാര്യങ്ങൾക്കായി ചെലവഴിക്കുന്ന സമയം പരിമിതപ്പെടുത്തുന്നതിന് വേണ്ടി ഞാൻ എന്റെ "സമയം

[illegible]

ചിട്ടപ്പെടുത്തി".

എന്നിട്ടും, എനിക്ക് വേണ്ടത്ര സമയമില്ലായിരുന്നു. ഞാൻ എന്റെ ക്ലയന്റുകളെ പിരിച്ചുവിട്ടു. ഞാൻ തീയതികൾ റദ്ദാക്കി, പാർട്ടികൾക്കുള്ള ക്ഷണങ്ങൾ നിരസിച്ചു. എന്റെ പലചരക്ക് ഷോപ്പിംഗ്, എന്റെ ഭക്ഷണം തയ്യാറാക്കൽ, വീട്ടുജോലികൾ എന്നിവയ്ക്ക് പോലും ഞാൻ പുറമെ നിന്ന് ആളുകളുടെ സേവനം നേടാൻ തുടങ്ങി. എനിക്ക് സ്വയം ചെയ്യേണ്ട എന്തെങ്കിലും ഉണ്ടെങ്കിൽ, എനിക്ക് എല്ലാം ഒറ്റയടിക്ക് ചെയ്യാൻ കഴിയുന്ന ടൈം ബ്ലോക്കുകളായി അത് "കൂട്ടിച്ചേർക്കാൻ" ഞാൻ ഉറപ്പുവരുത്തി.

പുസ്തകം എഴുതുന്നത് മാത്രം എന്റെ ഏക ശ്രദ്ധാകേന്ദ്രമായി മാറി. എനിക്ക് സ്വതന്ത്രമാക്കാൻ കഴിയുന്ന ഏത് സമയവും ഞാൻ കണ്ടെത്തി, അത് ഞാൻ എന്റെ എഴുത്തിനായി സമർപ്പിച്ചു.

പക്ഷേ അപ്പോഴും അത് മതിയായിരുന്നില്ല. എന്റെ ദിവസത്തിന്റെ ഭൂരിഭാഗവും ഞാൻ എന്റെ കീബോർഡിനു മുന്നിൽ ചടഞ്ഞിരുന്നു, അതിവേദനയോടെ മുന്നോട്ടും പിന്നോട്ടും ആടിക്കൊണ്ടിരുന്നു. എന്റെ വയറ്റിലും നെഞ്ചിലും ശരിക്കും ശാരീരിക വേദന അനുഭവപ്പെട്ടു. എന്റെ വിരലുകൾ ശവശരീരത്തിന്റേതുപോലെ മരവിച്ചതായി തോന്നി. ഒരു വരി എഴുതാൻ പോലും ഞാൻ പാടുപെട്ടു. എന്റെ പുസ്തകത്തിന് വേണ്ടി ഞാൻ ധാരാളം സമയം ചെലവഴിച്ചു, പക്ഷേ എനിക്ക് ഒന്നും ചെയ്തു തീർക്കാൻ കഴിഞ്ഞില്ല.

എന്റെ റൈറ്റേഴ്സ് ബ്ലോക്ക് സ്ഥിതി വളരെ മോശപ്പെട്ടതായിരുന്നു, എന്റെ പുസ്തകത്തിന്റെ കരാർ ഒപ്പിട്ട് ആഴ്ചകൾക്ക് ശേഷം, കോസ്റ്റാറിക്കയിലേക്ക് ഒരു റിട്രീറ്റിന് പോകാനുള്ള അവസാന നിമിഷത്തെ ക്ഷണം ഞാൻ സ്വീകരിച്ചു. യുക്തിപരമായി, അത് എന്റെ സമയത്തിന്റെ ഏറ്റവും മികച്ച ഉപയോഗമായിരുന്നില്ല, പക്ഷേ ഒരു മാറ്റം എന്തെങ്കിലും തരത്തിലുള്ള മാന്ത്രികത സൃഷ്ടിക്കുമെന്ന് ഞാൻ തീവ്രമായി പ്രതീക്ഷിച്ചു.

യാത്രയുടെ കുറച്ച് ദിവസങ്ങൾക്കുള്ളിൽ, ഞാൻ എക്കാലത്തേക്കാളും കൂടുതൽ ആശങ്കാകുലനായി. എന്റെ കരാർ അനുസരിച്ച്, എന്റെ കൈയെഴുത്തുപ്രതിയുടെ ഇരുപത്തിയഞ്ച് ശതമാനം എങ്കിലും ഏതാനും ആഴ്ചകൾക്കുള്ളിൽ പൂർത്തിയായില്ലെങ്കിൽ, കരാർ അവസാനിക്കും. എന്നിട്ടും ഞാൻ അതുവരെയും ഒരു വാക്ക് പോലും എഴുതിയിരുന്നില്ല. ഒരു അത്ഭുതം സംഭവിച്ചില്ലെങ്കിൽ, എന്റെ ലഭിച്ച മുൻകൂർ തുക തിരികെ നൽകാൻ ഞാൻ പ്രസാധകന് ഒരു ചെക്ക് എഴുതും. എന്നിട്ട് എന്റെ സുഹൃത്തുക്കളെയും കുടുംബാംഗങ്ങളെയും ബ്ലോഗ് വായനക്കാരെയും നാണക്കേടോടെ നേരിടും, ഞാൻ പരാജയപ്പെട്ടുവെന്ന് അവരോട് പറയും. അത് വലിയ സമ്മർദ്ദമായി തോന്നുന്നുണ്ടോ? എന്നാൽ അത് അങ്ങനെയായിരുന്നു.

ഞാൻ നടക്കാൻ പോയി, അങ്ങനെ എനിക്ക് എന്നോട് തന്നെ സഹതാപം തോന്നുന്നതിന് വേണ്ടി. ഞാൻ എന്റെ തല താഴേക്ക് താഴ്ത്തി, കൈകൾ നെഞ്ചിൽ കെട്ടി, കാലുകൾ ചരൽ റോഡിലൂടെ വലിച്ചിഴച്ചു. *എനിക്ക് എങ്ങനെ ഇത്ര വിഡ്ഢിയാകാൻ കഴിയും?,* ഞാൻ ചിന്തിച്ചു. കുറച്ച് ബ്ലോഗ് പോസ്റ്റുകൾക്കപ്പുറം എനിക്ക് പുസ്തകം എഴുതുന്നതിൽ പരിചയം കുറവായിരുന്നിട്ടും, വിശദമായ ചിത്രീകരണങ്ങളോടെ 50,000 വാക്കുകളുള്ള ഒരു പുസ്തകം എഴുതാൻ ഞാൻ പ്രതിജ്ഞാബദ്ധനായിരിക്കുന്നു എന്ന് മാത്രമല്ല, ഈ റിട്രീറ്റിനായി ഞാൻ എന്റെ സമയവും പണവും പാഴാക്കി.

അപ്പോഴാണ്, ആരോ വിളിക്കുന്നത് ഞാൻ കേട്ടത്. ഞാൻ മുകളിലേക്ക് നോക്കിയപ്പോൾ, അടുത്ത റോഡിൽ നിന്ന് ഒരാൾ എന്നെ കൈവീശി വിളിച്ച് പറഞ്ഞു, "സുഖമാണോ!?" എന്ന്. കുറച്ച് സമയത്തിന് മുമ്പ് ഞാൻ ആ മനുഷ്യനെ കണ്ടിരുന്നു. അയാൾ സന്തോഷത്തോടെ പാടിക്കൊണ്ട് അയാളുടെ കൈകൾ ഒരു സാധാരണ കമ്പിവേലിയിലൂടെ മുന്നിലേക്ക് നീട്ടിക്കൊണ്ടിരുന്നു. മറ്റാരെങ്കിലും അയാളുടെ ചുറ്റിലും ആരെങ്കിലും ഉണ്ടാകുമെന്ന ശ്രദ്ധ അയാൾക്കില്ലെന്ന് കരുതി, അയാളെക്കുറിച്ച് എനിക്ക് അവ്യക്തമായി ലജ്ജ തോന്നി.

ആരെങ്കിലും തന്റെ അടുത്തേക്ക് വരാൻ ആ മനുഷ്യൻ ആംഗ്യം കാണിച്ചപ്പോൾ, ഞാൻ മടിച്ചു. അയാൽ എന്നെ ആംഗ്യം കാണിക്കുന്നത് പോലെ തോന്നി, പക്ഷേ അത് സംഭവിക്കാൻ സാധ്യതയില്ലെന്ന് തോന്നി. എന്നിട്ടും ഞാൻ ചുറ്റും നോക്കി, ആരെയും കണ്ടില്ല.

ഞാൻ റോഡിലെ ഒരു നാൽക്കവല കടന്നുപോയി, പിന്നിൽ നിന്നിരുന്ന ആ മനുഷ്യൻ ആ നാൽക്കവലയുടെ മറുവശത്തായിരുന്നു. വീട്ടിലേക്ക് മടങ്ങണമെന്നും എഴുതാൻ ശ്രമിക്കണമെന്നും തോന്നിയതിനാൽ ഞാൻ പിന്നോട്ട് പോകാൻ ആഗ്രഹിച്ചില്ല. പക്ഷേ അയാളുടെ സൗഹൃദപരമായ ക്ഷണം അവഗണിച്ചതിൽ എനിക്ക് പരുഷമായി തോന്നി. അതുകൊണ്ട്, അയാൾക്ക് എന്താണ് വേണ്ടതെന്ന് എനിക്ക് അപ്പോഴും ഉറപ്പില്ലെങ്കിൽ കൂടിയും ഞാൻ മനസ്സില്ലാമനസ്സോടെ തിരികെ ആ മനുഷ്യന്റെ അടുത്തേക്ക് നടന്നു.

പിന്നീട് സംഭവിച്ചത് ഞാൻ ആദ്യമായി പൂർണ്ണമായും സ്പാനിഷിൽ നടത്തിയ സംഭാഷണമായിരുന്നു. എന്നിരുന്നാലും, ഞാൻ "സംഭാഷണം" എന്ന വാക്ക് വളരെ നിസാരമായ രീതിയിലാണ് ഉപയോഗിക്കുന്നത്. ആ മനുഷ്യൻ - ഡീയഗോ എന്നായിരുന്നു അദ്ദേഹത്തിന്റെ പേര് - സൂര്യൻ, കടൽത്തീരം, മഴ, കടൽ എന്നിവയെക്കുറിച്ചുള്ള സ്പാനിഷ് വാക്കുകൾ എനിക്ക് പഠിപ്പിച്ചു തന്നു. ഡീയഗോ സംസാരിക്കാൻ ആഗ്രഹിച്ചിരുന്നു എന്ന് മനസ്സിലായി.

ഡീയഗോയുമായുള്ള എന്റെ സംഭാഷണം ഉന്മേഷദായകമായിരുന്നു. ഷിക്കാഗോയിലെ തിരക്കേറിയ തെരുവുകളിൽ പരസ്പരം

അവഗണിക്കുന്ന എല്ലാവരും എനിക്ക് പരിചിതമായിരുന്നു, പക്ഷേ ഇതാ അടുത്ത റോഡിൽ ആരോടെങ്കിലും പ്രത്യേകിച്ച് ഒന്നിനെകുറിച്ചുമല്ലാതെ സംസാരിക്കാൻ ആഗ്രഹിക്കുന്ന ഒരു മനുഷ്യൻ. പെട്ടെന്ന് ഞാൻ വളരെ ശാന്തമായ ഒരു മാനസികാവസ്ഥയിലായി മാറി, ഡീയഗോയോട് വിട പറഞ്ഞതിന് ശേഷം, കുറച്ച് മിനിറ്റുകൾക്കുള്ളിലായിരുന്നു ഞാൻ തെറ്റായ വഴിയിലൂടെ പോകുകയാണെന്ന് ഞാൻ ശ്രദ്ധിച്ചത്. ഞാൻ ഡീയഗോയുടെ വഴിയിലെ നാൽക്കവലയുടെ അരികിലൂടെ നടന്നു. ഇത് മനസ്സിലാക്കിയപ്പോൾ, ഒരു വിദേശ രാജ്യത്ത് വഴിതെറ്റിപ്പോയേക്കാമെന്ന സാധ്യതയിൽ ഞാൻ പരിഭ്രാന്തനായി, പക്ഷേ പിന്നീട് ഞാൻ അത് ഉപേക്ഷിച്ച് മുന്നോട്ട് പോകാൻ തീരുമാനിച്ചു. എന്തായിരുന്നാലും ഞാൻ വീട്ടിൽ തിരിച്ചെത്തി.

എന്റെ സുഹൃത്ത് നോഹ കഗനോടൊല്ല സൗഹൃദസംഭാഷണത്തിൽ നിന്നും - *'ദി ഹാർട്ട് ടു സ്റ്റാർട്ട്'* എന്ന എന്റെ പുസ്തകത്തിൽ വിവരിച്ചിരിക്കുന്നതുപോലെ - ഡീയഗോയുമായുള്ള സംഭാഷണത്തിൽ നിന്നും, എന്റെ ജീവിതത്തിലെ ഒരു പുതിയ താൾ മറിക്കുന്നതുപോലെ എനിക്ക് അനുഭവപ്പെട്ടു. ആ വീടിന്റെ ബാൽക്കണിയുടെ ഉൾവശത്തെ ഒരു മേശപ്പുറത്ത് ഞാൻ എന്റെ ലാപ്ടോപ്പ് വെച്ചു. അവിടെ, ഇന്ദ്രനീലക്കല്ലുപോലെയുള്ള പസഫിക് സമുദ്രത്തിലേക്ക് നോക്കി, എന്റെ വഴിത്തിരിവായ ആദ്യത്തെ എഴുത്ത് സെഷൻ തുടങ്ങി. ഒരിക്കൽ അസാധ്യമെന്ന് തോന്നിയത് ഇപ്പോൾ എളുപ്പമാണെന്ന് തോന്നി. ഒരു മണിക്കൂർ എഴുതിയപ്പോഴേക്കും, എന്റെ ഒരു അധ്യായത്തിന്റെ ഭൂരിഭാഗവും ഞാൻ എഴുതി കഴിഞ്ഞിരുന്നു. പെട്ടെന്ന് എനിക്ക് പുസ്തകം കൊടുക്കുന്നതിനുള്ള അവസാന തീയതിയിൽ എനിക്ക് എത്താൻ കഴിയുമെന്ന് തോന്നി.

കോസ്റ്റാറിക്കയിലെ ഒരു ചരൽ വഴിയിൽ നടന്ന ആ യാദൃച്ഛികമായ സംഭാഷണം, എന്റെ കൈവശമുള്ളതെല്ലാം വിറ്റ് തെക്കേ അമേരിക്കയിലേക്ക് ഒരു വൺവേ ടിക്കറ്റ് എടുക്കാൻ എന്നെ പ്രേരിപ്പിക്കുന്ന ഒരു ആശയത്തിന്റെ വിത്തായി ക്രമേണ പരിണമിച്ചു.

എന്റെ ആദ്യ പുസ്തകത്തിൽ പുരോഗതി കൈവരിക്കുക എന്നത് എഴുതാൻ സമയം കണ്ടെത്തുക എന്നതല്ലെന്ന് ഞാൻ കണ്ടെത്തി. അത് കൈവശമുള്ള ജോലി ചെയ്യാൻ ശരിയായ മാനസികാവസ്ഥയിലായിരിക്കുക എന്നതായിരുന്നു. ഇന്നത്തെ ഉൽപ്പാദനക്ഷമത ടൈം മാനേജ്മെന്റിനെക്കുറിച്ചല്ല, മറിച്ച് മനസ്സിന്റെ ക്രമീകരണത്തെ (മൈൻഡ് മാനേജ്മെന്റ്) കുറിച്ചാണെന്ന് ഞാൻ കണ്ടെത്തി.

സർഗ്ഗാത്മകമായ യുഗത്തിലേക്ക് സ്വാഗതം

ആ മാറ്റം ഒറ്റരാത്രികൊണ്ട് സംഭവിച്ചതല്ല. എൻ്റെ ആദ്യ പുസ്തകം എഴുതുന്ന സമയത്തിലുടനീളം, ഞാൻ എപ്പോഴും എല്ലാ സമയത്തും കുടുങ്ങിപ്പോയിരുന്നു. പക്ഷേ, എന്റെ സമയം കൈകാര്യം ചെയ്യുന്നതിൽ ഞാൻ അനായാസജയമായ ഫലം കണ്ടെത്തിയെന്ന് വ്യക്തമായി. എന്നാൽ എന്റെ മനസ്സിനെ കുറഞ്ഞ കഷ്ടപ്പാടോടെ കൈകാര്യം ചെയ്തുകൊണ്ട് കൂടുതൽ ഉൽപാദനക്ഷമത ഉള്ളവനാകുന്നതിനുള്ള അവസരങ്ങളുണ്ടായിരുന്നു.

എല്ലാത്തിനുമുപരി, എന്തുകൊണ്ടാണ് ഞാൻ ഒരു ദിവസം പന്ത്രണ്ട് മണിക്കൂർ ചുമരിൽ തലയടിക്കുന്നതു പോലെ കഷ്ടപ്പെടുന്നത്? പെട്ടെന്ന് എവിടെ നിന്നോ ഞാൻ പുരോഗതി കൈവരിക്കാൻ തുടങ്ങിയത് എന്തുകൊണ്ടാണ്? ചിലപ്പോൾ, ഞാൻ ഒരു മുഴുവൻ ദിവസംകൊണ്ട് എഴുതാനുള്ളത് പതിനഞ്ച് മിനിറ്റിനുള്ളിൽ ചെയ്യുന്നത്? ഇതിലെ ഒരേയൊരു പ്രശ്നം എന്നത്, എഴുത്ത് പെട്ടെന്നും എളുപ്പത്തിലും വരുന്ന ഒരു പതിനഞ്ച് മിനിറ്റിന്റെ അവസരം കണ്ടെത്താൻ ഞാൻ ദിവസം മുഴുവൻ എന്റെ കീബോർഡിന്റെ മുന്നിൽ ഇരിക്കേണ്ടി വന്നു എന്നതാണ്.

എനിക്ക് ഇരിക്കാനും, പതിനഞ്ച് മിനിറ്റ് എഴുതാനും, പിന്നീട് എന്റെ ബാക്കിയുള്ള ദിവസം തുടരാനും കഴിഞ്ഞിരുന്നെങ്കിൽ!, ഞാൻ ആലോചിച്ചു.

ഇങ്ങനെ നിങ്ങൾക്കും മുമ്പ് അനുഭവപ്പെട്ടിട്ടുണ്ടെന്ന് എനിക്ക് ഉറപ്പുണ്ട്. നിങ്ങൾ എന്തെങ്കിലും കഠിനാധ്വാനം ചെയ്യുകയായിരുന്നു, പക്ഷേ പുരോഗതി കൈവരിക്കുന്നില്ല. ഒരുപക്ഷേ നിങ്ങൾ ഒരു പുസ്തകം എഴുതുകയായിരുന്നിരിക്കാം, ഒരു ഭാഷ പഠിക്കുകയായിരുന്നിരിക്കാം, അല്ലെങ്കിൽ ഒരു കഠിനമായ ജീവിത തീരുമാനം എടുക്കുകയായിരുന്നിരിക്കാം. നിങ്ങൾ മുന്നോട്ട് കുതിച്ചു, പക്ഷേ എങ്ങുമെത്തുന്നില്ലെന്ന് തോന്നുന്നു. നിങ്ങൾ അനേകം തവണ ആ പദ്ധതി ഉപേക്ഷിച്ചു. എന്നാൽ പിന്നീട്, നിങ്ങൾ അടിയറവ് പറയുന്നതിന്റെ വക്കിലെത്തിയപ്പോൾ, എല്ലാം വിജയിച്ചു. നിങ്ങൾക്ക് ഫലപ്രദമായ ഒരു എഴുത്ത് സെഷൻ ഉണ്ടായി, നിങ്ങൾ പഠിക്കാൻ തുടങ്ങിയ പുതിയ ഭാഷ പെട്ടെന്ന് നിങ്ങൾക്ക് മനസ്സിലായി, അല്ലെങ്കിൽ ഒരിക്കൽ അസാധ്യമെന്ന് തോന്നിയ ആ തീരുമാനം ഇപ്പോൾ എളുപ്പമാണെന്ന് തോന്നി.

എന്റെ ആദ്യ പുസ്തകം എഴുതുന്നത് ഒരു സർഗ്ഗാത്മകതയുടെ പ്രഷർ കുക്കർ പോലെയായിരുന്നു. എന്റെ സമയത്തിനുപകരം എന്റെ മനസ്സ് കൈകാര്യം ചെയ്യേണ്ടതുണ്ടെന്ന് എനിക്ക് മനസ്സിലാക്കാൻ അതാണ് വേണ്ടിവന്നത്. എന്നാൽ അനുഭവത്തെക്കുറിച്ച് ഞാൻ ചിന്തിക്കുമ്പോൾ, ഇത് എന്റെ ജീവിതത്തിന്റെയും ജോലിയുടെയും മറ്റ് വശങ്ങളിലും ബാധകമാണെന്ന് ഞാൻ തിരിച്ചറിഞ്ഞു. ഒരു ഡിസൈനർ

എന്ന നിലയിൽ എന്റെ തൊഴിലിൽ, ഞാൻ പലപ്പോഴും ആഴ്ചകളോളം വിഷമിച്ചു, ഒരിക്കലും ഞാൻ ഒരു പരിഹാരത്തിലെത്തില്ലെന്ന് ഉറപ്പാണ് - ആ പരിഹാരം എവിടെനിന്നെങ്കിലും പ്രത്യക്ഷപ്പെടേണ്ടി വന്നേക്കും. ഒരു സംരംഭകൻ എന്ന നിലയിൽ, ഒരു ദിശ തിരഞ്ഞെടുക്കാൻ ഞാൻ കഷ്ടപ്പെട്ടു, "അതിൽ അടയിരുന്നതിന്" ശേഷം ഏറ്റവും മികച്ച തിരഞ്ഞെടുപ്പ് വ്യക്തമായി കിട്ടാൻ. ഒരു മാർക്കറ്റർ എന്ന നിലയിൽ, പരിമിതമായ വിഭവങ്ങൾ എങ്ങനെ മികച്ച രീതിയിൽ ചെലവഴിക്കാമെന്ന് ആലോചിച്ച് ഞാൻ തീവ്രമായി വേദനിച്ചിരുന്നു, പക്ഷേ ഇങ്ങനെയൊക്കെ ആയിരുന്നിട്ടും പിന്നീട് എന്റെ ഏകീകൃത പദ്ധതിയെക്കുറിച്ച് എനിക്ക് ആത്മവിശ്വാസം തോന്നി. സൽസ നൃത്തം ചെയ്യാനോ, ഗിറ്റാർ വായിക്കാനോ, സ്പാനിഷ് സംസാരിക്കാനോ പഠിക്കുന്നതിൽ - ഒരുപക്ഷെ ജീവിതത്തിലെ വലിയ തീരുമാനങ്ങൾ എടുക്കുന്നതിൽ പോലും എനിക്ക് സമാനതകൾ കാണാൻ കഴിഞ്ഞു.

ഉൽപ്പാദനക്ഷമതയെക്കുറിച്ചുള്ള മിക്ക ആളുകളുടെയും ആശയം എന്തെങ്കിലും കാര്യം ധാരാളം ഉൽപ്പാദിപ്പിക്കാൻ കഴിയുക എന്നതാണ്. ധാരാളം ചെയ്യാൻ. നിരവധി ഘട്ടങ്ങൾ പിന്തുടർന്നുകൊണ്ട്, നിങ്ങൾ ജോലി പൂർത്തിയാക്കുന്നു. അതുതന്നെ വീണ്ടും വീണ്ടും ചെയ്യുന്നു.

എന്നാൽ, കൂടുതൽ കൂടുതൽ, ഇത് തുടർച്ചയായ ഘട്ടങ്ങളിലൂടെ പൂർത്തിയാക്കാൻ കഴിയുമെങ്കിൽ, അത് ചെയ്യുന്നതിൽ അർത്ഥമില്ല. അടുത്ത ഒന്നോ രണ്ടോ ദശകത്തിനുള്ളിൽ എഐ (AI)-യും (ആർട്ടിഫിഷ്യൽ ഇന്റലിജൻസ് അഥവാ നിർമ്മിത ബുദ്ധി) ഓട്ടോമേഷനും നാൽപ്പത് മുതൽ അമ്പത് ശതമാനം വരെ ജോലികൾ ഇല്ലാതാക്കാൻ സാധ്യതയുണ്ട്. ആളുകൾ തുടർച്ചയായ ഘട്ടങ്ങൾ പിന്തുടരുന്ന തരാം ജോലികളിലാണ് ഇത്തരം ഏറ്റവും കൂടുതൽ അപകടസാധ്യതയുള്ളത്. എഐ വിദഗ്ധനായ കൈ-ഫു ലീ പറയുന്നത്, "ഒപ്റ്റിമൈസേഷൻ അധിഷ്ഠിത" ജോലികളാണ് ആദ്യം എഐ കൈയ്യേറുക എന്നാണ്. ലോൺ അണ്ടർറൈറ്റർമാർ, ഉപഭോക്തൃ സേവന പ്രതിനിധികൾ, റേഡിയോളജിസ്റ്റുകൾ തുടങ്ങിയവരുടെതു പോലുള്ള ജോലികൾ. ഇൻഷുറൻസ് പ്രീമിയത്തിന് അനുയോജ്യമായ നിരക്ക് കണ്ടെത്തുക, നികുതി റീഫണ്ട് പരമാവധിയാക്കുക, അല്ലെങ്കിൽ ഒരു രോഗം നിർണ്ണയിക്കുക തുടങ്ങിയ "ഇടുങ്ങിയ ജോലികൾ" എന്ന് ലീ വിളിക്കുന്ന ജോലികൾ. ഡാറ്റ ഒപ്റ്റിമൈസ് ചെയ്യുന്ന തരം ജോലികൾ ആദ്യം നഷ്ടമാകും.

എഐ-യുടെ പരിധിയിൽ നിന്ന് സുരക്ഷിതമായ ജോലികൾ ഏതൊക്കെയാണ്? ലീ പറയുന്നതനുസരിച്ച്, അവ സർഗ്ഗാത്മകത ആവശ്യമുള്ള ജോലികളാണ്.

പല ആളുകളും "സർഗ്ഗാത്മകത"യെക്കുറിച്ച് ചിന്തിക്കുമ്പോൾ, അവർ വാട്ടർകളർ പെയിന്റിംഗുകളെക്കുറിച്ചോ മക്രേമുകളെക്കുറിച്ചോ

(കോട്ടൺ നൂലുകൾ കൊണ്ട് വ്യത്യസ്തരീതികളിൽ കെട്ടി നിർമ്മിക്കുന്ന കരകൗശലം) ചിന്തിക്കുന്നു. എന്നാൽ സർഗ്ഗാത്മകത ആ ഉദാഹരണങ്ങൾക്കപ്പുറത്തേക്ക് വികസിക്കുന്നു. സർഗ്ഗാത്മകതയെക്കുറിച്ച് പഠിക്കുന്ന ശാസ്ത്രജ്ഞർ അതിനെ നിർവചിക്കുന്നത് പുതുമയുള്ളതും ഉപയോഗപ്രദവുമായ എന്തെങ്കിലും കൊണ്ടുവരിക എന്നാണ്.

ലീ പറയുന്നതനുസരിച്ച്, വ്യത്യസ്ത വിഷയങ്ങളിൽ ചിന്തിക്കേണ്ടി വന്നാൽ, "ഘടനാരഹിതമായ ഒരു അന്തരീക്ഷത്തിൽ" ജോലി ചെയ്യുകയാണെങ്കിൽ, അല്ലെങ്കിൽ നിങ്ങളുടെ ജോലിയുടെ ഫലങ്ങൾ അളക്കാൻ പ്രയാസമാണെങ്കിൽ, നിങ്ങൾ ചെയ്യുന്ന ജോലി ഭാവിയിൽ വളരെക്കാലം പ്രസക്തമായിരിക്കും.

ഇക്കാലത്ത്, പ്രധാനപ്പെട്ട മാനസിക ജോലി എന്നത് ഒരു കൂട്ടം ഘട്ടങ്ങൾ പിന്തുടരുക എന്നതല്ല. അത് ഒരു പുതുമയുള്ളതും ഉപയോഗപ്രദവുമായ പരിഹാരത്തിലേക്കുള്ള വഴി കണ്ടെത്തുന്നതിനെക്കുറിച്ചാണ്.

ഓരോ നവംബറിലും, നവാഗത എഴുത്തുകാർ ഒരു മാസത്തിനുള്ളിൽ ഒരു നോവൽ - "നോവൽ" പോലെ ഒരു പുസ്തകം- എഴുതാൻ ആരംഭിക്കുന്നു. ഇത് NaNoWriMo എന്ന പേരിൽ അറിയപ്പെടുന്ന ഒരു കൂട്ടായ പരിപാടിയാണ്, ഇത് ദേശീയ നോവൽ എഴുത്ത് മാസം (നാഷണൽ നോവൽ റൈറ്റിംഗ് മന്ത്) എന്നതിന്റെ ചുരുക്കപ്പേരാണ്. 2013 മുതൽ, NaNoWriMo-ന് സമാന്തരമായി, കമ്പ്യൂട്ടർ പ്രോഗ്രാമർമാർ NaNoGen-Mo - ദേശീയ നോവൽ ജനറേഷൻ മാസത്തിൽ (നാഷണൽ നോവൽ ജനറേഷൻ മന്ത്) പങ്കെടുക്കുന്നു. അവർ കമ്പ്യൂട്ടർ പ്രോഗ്രാമിങ് കോഡ് ഉപയോഗിച്ച് നോവലുകൾ സൃഷ്ടിക്കാൻ ശ്രമിക്കുന്നു.

2019-ലെ NaNoGenMo-യിൽ, പൊതുജനങ്ങൾക്ക് പുറത്തിറക്കാൻ കഴിയാത്തത്ര അപകടകരമാണെന്ന് കരുതിയിരുന്ന ഒരു എഐ മോഡലാണ് ചില നോവലുകൾ എഴുതിയത്. എന്നിട്ടുപോലും നോവലുകൾ അപ്പോഴും അർത്ഥവത്തായിരുന്നില്ല. വാസ്തവത്തിൽ, ഈ എഐ മോഡലിന് ഒരു അനുരൂപമായ വാചകം എഴുതാൻ കഴിഞ്ഞില്ല. എഐ വിദഗ്ധയായ ജാനെൽ ഷെയ്ൻ ട്വീറ്റ് ചെയ്തു, "നിങ്ങളുടെ നോവലിന്റെ ആദ്യ വാചകം തയ്യാറാക്കുന്നതിൽ നിങ്ങൾ ബുദ്ധിമുട്ടുന്നുണ്ടോ? എഐ കൂടുതൽ ബുദ്ധിമുട്ടുന്നുണ്ടെന്ന വസ്തുതയിൽ നിങ്ങൾ ആശ്വസിക്കൂ." ജാനെല്ലിനായി ഈ എഐ മോഡൽ സൃഷ്ടിച്ച വാചകം:"ഞാൻ എന്റെ നായയായ മാർക്ക് ദി ബ്രൗൺ ലാബ്രഡോറുമായി കളിക്കുകയായിരുന്നു, ഞാൻ മരിച്ചുപോയ ഒരു മനുഷ്യനുമായും കളിക്കുന്നുണ്ടെന്നത് മറന്നുപോയി." ഇത് ടോൾസ്റ്റോയിയുടെ കാര്യമല്ല.

നിങ്ങൾക്ക് ഒരു ദിവസം 50,000 വാക്കുകൾ ടൈപ്പ് ചെയ്യാൻ കഴിയും. ഒരു കമ്പ്യൂട്ടറിന് നിങ്ങൾക്ക് കണ്ണുചിമ്മുന്നതിനേക്കാൾ

വേഗത്തിൽ 50,000 വാക്കുകൾ സൃഷ്ടിക്കാൻ കഴിയും. എന്നിരുന്നാലും, ഒരു മാസത്തിനുള്ളിൽ നിങ്ങൾക്ക് 50,000 വാക്കുകളുള്ള ഒരു നോവൽ ചിന്തിക്കാൻ കഴിയും. ഒരു കമ്പ്യൂട്ടറിന് അത് ചെയ്യാൻ കഴിയില്ല.

ഒരു മനുഷ്യനെന്ന നിലയിൽ നിങ്ങളുടെ മികവ് എന്തെങ്കിലും കാര്യം വേഗത്തിൽ ചെയ്യുന്നതിലല്ല. നിങ്ങൾ എത്ര വേഗത്തിൽ നീങ്ങിയാലും ഒരു കമ്പ്യൂട്ടറിന് അതിലും വേഗത്തിൽ നീങ്ങാൻ കഴിയും. ഒരു മനുഷ്യനെന്ന നിലയിൽ നിങ്ങളുടെ പ്രാധാന്യം, പ്രവൃത്തിക്ക് പിന്നിലെ ചിന്തകളെക്കുറിച്ച് ചിന്തിക്കുന്നതിലാണ്. സംരംഭകനും നിക്ഷേപകനുമായ നേവൽ രവികാന്ത് പറഞ്ഞതുപോലെ, "നിങ്ങളുടെ സമയം കൊണ്ടല്ല, നിങ്ങളുടെ മനസ്സുകൊണ്ട് സമ്പാദിക്കുക."

ആ ചിന്തകൾ ഒരു നോവലിലെ വാക്കുകളായി മാറുകയോ, നിങ്ങളുടെ വ്യക്തിത്വത്തിൽ ചേർക്കാൻ കഴിയുന്ന ഒരു പുതിയ വൈദഗ്ദ്ധ്യം പഠിക്കാൻ ആ ചിന്തകൾ നിങ്ങളെ സഹായിക്കുകയോ ചെയ്യുകയാണെങ്കിൽ ഇത് സത്യമാണ്. നിങ്ങൾ ലോകത്തെ മാറ്റിമറിക്കുന്ന ഒരു സ്റ്റാർട്ടപ്പ് നിർമ്മിക്കുന്ന ഒരു സംരംഭകനാണെങ്കിൽ, അല്ലെങ്കിൽ പ്രായമായ മാതാപിതാക്കളെ പരിചരിക്കുന്നതിന് ലഭ്യമായ നേട്ടങ്ങൾ വിട്ടുകൊടുത്തുകൊണ്ട് ഒരു കുടുംബത്തെ സഹായിക്കുന്ന ഒരു സാമൂഹിക പ്രവർത്തകനാണെങ്കിൽ ഇത് ശരിയാണ്.

എന്നിട്ടും നമ്മളിൽ പലരും ഇന്നും ഉൽപാദനക്ഷമതയെ സമീപിക്കുന്നത്, ഉൽപാദന വേഗതയായിട്ടാണ്, അത് നമ്മുടെ ചിന്തയുടെ ഗുണമായിട്ടല്ല. അത് ഗൗരവമുള്ളതാണ്.

ഈ മനോഭാവം ഫ്രെഡറിക് ടെയ്‌ലറിൽ നിന്ന് നിങ്ങൾക്ക് കണ്ടെത്താനാകും. ഒരു നൂറ്റാണ്ടിലേറെ മുമ്പ്, ഫ്രെഡറിക് ടെയ്‌ലർ ഉൽപ്പാദനക്ഷമതയിൽ വിപ്ലവം സൃഷ്ടിച്ചു. ഇന്ന്, "ടെയ്‌ലറിസത്തിന്റെ" അവശിഷ്ടങ്ങൾ - ഉൽപ്പാദനക്ഷമതയെ നശിപ്പിക്കുന്നത് - എന്നാണ് അദ്ദേഹത്തിന്റെ രീതികൾ അറിയപ്പെട്ടിരുന്നത്.

സമയ ക്രമീകരണത്തിന്റെ അവസാനകാലം

പത്തൊൻപതാം നൂറ്റാണ്ട് ഇരുപതാം നൂറ്റാണ്ടിലേക്ക് കടക്കുമ്പോൾ, ഫ്രെഡറിക് ടെയ്‌ലർ ഒരു സ്റ്റോപ്പ് വാച്ച് പിടിച്ചു. അദ്ദേഹം ഒരു തൊഴിലാളിയുടെ അരികിൽ നിന്നുകൊണ്ട്, ഇരുമ്പിന്റെ ഒരു കഷണം കൃത്യമായി എങ്ങനെ എടുക്കണമെന്ന് ആ തൊഴിലാളിയോട് നിർദ്ദേശിച്ചു. ഈ രീതിയിൽ വളയ്ക്കുക, ഇരുമ്പ് ഈ രീതിയിൽ പിടിക്കുക, ഈ രീതിയിൽ തിരിയുക. ഒരു കഷണം ഇരുമ്പ് കാര്യക്ഷമമായി ചലിപ്പിക്കുന്നതിനുള്ള ചലനങ്ങളുടെ തികഞ്ഞ സംയോജനം ലഭിക്കുന്നതുവരെ, ടെയ്‌ലർ നിർദ്ദേശിച്ച ചലനങ്ങൾ വീണ്ടും വീണ്ടും പരിഷ്കരിച്ചു.

കമ്പ്യൂട്ടറുകൾ പ്രോഗ്രാമിംഗ് ചെയ്യുന്നതുപോലെ, ടെയ്‌ലർ പിന്നീട് ബെത്‌ലഹേം സ്റ്റീലിന്റെ മുറ്റത്തെ മറ്റ് തൊഴിലാളികളെ ആ നിർദ്ദേശിച്ച ചലനങ്ങൾ പഠിപ്പിച്ചു. അവരുടെ ഉൽപ്പാദനക്ഷമത കുതിച്ചുയർന്നു. വാസ്തവത്തിൽ അത് നാലിരട്ടിയായി. അങ്ങനെ "ശാസ്ത്രീയമായ മാനേജ്‌മെന്റ്", അല്ലെങ്കിൽ "ടെയ്‌ലറിസം" പിറന്നു.

ടെയ്‌ലറിസം വ്യാവസായിക ലോകത്തിലൂടെ കടന്നുപോവുകയും ഉൽപ്പാദനക്ഷമതയെ അതിവേഗം പല മടങ്ങു മുന്നോട്ട് കൊണ്ടുപോകുകയും ചെയ്തു.

"ടൈം മാനേജ്‌മെന്റ്" എന്ന് നമ്മൾ ഇപ്പോൾ കരുതുന്നത് ടെയ്‌ലറിസത്തിന്റെ ഒരു സന്തതിയാണ്. ടെയ്‌ലറിസത്തിന് മുമ്പ്, തൊഴിലാളികൾ സമയത്തെക്കുറിച്ച് ചിന്തിച്ചിരുന്നില്ല. ഭൂരിഭാഗം ജനങ്ങളും കൃഷിയിടങ്ങളിൽ ജോലി ചെയ്തിരുന്നപ്പോൾ, സ്റ്റോപ്പ് വാച്ചിൻറെ ചലനത്തിനെ അടിസ്ഥാനമാക്കി അവർ എന്തുചെയ്യണമെന്നും എപ്പോൾ ചെയ്യണമെന്നും തീരുമാനിച്ചിരുന്നില്ല. സൂര്യൻ എപ്പോൾ ഉദിക്കും അല്ലെങ്കിൽ അസ്തമിക്കും, എപ്പോൾ മഴ പെയ്യുമെന്നും, ആദ്യത്തെ മഞ്ഞ് എപ്പോൾ വരുമെന്നും അവർ സ്വയം ചോദിച്ചുകൊണ്ടിരുന്നു. ചോലച്ചെടിയുടെ തണ്ടുകൾ നിങ്ങളുടെ കാൽമുട്ടുവരെയോ അരക്കെട്ടുവരെയോ താടിവരെയോ എപ്പോൾ വളർന്നെത്തും? ഈ ചോദ്യങ്ങൾ സെക്കൻഡുകളുടെയോ മിനിറ്റുകളുടെയോ മണിക്കൂറുകളുടെയോ ചോദ്യങ്ങളായിരുന്നില്ല. അവ ദിവസങ്ങളുടെയും ആഴ്ചകളുടെയും ചിലപ്പോൾ മാസങ്ങളുടെയും വർഷങ്ങളുടെയും ചോദ്യങ്ങളായിരുന്നു. മിക്ക ദിവസങ്ങളിലും, മിക്ക ആളുകൾക്കും സമയം എത്രയാണെന്ന് പോലും അറിയില്ലായിരുന്നു.

ടെയ്‌ലർ ഉൽപ്പാദനക്ഷമതയിൽ വലിയ സംഭാവന നൽകിയത് അദ്ദേഹം സമയത്തെ ഒരു "ഉൽപ്പാദന യൂണിറ്റ്" ആയി കരുതി എന്നതാണ്. കൂടുതൽ സമയം ചേർക്കുക, കൂടുതൽ ഫലം നേടുക. ആ സമയത്തിനുള്ളിൽ കൂടുതൽ ജോലി ചെയ്യുക, കൂടുതൽ ഫലം നേടുക. ലഭ്യമായ സമയത്തെ സാധ്യമായ ഏറ്റവും കാര്യക്ഷമമായ ചലനം കൊണ്ട് നിറയ്ക്കുക എന്നതായിരുന്നു ടെയ്‌ലർ ചെയ്തത്. സ്റ്റീൽ യാർഡിലോ ഫാക്ടറിയിലോ ഉള്ള എല്ലാ തൊഴിലാളികൾക്കും അദ്ദേഹം ആ ചലനങ്ങൾ പഠിപ്പിച്ചപ്പോൾ, അത് അവരെ കൂടുതൽ ഉൽപ്പാദനക്ഷമരാക്കി.

ഇന്നും നമ്മൾ സമയത്തെ ഒരു "ഉൽപ്പാദന യൂണിറ്റ്" ആയിട്ടാണ് കരുതുന്നത്. ഈ മനോഭാവം നമ്മുടെ സംസ്കാരത്തിൽ അത്രയധികം വേരൂന്നിയതിനാൽ നമുക്ക് അതിനെക്കുറിച്ച് അറിയില്ല. മത്സ്യങ്ങളായ നമ്മൾ നീന്തുന്നത് ആ "വെള്ള"ത്തിലാണ്. ഒരു അലാറം കേട്ടാണ് നമ്മൾ ഉണരുന്നത് - കഴിയുന്നത്ര വൈകി ഉണരാനും കൃത്യസമയത്ത് ജോലിയിൽ പ്രവേശിക്കാനും കഴിയുന്ന തരത്തിൽ നമ്മൾ ഉണരുന്ന സമയം ക്രമീകരിച്ചിരിക്കുന്നു. നമ്മൾ ജോലിസ്ഥലത്തേക്ക്

വാഹനമോടിക്കുമ്പോൾ, ഗതാഗത സാഹചര്യങ്ങൾ കണക്കിലെടുത്ത് നമ്മൾ എത്താൻ എത്ര സമയമെടുക്കുമെന്ന് നമ്മുടെ നാവിഗേഷൻ സിസ്റ്റം കൃത്യമായി കണക്കാക്കുന്നു. ജോലിസ്ഥലത്ത്, നമ്മൾ നമ്മുടെ ടൈം ഷീറ്റുകൾ ശ്രദ്ധാപൂർവ്വം പൂരിപ്പിക്കുന്നു, അതിനാൽ നമ്മുടെ തൊഴിലുടമയ്ക്ക് നമ്മുടെ സമയത്തിനായി ഇടപാടുകാരോട് ബിൽ ചെയ്യാൻ കഴിയും. നിങ്ങൾ ഒരു ഇ-റീഡറിൽ ഈ പുസ്തകം വായിക്കുകയാണെങ്കിൽ, ഈ അധ്യായം പൂർത്തിയാക്കാൻ എത്ര സമയമെടുക്കുമെന്ന് സ്ക്രീനിന്റെ അടിയിൽ ഒരു ഏകദേശസമയം കൊടുത്തിരിക്കാം. സമയം വളരെ വിലപ്പെട്ടതാണെന്ന അനുമാനത്തോടെയാണ് നമുക്ക് ചുറ്റുമുള്ളതെല്ലാം സജ്ജീകരിച്ചിരിക്കുന്നത്. നിങ്ങളുടെ ലക്ഷ്യം എന്തുതന്നെയായാലും, കുറഞ്ഞ സമയത്തിനുള്ളിൽ നിങ്ങൾ അതിൽ എത്തിയാൽ, അത് ഒരു വളരെ നല്ല കാര്യമാണ്. നിങ്ങൾ എന്തെങ്കിലും കാര്യത്തിന് സമയം ചെലവഴിച്ചാൽ, അതിനർത്ഥം നിങ്ങൾ ഒരു വിലപ്പെട്ട സേവനം ചെയ്തു എന്നാണ്. അവർ പറയുന്നതുപോലെ, "സമയം പണമാണ്".

എന്നാൽ സമയത്തെ പണമായി കണക്കാക്കുമ്പോൾ നമ്മൾ മറക്കുന്ന ഒരു കാര്യമുണ്ട്. ടെയ്‌ലറിന് പോലും ഈ അടിസ്ഥാന സത്യം അറിയാമായിരുന്നു. അത് ഏതൊരു "ഉൽപ്പാദന യൂണിറ്റിനും" അതിന്റേതായ പരിധികളുണ്ട് എന്നതാണ്. ഏത് വിഭവവും വേണ്ടത്ര ചൂഷണം ചെയ്തു കഴിഞ്ഞാൽ, ഒടുവിൽ നിങ്ങൾക്ക് ആ ആനുകൂല്യങ്ങൾ ലഭിക്കുന്നത് നിർത്തും.

ടെയ്‌ലർ തന്റെ തൊഴിലാളികളുടെ സമയം കാര്യക്ഷമമായ ചലനം കൊണ്ട് നിറയ്ക്കുകയായിരുന്നു. എന്നാൽ തന്റെ തൊഴിലാളികളുടെ *മുഴുവൻ* സമയവും കാര്യക്ഷമമായ ചലനം കൊണ്ട് നിറയ്ക്കാൻ ശ്രമിച്ചാൽ, അയാൾക്ക് പ്രതീക്ഷിച്ചത് ലഭിച്ചില്ലെന്നും ടെയ്‌ലർ ശ്രദ്ധിച്ചു. മുറ്റത്ത് ഇരുമ്പ് കഷണങ്ങൾ നീക്കുന്ന ഒരു തൊഴിലാളിയിൽ നിന്ന് ഒരു മുഴുവൻ ദിവസം ലഭിക്കണമെങ്കിൽ, ടെയ്‌ലർ ആ തൊഴിലാളിക്ക് ചലനം നിർദ്ദേശിക്കുക മാത്രമല്ല - ടെയ്‌ലർ ആ തൊഴിലാളിക്ക് വിശ്രമം നിർദ്ദേശിക്കുകയും ചെയ്യേണ്ടത് ആവശ്യമാണ്.

അതിനാൽ, ഒരു ഘട്ടത്തിൽ, ടെയ്‌ലറിന് ഉത്തമീകരിക്കേണ്ടത് (ഒപ്റ്റിമൈസ്) സമയം മാത്രമായിരുന്നില്ല. തന്റെ തൊഴിലാളികളിൽ നിന്ന് ഉത്തമമായ പ്രവർത്തന ഫലം ലഭിക്കാൻ ടെയ്‌ലറിന് അവരുടെ കുറച്ച് സമയം വെറുതെ വിടേണ്ടതായും വന്നു.

സാമ്പത്തിക ശാസ്ത്രത്തിൽ "വരുമാനം കുറയുന്ന പോയിൻ്റ്" (ദി പോയിന്റ് ഓഫ് ഡിമിനിഷിംഗ് റിട്ടേൺസ്) എന്നറിയപ്പെടുന്ന ഒരു ആശയമുണ്ട്. ഓരോ അധിക ഉൽപാദന യൂണിറ്റിനും മുമ്പത്തെ ഉൽപാദന യൂണിറ്റിന്റെ അതേ ഉൽപാദനം ലഭിക്കാത്ത ഘട്ടമാണിത്. നിങ്ങളുടെ തൊഴിലാളി പത്ത് മിനിറ്റിനുള്ളിൽ അഞ്ച് ഇരുമ്പ് കഷണങ്ങൾ നീക്കിയെന്ന് കരുതുക. അടുത്ത പത്ത് മിനിറ്റിനുള്ളിൽ, അവൻ നാല് ഇരുമ്പ് കഷണങ്ങൾ മാത്രമേ നീക്കിയിട്ടുള്ളൂ. തൊഴിലാളി ക്ഷീണിതനാണ്, അയാൾക്ക് അത് നിലനിർത്താൻ കഴിയുന്നില്ല.

ഓരോ അധിക ഉൽപാദന യൂണിറ്റിനും നിങ്ങൾക്ക് *ലഭിക്കുന്ന* വരുമാനം *കുറഞ്ഞുവരികയാണ്.*

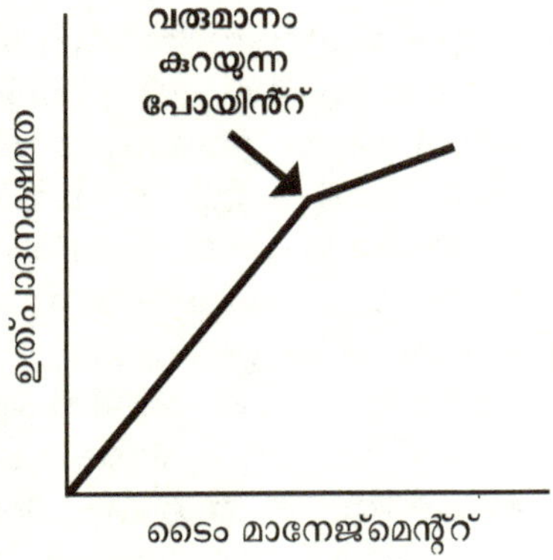

സാമ്പത്തിക ശാസ്ത്രത്തിൽ, വരുമാനം *കുറയുന്നതിന്റെ* പോയിന്റിനപ്പുറം മറ്റൊരു ആശയം കൂടിയുണ്ട്. നെഗറ്റീവ് റിട്ടേണുകളുടെ പോയിന്റാണിത്. ഇവിടെയാണ് അധിക ഉൽപാദന യൂണിറ്റ് നിങ്ങൾക്ക് മുമ്പത്തെ ഉൽപാദന യൂണിറ്റിനേക്കാൾ കുറഞ്ഞ വരുമാനം കൊണ്ടുവരുന്നത് - നിങ്ങൾ ആ ഉൽപാദന യൂണിറ്റ് ചേർത്തിട്ടില്ലെങ്കിൽ നിങ്ങളുടെ മൊത്തം ഉൽപാദനം കുറയാൻ ഇത് കാരണമാകുന്നു. പത്ത് മിനിറ്റിനുള്ളിൽ അഞ്ച് ഇരുമ്പ് കഷണങ്ങൾ നീക്കുന്നതിന് പകരം, അവിശ്വസനീയമായ എട്ട് കഷണങ്ങൾ നീക്കാൻ നിങ്ങൾ അവനോട് കൽപ്പിക്കുന്നു എന്ന് കരുതുക. എന്നാൽ ഈ വേഗതയിൽ ഒരു മണിക്കൂർ ജോലി ചെയ്ത ശേഷം, തൊഴിലാളി തറയിൽ വീഴുന്നു. നിങ്ങൾ അത്ര അത്യാഗ്രഹിയായ ഒരു മുതലാളിയായിരുന്നില്ലെങ്കിൽ, തൊഴിലാളിക്ക് ദിവസം മുഴുവൻ ജോലി ചെയ്യാനും ധാരാളം ഇരുമ്പ് നീക്കാനും കഴിയുമായിരുന്നു. പക്ഷേ ഇപ്പോൾ, ആ തൊഴിലാളി ഇതിനകം ക്ഷീണിതനാണ്.

തുടർച്ചയായി ക്രമീകരിക്കപ്പെട്ട ഘട്ടങ്ങൾ പിന്തുടരുമ്പോൾ സമയം കൂടുതൽ കാര്യക്ഷമമായി ഉപയോഗിക്കാൻ കഴിയുന്നത് താരതമ്യേന ലളിതമാണ്. ആ ക്രമീകരിക്കപ്പെട്ട ഘട്ടങ്ങൾ ഉപയോഗിച്ച് സമയം നിറയ്ക്കുന്നത് പരീക്ഷിക്കുക, അപ്പോൾ നിങ്ങൾക്ക് ശരിയായ ജോലിയും വിശ്രമവും കണ്ടെത്താനാകും.

എന്നാൽ ഇന്നത്തെ ലോകത്ത്, സർഗ്ഗാത്മകമായ ചിന്ത ഉൽപ്പാദനക്ഷമതയ്ക്ക് പ്രധാനമായതിനാൽ, സമയം ഉത്തമീകരിക്കുന്നതിലൂടെ നിങ്ങൾക്ക് കൂടുതൽ ഫലം നേടാൻ കഴിയില്ല.

എന്നിരുന്നാലും, നിഷ്കർഷിക്കപ്പെടുന്നതും വേഗതയേറിയതുമായ ഈലോകത്ത്,നമ്മുടെസമയപദ്ധതികൾ(ഷെഡ്യൂളുകൾ)ഞെരുക്കാനും, ഒന്നിലധികം കാര്യങ്ങൾ മൾട്ടിടാസ്ക് ചെയ്യാനും, എപ്പോഴും തിരക്കിലായിരിക്കുക എന്നിവയല്ലാതെ നമുക്ക് മറ്റ് മാർഗ്ഗമില്ലെന്ന് തോന്നുന്നു. കാര്യങ്ങൾ വേഗത്തിൽ, കുറഞ്ഞ കാത്തിരിപ്പോടെ, അല്ലെങ്കിൽ "ഒരു വെടിക്ക് രണ്ട് പക്ഷി" എന്നതുപോലെ കാര്യങ്ങൾ ചെയ്യാൻ നമുക്ക് കണ്ടെത്താവുന്ന ഏതൊരു അവസരവും നാം സ്വീകരിക്കണം.

ഇത് നമ്മെ "സമയാരാധന"യിലേക്ക് നയിച്ചു.

സമയാരാധന

സമയം നമ്മുടെ "ദൈവമൂല്യം" ആയി മാറിയിരിക്കുന്നു. എഴുത്തുകാരനായ മാർക്ക് മാൻസൺ ദൈവമൂല്യത്തെ "നമ്മുടെ മൂല്യ ശ്രേണിയുടെ ഏറ്റവും മുകളിൽ" എന്നും "മറ്റെല്ലാ മൂല്യങ്ങളെയും നാം വ്യാഖ്യാനിക്കുന്ന ലെൻസ്" എന്നും വിശേഷിപ്പിക്കുന്നു. ഒരു കാര്യം മറ്റൊന്നിനേക്കാൾ തിരഞ്ഞെടുക്കാൻ നാം തീരുമാനിക്കുന്ന ഏറ്റവും പ്രധാനപ്പെട്ട ഘടകം നമ്മുടെ ദൈവമൂല്യമാണ്.

സമയാരാധകരെന്ന നിലയിൽ, നമ്മുടെ കലണ്ടറിലെ ശൂന്യമായ ഇടം നിറയ്ക്കുന്ന ഒരു മീറ്റിംഗ് ക്ഷണത്തെ "അതെ" എന്ന് പറയുന്നത് ആ ഇടം ശൂന്യമായി വിടുന്നതിനേക്കാൾ നല്ലതാണ്. കുറഞ്ഞ സമയത്തിനുള്ളിൽ കൂടുതൽ പരിപാടികൾ നടത്തുന്നതാണ് നല്ലത്, നമ്മുടെ കലണ്ടറിലെ ശൂന്യമായ ഇടം ഉപയോഗിച്ച് നമ്മൾ എന്തുചെയ്യുമെന്ന് നമുക്ക് സങ്കൽപ്പിക്കാൻ കഴിയില്ല.

സമയാരാധകരെന്ന നിലയിൽ, വായന വേഗത്തിലാക്കാൻ വീണ്ടും പാടുപെടുന്നത് മൂല്യവത്തായി തോന്നുന്നു, കാരണം കുറഞ്ഞ സമയത്തിനുള്ളിൽ കൂടുതൽ വാക്കുകളിലേക്ക് നിങ്ങളുടെ കണ്ണുകൾ ചലിപ്പിക്കുന്നത് അധിക സമയത്തിനുള്ളിൽ കുറച്ച് വാക്കുകളിലേക്ക് നിങ്ങളുടെ കണ്ണുകൾ ചലിപ്പിക്കുന്നതിനേക്കാൾ നല്ലതാണ്. നമ്മൾ വായിച്ചത് ഉടനടി മറന്നാലും, അത് നമ്മുടെ ജീവിതത്തിൽ ഒരിക്കലും

പ്രയോഗിക്കാത്താലും, ഒരിക്കൽ വായനയിൽ ലഭിച്ച ഏതൊരു ആനന്ദവും ഇല്ലാതാക്കിയാലും പ്രശ്നമില്ല.

സമയാരാധകരെന്ന നിലയിൽ, നമ്മൾ ഒന്നിലധികം കാര്യങ്ങൾ (മൾട്ടിടാസ്കിംഗ്) ചെയ്യുമ്പോൾ, കുറഞ്ഞ സമയത്തിനുള്ളിൽ കൂടുതൽ കാര്യങ്ങൾ ചെയ്യുന്നതായി തോന്നും - ഗവേഷണങ്ങൾ കാണിക്കുന്നത് നമ്മൾ ജോലികൾക്കിടയിൽ മാറിമാറി സമയവും ഊർജ്ജവും പാഴാക്കുകയാണെന്നാണ്.

സമയം ലാഭിക്കാൻ വിചിത്രമായ കാര്യങ്ങൾ ചെയ്യാൻ നമ്മുടെ സമയാരാധന നമ്മെ പ്രേരിപ്പിക്കുന്നു. സബ്‌വേയിൽ സഞ്ചരിക്കുമ്പോൾ സമയം ലാഭിക്കാൻ ന്യൂയോർക്കുകാരെ സഹായിക്കുന്ന എക്സിറ്റ് സ്ട്രാറ്റജി എന്നൊരു ആപ്പ് ഉണ്ട്. നിങ്ങളുടെ ലക്ഷ്യസ്ഥാനത്ത് എത്തുമ്പോൾ കാത്തിരിക്കാൻ ഏത് സബ്‌വേ കാറിൽ കയറണമെന്ന് എക്സിറ്റ് സ്ട്രാറ്റജി നിങ്ങളെ കാണിക്കുന്നു: നിങ്ങൾക്ക് സ്റ്റേഷനിൽ നിന്ന് വേഗത്തിൽ പുറത്തുകടക്കാൻ കഴിയും. ഇത് ഒരു അവ്യക്തമായ ആശയമായി തോന്നുന്നു, പക്ഷേ എക്സിറ്റ് സ്ട്രാറ്റജി അതിന്റെ ഡെവലപ്പർക്ക് ഒരു ചെറിയ ഭാഗ്യം നേടിക്കൊടുത്തു.

എന്റെ കോളേജ് ഡോമിൽ, ഞാൻ കാണുമ്പോഴെല്ലാം ഓടിക്കൊണ്ടിരുന്ന ഒരു അയൽക്കാരൻ എനിക്കുണ്ടായിരുന്നു. ഞാൻ അവനെ ആദ്യമായി കണ്ടപ്പോൾ, അവൻ തിരക്കിലായിരിക്കുമെന്ന് ഞാൻ കരുതി. എന്നാൽ നൂറാമത്തെ തവണ, എന്തോ ഒന്ന് സംഭവിക്കുമെന്ന് എനിക്ക് തോന്നി. ഒടുവിൽ ഞാൻ അവനോട് - അവൻ ഓടാത്തപ്പോൾ - അവൻ എപ്പോഴും ഓടുന്നത് എന്തുകൊണ്ടാണെന്ന് ചോദിക്കാൻ ഇടയായപ്പോൾ, അവൻ ന്യായീകരിച്ചു: "അത് സമയം ലാഭിക്കുന്നു." അതിശയിക്കാനില്ല, അവൻ ഒരു എഞ്ചിനീയറിംഗ് മേജറായിരുന്നു.

സമയം ലാഭിക്കുന്നതിനായി വിചിത്രമായ തന്ത്രങ്ങൾ പ്രയോഗിക്കുന്നതിൽ എനിക്ക് പുതുമയില്ല. ഇതിന് നിങ്ങൾ തയ്യാറാണോ? എന്റെ അപ്പാർട്ട്മെന്റ് കെട്ടിടത്തിലെ ലിഫ്റ്റിന്റെ പിൻഭാഗത്തുള്ള കണ്ണാടിയിൽ നോക്കി എന്റെ ഫ്ലാറ്റിന്റെ നിലയിലുള്ള ലിഫ്റ്റ് ബട്ടൺ അമർത്താൻ ഞാൻ എന്നെത്തന്നെ പരിശീലിപ്പിച്ചിട്ടുണ്ട് - ഒരു നോട്ടമില്ലാത്ത പാസ് പോലെ. ബട്ടൺ അമർത്തുന്നതിനുമുമ്പ് ഞാൻ തിരിഞ്ഞുനോക്കേണ്ടതില്ലാത്തതിനാൽ ഞാൻ ഒരു ചെറിയ സമയം ലാഭിക്കുന്നു.

സമയം ലാഭിക്കുന്നത് മൂല്യമില്ലാത്ത കാര്യമല്ല. എക്സിറ്റ് സ്ട്രാറ്റജി അനുസരിച്ച്, അവരുടെ ആപ്പിൽ നിങ്ങൾ കണ്ണുംനട്ട് മുഴുകിയിരിക്കുന്നത് "ഓരോ സബ്‌വേ യാത്രയിലും മിനിറ്റുകൾ വെട്ടിക്കുറയ്ക്കും" (എന്റേത് ഊന്നിപ്പറയുന്നു). എന്റെ സമർത്ഥമായ നോട്ടമില്ലാത്ത ലിഫ്റ്റ് ബട്ടൺ അമർത്തുന്നത് എനിക്ക് ആഴ്ചയിൽ രണ്ട് സെക്കൻഡ് ലാഭിക്കുമെന്ന് ഞാൻ കണക്കാക്കുന്നു. എന്റെ അയൽക്കാരൻ ക്യാമ്പസിൽ മുഴുവൻ

ഓടുമ്പോൾ സമയം ലാഭിക്കുകയും വ്യായാമം ചെയ്യുകയും ചെയ്യുവെന്ന് ഞാൻ കരുതുന്നു, പക്ഷേ ഒരു സുഹൃത്തിനെ കണ്ടാൽ അവൻ എന്തു ചെയ്യു? ഒരു മിനിറ്റ് നിർത്തി സംസാരിക്കുന്നത് സമയം പാഴാക്കലാണെന്ന് തീരുമാനിക്കുക?

ഓരോരുത്തർക്കും അവരുടേതായ, എന്നാൽ സമയാരാധന അമേരിക്കൻ സംസ്കാരത്തിൽ വ്യാപിക്കുന്നു, നിങ്ങൾ സമയം മറക്കാൻ എത്ര ശ്രമിച്ചാലും മറ്റുള്ളവർ നിങ്ങളോട് പെരുമാറുന്ന രീതിയെ ബാധിക്കുന്നു: നേരത്തെ വരാൻ സാധ്യതയില്ലാത്തതിനാൽ എപ്പോഴും വൈകി വരുന്ന ആ സുഹൃത്ത്. നിങ്ങളുടെ ഭക്ഷണത്തിന്റെ അവസാന ഭാഗം കഴിച്ച് തീർക്കുന്നതിനുമുമ്പ് ബില്ല് നൽകുന്ന വെയ്റ്റർ , പിന്നീട് നിങ്ങളുടെ മേശയ്ക്കു മുന്നിൽ അക്ഷമയോടെ നിങ്ങളെ കാത്തിരിക്കുന്നു. സൂപ്പർമാർക്കറ്റിൽ വരിയിൽ നിൽക്കുന്ന നിങ്ങളുടെ പിന്നിലുള്ള സ്ത്രീ, നിങ്ങളുടെ ക്രെഡിറ്റ് കാർഡ് താഴെയിട്ട് അവരുടെ ദിവസത്തിൽ നിന്ന് മൂന്ന് സെക്കൻഡ് മോഷ്ടിച്ചതിന്റെ മാരകമായ പാപം ചെയ്തതിന്റെ പേരിൽ ഉറക്കെ പഴിചൊല്ലുന്നു. ഈ അസഭ്യത്തിന്റെയെല്ലാം മൂലകാരണം സമയത്തിന്റെ വ്യാജ ദൈവത്തോട് പ്രാർത്ഥിക്കുന്നതിലാണ്.

നിങ്ങൾ ഒരു "ദൈവത്തിന്റെ മൂല്യം" തിരഞ്ഞെടുക്കുമ്പോൾ, നിങ്ങളുടെ എല്ലാ തീരുമാനങ്ങളും മറ്റെല്ലാറ്റിന്റെയും ചെലവിൽ ഒരു കാര്യത്തിനായി ഉത്തമീകരിക്കുന്നു. ഒരു സബ്‌വേ സ്റ്റേഷനിൽ നിന്ന് സാധാരണ വേഗതയിൽ ഇറങ്ങുമ്പോൾ നിങ്ങൾക്ക് മറ്റെന്താണ് ചിന്തിക്കാനോ ചെയ്യാനോ കഴിയുക? എല്ലായ്പ്പോഴും ഓടുന്നതിലൂടെ എന്റെ അയൽക്കാരൻ എന്ത് വിലപ്പെട്ട കോളേജ് ബന്ധങ്ങളാണ് നഷ്ടപ്പെടുത്തിയത്? ലിഫ്റ്റിൽ ഞാൻ എന്നെത്തന്നെ വിഡ്ഢിയാക്കിയില്ലെങ്കിൽ ഏത് അയൽക്കാരാണ് എന്നെ പാർട്ടികൾക്ക് ക്ഷണിക്കുക?

ആരോഗ്യകരമായ ഭക്ഷണക്രമത്തിലേക്ക് നിങ്ങൾക്ക് കലോറി കുറയ്ക്കാൻ കഴിയും, പക്ഷേ ചില സമയങ്ങളിൽ നിങ്ങൾ വളരെയധികം കലോറി കുറച്ചിട്ടുണ്ട്. ഉൽപ്പാദനക്ഷമമായ ഒരു ജീവിതത്തിനായി നിങ്ങൾക്ക് സമയം ലാഭിക്കാൻ കഴിയും, എന്നാൽ ചില സമയങ്ങളിൽ നിങ്ങൾ വളരെയധികം ആയുസ്സ് കുറച്ചിട്ടുണ്ട്. ജോലി ചെയ്യുന്ന അമേരിക്കക്കാരിൽ മുപ്പത് ശതമാനം പേർക്കും ഇപ്പോൾ ആറ് മണിക്കൂറിൽ താഴെ ഉറക്കം മാത്രമേ ലഭിക്കുന്നുള്ളൂ എന്ന് തോന്നുന്നു. നിഷ്കർഷിച്ചിട്ടുള്ള എട്ട് മണിക്കൂറിൽ നിന്നുള്ള ആ കുറവ് അവരുടെ സർഗ്ഗാത്മകതയെ ഇല്ലാതാക്കാൻ പര്യാപ്തമാണ്, മാത്രമല്ല ഉയർന്ന രക്തസമ്മർദ്ദം, പ്രമേഹം, പൊണ്ണത്തടി, കാൻസർ, മറ്റ് ഗുരുതരമായ രോഗങ്ങൾ എന്നിവയ്ക്കുള്ള സാധ്യതയും ഇത് വർദ്ധിപ്പിക്കുന്നു. കൂടാതെ, ഇതിനുവേണ്ടി ധാരാളം കഫീൻ കഴിക്കുകയല്ലാതെ മറ്റ് മാർഗ്ഗമില്ലാതാകുന്നു, ഇത് വിശ്രമമില്ലാത്ത ഉറക്കം, ഓർമ്മക്കുറവ്, കൂടുതൽ ആരോഗ്യ അപകടങ്ങൾ എന്നിവയിലേക്ക് നയിക്കുന്നു.

സമയം ലാഭിക്കുമ്പോൾ, അത് സൂക്ഷിക്കുക

നമ്മുടെ സമയം കൂടുതൽ പ്രയോജനപ്പെടുത്താൻ നമ്മൾ എത്ര ശ്രമിച്ചാലും - നമ്മുടെ ചൊരിമണൽ ഘടികാരങ്ങൾ സ്വർണ്ണപ്പൊടി കൊണ്ട് നിറഞ്ഞതുപോലെ - നമ്മുടെ സംസ്കാരത്തിന് സമയത്തോടുള്ള ബഹുമാനം എത്രത്തോളം കുറവാണ് എന്നത് അതിശയകരമാണ്. നിങ്ങൾ സമയം ആസൂത്രണം ചെയ്യാതെ, ഉപയോഗിക്കാതെ അല്ലെങ്കിൽ ശൂന്യമായി വിട്ടാൽ ആളുകൾ യഥാർത്ഥത്തിൽ അസ്വസ്ഥരാകുന്നു. സമയം ചെലവഴിക്കാൻ കഴിയുന്ന വിനോദവൃത്തികളോ താൽപ്പര്യങ്ങളോ ഉള്ള ആളുകൾക്ക് "വളരെയധികം സമയം ഉണ്ടെന്ന്" നമ്മൾ പറയുന്നു. ആ സമയം അവരുടെ കൈകളിലാണെങ്കിലും, ഒരുപക്ഷേ *"ടൈം ബോക്സിംഗ്"* എന്ന പരിശീലനം ഉപയോഗിച്ച് പ്രത്യക്ഷത്തിൽ അവർ അതിനെതിരെ പോരാടണം. അവരുടെ സമയപദ്ധതിയിലെ ശൂന്യമായ സമയത്തിലേക്ക് അവർക്ക് ഇപ്പോഴും ഉൽപാദനപരമായ എന്തെങ്കിലും ഉൾപ്പെടുത്താൻ കഴിയുന്നില്ലെങ്കിൽ, അവർ സമയത്തിനെതിരെ പോരാടുന്നതിനേക്കാൾ കൂടുതൽ ചെയ്യണം. അവർ സമയത്തെ "കൊല്ലണം".

എന്നാൽ നമ്മുടെ കുറച്ച് സമയം മോഷ്ടിക്കാൻ ആർക്കെങ്കിലും അവസരം ലഭിക്കുമ്പോൾ, അവർ അവരുടെ സ്വരം മാറ്റുന്നു. ഉപയോഗിക്കാത്ത സമയത്തെ "സ്വതന്ത്ര" സമയം എന്ന് വിളിക്കാൻ നമുക്ക് ധൈര്യമുണ്ട്. നമ്മുടെ ഉപയോഗിക്കാത്ത പണത്തെ "സ്വതന്ത്ര" പണം എന്ന് വിളിക്കണോ? ഇല്ല! "സമയം പണമാണ്" എന്ന ലോകത്ത് ഇത് വിരോധാഭാസമാണ്.

നിങ്ങളുടെ മേലധികാരി അത് ഉപയോഗിക്കുമ്പോൾ സമയം പ്രത്യക്ഷത്തിൽ പണമാണ്, എന്നിരുന്നാലും നിങ്ങൾക്ക് ഉപയോഗിക്കാൻ ശേഷിക്കുന്ന സമയത്ത് അത് എങ്ങനെയോ "സ്വതന്ത്ര" സമയമാണ്. ഉപയോഗിക്കാത്ത സമയം കാണുന്നതിനായി മിക്ക കമ്പനികളും സഹപ്രവർത്തകർക്ക് പരസ്പരം കലണ്ടറുകൾ കാണാൻ അനുവദിക്കുന്നു. അങ്ങനെ, മീറ്റിംഗുകൾ ക്രമപ്പെടുത്തിക്കൊണ്ടു മറ്റുള്ളവർക്ക് നമ്മുടെ ദിവസത്തിലെ വിടവുകൾ നികത്താൻ കഴിയും. സംരംഭകനും എഴുത്തുകാരനുമായ ജേസൺ ഫ്രൈഡ് അതിനെ "കലണ്ടർ ടെട്രിസ്" (calendar Tetris) എന്ന് സമർത്ഥമായി വിളിക്കുന്നു. നമ്മുടെ സമയം അവർക്ക് എടുക്കാൻ "സ്വതന്ത്രമാണ്". ഈ രീതി വളരെ വ്യാപകമാണ്, ഇപ്പോൾ ലുക്ക് ബിസി (Look Busy) എന്ന ഒരു ആപ്പ് ഉണ്ട്, അത് നിങ്ങളുടെ കലണ്ടറിൽ വ്യാജ ഇവന്റുകൾ നിറയ്ക്കുന്നു, അതിനാൽ നിങ്ങളുടെ സഹപ്രവർത്തകർക്ക് നിങ്ങളുടെ സമയം കൂടുതൽ മോഷ്ടിക്കാൻ കഴിയില്ല.

ആളുകളുടെ സമയത്തോടുള്ള ഈ അലസമായ ആദരവ്, സമയം ഒരു ചരക്കാണെന്ന തെറ്റായ ധാരണയാൽ നിലനിറുത്തുന്നു. സമയം

കടന്നുപോയിക്കഴിഞ്ഞാൽ "നിങ്ങൾക്ക് അത് തിരികെ ലഭിക്കില്ല" എന്ന് ടൈം മാനേജ്മെന്റ് ജ്ഞാനം നിങ്ങളോട് പറയും.

ഇതിന് വിപരീതമായ ഒരു ആശയം ഇതാ വരുന്നു, അതിനാൽ ഇത് നിങ്ങൾക്ക് രണ്ടുതവണ വായിക്കേണ്ടി വന്നേക്കാം: നിങ്ങൾ ഇപ്പോൾ ഉപയോഗിക്കാത്ത സമയം ഭാവിയിൽ ലാഭവിഹിതം നൽകും. മൈക്രോസോഫ്റ്റ് അവരുടെ ആദ്യത്തെ വെബ് ബ്രൗസർ സൃഷ്ടിക്കണമെന്ന് ബിൽ ഗേറ്റ്സ് തന്റെ "ചിന്താ ആഴ്ചകളിൽ" (തിങ്ക് വീക്ക്സ്) ഒരു ആളൊഴിഞ്ഞ ക്യാബിനിൽ വച്ച് തിരിച്ചറിഞ്ഞത്, അല്ലെങ്കിൽ ഗൂഗിളിന്റെ ഏറ്റവും മികച്ച ഉൽപ്പന്നങ്ങൾ - ജിമെയിൽ, ആഡ്സെൻസ് എന്നിവയുൾപ്പെടെ - സൃഷ്ടിക്കപ്പെട്ടത് എഞ്ചിനീയർമാർക്ക് അവർ ആഗ്രഹിക്കുന്നതെന്തും ചെയ്യാൻ കഴിയുന്ന "20% സമയ"ത്തിലാണ് എന്നകാര്യം പരിഗണിക്കുക.

ആ ഉദാഹരണങ്ങൾ ഇപ്പോഴും നിങ്ങളെ ബോധ്യപ്പെടുത്താൻ കഴിയാത്തത്ര കഠിനാധ്വാനമായവ ആണെങ്കിൽ, നോവലിസ്റ്റുകൾ അവരുടെ നോവലിന്റെ ആദ്യ ഡ്രാഫ്റ്റ്, അത് സ്വയം അവലോകനം ചെയ്യാൻ ധൈര്യപ്പെടുന്നതിന് മുൻപ്, ആറ് ആഴ്ച ഒരു ഡ്രോയറിൽ ഇടാൻ സ്റ്റീഫൻ കിംഗ് ശുപാർശ ചെയ്യുന്നത് പരിഗണിക്കുക. എലിസബത്ത് ബിഷപ്പ് തന്റെ ഒരു കവിത ആരംഭിക്കുന്നതിനും പൂർത്തിയാക്കുന്നതിനും ഇടയിൽ ഇരുപത് വർഷങ്ങൾ കടന്നുപോയ പ്രോജക്റ്റുകളിൽ ഇത്രയും നീണ്ട ഇടവേളകൾ എടുത്തു. അതിൽ മാൽക്കം ഗ്ലാഡ്വെൽ പറയുന്നു, "ഒരു എഴുത്തുകാരിയുടെ ആദ്യ ദൗത്യം എഴുത്ത് ഉയർന്നുവരാൻ ആവശ്യമായ ഇടവും സമയവും സൃഷ്ടിക്കുക എന്നതാണ്." കാച്ച് 22 എന്ന നോവലിന്റെ എഴുത്തുകാരനായ ജോസഫ് ഹെല്ലർ പലപ്പോഴും കിടന്നുറങ്ങുകയും "ഉച്ചകഴിഞ്ഞ് മുഴുവൻ പുസ്തകത്തെക്കുറിച്ച് ചിന്തിക്കുകയും ചെയ്യും - നിങ്ങൾക്ക് വേണമെങ്കിൽ, പകൽക്കിനാവ് കാണുക." എല്ലാവരും അല്പം പകൽക്കിനാവ് കാണണമെന്ന് ജോർജ്ജ് കാർലിൻ ശുപാർശ ചെയ്തു. "ജനാലയ്ക്കരികിൽ ഇരിക്കുക, മേഘങ്ങളെ നോക്കുക," അദ്ദേഹം പറഞ്ഞു. "അത് നിങ്ങൾക്ക് നല്ലതാണ്." ആരുടെയും വിലയിരുത്തലിൽ, എക്കാലത്തെയും മികച്ച സ്റ്റാൻഡ്-അപ്പ് കൊമേഡിയന്മാരിൽ ഒരാളാകാൻ അദ്ദേഹത്തിന്റെ സ്വന്തം ഉപദേശം അദ്ദേഹത്തെ സഹായിച്ചു. അല്ലെങ്കിൽ, മാരിസോൾ മണിക്കൂറുകളോളം നിശ്ചലമായി ഇരിക്കുമായിരുന്നു - അവളുടെ ഒരു ശില്പം പോലെ - ചിലന്തികൾ അവളുടെ കൈയ്ക്കും ശരീരത്തിനും ഇടയിൽ പതിവായി വലകൾ നിർമ്മിച്ചു. ദി കളർ പർപ്പിൾ രചയിതാവ് ആലീസ് വാക്കർ പറഞ്ഞതുപോലെ, *"സർഗ്ഗാത്മകത ഉൾപ്പെടെ ഏത് തരത്തിലുള്ള അതിഥിയെയും ക്ഷണിക്കുന്നതിന്, നിങ്ങൾ അതിന് ഇടം നൽകണം."*

നമുക്ക് അധിക പണമുള്ളപ്പോൾ, നമ്മൾ ഒരു സമ്പാദ്യം ലാഭിക്കും. ആ സമ്പാദ്യം താൽപ്പര്യം നേടുകയും ഭാവിയിൽ കൂടുതൽ വിലപ്പെട്ടതായിത്തീരുകയും ചെയ്യും. ഈ ഉദാഹരണങ്ങൾ വ്യക്തമായി

കാണിക്കുന്നതുപോലെ, വർത്തമാനകാലത്ത് നമ്മൾ ഉപയോഗിക്കാതെ വിടുന്ന സമയത്തിന് അതേ ഫലം ലഭിക്കും. ഇന്ന് ഒന്നും ചെയ്യാതെ ചെലവഴിക്കുന്ന സമയം നാളെ നേട്ടങ്ങൾ കൊയ്യുന്നു. അതിനാൽ, നിങ്ങൾ സമയം ലാഭിക്കുമ്പോൾ, അത് നിലനിർത്തുക.

വ്യക്തമായും, ടൈം മാനേജ്മെന്റിന്റെ നമ്മുടെ ഉപയോഗം കുറഞ്ഞുവരുന്ന വരുമാനത്തിന്റെ പോയിന്റിനെയും നെഗറ്റീവ് വരുമാനത്തിന്റെ പോയിന്റിനെയും മറികടന്നിരിക്കുന്നു. ഇന്നത്തെ ലോകത്ത് നമുക്ക് ആവശ്യമായ സർഗ്ഗാത്മകമായ ചിന്ത നടത്താൻ, കാര്യങ്ങൾ ചെയ്തുതീർക്കാൻ നമുക്ക് വ്യത്യസ്തമായ ഒരു മാർഗ്ഗം ആവശ്യമാണ്.

സമയ ക്രമീകരണത്തിന്റെ രണ്ട് തെറ്റായ അനുമാനങ്ങൾ

"ടൈം മാനേജ്മെന്റ്" മാതൃക ഇന്നത്തെ ലോകത്ത് ഉൽപ്പാദനക്ഷമതയുള്ളവരായിരിക്കുക എന്നതിന്റെ അർത്ഥത്തിന് വിരുദ്ധമായ രണ്ട് തെറ്റായ അനുമാനങ്ങൾ സൃഷ്ടിക്കുന്നു.

ടൈം മാനേജ്മെന്റ് നടത്തുന്ന ആദ്യത്തെ തെറ്റായ അനുമാനം, ടൈം മാനേജ്മെന്റ് സമയത്തെ ഒരു വ്യാപാരച്ചരക്കായി കണക്കാക്കുന്നു എന്നതാണ്. "എല്ലാവർക്കും ഒരു ദിവസത്തിൽ ഉള്ള ഇരുപത്തിനാല് മണിക്കൂറും ഒരുപോലെയാണ്," ആളുകൾ പറയുന്നത് നിങ്ങൾ കേൾക്കും. നിങ്ങൾക്ക് ആ മണിക്കൂറുകൾ ഒരു അളവുപാത്രം നിറയെ ചോളമോ അല്ലെങ്കിൽ ശീതീകരിച്ച ഓറഞ്ച് ജ്യൂസ് സത്തിന്റെ കട്ടകളോ പോലെ നിരത്താൻ കഴിയുമെന്ന് തോന്നുന്നു - ഓരോ അളവും മുമ്പത്തെ അളവിന് സമാനമാണ്. എന്നാൽ അത് സത്യത്തിൽ നിന്ന് വളരെ അകലെയാണ്.

എന്റെ ആദ്യ പുസ്തകം എഴുതി കുറച്ച് വർഷങ്ങൾക്ക് ശേഷം, പെരുമാറ്റ ശാസ്ത്രജ്ഞനും പ്രേഡിക്ടബിലി ഇറാഷണൽ എന്ന പുസ്തകത്തിന്റെ എഴുത്തുകാരനായ ഡാൻ ഏരിയലിയുമായി ഞാൻ പ്രവർത്തിച്ചു. മൈൻഡ് മാനേജ്മെന്റിനെക്കുറിച്ചുള്ള എന്റെ ആദ്യകാല സിദ്ധാന്തങ്ങളുടെ മാർഗ്ഗനിർദ്ദേശത്തോടെ, ഒരു ഉൽപ്പാദനക്ഷമത ആപ്പ് രൂപകൽപ്പന ചെയ്യാൻ ഡാൻ തന്റെ പെരുമാറ്റ ശാസ്ത്ര പരിജ്ഞാനം ഉപയോഗിക്കാൻ ആഗ്രഹിച്ചു. (പിന്നീട് ഞങ്ങൾ ആപ്പ് ഗൂഗിളിന് വിറ്റു, അവിടെ ഞങ്ങൾ കൊണ്ടുവന്ന ചില സവിശേഷതകൾ കലണ്ടർ ആപ്പിന്റെ ഭാഗമായി.)

ഒരു ദിവസത്തിലെ ആ ഇരുപത്തിനാല് മണിക്കൂറിൽ ഓരോന്നും നോക്കുമ്പോൾ, ഒരു യൂണിറ്റ് സമയം മറ്റൊരു യൂണിറ്റിൽ നിന്ന് വളരെ വ്യത്യസ്തമാണെന്ന് ഞങ്ങൾക്ക് പെട്ടെന്ന് വ്യക്തമായി.

നമ്മുടെ ശരീരത്തിലും ചുറ്റുമുള്ള ലോകത്തിലുമുള്ള താളങ്ങൾ ഓരോ മണിക്കൂറിനെയും അടുത്ത മണിക്കൂറിൽ നിന്ന് വ്യത്യസ്തമാക്കുന്നു. ചില മണിക്കൂറുകൾ വിശകലനപരമായി ചിന്തിക്കുന്നതിന് നല്ലതാണ്. മറ്റ് മണിക്കൂറുകൾ സർഗ്ഗാത്മകമായി ചിന്തിക്കുന്നതിന് നല്ലതാണ്. ഞാൻ ഇനിപ്പറയുന്ന അധ്യായങ്ങളിൽ വിശദീകരിക്കുന്നതുപോലെ, എല്ലാ മണിക്കൂറുകളും തുല്യമായി സൃഷ്ടിക്കപ്പെടുന്നില്ല.

ടൈം മാനേജ്മെന്റ് നടത്തുന്ന രണ്ടാമത്തെ തെറ്റായ അനുമാനം, ഉൽപ്പാദനക്ഷമത എന്നത് ഉൽപ്പാദനത്തെക്കുറിച്ചാണ്. "ഉൽപ്പാദനം" എന്നത് "ഉൽപ്പാദനക്ഷമത" എന്ന വാക്കിൽ തന്നെയുണ്ട്. ടൈം മാനേജ്മെന്റ് അതിന്റെ ഏറ്റവും അടിസ്ഥാന രൂപത്തിൽ ഏറ്റവും കുറഞ്ഞ സമയത്ത് പരമാവധി ഫലം ഉൽപ്പാദിപ്പിക്കുക എന്നതാണ്.

എന്നിരുന്നാലും, ഒരു മിനിറ്റിൽ നിങ്ങൾ ഉൽപ്പാദിപ്പിക്കുന്നതിന്റെ സ്വാധീനം അടുത്ത മിനിറ്റിൽ നിങ്ങൾ ഉൽപ്പാദിപ്പിക്കുന്നതിന്റെ സ്വാധീനവുമായി താരതമ്യപ്പെടുത്തുമ്പോൾ വളരെയധികം വ്യത്യാസപ്പെടാം. ഒരു ഉൽപ്പന്നവും മറ്റൊന്നും തമ്മിലുള്ള സ്വാധീനം രാവും പകലും പോലെ വ്യത്യാസപ്പെട്ടിരിക്കാം.

പൂജ്യം കോപ്പികൾ വിൽക്കുന്ന ഒരു നോവൽ നിങ്ങൾക്ക് എഴുതാം, അല്ലെങ്കിൽ ഒരു ദശലക്ഷം കോപ്പികൾ വിൽക്കുന്ന ഒരു നോവൽ നിങ്ങൾക്ക് എഴുതാം. പരാജയപ്പെടുന്ന ഒരു ബിസിനസ്സ് നിങ്ങൾക്ക് ആരംഭിക്കാം, അല്ലെങ്കിൽ ലോകത്തെ മാറ്റുന്ന ഒരു ബിസിനസ്സ് നിങ്ങൾക്ക് ആരംഭിക്കാം. സൂചിയുടെ ചലനം പോലും സൃഷ്ടിക്കാത്ത ഒരു മാർക്കറ്റിംഗ് പ്ലാൻ നിങ്ങൾക്ക് സൃഷ്ടിക്കാൻ കഴിയും, അല്ലെങ്കിൽ നിങ്ങളുടെ ഉൽപ്പന്നത്തെ ലോകഭൂപടത്തിൽ ഉൾപ്പെടുത്തുന്ന ഒരു മാർക്കറ്റിംഗ് പ്ലാൻ നിങ്ങൾക്ക് സൃഷ്ടിക്കാൻ കഴിയും.

ഒരു ഫലത്തിനും മറ്റൊന്നിനും നിങ്ങൾ ചെലവഴിക്കുന്ന സമയം കൃത്യമായി സമാനമായിരിക്കും. ഒരു ദശലക്ഷം കോപ്പികൾ വിൽക്കുന്ന നോവലിനെപ്പോലെ തന്നെ കഠിനാധ്വാനം ചെയ്ത് പൂജ്യം കോപ്പികൾ വിൽക്കപ്പെടുന്ന നോവലിനും നിങ്ങൾക്ക് പ്രയത്നിക്കാം. രണ്ട് നോവലുകളിലും വാക്കുകൾക്ക് ഒരേ എണ്ണം ഉണ്ടായിരിക്കാം. രണ്ട് നോവലുകളിലും അക്ഷരത്തെറ്റുകളും വ്യാകരണ പിശകുകളും ഉണ്ടാകില്ലായിരിക്കാം.നിങ്ങൾനിർമ്മിക്കുന്നത്അസാധാരണമാംവിധം മികച്ചതാണോ അതോ അസാധാരണമാംവിധം മോശമാണോ എന്ന് നിർണ്ണയിക്കുന്നത് നിങ്ങളുടെ ആശയങ്ങളുടെ ഗുണനിലവാരമാണ്.

നിങ്ങൾ ഇരുമ്പ് കഷണങ്ങൾ നീക്കുമ്പോൾ, നിങ്ങൾക്ക് സൃഷ്ടിയെ ഫലങ്ങളുമായി എളുപ്പത്തിൽ ബന്ധിപ്പിക്കാൻ കഴിയും. നിങ്ങൾ ഇരുമ്പ് എടുക്കുന്നു, നിങ്ങൾ അത് അതിന്റെ ലക്ഷ്യസ്ഥാനത്തേക്ക് അടുപ്പിച്ചു. എന്നാൽ ആശയങ്ങൾ എങ്ങനെ സംഭവിക്കുന്നുവെന്ന് നോക്കുമ്പോൾ, ആ ആശയങ്ങളുടെ ഗുണനിലവാരത്തെ നിങ്ങൾ അവയിൽ

ചെലവഴിക്കുന്ന സമയവുമായി ബന്ധിപ്പിക്കാൻ കഴിയില്ല. അതെ, ഏതൊരു നോവലിലും, കീബോർഡിൽ വിരലുകൾ ചലിപ്പിക്കാൻ നിങ്ങൾ കുറച്ച് സമയം ചെലവഴിക്കേണ്ടിവരും. എന്നാൽ ഒരു ദശലക്ഷം കോപ്പികൾ വിൽക്കുന്ന നോവലിന് പിന്നിലെ രസകരമായ ആശയം എവിടെ നിന്നും വന്നേക്കാം.

ന്യൂറോശാസ്ത്രജ്ഞർക്ക് ആളുകൾക്ക് പരിഹരിക്കാൻ ഒരു സർഗ്ഗാത്മകമായ പ്രശ്നം നൽകാൻ കഴിയും. അടുത്ത അധ്യായത്തിൽ അത് ഞാൻ കൂടുതൽ സംസാരിക്കുന്നതുപോലെ, ആ ആളുകൾക്ക് പ്രശ്നത്തിൽ ഒരു പുരോഗതിയും കൈവരിക്കാത്തതിൽ നിന്ന് പ്രശ്ന പരിഹാരത്തിലേക്ക് പോകാം. അവരുടെ തലച്ചോറിൽ "ആഹാ" നിമിഷം നിങ്ങൾക്ക് കാണാൻ കഴിയും. ഒരു ആശയം ഉണ്ടാകാൻ സമയമെടുക്കുന്നില്ല, പക്ഷേ വളരെക്കാലം മുമ്പ് നിങ്ങൾ ചെയ്ത കാര്യങ്ങൾ കാരണമായി നിങ്ങൾക്ക് ആ നിമിഷം ആ ആശയം ലഭിക്കുന്നു. ഒരു പുതിയ സംഗീത ശകലം പഠിക്കുമ്പോൾ - "ദിവസങ്ങളോളം ഉപയോഗശൂന്യമായി തോന്നിയത് പ്രവചനാതീതമായ ഒരു നിമിഷത്തിൽ ഫലവത്താകുന്നു" എന്ന് പറഞ്ഞ ഓപ്പറ ഗായിക മരിയൻ ആൻഡേഴ്സണോട് ചോദിക്കുക.

സർഗ്ഗാത്മകതയിൽ, ഇരുമ്പ് കഷണങ്ങൾ നീക്കുന്നതിൽ നിന്ന് വ്യത്യസ്തമായി, പ്രവർത്തനവും ഫലവും ബന്ധിപ്പിക്കാൻ പ്രയാസമാണ്. കഴിഞ്ഞ മാസം നിങ്ങൾ ഒരു അവധിക്കാലം എടുത്തതിനാൽ നിങ്ങളുടെ മസ്തിഷ്കത്തിൽ ഒരു ആശയം ജനിക്കുന്നതിന് കൂടുതൽ അനുയോജ്യമായേക്കാം. ഒരുപക്ഷേ കുറച്ച് ദിവസങ്ങൾക്ക് മുമ്പ് നിങ്ങൾക്ക് ഒരു മസാജ് ലഭിച്ചതുകൊണ്ടാകാം. നിങ്ങൾക്ക് ആശയം ഉണ്ടാകുന്നതിന് തൊട്ടുമുമ്പ്, ഒരു സ്ത്രീ രസകരമായ ഒരു തൊപ്പി ധരിച്ച് നടന്നു, അത് ഉൾക്കാഴ്ചയുടെ നിമിഷത്തിന് കാരണമായി. എന്നിരുന്നാലും ആശയത്തിന്റെ യഥാർത്ഥ വിത്ത് നിങ്ങളുടെ അമ്മ നിങ്ങൾക്ക് അഞ്ച് വയസ്സുള്ളപ്പോൾ വായിച്ചുകൊടുത്ത ഒരു പുസ്തകമായിരിക്കാം. ആശയം യാദൃശ്ചികമായി വന്നതായി തോന്നും, പക്ഷേ നിങ്ങളുടെ മുൻകാല അറിവും അനുഭവവും ശരിയായ മാനസികാവസ്ഥകളുമായി കൂടിച്ചേർന്ന് ആശയം ഉത്ഭവിക്കുന്നതിന് വേദിയൊരുക്കി. മഹാനായ ശില്പി കോൺസ്റ്റാന്റിൻ ബ്രൂൻകുഷ് പറഞ്ഞതുപോലെ, "കാര്യങ്ങൾ നിർമ്മിക്കുന്നത് ക്ലേശകരമായ കാര്യമല്ല; എന്നാൽ അവയെ നിർമ്മിക്കാൻ നമ്മെത്തന്നെ ഒരു മാനസികാവസ്ഥയിലാക്കുക എന്നതാണ് ക്ലേശകരമായ കാര്യം."

ഇന്ന് ഉൽപാദനക്ഷമതയുള്ളവരായിരിക്കുക എന്നതിനർത്ഥം കുറഞ്ഞ സമയത്തിനുള്ളിൽ കൂടുതൽ വാക്കുകൾ എഴുതാൻ വേഗത്തിൽ ടൈപ്പ് ചെയ്യുക എന്നതോ നിങ്ങളുടെ സമയപദ്ധതിയിൽ കഴിയുന്നത്ര മീറ്റിംഗുകൾ ഉൾപ്പെടുത്തുകയോ അല്ല. പോഷകസമൃദ്ധമായ മണ്ണിൽ ഒരു വിത്ത് നടുകയും വളരാൻ ആവശ്യമായ വെള്ളവും

സൂര്യപ്രകാശവും നൽകുകയും ചെയ്യുന്നതുപോലെ, ഇന്നത്തെ ഉൽപാദനക്ഷമത നിങ്ങളുടെ മനസ്സിൽ വിലപ്പെട്ട ചിന്തകൾ ഉണ്ടാകുന്നതിനുള്ള സാഹചര്യങ്ങൾ സൃഷ്ടിക്കുന്നതിനെക്കുറിച്ചാണ്. ഇന്ന് ഉൽപാദനക്ഷമതയുള്ളവരായിരിക്കുക എന്നത് ടൈം മാനേജ്മെന്റിനെക്കുറിച്ചല്ല, മൈൻഡ് മാനേജ്മെന്റ് അഥവാ മനസ്സിന്റെ ക്രമീകരണത്തേക്കുറിച്ചാണ്.

സമയ ക്രമീകരണത്തിനപ്പുറം

ഭാഗ്യവശാൽ, ചില ഉൽപ്പാദനക്ഷമതാ വിദഗ്ധർ ടൈം മാനേജ്മെന്റ് മാതൃകയ്ക്ക് അപ്പുറത്തേക്ക് നമ്മെ കൂട്ടിക്കൊണ്ടുപോയി, എല്ലാ സമയവും തുല്യമായി സൃഷ്ടിക്കപ്പെടുന്നില്ലെന്നും ഒരേ സമയം നിക്ഷേപിക്കുന്നതിലൂടെ നിങ്ങൾക്ക് വളരെ വ്യത്യസ്തമായ ഫലങ്ങൾ നേടാനാകുമെന്നും അവർ തിരിച്ചറിഞ്ഞു. സ്റ്റീവൻ കോവിയുടെ സെവൻ ഹാബിറ്റ്സ് ഓഫ് ഹൈലി എഫക്ടീവ് പീപ്പിൾ എന്ന പുസ്തകത്തിലൂടെ പ്രശസ്തമാക്കിയതുപോലെ, അടിയന്തിരമായതോ എന്നാൽ പ്രധാനമല്ലാത്തതിനേക്കാൾ, അടിയന്തിരമല്ലാത്ത-എന്നാൽ പ്രധാനമായത് തിരഞ്ഞെടുക്കുന്ന "ഐസൻഹോവർ രീതി" (Eisenhower method) ഉപയോഗിച്ച് നിങ്ങൾക്ക് സമയം ചെലവഴിക്കാൻ താൽപ്പര്യമുള്ളതും അല്ലാത്തതുമായ കാര്യങ്ങൾക്ക് മുൻഗണന നൽകാം. ടിം ഫെറിസിന്റെ ദി 4-ഹവർ വർക്ക് വീക്ക് ജനപ്രിയമാക്കിയ "80/20" അല്ലെങ്കിൽ "പാരേറ്റോ" തത്വം ഉപയോഗിച്ച്, നിങ്ങൾക്ക് ഏറ്റവും കൂടുതൽ ഫലങ്ങൾ നൽകുന്ന കുറച്ച് കാര്യങ്ങൾ ചെയ്യാൻ തിരഞ്ഞെടുക്കാം. ഗ്രെഗ് മാക്യോണിന്റെ എസ്സെൻഷ്യലിസത്തിൽ പ്രതിപാദിച്ചിരിക്കുന്നതുപോലെ, ജീവിതത്തിലെ ഏറ്റവും അത്യാവശ്യമായ കാര്യങ്ങൾ ഒഴികെ മറ്റെല്ലാം നിങ്ങൾക്ക് ഒഴിവാക്കാനാകും.

കൂടാതെ, ചില വിദഗ്ധർ ഇതിനകം തന്നെ മൈൻഡ് മാനേജ്മെന്റിനുള്ള അടിത്തറ പാകിയിട്ടുണ്ട്. എന്റെ പ്രിയപ്പെട്ട ഉൽപ്പാദനക്ഷമതാ സംവിധാനമായ ഡേവിഡ് അലന്റെ ഗെറ്റിംഗ് തിംഗ്സ് ഡൺ, നിങ്ങളുടെ ജീവിതത്തിലെ എല്ലാ ഇൻപുട്ടുകളും ഒരു "വിശ്വസനീയ സംവിധാനത്തിലേക്ക്" ഉൾപ്പെടുത്തി നിങ്ങളുടെ സർഗ്ഗാത്മകമായ ഊർജ്ജം സ്വതന്ത്രമാക്കാൻ സഹായിക്കുന്നു. മൗറ തോമസ് ഇതിനെയാണ് അറ്റൻഷൻ മാനേജ്മെന്റ് എന്ന് വിളിക്കുന്നത്. അടുത്തിടെ, കാൾ ന്യൂപോർട്ട് തിരിച്ചറിഞ്ഞത്, അഭൂതപൂർവമായ ശ്രദ്ധ വ്യതിചലന സ്രോതസ്സുകളുള്ള ഒരു യുഗത്തിൽ, ഡീപ് വർക്ക് (ഗഹനമായ ജോലി) വളർത്തിയെടുക്കാൻ കഴിയുന്നവർക്കാണ് മുൻതൂക്കം ലഭിക്കുക എന്നാണ്.

ഉൽപ്പാദനക്ഷമതയെക്കുറിച്ചുള്ള ഈ ചിന്താഗതികളെല്ലാം അവരുടേതായ രീതിയിൽ വിലപ്പെട്ടതാണ്. ടൈം മാനേജ്മെന്റ് പോലും ഒരു പരിധി വരെ വിലപ്പെട്ടതാണ്. എന്നാൽ ഈ രീതികളെല്ലാം ഉപേക്ഷിക്കുന്നിടത്ത് നിന്ന് മൈൻഡ് മാനേജ്മെന്റ് തിരഞ്ഞെടുക്കുന്നു. ടൈം മാനേജ്മെന്റ് സമയത്തിന്റെ വിഭവം ഉത്തമീകരിക്കുന്നു. മൈൻഡ് മാനേജ്മെന്റ് സർഗ്ഗാത്മകമായ ഊർജ്ജത്തിന്റെ വിഭവം ഉത്തമീകരിക്കുന്നു.

ഗെറ്റിംഗ് തിംഗ്സ് ഡൺ എന്ന പുസ്തകത്തിൽ നിന്നുള്ള ഈ ഭാഗം പരിഗണിക്കുക. അലന്റെ "ഈ നിമിഷത്തിൽ പ്രവർത്തനങ്ങൾ തിരഞ്ഞെടുക്കുന്നതിനുള്ള നാല്-മാനദണ്ഡ മാതൃക" (ദി ഫോർ-ക്രൈറ്റീരിയ മോഡൽ ഫോർ ചൂസിംഗ് ആക്ഷൻസ് ഇൻ ദി മൊമന്റ്), എന്ന് വിളിക്കുന്നത് ഇതാണ്, ഏത് നിമിഷവും നിങ്ങൾക്ക് എന്ത് ജോലിയും ചെയ്യാൻ കഴിയുമെന്ന് തീരുമാനിക്കുന്നതിനുള്ള ഒരു രീതിയാണിത്: "ബുധനാഴ്ച 3:22-ന്, നിങ്ങൾ എന്ത് ചെയ്യണമെന്ന് എങ്ങനെ തിരഞ്ഞെടുക്കും? ആ നിമിഷം നിങ്ങൾക്ക് പ്രയോഗിക്കാൻ കഴിയുന്ന നാല് മാനദണ്ഡങ്ങളുണ്ട്, ഈ ക്രമത്തിൽ: സന്ദർഭം, ലഭ്യമായ സമയം, ലഭ്യമായ ഊർജ്ജം, മുൻഗണന."

അതെ, ഏത് നിമിഷത്തിലും, നിങ്ങൾക്ക് എന്ത് ചെയ്യാൻ കഴിയുമെന്ന് തീരുമാനിക്കുമ്പോൾ, "സന്ദർഭം" പ്രധാനമാണ്. ചില കാര്യങ്ങൾക്ക്, നിങ്ങൾക്ക് ഒരു കമ്പ്യൂട്ടർ ആവശ്യമാണ്. മറ്റ് കാര്യങ്ങൾ, നിങ്ങൾക്ക് ക്യൂവിൽ നിൽക്കുമ്പോൾ നിങ്ങളുടെ ഫോണിൽ ചെയ്യാൻ കഴിയും. നിങ്ങൾക്ക് എന്ത് ചെയ്യാൻ കഴിയുമെന്ന് നിർണ്ണയിക്കുന്ന മറ്റൊരു ഘടകം നിങ്ങൾക്ക് എത്ര സമയം ലഭ്യമാണ് എന്നതാണ്. അവസാനമായി, താഴ്ന്ന മുൻഗണനയുള്ള പ്രവർത്തനത്തേക്കാൾ ഉയർന്ന മുൻഗണനയുള്ള പ്രവർത്തനം നിങ്ങൾ തിരഞ്ഞെടുക്കും.

എന്നാൽ "ലഭ്യമായ ഊർജ്ജം" എന്ന മാനദണ്ഡവും വളരെ പ്രധാനമാണ്. ചിലപ്പോൾ നിങ്ങളുടെ മനസ്സ് സർഗ്ഗാത്മകമായി ചിന്തിക്കാൻ കൂടുതൽ അനുയോജ്യമാണ്. മറ്റു ചിലപ്പോൾ വിശകലനപരമായി ചിന്തിക്കുന്നതാണ് നല്ലത്. ചിലപ്പോൾ നിങ്ങൾ കുറച്ച് ഗവേഷണം നടത്താനുള്ള മാനസികാവസ്ഥയിലായിരിക്കും. മറ്റു ചിലപ്പോൾ, നിങ്ങൾ ചില അസ്വസ്ഥമായ വിശദാംശങ്ങൾ ശ്രദ്ധിക്കുന്നതാണ് നല്ലത്.

എലൈറ്റ് അത്‌ലറ്റുകൾ ഒരു വലിയ ഗെയിമിന് മുമ്പ് വാമപ്പ് വ്യായാമങ്ങൾ ചെയ്യുന്നു. അവർ കിടക്കയിൽ നിന്ന് എഴുന്നേറ്റയുടനെ അവരുടെ ഏറ്റവും ഗംഭീരമായ പ്രകടനം നടത്തുമെന്ന് പ്രതീക്ഷിക്കില്ല. എന്നിരുന്നാലും, നമ്മളിൽ പലരും ചെയ്യേണ്ട കാര്യങ്ങളുടെ പട്ടികയെ, ഏത് നിമിഷവും എന്തും സാധ്യമാണെന്ന് കണക്കാക്കുന്നു. എല്ലാ ബുധനാഴ്ചയും 3:22-ന്, എന്തുചെയ്യണമെന്ന്

നിങ്ങൾ തീരുമാനിക്കേണ്ടതില്ലെങ്കിൽ എന്തുചെയ്യും? നിങ്ങളുടെ സർഗ്ഗാത്മകമായ ഊർജ്ജം നന്നായി കൈകാര്യം ചെയ്താൽ, നിങ്ങളുടെ ചെയ്യേണ്ട കാര്യങ്ങളുടെ പട്ടികയിൽ ഉറ്റുനോക്കുകയോ ആശയക്കുഴപ്പത്തിലാകുകയോ ചെയ്യുന്നതിനുപകരം, ആ സമയത്ത് നിങ്ങൾ എന്തുചെയ്യണമെന്ന് വ്യക്തമായിരുന്നു. ഈ തലത്തിലുള്ള വൈദഗ്ദ്ധ്യം മൈൻഡ് മാനേജ്മെന്റിലൂടെ സാധ്യമാണ്.

മൈൻഡ് മാനേജ്മെന്റ് എങ്ങനെയുള്ളതാണെന്ന് നിങ്ങൾക്ക് ഉടനടി അനുഭവിക്കണമെങ്കിൽ, ഇതാ നിങ്ങൾക്കായി ഒരു ലളിതമായ വ്യായാമം: അടുത്ത തവണ നിങ്ങൾ ഉൽപാദനക്ഷമതയുള്ളവരാകാൻ തുടങ്ങുമ്പോൾ, സ്വയം ചോദിക്കുക, ഞാൻ ഇപ്പോൾ എന്ത് ജോലിയാണ് ചെയ്യേണ്ടതെന്ന്? പിന്നെ, സ്വയം ചോദിക്കുക, ആ മാനസികാവസ്ഥയ്ക്ക് അനുയോജ്യമായ എന്ത് ജോലിയാണ് ഞാൻ ഇപ്പോൾ ചെയ്യേണ്ടത്?

നമ്മളിൽ പലരും ചെയ്യേണ്ട കാര്യങ്ങളുടെ പട്ടിക അനുസരിച്ച് ജീവിക്കുന്നു. നമ്മൾ എന്താണ് ചെയ്യേണ്ടതെന്ന് നോക്കുന്നു, തുടർന്ന് അത് ചെയ്യാൻ സ്വയം നിർബന്ധിക്കാൻ ശ്രമിക്കുന്നു. സമയമുണ്ടെങ്കിൽ പോലും, നമുക്ക് അപൂർവ്വമായി മാത്രമേ ഊർജ്ജം ലഭിക്കുന്നുള്ളൂ എന്നത്തിൽ ഒട്ടുംതന്നെ അതിശയമല്ല. എന്നാൽ നമ്മുടെ മാനസികാവസ്ഥ കൈയിലുള്ള ജോലിയുമായി പൊരുത്തപ്പെടുമ്പോൾ, പെട്ടെന്ന് തന്നെ എല്ലാം വളരെ എളുപ്പമാകും. നമ്മുടെ പദ്ധതികൾ വേഗത്തിൽ മുന്നോട്ട് നീങ്ങുന്നു, ഒരിക്കൽ മാറ്റിവയ്ക്കലിന് കാരണമായ തടസ്സങ്ങൾ ഓരോന്നോരോന്നായി അലിഞ്ഞുപോകുന്നു. നിങ്ങൾ എപ്പോഴെങ്കിലും മാനസികാവസ്ഥയും പ്രവർത്തനവും തമ്മിലുള്ള പൂർണ്ണമായ പൊരുത്തപ്പെടുത്തൽ അനുഭവിച്ചിട്ടുണ്ടെങ്കിൽ, ഞാൻ എന്താണ് ഉദ്ദേശിക്കുന്നതെന്ന് നിങ്ങൾക്കറിയാം. ഒഴുക്കിലേക്ക് കടക്കാൻ, ഒഴുക്കിനൊപ്പം പോകേണ്ടതുണ്ട്.

എന്നാൽ ചിലപ്പോൾ, എന്തെങ്കിലും ഇപ്പോൾ ചെയ്യേണ്ടതുണ്ട്. ഇത്തരം സന്ദർഭങ്ങളിൽ, നിങ്ങൾക്ക് സ്വയം ചോദിക്കാം, ഈ ജോലി ചെയ്യാൻ ഏറ്റവും അനുയോജ്യമായ മാനസികാവസ്ഥ ഏതാണ്? പിന്നെ, സ്വയം ചോദിക്കുക, എനിക്ക് അവസാനമായി അങ്ങനെ തോന്നിയത് എപ്പോഴാണ്? ഒടുവിൽ, നിങ്ങളെ ആ മാനസികാവസ്ഥയിലാക്കിയ സാഹചര്യങ്ങൾ നിങ്ങൾക്ക് ആവർത്തിക്കാൻ കഴിയുമോ എന്ന് നോക്കുക. ആദ്യം അത് അസാധ്യമാണെന്ന് തോന്നാം, പക്ഷേ ഒരു കൈ ഒരു ഗിറ്റാറിൽ അനായാസകരമായി കോർഡുകൾ രൂപപ്പെടുത്താൻ പഠിക്കുന്നതുപോലെ, മനുഷ്യശരീരത്തിന്റെ പരിധികളെ ധിക്കരിക്കുന്നതായി തോന്നുന്ന സ്ഥാനങ്ങളിലേക്ക് വിരലുകൾ വളച്ചൊടിക്കാൻ പഠിക്കുന്നതുപോലെ, നിങ്ങളുടെ മാനസികാവസ്ഥയിൽ മാറ്റങ്ങൾ വരുത്താൻ നിങ്ങൾക്ക് പഠിക്കാം - പ്രത്യേകിച്ച് ഈ പുസ്തകത്തിൽ ഞാൻ പങ്കിടുന്ന ഉപകരണങ്ങളുടെ സഹായത്തോടെ.

ഞാൻ എന്തിനാണ് മറ്റൊരു ഭൂഖണ്ഡത്തിലേക്ക് മാറിയത്

എന്റെ ആദ്യ പുസ്തകത്തിന്റെ എഴുത്തിലുടനീളം, എന്റെ മാനസികാവസ്ഥയെയും കൈയിലുള്ള ജോലിയെയും കുറിച്ച്, ഞാൻ എന്നോട് തന്നെ ഈ ചോദ്യങ്ങൾ ആവർത്തിച്ച് ചോദിച്ചുകൊണ്ടിരുന്നു. താമസിയാതെ, എന്റെ പ്രക്രിയയിൽ പാറ്റേണുകൾ (മാതൃകകൾ) ഉയർന്നുവന്നു. ചില പ്രത്യേക തരം ജോലികൾക്ക് അനുയോജ്യമായ മാനസികാവസ്ഥ ദിവസത്തിലെ ചില സമയങ്ങളിൽ സംഭവിക്കുന്നതായി ഞാൻ ശ്രദ്ധിച്ചു. എന്റെ മാനസികാവസ്ഥ മാറ്റേണ്ടിവരുമ്പോൾ എനിക്ക് പുറത്തെടുക്കാൻ കഴിയുന്ന ഒരു കൂട്ടം ദിനചര്യകളും ആചാരങ്ങളും ഞാൻ വികസിപ്പിച്ചെടുത്തു. കൂടാതെ, എന്റെ ചിന്തയിൽ മറഞ്ഞിരിക്കുന്ന അതിരുകളെ ഞാൻ ശ്രദ്ധിക്കാൻ തുടങ്ങി. ഒരുകാലത്ത് ഒരു ജോലിയാണെന്ന് തോന്നിയ ജോലികൾ, അവ ഓരോന്നും അവരുടേതായ പ്രത്യേക മാനസികാവസ്ഥയാൽ പ്രോത്സാഹിപ്പിക്കപ്പെടുന്ന നിരവധി ജോലികളായി ഭംഗിയായി വിഭജിക്കപ്പെട്ടു.

എന്റെ പുസ്തകം പൂർത്തിയാക്കി, അത് പൂർത്തിയാക്കാൻ ഞാൻ ഉപയോഗിച്ച പ്രക്രിയയെക്കുറിച്ച് ചിന്തിച്ചപ്പോൾ, ഞാൻ സഹജാവബോധത്തോടെ കണ്ടെത്തിയതിൽ ഭൂരിഭാഗവും ഏറ്റവും പുതിയ സർഗ്ഗാത്മകത ഗവേഷണത്തിന്റെ പിന്തുണയുള്ളതാണെന്ന് ഞാൻ കണ്ടെത്തി. ന്യൂറോസയൻസ്, സൈക്കോളജി എന്നിവയെക്കുറിച്ചുള്ള പുസ്തകങ്ങളും ഗവേഷണ പ്രബന്ധങ്ങളും ഞാൻ പരിശോധിച്ചു. പല കണ്ടെത്തലുകളും ചിതറിക്കിടക്കുന്നുണ്ടായിരുന്നു, പക്ഷേ എല്ലാ ഭാഗങ്ങളും പരസ്പരം യോജിക്കുന്നതായി ഞാൻ കണ്ടു. സർഗ്ഗാത്മകതയ്ക്കായി വിശ്വസനീയവും എന്നാൽ വഴക്കമുള്ളതുമായ ഒരു സംവിധാനത്തിന്റെ ആരംഭം എന്റെ കൈകളിലുണ്ടെന്ന് ഞാൻ മനസ്സിലാക്കി.

എന്നിരുന്നാലും, ഞാൻ പഠിച്ച കാര്യങ്ങൾ ഔപചാരികമാക്കാനും എന്റെ ജീവിതത്തിലും ജോലിയിലും പ്രയോഗിക്കാനും ശ്രമിച്ചപ്പോൾ, മൈൻഡ് മാനേജ്മെന്റിന്റെ പരിധികൾ ശരിക്കും മറികടക്കാൻ, ഒരു വലിയ മാറ്റം വരുത്തേണ്ടതുണ്ടെന്ന് ഞാൻ മനസ്സിലാക്കി.

ഒരു ദിവസം, ഞാൻ ചിക്കാഗോയിലെ എന്റെ വീട്ടിലെ ഓഫീസിൽ എഴുതാൻ പാടുപെടുകയായിരുന്നു. മുമ്പ് എഴുതിയ ഒരു ലേഖനം പരിശോധിക്കാൻ ഞാൻ ആഗ്രഹിച്ചു, അതിനാൽ ഞാൻ ലിങ്ക് എടുക്കാൻ പോയി. പത്ത് മിനിറ്റിനുശേഷം, ഞാൻ ഇപ്പോഴും എന്റെ പഴയ ലേഖനം വായിക്കുന്നുണ്ടെന്ന് എനിക്ക് മനസ്സിലായി. അത് സ്വയം-പീഡനമായി തോന്നുന്നു, പക്ഷേ ഒരു എഴുത്തുകാരൻ എന്ന

നിലയിൽ, നിങ്ങൾ എഴുതുന്ന മിക്കതും നിങ്ങൾക്ക് സ്വയം വായിക്കാൻ കഴിയില്ലെന്ന് ഞാൻ വിശ്വസനീയമായി കണ്ടെത്തി. എന്നാൽ നിങ്ങൾ ശരിക്കും നല്ല എന്തെങ്കിലും എഴുതിയിട്ടുണ്ടെങ്കിൽ, നിങ്ങൾ അത് വീണ്ടും വീണ്ടും വായിക്കാൻ ആഗ്രഹിക്കും. അതാണ് സംഭവിച്ചത്. ഞാൻ എന്റെ സ്വന്തം എഴുത്തിൽ മുഴുകിപ്പോയി. ഇന്ന് എനിക്ക് എന്തുകൊണ്ട് ഇങ്ങനെ എഴുതാൻ കഴിയില്ല?, ഞാൻ എന്നോട് തന്നെ ചോദിച്ചു.

ആ ആഴ്ച തന്നെ, ഞാൻ മറ്റൊരു പഴയ ലേഖനം വായിക്കുകയായിരുന്നു, അതേ കാര്യം സംഭവിച്ചു. എന്റെ നല്ല എഴുത്തിനെ ബാക്കിയുള്ളവയിൽ നിന്ന് വേർതിരിക്കുന്ന പൊതുവായ കാര്യങ്ങൾ എന്തൊക്കെയാണെന്ന് ഞാൻ എന്റെ മനസ്സിൽ തിരഞ്ഞു. ഞാൻ ചിക്കാഗോയിൽ ഇരിക്കുകയാണെന്ന് എനിക്ക് മനസ്സിലായി, പക്ഷേ ഈ ലേഖനങ്ങളൊന്നും ഞാൻ എഴുതിയത് ചിക്കാഗോയിൽ ആയിരുന്നപ്പോഴാണ്. ഞാൻ തെക്കേ അമേരിക്കയിൽ ആയിരുന്നപ്പോഴാണ് ഈ ലേഖനങ്ങൾ എഴുതിയത്. കഴിഞ്ഞ കുറച്ച് വർഷങ്ങളിലെ എന്റെ എല്ലാ മികച്ച കൃതികളെയും കുറിച്ച് ഞാൻ ചിന്തിച്ചു. എന്റെ എല്ലാ മികച്ച കൃതികളും കൊളംബിയയിൽ ആയിരുന്നപ്പോഴാണ് ഞാൻ നിർമ്മിച്ചതെന്ന് എനിക്ക് മനസ്സിലായി.

കഴിഞ്ഞ മൂന്ന് ശൈത്യകാലങ്ങളിൽ, ഞാൻ രണ്ട് മാസം മെഡെലിനിൽ ചെലവഴിച്ചു. കുപ്രസിദ്ധ മയക്കുമരുന്ന് പ്രഭു പാബ്ലോ എസ്കോബാറിന്റെ മുൻ ഭവനവും ലോകത്തിന്റെ മുൻ കൊലപാതക തലസ്ഥാനവുമായ മെഡെലിൻ അതിനുശേഷം അതിന്റെ കുറ്റകൃത്യങ്ങളുടെ നിരക്ക് ഗണ്യമായി കുറയ്ക്കുകയും "ഡിജിറ്റൽ നാടോടികൾ" എന്ന് വിളിക്കപ്പെടുന്നവരുടെ ഒരു ജനപ്രിയ സ്ഥലമായി മാറ്റുകയും ചെയ്തു: ഓൺലൈനിൽ ജോലി ചെയ്യുന്നവരും, ഒന്നിനുപുറകെ ഒന്നായി കുറച്ച് മാസങ്ങൾ ചെലവഴിക്കുന്നവരുമായ ആളുകൾ. ബാലി, ബുഡാപെസ്റ്റ് പോലുള്ള മറ്റ് ഡിജിറ്റൽ നാടോടികളുടെ ലക്ഷ്യസ്ഥാനങ്ങൾക്കിടയിൽ പതിവ് ഭ്രമണത്തിന്റെ ഭാഗമായി ഞാൻ മെഡെലിൻ സന്ദർശിച്ചില്ല. ചിക്കാഗോയിലെ ക്രൂരമായ ശൈത്യകാലത്തിന്റെ ഏറ്റവും മോശം മാസങ്ങളിൽ നിന്ന് രക്ഷപ്പെടാൻ ഞാൻ വെറുതെ സന്ദർശിച്ചു..

മെഡെല്ലിനെക്കുറിച്ച് എനിക്ക് മികച്ച രീതിയിൽ പ്രവർത്തിക്കാൻ എന്താണ് അനുവദിച്ചതെന്ന് ആ സമയത്ത് എനിക്കറിയില്ലായിരുന്നു, പക്ഷേ അത് കണ്ടെത്തണമെന്ന് എനിക്കറിയാമായിരുന്നു. ഈ ഘട്ടത്തിൽ, എന്റെ ആദ്യ പുസ്തകമായ ഡിസൈൻ ഫോർ ഹാക്കേഴ്സ് പുറത്തിറങ്ങിയിട്ട് കുറച്ച് വർഷങ്ങൾ കഴിഞ്ഞിരുന്നു. മറ്റൊരു പുസ്തകം എഴുതാൻ ഞാൻ ചില ശ്രമങ്ങൾ നടത്തിയിരുന്നു, പക്ഷേ ഞാൻ പരാജയപ്പെട്ടു.

എന്റെ ആദ്യ പുസ്തകം എഴുതി തീർന്നപ്പോൾ, എനിക്ക് അവിശ്വസനീയമായ ഒരു സമാധാനബോധവും അവിശ്വസനീയമായ

ഒരു ഭയാനകബോധവും അനുഭവപ്പെട്ടു. ഞാൻ ചെയ്യാൻ ഉദ്ദേശിച്ച ഒരു കാര്യം ഞാൻ നേടിയതിനാൽ എനിക്ക് സമാധാനം തോന്നി. "പൂർത്തിയായി" എന്ന് അടയാളപ്പെടുത്തിയ അത് ഞാൻ ചെയ്യേണ്ട ഒരു ഭീമാകാരമായ കാര്യമായിരുന്നു. പക്ഷേ എനിക്ക് വീണ്ടും ഒരു പുസ്തകം എഴുതാൻ ആഗ്രഹമുണ്ടെന്ന് ഉറപ്പുണ്ടായിരുന്നതിനാൽ എനിക്ക് ഭയം തോന്നി. പ്രോജക്റ്റിന്റെ പശ്ചാത്തലത്തിൽ ഏകാന്തത, വിഷാദം, അവഗണിക്കപ്പെട്ട ബന്ധങ്ങൾ എന്നിവയുടെ ഒരു പാത ഉണ്ടായിരുന്നു.

ആ പ്രക്രിയ ആവർത്തിക്കാൻ എനിക്ക് ഒരു വഴിയുമില്ലായിരുന്നു. എന്നിട്ടും, മറ്റൊരു പുസ്തകം എഴുതാൻ ഞാൻ അതിയായി ആഗ്രഹിച്ചു. മായ ആഞ്ചലോ പറഞ്ഞതുപോലെ, "പറയാത്ത ഒരു കഥ നിങ്ങളുടെ ഉള്ളിൽ വഹിക്കുന്നതിനേക്കാൾ വലിയ വേദനയില്ല." എന്നിരുന്നാലും, തടങ്കൽപ്പാളയങ്ങളുടെ ഭീകരത അനുഭവിച്ച വിക്ടർ ഫ്രാങ്ക്ൽ, നീച്ചയുടെ സർഗ്ഗാത്മകമായ സൃഷ്ടികൾ കണ്ടെത്തുന്ന ഏതൊരാൾക്കും "അവന്റെ നിലനിൽപ്പിന്റെ കാരണം അറിയാം, ഏത് സാഹചര്യത്തിലും അത് എങ്ങനെയും സഹിക്കാൻ കഴിയും" എന്ന് പറഞ്ഞുകൊണ്ട് അവരെ വ്യാഖ്യാനിച്ചു.

ആകസ്മികമായി, എന്റെ നിലനിൽപ്പിന്റെ കാരണം ഞാൻ കണ്ടെത്തി - എനിക്ക് പുസ്തകങ്ങൾ എഴുതണം. പക്ഷേ, വേദനാജനകവും സ്വയം വിനാശകരവുമായ എങ്ങനെ എന്നത് സഹിച്ചാണ് കാര്യം ഞാൻ ഇതിനകം തന്നെ മനസ്സിലാക്കിയിരുന്നു - അത് ആത്യന്തികമായി വിപരീതഫലം ഉണ്ടാക്കുമെന്ന് എനിക്കറിയാമായിരുന്നു. സന്തോഷകരമായ ഒരു ജീവിതത്തിനുള്ള അവസരം എനിക്ക് വേണമെങ്കിൽ, മെച്ചപ്പെട്ട ജോലി ചെയ്യാനുള്ള അവസരം എനിക്ക് വേണമെങ്കിൽ, എന്റെ രീതിയിൽ എന്തെങ്കിലും മാറ്റം വരുത്തേണ്ടതുണ്ട്.

അതിനാൽ, എന്റെ സർഗ്ഗാത്മകമായ ഊർജ്ജം പരമാവധി പ്രയോജനപ്പെടുത്താൻ ഞാൻ പുറപ്പെട്ടു. അങ്ങനെ ചെയ്യുന്നതിന്, എനിക്ക് മറ്റൊരു ഭൂഖണ്ഡത്തിലേക്ക് മാറേണ്ടി വന്നു.

ഒരു സമയ ക്രമീകരണത്തിന്റെ ലോകത്തിൽ നിന്ന് ഒരു മനസ്സിന്റെ ക്രമീകരണ ലോകത്തിലേക്ക്

ഈ പുസ്തകത്തിൽ, സർഗ്ഗാത്മകമായ ഊർജ്ജം കൈകാര്യം ചെയ്യുന്നതിനുള്ള ഒരു ഏകീകൃതവും വഴക്കമുള്ളതുമായ ഒരു സംവിധാനമാണ് ഞാൻ പങ്കിടുന്നത്. നമ്മുടെ സമയത്തിൽ നിന്ന് നമുക്ക് കൂടുതൽ പിഴിഞ്ഞെടുക്കാൻ കഴിയുമെന്ന ആശയം ഉപേക്ഷിക്കുക എന്നതാണ് എന്റെ നിർദ്ദേശം. പകരം, നമ്മുടെ മനസ്സിൽ നിന്ന് കൂടുതൽ എങ്ങനെ നേടാമെന്ന് നമുക്ക് ചിന്തിക്കാം.

അടുത്ത അധ്യായത്തിൽ, സർഗ്ഗാത്മകമായ ചിന്തയുടെ ഒരൊറ്റ നിർമ്മാണ ബ്ലോക്കിൽ നിന്ന് - ഉൾക്കാഴ്ചയുടെ നിമിഷം - നമുക്ക് ആരംഭിക്കാം. സർഗ്ഗാത്മകമായ സർഗ്ഗാത്മകമായ ഉൾക്കാഴ്ച എന്താണെന്നും വിശകലന ചിന്തയിൽ നിന്ന് എത്രത്തോളം ഉൾക്കാഴ്ചയുള്ള ചിന്ത വ്യത്യാസപ്പെട്ടിരിക്കുന്നുവെന്നും നമ്മൾ മനസ്സിലാക്കിയാൽ, ഉൾക്കാഴ്ച സംഭവിക്കുന്നതിനുള്ള സാഹചര്യങ്ങൾ എങ്ങനെ സൃഷ്ടിക്കാമെന്ന് നമുക്ക് അറിയാൻ കഴിയും. നിങ്ങളുടെ സർഗ്ഗാത്മകതയുടെ പ്രിയപ്പെട്ടയിടം (ക്രീയേറ്റീവ് സ്വീറ്റ് സ്പോട്ട്) നമ്മൾ കണ്ടെത്തും, അതിനാൽ ശരിയായ സമയത്ത് നിങ്ങൾക്ക് ഏറ്റവും മികച്ച സർഗ്ഗാത്മകമായ ചിന്ത നടത്താൻ കഴിയും.

പിന്നെ, സർഗ്ഗാത്മകമായ പ്രക്രിയയെ നമ്മൾ വേർതിരിച്ചെടുക്കും. സർഗ്ഗാത്മകമായ ജോലി വളരെ പ്രവചനാതീതമാണ്, കാരണം പുരോഗതി രേഖീയമായി സംഭവിക്കുന്നില്ല. പകരം, നമ്മുടെ സർഗ്ഗാത്മകമായ പദ്ധതികൾ സർഗ്ഗാത്മകതയുടെ നാല് ഘട്ടങ്ങളിലൂടെ ആവർത്തിക്കുന്നു. ഈ ഘട്ടങ്ങൾ ഏതൊക്കെയാണെന്നും അവയ്ക്ക് എങ്ങനെ ഇടം സൃഷ്ടിക്കാമെന്നും നമ്മൾ പഠിച്ചാൽ, പരിഹാരങ്ങൾ നേടാനുള്ള പോരാട്ടം നിർത്തി ആ പരിഹാരങ്ങൾ നമ്മിലേക്ക് വരാൻ തുടങ്ങാം.

പിന്നെ, നമ്മൾ മാനസികാവസ്ഥകളെക്കുറിച്ച് സംസാരിക്കും. നിങ്ങളുടെ സമയം കൈകാര്യം ചെയ്യുന്നതിനായി ദിവസത്തിൽ ധാരാളം മണിക്കൂറുകൾ നിങ്ങൾ ഉപയോഗിക്കുന്നതുപോലെ, നിങ്ങളുടെ മനസ്സ് വസിക്കുന്ന വിവിധ മാനസികാവസ്ഥകളുണ്ട്. സർഗ്ഗാത്മകമായ പദ്ധതികളെ അനായാസമായി മുന്നോട്ട് കൊണ്ടുപോകുന്ന ഏഴ് മാനസികാവസ്ഥകളെ ഞാൻ തിരിച്ചറിഞ്ഞിട്ടുണ്ട്. ആ മാനസികാവസ്ഥകൾ എന്തൊക്കെയാണെന്ന് ഞാൻ നിങ്ങൾക്ക് കാണിച്ചുതരാം, കൂടാതെ അവ നിങ്ങളുടെ മാനസികാവസ്ഥയെ നിങ്ങളുടെ കൈയിലുള്ള ജോലിയുമായി എങ്ങനെ പൊരുത്തപ്പെടുത്താമെന്ന് തിരിച്ചറിയാൻ നിങ്ങളെ സഹായിക്കും, അല്ലെങ്കിൽ തിരിച്ചും.

അടുത്തതായി, സർഗ്ഗാത്മകമായ ചക്രങ്ങളുടെ ശക്തി എങ്ങനെ പ്രയോജനപ്പെടുത്താമെന്ന് നമ്മൾ പഠിക്കും. സർഗ്ഗാത്മകമായ പ്രക്രിയയിലെ സ്വാഭാവിക ഉയർച്ച താഴ്ചകളും നിങ്ങളുടെ സ്വന്തം സർഗ്ഗാത്മകമായ ഊർജ്ജത്തിലെ സ്വാഭാവിക ഉയർച്ച താഴ്ചകളും - അതുപോലെ തന്നെ നിങ്ങളുടെ ചുറ്റുമുള്ള ലോകത്തിലും കാണാൻ നിങ്ങൾ പഠിക്കും. സർഗ്ഗാത്മകമായ ചക്രങ്ങൾക്കനുസരിച്ച് നിങ്ങളുടെ ശ്രമങ്ങൾക്ക് സമയം ക്രമീകരിക്കുന്നതിലൂടെ, കുറഞ്ഞ അധ്വാനത്താൽ നിങ്ങൾ കൂടുതൽ പുരോഗതി കൈവരിക്കും.

പിന്നെ, ഇതെല്ലാം സർഗ്ഗാത്മകമായ സംവിധാനങ്ങളിലേക്ക് (ക്രിയേറ്റീവ് സിസ്റ്റങ്ങൾ) നമ്മൾ പൊതിയുന്നു. സർഗ്ഗാത്മകമായ

സംവിധാനങ്ങൾ നിങ്ങളുടെ പദ്ധതികളെ ആവർത്തിക്കാവുന്ന സംവിധാനങ്ങളാക്കി മാറ്റുന്നു – വേണ്ടത്ര വഴക്കമുള്ളതും സർഗ്ഗാത്മകമായ ചിന്തയുടെ ചഞ്ചല സ്വഭാവം കണക്കിലെടുക്കാൻ മതിയായ ഇടം നൽകുന്നതുമായ ആവർത്തിക്കാവുന്ന സംവിധാനങ്ങൾ. സജീവമായി ചിന്തിക്കാത്തപ്പോൾ നിങ്ങളുടെ മികച്ച ചിന്തകളിൽ ചിലത് ചെയ്യാൻ നിങ്ങളെ അനുവദിക്കുന്ന സർഗ്ഗാത്മകമായ സംവിധാനങ്ങൾ എങ്ങനെ രൂപകൽപ്പന ചെയ്യാമെന്ന് നിങ്ങൾ പഠിക്കും, അവ പരസ്പരം പരിപോഷിപ്പിക്കുകയും ചെറിയ പ്രവർത്തനങ്ങളെ വലിയ ഫലങ്ങളാക്കി മാറ്റുകയും ചെയ്യുന്നു.

നിങ്ങൾക്ക് ഒരു മികച്ച സംവിധാനം ആസൂത്രണം ചെയ്യാൻ കഴിയും, പക്ഷേ അപ്രതീക്ഷിതവും ആസൂത്രണം ചെയ്യാത്തതുമായ കാര്യങ്ങളെ നേരിടാൻ കഴിയുമെങ്കിൽ മാത്രമേ അത് ഉപയോഗപ്രദമാകൂ. അവസാന അധ്യായത്തിൽ, അവ്യവസ്ഥയിൽ സൃഷ്ടിക്കുന്നതിനെക്കുറിച്ച് നിങ്ങൾ പഠിക്കും. ജീവിതത്തിലെ അനിവാര്യമായ കുഴപ്പങ്ങൾ തടസ്സമാകുമ്പോൾ നിങ്ങളുടെ പദ്ധതികൾ എങ്ങനെ മുന്നോട്ട് കൊണ്ടുപോകാമെന്ന് മനസിലാക്കുക. വാസ്തവത്തിൽ, ആ കുഴപ്പങ്ങൾ അവതരിപ്പിക്കുന്ന സർഗ്ഗാത്മകമായ അവസരങ്ങളെ എങ്ങനെ തിരിച്ചറിയാമെന്നും അടുത്ത തവണ നിങ്ങൾ ആശയങ്ങൾക്കായി നിങ്ങളുടെ തലച്ചോറിനെ ചൂഷണം ചെയ്യുമ്പോൾ അവ ഉപയോഗിക്കുന്നതിന് ആ അവസരങ്ങൾ പിടിച്ചെടുക്കാനും വളർത്തിയെടുക്കാനും പഠിക്കുക.

ഞാൻ ഒരു ഐവി ലീഗ് സർവകലാശാലയിലെ പ്രൊഫസറല്ല. ഞാൻ ഒരു ഉൽപ്പാദനക്ഷമതാ ഉപദേഷ്ടാവല്ല. ഞാൻ ഒരു പ്രധാന പത്രത്തിന്റെ പത്രപ്രവർത്തകനല്ല. ഇവയിലേതെങ്കിലും ആകാൻ ഞാൻ ആഗ്രഹിക്കുന്നില്ല. ഞാൻ മറ്റൊരു സർഗ്ഗശക്തിയുള്ള ആളാണ്, ഈ ലോകം വിടുന്നതിനുമുമ്പ് എന്റെ ആശയങ്ങൾ യാഥാർത്ഥ്യമാക്കാൻ ശ്രമിക്കുന്നു. എന്റെ എല്ലാ പുസ്തകങ്ങളിലെയും പോലെ, ഈ ആശയങ്ങൾ എന്റെ മനസ്സിൽ ഉറപ്പിക്കാനും, ഞാൻ അതിൽ ആയിരിക്കുമ്പോൾ നിങ്ങളെ സഹായിക്കാനും വേണ്ടിയാണ് ഞാൻ ഇത് എഴുതുന്നത്.

അതിനാൽ, എന്റെ സ്വന്തം അനുഭവങ്ങളിലൂടെ ഞാൻ കണ്ടെത്തിയ അതേ രീതിയിൽ തന്നെ ഈ ആശയങ്ങളും ഞാൻ അവതരിപ്പിക്കും. ഷിക്കാഗോയിലെ ഉയരുന്ന അംബരചുംബികളായ കെട്ടിടങ്ങളിൽ നിന്നും, കൊളംബിയയിലെ ഉരുണ്ടുകൂടുന്ന പച്ച കുന്നുകളിലേക്കും, അരിസോണയിലെ കൊടും മരുഭൂമിയിലെ കൊടും ചൂടിലേക്കും ഉള്ള എന്റെ യാത്രയിൽ ഞാൻ നിങ്ങളെ കൊണ്ടുപോകും. എന്റെ ഏറ്റവും ഉയർന്ന ഉന്നതിയിൽ നിന്ന് ഏറ്റവും താഴ്ന്ന സ്ഥിതിയിലേക്ക് നിങ്ങൾ എന്നോടൊപ്പം ഉണ്ടാകും. നിങ്ങൾ മുമ്പ് വായിച്ചിട്ടുള്ള ഏതെങ്കിലും ഉൽപ്പാദനക്ഷമതാ പുസ്തകം പോലെയാകുമെന്ന് ഞാൻ

പ്രതീക്ഷിക്കുന്നില്ല. ഇത് നിങ്ങളെ ചിരിപ്പിക്കും, കരയിപ്പിക്കും. ഇത് എഴുതുന്നത് എനിക്ക് രണ്ടും ചെയ്തുവെന്ന് എനിക്കറിയാം.

നിങ്ങളുടെ സമയത്തിന് പകരം നിങ്ങളുടെ മനസ്സ് കൈകാര്യം ചെയ്യാൻ തുടങ്ങാൻ നിങ്ങൾ മറ്റൊരു ഭൂഖണ്ഡത്തിലേക്ക് പോകേണ്ടതില്ല. ഒരു പരീക്ഷണത്തിന്റെ വിഷയമായി എന്നെ പരിഗണിക്കുക, അതിന്റെ ഗുണങ്ങൾ നിങ്ങൾക്ക് ഇപ്പോൾ കൊയ്യാൻ കഴിയും. ഈ സംവിധാനം കെട്ടിപ്പടുക്കുമ്പോൾ ഞാൻ കണ്ടെത്തിയ കാര്യങ്ങൾക്കനുസരിച്ച് ജീവിക്കുക എന്നത് അമേരിക്കൻ സംസ്കാരത്തിൽ ജീവിക്കുന്ന ഒരു ശരാശരി അമേരിക്കക്കാരന് അസാധ്യമാകുമായിരുന്നു. സർഗ്ഗാത്മകതയെ ഇല്ലാതാക്കണമെങ്കിൽ: ഒരു രാത്രിയിൽ അഞ്ച് മണിക്കൂർ ഉറങ്ങുക, ഒരു ദിവസം രണ്ട് മണിക്കൂർ റോഡിലെ ട്രാഫിക്കിനെതിരെ പോരാടുക, ഓരോ ദിവസവും ഉത്തേജനകരമായ ഒരു സൈക്കോ ആക്റ്റീവ് മരുന്ന് ഉപയോഗിച്ച് ആരംഭിക്കുക. ഇതാണ് ഇന്നത്തെ മിക്ക അമേരിക്കക്കാരുടെയും നിർഭാഗ്യകരവും ഒഴിവാക്കാനാവാത്തതുമായ യാഥാർത്ഥ്യം.

ഇന്നത്തെ "ടൈം മാനേജ്മെന്റ്" ലോകത്ത് ഞാൻ അവതരിപ്പിക്കുന്ന ചില കാര്യങ്ങൾ അസാധ്യമായി തോന്നിയേക്കാം. ഈ പുസ്തകത്തെ ഭാവിയിലേക്കുള്ള ഒരു ബ്ലൂപ്രിന്റ് ആയി കണക്കാക്കുക - നമ്മുടെ ടൈം മാനേജ്മെന്റ് ലോകത്തെ ലഘൂകരിക്കാനും ഒരു “മൈൻഡ് മാനേജ്മെന്റ്” ലോകം കെട്ടിപ്പടുക്കാൻ ആരംഭിക്കുന്നതിനുമുള്ള എന്റെ നിർദ്ദേശം. നമുക്കെല്ലാവർക്കും ഒറ്റയടിക്ക് ചെയ്യാൻ കഴിയുന്ന ഒരു സാംസ്കാരിക മാറ്റമായിരിക്കില്ല ഇത്. ഈ പുസ്തകത്തിൽ നിന്ന് നിങ്ങൾക്ക് കഴിയുന്നത് നടപ്പിലാക്കുക. ഒരു ദിവസം, ജോലിസ്ഥലങ്ങളും സ്കൂളുകളും പൊതു ഇടങ്ങളും ഏറ്റവും കുറഞ്ഞ സമയത്തിൽ നിന്ന് ഏറ്റവും കൂടുതൽ ഫലം ലഭിക്കുന്നതിനനുസരിച്ചല്ല, മറിച്ച് നമ്മൾ നേടാൻ ശ്രമിക്കുന്നതിന് അനുയോജ്യമായ മാനസികാവസ്ഥയ്ക്ക് എന്ത് സംഭാവന നൽകുന്നു എന്നതിനനുസരിച്ചാണ് പ്രവർത്തിക്കുന്നതെന്ന് ഞാൻ സ്വപ്നം കാണുന്നു. കൗമാരക്കാരെ രാവിലെ സ്കൂളിൽ പോകാൻ നിർബന്ധിക്കുന്നത് നമ്മൾ നിർത്തും, അവരുടെ ജൈവ ഘടികാരങ്ങൾ ഇപ്പോഴും അവരെ കിടക്കയിൽ കിടക്കാൻ ആഗ്രഹിക്കുന്ന സമയത്ത്. സമയാരാധന നമ്മൾ ഉപേക്ഷിക്കുകയും തീരുമാനങ്ങൾ എടുക്കുന്നത് നിർത്തുകയും ചെയ്യും, കാരണം ഇത് സർഗ്ഗാത്മകമായ ഊർജ്ജം ഒഴികെയുള്ള എല്ലാ വിഭവങ്ങളുടെയും ഏറ്റവും കാര്യക്ഷമമായ ഉപയോഗമാണ്. തൊഴിലുടമകൾ ശബ്ദായമാനമായ, തുറന്ന ഓഫീസ് പരിതസ്ഥിതികളിൽ ജോലി ചെയ്യാൻ ആളുകളെ നിർബന്ധിക്കുന്നത് നിർത്തും - അവർക്ക് നേടാൻ കഴിയുന്ന ഏതൊരു ഏകാഗ്രതയെയും തടസ്സങ്ങളാൽ തകർക്കപ്പെടാൻ സാധ്യതയുണ്ട്. വിലമതിക്കാനാവാത്ത സർഗ്ഗാത്മകമായ ഊർജ്ജ സ്രോതസ്സിനോട് നമ്മൾ ആദരവ് കാണിക്കാൻ തുടങ്ങും.

സമയത്തിനു പകരം സർഗ്ഗാത്മകമായ ഊർജ്ജം കൈകാര്യം ചെയ്യുന്നതിനായി എന്റെ ജീവിതം പുനർരൂപകൽപ്പന ചെയ്യുതിലെ എന്റെ പരീക്ഷണത്തിന്റെ തുടക്കത്തിലേക്കുതന്നെ നമുക്ക് മടങ്ങാം. സർഗ്ഗാത്മകതയ്ക്ക് മുൻഗണന നൽകുന്നതിന്, സർഗ്ഗാത്മകതയെ അടുത്തറിയുകയും എന്റെ ഏറ്റവും മികച്ച ആശയങ്ങൾ എവിടെയാണെന്ന് എനിക്ക് കണ്ടെത്തുകയും ചെയ്യേണ്ടതുണ്ടായിരുന്നു. എനിക്ക് എന്റെ ക്രിയേറ്റീവ് സ്വീറ്റ് സ്പോട്ട് കണ്ടെത്തേണ്ടതുണ്ടായിരുന്നു. കൊളംബിയയിലേക്ക് താമസം മാറിയതിനു ശേഷമാണ് എന്റെ മനസ്സിനെ കൈകാര്യം ചെയ്യാൻ ഏറ്റവും അനുയോജ്യമായ സ്ഥലം എന്താണെന്ന് എനിക്ക് കൃത്യമായി മനസ്സിലായത്.

അധ്യായം 2

സർഗ്ഗാത്മകതയുടെ പ്രിയപ്പെട്ടയിടം

ഒരു ദിവസം നാല് മണിക്കൂർ സർഗ്ഗാത്മക ജോലി എന്നത് പരിമിതിയെ കുറിച്ചാണ്.

— ജി എച്ച് ഹാർഡി

രാത്രി വൈകിയാണ് ഞാൻ കൊളംബിയയിലെത്തിയത്. എന്റെ ടാക്സി ഇരുണ്ട താഴ്‌വരയിലേക്ക് നീങ്ങുമ്പോൾ, മെഡെലിനിലെ വിളക്കുകൾ താഴെ ഒരു സ്വാഗത ബീക്കണായി മാറുന്നു. എന്റെ കെട്ടിടം ആധുനികവും എന്നാൽ ദുർബലവുമായ ഒരു ബഹുനില കെട്ടിടമാണ്, ഗ്ലാസ് ലബോറട്ടറിയിലെ എലി കൂടുകളുടെ കൂട്ടങ്ങൾ പോലെ. വാതിൽകാവൽക്കാരനിൽ നിന്ന് താക്കോലുകൾ വാങ്ങി, ലിഫ്റ്റിൽ കയറി, ഞാൻ എന്റെ പുതിയ വീട്ടിലാണ് - ഒരു ചെറിയ ഒറ്റ കിടപ്പുമുറി അപ്പാർട്ട്മെന്റ്.

ഞാൻ എന്റെ സ്യൂട്ട്കേസുകൾ തിളങ്ങുന്ന സെറാമിക് ടൈലുകൾക്ക് മുകളിലൂടെ വലിച്ചിഴച്ച്, കറുത്ത കൃത്രിമതുകൽ സോഫയുടെ അരികിൽ കൊണ്ടുവച്ചു. എന്റെ വലതുവശത്ത്, ഒരു ഡൈനിംഗ് ടേബിൾ ഉണ്ട്, ഗ്ലാസ്സിന്റെ മുകൾഭാഗവും മരത്തടികൊണ്ടുള്ള കാലുകളും ഉള്ളവ. അതിനു ചേരുന്ന അല്പം കേടായ കസേരകൾ. ഏകാന്തമായ ആ സ്വീകരണമുറിയുടെ ഇരുചുവരിലുമായി ആകെയുള്ളത് പരസ്പരം നോക്കുന്ന രണ്ട് വിചിത്രമായ ഓയിൽ പെയിന്റിംഗുകൾ.

എന്റെ വസ്തുവകകൾ ഒഴിവാക്കുക എന്ന ഒരു മാസം നീണ്ടുനിന്ന ജോലിക്ക് ശേഷം, ഒരു ലളിതമായ തിരിച്ചറിവ് ഈ നിമിഷം ആസ്വദിക്കാൻ എന്നെ സഹായിക്കുന്നു: ഇതൊന്നും എനിക്ക് ഒരു പ്രശ്നമേയല്ല. ഈ ഫർണിച്ചർ എനിക്ക് ചിക്കാഗോയിൽ നീക്കം ചെയ്യേണ്ടിയിരുന്ന IKEA-യുടെ ഉപയോഗശൂന്യമായവയെക്കാളും

മോശമാണ്. ഒരു നല്ലകാര്യം എന്തെന്നാൽ, ഞാൻ ഈ അപ്പാർട്ട്മെന്റ് വിടുമ്പോൾ, എനിക്ക് ഈ ഫർണിച്ചറും ഇവിടെ ഉപേക്ഷിക്കാം.

എല്ലാ മാസവും, ഞാൻ ഒരു ലോക്കൽ വെക്കേഷൻ-റെന്റൽ കമ്പനിക്ക് ക്രെഡിറ്റ് കാർഡ് വഴി ഒരു വലിയ തുക നൽകും. വാടക, പൊതുചിലവുകൾ, ഇന്റർനെറ്റ് - എല്ലാം ഇതിൽ ഉൾപ്പെടുന്നു. ഞാൻ ആഴ്ചതോറുമുള്ള ക്ലീനിംഗുകൾ ക്രമീകരിച്ചിട്ടുണ്ട്, ഇവിടെയെനിക്ക് സ്വന്തം ലൈറ്റ് ബൾബുകൾ പോലും മാറ്റേണ്ടതില്ല. ഇതെല്ലാം ചിക്കാഗോയിൽ താമസിക്കാൻ ഞാൻ നൽകുന്ന തുകയേക്കാൾ മുപ്പത് ശതമാനം കുറവാണ്.

എഴുത്തുകാരുടെ ബജറ്റിൽ വിലകുറഞ്ഞ വാടക നല്ലതാണ്. ഇതും നല്ലതാണ്, കാരണം, എന്റെ ബിസിനസ്സിലെ ചില പതിവ് വരുമാന സ്രോതസ്സുകൾ മാറ്റിനിർത്തിയാൽ, ഞാൻ എങ്ങനെ പണം സമ്പാദിക്കുമെന്ന് എനിക്ക് കൃത്യമായി അറിയില്ല. ഗൂഗിൾ ടൈംഫുൾ (Timeful app) വാങ്ങിയപ്പോൾ ഭാഗികമായി ഞാൻ സമ്പാദിച്ചതിന്റെ നന്ദി, ഈ പരീക്ഷണം ആരംഭിക്കാൻ ഞാൻ കുറച്ച് സമയത്തേക്ക് ആവശ്യത്തിന് മിച്ചംപിടിടിച്ചു. മിച്ചംപിടിച്ച സമ്പാദ്യത്തിൽ നിന്ന് ജീവിച്ചചിലവുകൾക്കു തുക എടുക്കുന്നത് വേദനാജനകമായിരിക്കും, പക്ഷേ നിക്ഷേപം ആവശ്യമാണ്.

സ്റ്റീഫൻ കോവി തന്റെ ഫസ്റ്റ് തിങ്സ് ഫസ്റ്റ് എന്ന പുസ്തകത്തിൽ ഒരു ബിസിനസ് ഉപദേശകൻ ഒരു സെമിനാറിലേക്ക് ഒരു കണ്ണാടി ഭരണി കൊണ്ടുവരുന്നതിനെക്കുറിച്ച് പറയുന്നു. ഉപദേശകൻ വലിയ പാറകൾ കൊണ്ട് പാത്രം നിറച്ച്, ക്ലാസ്സിനോട് ചോദിക്കുന്നു, പാത്രം നിറഞ്ഞോ? അവർ അത് നിറഞ്ഞെന്ന് സമ്മതിക്കുന്നു. അയാൾ അതിൽ ചരൽ ഇടുന്നു, അത് പാറകൾക്കിടയിലുള്ള ഇടങ്ങൾ നിറയ്ക്കുന്നു. ഇപ്പോൾ പാത്രം നിറഞ്ഞോ? അത് പോലെ തോന്നുന്നു, പക്ഷേ ക്ലാസ് സംശയിക്കുന്നു - മനസ്സിലാക്കാവുന്നതേയുള്ളൂ. പിന്നെ അയാൾ അതിൽ മണൽ ഇടുന്നു, അത് ചരലിനുള്ളിലെ ഇടങ്ങൾ നിറയ്ക്കുന്നു. ഒടുവിൽ അദ്ദേഹം പാത്രത്തിലേക്ക് വെള്ളം ഒഴിക്കുമ്പോഴേക്കും, ഭരണി ശരിക്കും നിറഞ്ഞിരിക്കുന്നു.

അദ്ദേഹത്തിന്റെ ഉദ്ദേശ്യം എന്താണ്? ഉപദേശകൻ ക്ലാസ്സിനോട് ചോദിക്കുമ്പോൾ, സമയ ആരാധകരിൽ നിന്ന് നിങ്ങൾ പ്രതീക്ഷിക്കുന്ന ഒരു ഉത്തരം അദ്ദേഹത്തിന് ലഭിക്കുന്നു: നിങ്ങളുടെ സമയപദ്ധതി എത്രത്തോളം നിറഞ്ഞിരിക്കുന്നു എന്നത് പ്രശ്നമല്ല, നിങ്ങൾക്ക് എല്ലായ്പ്പോഴും കൂടുതൽ ഉൾക്കൊള്ളാൻ കഴിയും.

പക്ഷേ അദ്ദേഹത്തിന്റെ ഉദ്ദേശ്യം പാത്രത്തിൽ എത്ര വ്യത്യസ്ത കാര്യങ്ങൾ ഉൾക്കൊള്ളാൻ കഴിയും എന്നതിനെക്കുറിച്ചല്ല, പകരം അദ്ദേഹം ആ ഇനങ്ങൾ കൊണ്ട് പാത്രം നിറച്ച ക്രമത്തെക്കുറിച്ചായിരുന്നു. ആദ്യം അയാൾ ഭരണിയിൽ മണൽ നിറച്ചിരുന്നെങ്കിൽ, ചരലിന്

ഇടമുണ്ടാകുമായിരുന്നില്ല. ഏറ്റവും പ്രധാനമായി, വലിയ പാറകൾക്ക് ഇടമുണ്ടാകുമായിരുന്നില്ല. നിങ്ങളുടെ ജീവിതത്തിൽ ആദ്യം പ്രധാനപ്പെട്ട കാര്യങ്ങൾ - "വലിയ പാറകൾ" - നിറച്ചില്ലെങ്കിൽ, ആ വലിയ പാറകൾക്ക് ഒരിക്കലും ഇടമുണ്ടാകില്ല എന്നതാണ് പാഠം. ആദ്യ കാര്യങ്ങൾ ആദ്യം.

എന്റെ ജീവിതത്തിലെ മറ്റെല്ലാം കെട്ടിപ്പടുക്കുന്നതിനുള്ള ഒരു "വലിയ പാറ"യായി എഴുത്ത് മാറിയിരിക്കുന്നു. എന്റെ എല്ലാ ഭൗതിക വസ്തുക്കളും ഞാൻ നീക്കം ചെയ്തിട്ടുണ്ട്, കഴിയുന്നത്ര ഉത്തരവാദിത്തങ്ങളും ഞാൻ ഒഴിവാക്കിയിട്ടുണ്ട്. എന്റെ ആദ്യ പുസ്തകം എഴുതിയപ്പോൾ, എന്റെ കഴിയുന്നത്ര സമയം ഞാൻ സ്വതന്ത്രമാക്കി - പക്ഷേ അത് മതിയാകാതെ വന്നു. ഈ പുസ്തകം എഴുതാൻ, എനിക്ക് കഴിയുന്നത്ര മാനസിക ഊർജ്ജം ഞാൻ സ്വതന്ത്രമാക്കുകയാണ്. ഭാവിയിൽ, ആ മാനസിക ഊർജ്ജം എങ്ങനെ കൈകാര്യം ചെയ്യാം എന്നല്ലാതെ മറ്റൊന്നും ഞാൻ ചിന്തിക്കാൻ ആഗ്രഹിക്കുന്നില്ല.

ഒരു എഴുത്തുകാരൻ പ്രത്യേക ചുറ്റുപാടുകൾക്കായി തിരയുന്നത് പുതിയ കാര്യമല്ല. തോറോയ്ക്ക് വാൾഡൻ കുളം ഉണ്ടായിരുന്നു. മായ ആഞ്ചലോ തന്റെ വീടിനടുത്തുള്ള ഒരു ഹോട്ടൽ മുറി വാടകയ്ക്കെടുത്തു, ചുവരുകളിൽ നിന്ന് കലാസൃഷ്ടികൾ പോലും നീക്കം ചെയ്തു. എന്നെ സംബന്ധിച്ചിടത്തോളം, ചുറ്റുപാടുകൾ തന്നെ പദ്ധതിയുടെ ഭാഗമാണ് - താരതമ്യം ചെയ്യാൻ ധൈര്യമുണ്ടെങ്കിൽ തോറോ ചെയ്തിരുന്നതും അതാണ് എന്ന് ഞാൻ കരുതുന്നു.

ഈ പുതിയ ജീവിതത്തെക്കുറിച്ച് ഞാൻ ചിന്തിക്കുന്ന രീതി, കൊറോണ വൈറസ് ക്വാറന്റൈനുകൾക്കിടയിൽ പലരും ആദ്യമായി അനുഭവിച്ചതിന്റെ നാല് വർഷത്തെ മുന്നൊരുക്കമാണ്. ഒരു പാത്രത്തിലെ കല്ലുകൾ പോലെയല്ല, മറിച്ച് ഒരു പാത്രത്തിലെ തലച്ചോറ് പോലെയാണ് ഞാൻ എന്നെക്കുറിച്ച് ചിന്തിക്കുന്നത് - അങ്ങ് ചൊവ്വയിൽ. മെഡെലിനിൽ, എനിക്ക് ആവശ്യമായ എല്ലാ അടിസ്ഥാന കാര്യങ്ങളും എനിക്ക് ലഭിക്കും. മെഡെലിനിന്റെ ശക്തമായ ഗൃഹാതുരമായ സംസ്കാരത്തിലൂടെ, എനിക്ക് സാധാരണയായി ആ സാധനങ്ങൾ എത്തിക്കാൻ കഴിയും ഡോക്ടറുടെ അപ്പോയിന്റ്മെന്റുകളും ഹെയർകട്ടുകളും പോലും. പക്ഷേ, എന്റെ മിക്ക ജോലിയും ബന്ധങ്ങളും ഇന്റർനെറ്റ് വഴി നിലനിർത്തപ്പെട്ടും. ഈ അപ്പാർട്ട്മെന്റ്-കം-ലബോറട്ടറിയിൽ നിന്ന്, ഞാൻ എന്റെ വാക്കുകൾ ലോകത്തിന് മുന്നിൽ പ്രസിദ്ധീകരിക്കും. സുഹൃത്തുക്കളുമായും കുടുംബാംഗങ്ങളുമായും ഞാൻ പതിവായി വീഡിയോ-ചാറ്റ് അപ്പോയിന്റ്മെന്റുകൾ നടത്തും.

ആ കോസ്റ്റാറിക്കൻ റോഡിൽ ഡീയഗോയുമായുള്ള എന്റെ യാദൃശ്ചിക കൂടിക്കാഴ്ചയിൽ നിന്ന് ഞാൻ മനസ്സിലാക്കിയതുപോലെ, സർഗ്ഗാത്മകമായ ജോലി ചെയ്യുന്നതിനുള്ള താക്കോൽ ആ ജോലി

ചെയ്യാൻ ശരിയായ അവസ്ഥയിലേക്ക് എത്തുക എന്നതാണ്. എഴുത്ത് എന്റെ "വലിയ പാറ" ആയതിനാൽ, ഞാൻ അതിൽ നിന്നാണ് ആരംഭിക്കുന്നത്. എന്റെ "ചൊവ്വയിലെ ഒരു പാത്രത്തിലെ തലച്ചോറി"ന് എഴുതാൻ അനുയോജ്യമായ സാഹചര്യങ്ങൾ ഞാൻ സൃഷ്ടിക്കും. പിന്നെ ആ വലിയ പാറയ്ക്ക് ചുറ്റും മറ്റെല്ലാം പണിയാൻ ഞാൻ അനുവദിക്കും.

വിഭിന്നം/കേന്ദ്രീകൃതം

ആദ്യം, എന്റെ തലച്ചോറിന് ആവശ്യമുള്ള ചിന്താഗതിക്ക് അനുയോജ്യമായ രീതിയിൽ ഞാൻ അത് ഉത്തമീകരിക്കാം. എഴുത്ത് പോലുള്ള സർഗ്ഗാത്മകമായ പ്രവർത്തനങ്ങൾക്ക് "വിഭിന്ന" ചിന്തയും "കേന്ദ്രീകൃത" ചിന്തയും ആവശ്യമാണ്. ഈ രണ്ട് തരം ചിന്തകളും പരസ്പരം വിരുദ്ധമാണ്, അതിനാൽ ഇത് ഒരു വെല്ലുവിളി ഉയർത്തുന്നു.

നിങ്ങൾ വിഭിന്നമായി ചിന്തിക്കുമ്പോൾ, നിങ്ങളുടെ ചിന്തകൾ വ്യത്യസ്തമാണ്. നിങ്ങൾ വൈവിധ്യമാർന്ന കാര്യങ്ങളിൽ ശ്രദ്ധ കേന്ദ്രീകരിക്കുന്നു, അതുവഴി നിങ്ങൾക്ക് ആ കാര്യങ്ങളെ ബന്ധിപ്പിക്കാൻ കഴിയും, പുതിയ ആശയങ്ങൾ സൃഷ്ടിക്കാൻ. കവി റോബർട്ട് ഫ്രോസ്റ്റ് പറഞ്ഞതുപോലെ, "ഒരു ആശയം ഒരു കൂട്ടായ്മയുടെ നേട്ടമാണ്."

ആശയങ്ങൾ കൊണ്ടുവരുന്നതിന് വിഭിന്നമായ ചിന്ത ആവശ്യമാണ്, എന്നാൽ യഥാർത്ഥത്തിൽ ആ ആശയങ്ങൾ ഉപയോഗിച്ച് എന്തെങ്കിലും നിർമ്മിക്കുന്നതിന് വിഭിന്നമായ ചിന്തയുടെ വിപരീതം ആവശ്യമാണ്. അതിന് കേന്ദ്രീകൃത ചിന്ത ആവശ്യമാണ്. നിങ്ങൾ വിഭിന്നമായി ചിന്തിക്കുമ്പോൾ, നിങ്ങൾ ധാരാളം വ്യത്യസ്ത ഇൻപുട്ടുകൾ ശേഖരിച്ച്, നിങ്ങൾ തിരഞ്ഞെടുക്കുന്നതിനുള്ള വിവിധ ഓപ്ഷനുകൾ കൊണ്ടുവരുന്നു. ഇപ്പോൾ, നിങ്ങൾ ആ ഓപ്ഷനുകൾ ചുരുക്കേണ്ടതുണ്ട്. നിങ്ങൾ ഒരു ലളിതമായ പരിഹാരത്തിൽ കേന്ദ്രീകൃതമാക്കേണ്ടതുണ്ട്.

എഴുത്തിന്റെ പ്രക്രിയ ആരംഭിക്കുന്നത് നിങ്ങൾക്ക് എന്തെങ്കിലും പറയാൻ കഴിയുന്ന നിരവധി വ്യത്യസ്ത വഴികൾ പര്യവേക്ഷണം ചെയ്യുന്നതിലൂടെയാണ്. നിങ്ങൾ എന്താണ് പറയാൻ ആഗ്രഹിക്കുന്നത്? ഏത് വാക്കുകൾ നിങ്ങളെ അത് പറയാൻ സഹായിക്കും? നിങ്ങൾ ഹൈക്കു, ഐയാംബിക് പെന്റാമീറ്റർ (ഇംഗ്ലീഷ് കവിതയിൽ ഉപയോഗിക്കുന്ന ഒരു താള ഘടന) എന്നിവയിൽ എഴുതുമോ, അതോ താളത്തിനായി വാക്കുകൾ ക്രമീകരിക്കുന്നതിന് കൂടുതൽ സൂക്ഷ്മമായ മാർഗ്ഗം ഉപയോഗിക്കുമോ? ഓപ്ഷനുകളുടെ ഈ പര്യവേക്ഷണം ഒരു വ്യത്യസ്ത പ്രക്രിയയാണ്.

അടുത്തതായി, നിങ്ങൾ ആ ഓപ്ഷനുകളെ ചുരുക്കുകയാണ്. ഒരു കാര്യം പറയുന്നതിനുമുമ്പ് മറ്റൊന്ന് പറയണമെന്ന് നിങ്ങൾ തീരുമാനിക്കുന്നു. ഒരു വാക്ക് മറ്റൊന്നിനേക്കാൾ നന്നായി

പ്രവർത്തിക്കുമെന്ന് നിങ്ങൾ തീരുമാനിക്കുന്നു. നിങ്ങൾ ഒരു വാക്യ ഘടന മറ്റൊന്നിനു മുകളിൽ തിരഞ്ഞെടുക്കുന്നു. അതേസമയം, നിങ്ങൾ അക്ഷരവിന്യാസം, വ്യാകരണ നിയമങ്ങൾ പാലിക്കുന്നു. ഒരു വിഭിന്ന പ്രക്രിയയ്ക്ക് പകരം, ഈ ഓപ്ഷനുകളുടെ ചുരുക്കൽ ഒരു കേന്ദ്രീകൃത പ്രക്രിയയാണ്.

വിഭിന്ന ചിന്ത അടുത്തുനിന്നുള്ള ഒരു തന്ത്രമാണ്. എന്നാൽ കേന്ദ്രീകൃത ചിന്ത ദീർഘവീക്ഷണമുള്ള ഒരു തന്ത്രമാണ്. വിഭിന്ന ചിന്ത ഒരു വേനൽക്കാല കാറ്റാണ്. കേന്ദ്രീകൃത ചിന്ത ഒരു ഛേദിക്കുന്ന കത്തിയാണ്.

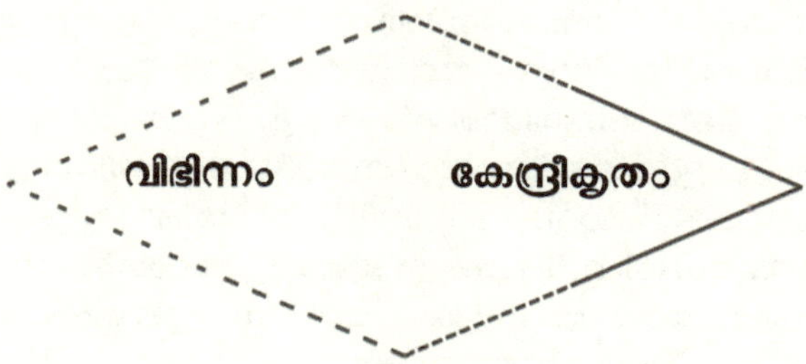

അതുകൊണ്ട് കൂടുതൽ മികച്ച രീതിയിൽ എഴുതുന്നതിലെ വെല്ലുവിളി, അല്ലെങ്കിൽ ഏതൊരു സർഗ്ഗാത്മകമായ സൃഷ്ടിയിലും വെല്ലുവിളി, വിഭിന്ന ചിന്തയെയും കേന്ദ്രീകൃത ചിന്തയെയും സന്തുലിതമാക്കുക എന്നതാണ്. നിങ്ങൾ ആശയങ്ങൾ സൃഷ്ടിക്കേണ്ടതുണ്ട്, പക്ഷേ നിങ്ങൾ മികച്ച ആശയങ്ങളുമായി മാത്രമേ മുന്നോട്ട് പോകൂ. നിങ്ങളുടെ അന്തിമ ഉൽപ്പന്നം പൂർത്തിയാക്കുമ്പോൾ, നിങ്ങൾ അവസാന ഘട്ടങ്ങൾ പൂർത്തിയാക്കേണ്ടതുണ്ട്.

എന്നാൽ നിങ്ങളുടെ ആശയങ്ങളും നല്ലതല്ലെങ്കിൽ നിങ്ങളുടെ അന്തിമ ഉൽപ്പന്നം നല്ലതല്ല. നിങ്ങളുടെ ആശയങ്ങൾ കേന്ദ്രീകൃത ചിന്ത ഉപയോഗിച്ച് പരിഷ്കരിക്കുമ്പോൾ, വിഭിന്നമായ ചിന്തയിൽ നിന്ന് ഉൽപ്പാദിപ്പിക്കപ്പെടുന്ന നല്ല ആശയങ്ങളിൽ നിന്നാണ് നിങ്ങൾ ആരംഭിക്കേണ്ടത്.

അപ്പോൾ, നല്ല ആശയങ്ങൾ ഉണ്ടായിരിക്കുന്നതിന് ചുറ്റും ഈ പുതിയ ജീവിതം എങ്ങനെ രൂപകൽപ്പന ചെയ്യാം? എനിക്ക് എന്റെ “ക്രിയേറ്റീവ് സ്വീറ്റ് സ്പോട്ട്” കണ്ടെത്തേണ്ടതുണ്ട്.

നിങ്ങളുടെ സർഗ്ഗാത്മകമായ സ്വീറ്റ് സ്പോട്ട് നിങ്ങളുടെ മികച്ച സർഗ്ഗാത്മകമായ ജോലി ചെയ്യുന്ന സമയവും സ്ഥലവുമാണ്. നിങ്ങളുടെ സർഗ്ഗാത്മകമായ സ്വീറ്റ് സ്പോട്ട് നിങ്ങളുടെ ഷെഡ്യൂളിന്റെയും ദിനചര്യകളുടെയും ബാക്കി ഭാഗങ്ങൾ കെട്ടിപ്പടുക്കുന്ന "വലിയ പാറ" ആണ്. നിങ്ങളുടെ സർഗ്ഗാത്മകമായ ഊർജ്ജം കൈകാര്യം

ചെയ്യാനുള്ള ഏറ്റവും നല്ല മാർഗം ആദ്യം നിങ്ങളുടെ ഏറ്റവും മികച്ച സർഗ്ഗാത്മകമായ ഊർജ്ജം കണ്ടെത്തുക, തുടർന്ന് ആ ഊർജ്ജം പരമാവധി പ്രയോജനപ്പെടുത്തുക എന്നതാണ്.

സർഗ്ഗാത്മകതയുടെ ഒരു സൂക്ഷ്മലോകം

നിങ്ങളുടെ സർഗ്ഗാത്മകമായ സ്വീറ്റ് സ്പോട്ട് എങ്ങനെ കണ്ടെത്താം? സർഗ്ഗാത്മകമായ ചിന്തയെ അതിന്റെ ഏറ്റവും അടിസ്ഥാനപരമായ നിർമ്മാണ ബ്ലോക്കായി വിഭജിച്ചുകൊണ്ട് നമുക്ക് ആരംഭിക്കാം. ശാസ്ത്രജ്ഞർ സർഗ്ഗാത്മകതയെക്കുറിച്ച് പഠിക്കുമ്പോൾ, അവർ പലപ്പോഴും റിമോട്ട് അസോസിയേറ്റ്സ് ടെസ്റ്റ് അല്ലെങ്കിൽ കൂടുതൽ അക്ഷരാർത്ഥത്തിൽ "വേഡ് ട്രയാഡ്" അഥവാ “പദ ത്രയം” എന്ന് വിളിക്കുന്ന ഒരു ബെഞ്ച്മാർക്ക് ടെസ്റ്റ് ഉപയോഗിക്കുന്നു. വേഡ് ട്രയാഡുകൾ വളരെ ലളിതമായ പസിലുകളാണ്, വിഭിന്ന ചിന്തയുടെ സഹായത്തോടെ ഏറ്റവും നന്നായി പരിഹരിക്കാൻ കഴിയും. ഈ പദ ത്രയങ്ങൾ പരിഹരിക്കാൻ നിങ്ങൾ ഉപയോഗിക്കുന്ന മാനസിക പ്രക്രിയകൾ നിങ്ങൾ മനസ്സിലാക്കിയാൽ, സർഗ്ഗാത്മകമായ ചിന്തയെ നിങ്ങൾക്ക് ഗണ്യമായി മനസ്സിലാക്കാം.

ആദ്യം, ഒരു പദ ത്രയത്തിന്റെ ഒരു ഉദാഹരണം ഞാൻ നിങ്ങൾക്ക് തരാം, തുടർന്ന് അതിന്റെ പരിഹാരം. പിന്നെ, നമുക്ക് ഒരുമിച്ച് ഒരു പദ ത്രയം പരിഹരിക്കാം.

ഒരു പദ ത്രയത്തിൽ മൂന്ന് അടങ്ങിയിരിക്കുന്നു - അങ്ങനെ "ത്രയം" എന്ന പദം - ക്യൂ (സൂചന) വാക്കുകൾ. ഈ ക്യൂ വാക്കുകളിൽ നിന്ന്, നിങ്ങൾ ഒരു പരിഹാര പദത്തിനായി ത്രയത്തിലേക്ക് തിരയുന്നു. ത്രയത്തിലെ മൂന്ന് ക്യൂ പദങ്ങളുമായി ബന്ധപ്പെട്ട ഒരു വാക്കാണ് പരിഹാര പദം. അതിനാൽ ക്യൂ പദങ്ങൾ: ക്രീം, സ്കേറ്റ്, വെള്ളം, പരിഹാര പദം ഐസ് ആണ്. ഈ മൂന്ന് വാക്കുകളുമായി ഐസ് ചേർന്ന് മറ്റ് വാക്കുകൾ ഉണ്ടാക്കുന്നു: ഐസ്ക്രീം, ഐസ് സ്കേറ്റ്, ഐസ് വാട്ടർ.

ക്രീം, സ്കേറ്റ്, വെള്ളം എന്നിവ എളുപ്പമുള്ള പദ ത്രയങ്ങളിൽ ഒന്നാണ്, എന്നാൽ ഇത് അടുത്തത് കൂടുതൽ കടുപ്പമുള്ളതാണ്. ഞാൻ ത്രയം അവതരിപ്പിക്കും, തുടർന്ന് അത് പരിഹരിക്കാൻ നിങ്ങളെ നയിക്കും. ഇപ്പോൾ മുതൽ നിരവധി ഖണ്ഡികകളിൽ ഞാൻ ഉത്തരം വെളിപ്പെടുത്തും.

തയ്യാറാണോ? ഈ മൂന്ന് വാക്കുകളുമായി പോകുന്ന ഒരു വാക്ക് എന്താണ്: പൈൻ, ക്രാബ്, സോസ്?

നിങ്ങൾ ഈ പസിൽ പരിഹരിക്കുമ്പോൾ നിങ്ങളുടെ മനസ്സിൽ എന്ത് സംഭവിക്കുമെന്ന് സ്ലോ മോഷനിൽ നോക്കാം. നിങ്ങൾ വിഭിന്നമായ ഒരു ചിന്താ പ്രക്രിയയോടെ ആരംഭിക്കുന്നു. ഈ ക്യൂ

വാക്കുകളിൽ ഏതെങ്കിലുമൊന്നുമായി നിങ്ങൾ കൂടുതൽ വാക്കുകൾ ചിന്തിക്കുമ്പോൾ, പരിഹാര പദം കണ്ടെത്താനുള്ള സാധ്യത കൂടുതലാണ്.

ഈ ക്യൂ വാക്കുകളിൽ ഒന്നുമായി മാത്രം ബന്ധപ്പെട്ട എല്ലാ വാക്കുകളും ചിന്തിച്ചുകൊണ്ടാണ് നിങ്ങൾ ആരംഭിക്കുന്നത്. ക്രാബ് എന്ന വാക്കുമായി യോജിച്ചു പോകുന്ന വാക്കുകളെക്കുറിച്ച് നിങ്ങൾക്ക് ചിന്തിക്കാനാകുമോ? ഒരുതരം ഗ്രാസ് (പുല്ല്) ഉണ്ട്, ക്രാബ്ഗ്രാസ്. സ്നോ ഉണ്ട്, ഇത് സ്നോ ക്രാബ് രൂപപ്പെടുത്തുന്നു. ക്രാബ് എന്ന വാക്ക് കേക്ക്, കിംഗ്, ലെഗ്സ്, ക്ളോ എന്നിവയുമായും യോജിക്കുന്നു.

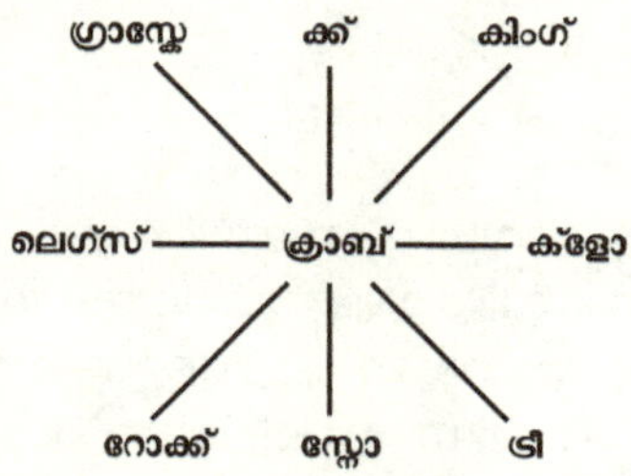

ഈ ബന്ധപ്പെട്ട ഓരോ പദത്തെക്കുറിച്ചും ചിന്തിക്കുമ്പോൾ, നിങ്ങൾ ബന്ധങ്ങൾ പരീക്ഷിക്കുകയാണ്. ഈ ഓരോ പദവും ക്യൂ പദമായ ക്രാബുമായി എത്രത്തോളം *ബന്ധപ്പെട്ടിരിക്കുന്നു?*

സർഗ്ഗാത്മകമായ ചിന്തയെ കൃത്യമായി വിവരിക്കുന്ന ഒരു പൂർണ്ണമായ അനലോഗ് (സാദൃശ്യത) ഭൗതിക ലോകത്ത് ഇല്ല. ഈ പ്രക്രിയയിലെ ഏറ്റവും മികച്ച വിവരണം ഒരു ദുർഘടമായ കുരുക്കിന്റെ അവസാന അറ്റങ്ങൾ പര്യവേക്ഷണം ചെയ്യുക എന്നതാണ്. നിങ്ങൾക്ക് കാണാനാകുന്നതുപോലെ, ഈ കുരുക്കിന്റെ സാദൃശ്യത ഒടുവിൽ വേർപിരിയാൻ തുടങ്ങുന്നു.

ക്രാബുമായി ബന്ധപ്പെട്ട വാക്കുകൾക്കായി തിരയുമ്പോൾ, നിങ്ങൾക്ക് ചിലപ്പോൾ ഉറപ്പില്ലാത്ത ഒരു വാക്ക് കാണാം. ട്രീ എന്ന വാക്ക് ഓർമ്മയിൽ വരുന്നു. ഒരു ക്രാബ്ട്രീ ഒരു കാര്യമാണോ? ക്രാബ്ട്രീ എന്ന പേരിൽ നിങ്ങൾ ഒരിക്കൽ കണ്ട ഒരു സാങ്കൽപ്പിക കഥാപാത്രം ഉണ്ടായിരുന്നില്ലേ? പേരുകൾ പോലും ഈ പസിലിൽ കണക്കാക്കുമോ?

ക്രാബിനൊപ്പം നിങ്ങൾക്ക് ഉപയോഗിക്കാൻ കഴിയുന്ന എല്ലാ വാക്കുകളെക്കുറിച്ചും നിങ്ങൾ ഇപ്പോൾ ചിന്തിച്ചുകഴിഞ്ഞാൽ, പൈൻ, ക്രാബ്, സോസ് ത്രയം എന്നതിലെ മറ്റൊരു പദത്തിലേക്ക് നിങ്ങൾ നീങ്ങുന്നു. പൈൻ എന്ന വാക്കുമായി ബന്ധപ്പെട്ട വാക്കുകൾ ഏതാണ്?

ഈ ഘട്ടത്തിൽ, ഒരു കുരുക്കിനെക്കുറിച്ച് ചിന്തിക്കുന്നതിനുപകരം, ഈ പ്രക്രിയയെ ഇലക്ട്രിക്ക് വയറുകളുമായി ബന്ധിപ്പിച്ചിരിക്കുന്ന ഒരു കൂട്ടം ലൈറ്റ് ബൾബുകൾ പോലെ നോക്കാം. നമുക്കറിയാവുന്ന ഓരോ

വാക്കും ഒരു ലൈറ്റ് ബൾബ് പോലെയാണ്. ഓരോ ബൾബും മറ്റെല്ലാ ബൾബുകളുമായും ഒരു വയർ ഉപയോഗിച്ച് ബന്ധിപ്പിച്ചിരിക്കുന്നു. ചില വയറുകൾ കട്ടിയുള്ള വയറുകളാണ്. മറ്റുള്ളവ രോമം പോലെ വളരെ നേർത്ത വയറുകളാണ്.

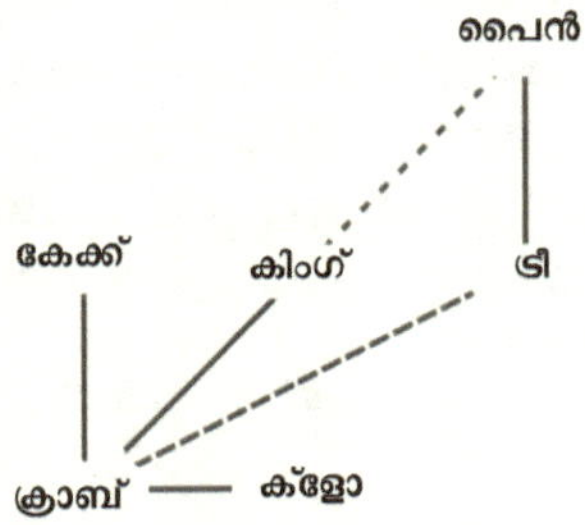

പൈൻ എന്ന ക്യൂ പദവുമായി നിങ്ങൾ ആദ്യം ചിന്തിക്കുന്ന വാക്ക് ട്രീ എന്നാണ്. പൈനും ട്രീയുമായും തമ്മിലുള്ള ബന്ധം വ്യക്തമാണ്, അതിനാൽ പൈനും ട്രീയും വളരെ കട്ടിയുള്ള ഒരു വയർ ഉപയോഗിച്ച് ബന്ധിപ്പിച്ചിരിക്കുന്നു. ട്രീ എന്ന വാക്ക് ക്രാബ് എന്ന ക്യൂ പദവുമായി ബന്ധപ്പെട്ടിരിക്കാമെന്ന് നിങ്ങൾ കരുതിയ വാക്കുകളിൽ ഒന്നായിരുന്നു. എന്നിരുന്നാലും, ക്രാബ്ട്രീയെക്കുറിച്ച് ഞങ്ങൾക്ക് ഉറപ്പില്ലെന്ന് ഓർമ്മിക്കുക, അതിനാൽ ഈ രണ്ട് വാക്കുകളും വളരെ നേർത്ത വയർ ഉപയോഗിച്ച് ബന്ധിപ്പിച്ചിരിക്കുന്നു

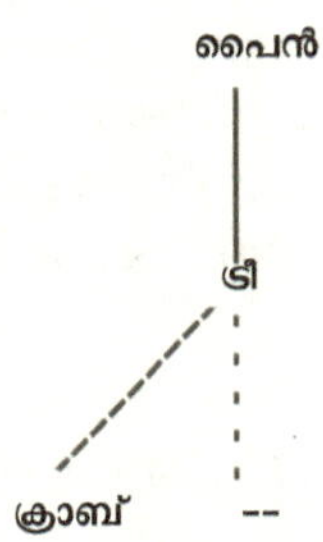

ഓരോ ക്യൂ പദവുമായും ബന്ധപ്പെട്ട പദങ്ങളെക്കുറിച്ച് നിങ്ങൾ ചിന്തിക്കുമ്പോൾ, നിങ്ങൾ "നോക്കാൻ" തുടങ്ങും. ഓരോ തവണയും നിങ്ങൾ ഒരു വാക്കിനെക്കുറിച്ച് ചിന്തിക്കുമ്പോൾ, ആ വാക്ക് മറ്റ് ക്യൂ പദങ്ങളുമായി പോകുന്നുണ്ടോ എന്ന് നിങ്ങൾ പരിശോധിക്കുന്നു. ക്രാബും ട്രീയും ബന്ധപ്പെട്ടിരിക്കുന്നുണ്ടെന്ന് നിങ്ങൾക്ക് ഉറപ്പില്ല, അതിനാൽ ത്രയത്തിലെ മൂന്നാമത്തെ പദമായ സോസുമായി മരം ബന്ധപ്പെട്ടിട്ടുണ്ടോ എന്ന് നിങ്ങൾ പരിശോധിക്കുന്നു. നിങ്ങൾക്കറിയാവുന്ന ഒരു ട്രീ സോസും ഇല്ല. അത് ഒട്ടും ആകർഷകമായി തോന്നുന്നില്ല. ട്രീ എന്ന വാക്ക് ഉത്തരമല്ല എന്ന് നിങ്ങൾക്ക് ഉറപ്പുണ്ട്.

ക്രാബുമായി ചേരുന്ന വാക്കുകളിൽ പൈനുമായി ശക്തമായ ഒരു ബന്ധം കണ്ടെത്താൻ നിങ്ങൾ ഇപ്പോഴും ശ്രമിക്കുകയാണ്. പൈൻ മരത്തെയും കിംഗിനെയും ബന്ധിപ്പിക്കുന്ന വയർ വളരെ നേർത്തതാണ്. എവിടെയെങ്കിലും ഒരു കാട്ടിൽ ഒളിഞ്ഞിരിക്കുന്ന ഒരു പൈൻ കിംഗ് ഉണ്ടായിരിക്കാം, പക്ഷേ അത് സംഭവിക്കാൻ സാധ്യതയില്ല.

(അടുത്ത ഖണ്ഡികയുടെ അവസാനം ഞാൻ ഉത്തരം വെളിപ്പെടുത്താൻ പോകുന്നു. അതിനാൽ നിങ്ങൾക്ക് സ്വയം പസിൽ പരിഹരിക്കണമെങ്കിൽ, വായന നിർത്തുക. ഓർമ്മിക്കുക, ക്യൂ വാക്കുകൾ പൈൻ, ക്രാബ്, സോസ് എന്നിവയാണ്. എന്നിരുന്നാലും സമ്മർദ്ദമില്ല. ഇത് ബുദ്ധിമുട്ടുള്ള ഒന്നാണ്.)

ഇതുവരെ ഞാൻ വിവരിച്ചത് നിങ്ങൾ ഈ പദ ത്രയം പരിഹരിക്കാൻ ശ്രമിച്ച രീതിയല്ലായിരിക്കാം. ഇത് ഒരു ആശയപരമായ ഉദാഹരണം മാത്രമാണ്. ഈ പസിൽ നിങ്ങൾക്ക് സ്വന്തമായി പരിഹരിക്കാൻ കഴിഞ്ഞെങ്കിൽ - ഒന്നാമതായി - അഭിനന്ദനങ്ങൾ. നിങ്ങളുടെ യഥാർത്ഥ ചിന്താ പ്രക്രിയ ഈ ആശയപരമായ ഉദാഹരണത്തേക്കാൾ വളരെ കുഴപ്പമുള്ളതായിരിക്കാം. ഓരോ ക്യൂ വാക്കിനൊപ്പം പോകുന്ന ഓരോ വാക്കിനെക്കുറിച്ചും നിങ്ങൾ വ്യവസ്ഥാപിതമായി ചിന്തിച്ചിട്ടില്ല. നിങ്ങൾ ഓപ്ഷനുകൾക്കിടയിൽ വേഗത്തിൽ ചാടി. അപ്പോൾ പരിഹാര പദം എന്താണെന്ന് വ്യക്തമായി. പൈൻ, ക്രാബ്, സോസ് എന്നിവയുമായി ചേരുന്ന ഒരേയൊരു വാക്ക് ഇതാണ്: ആപ്പിൾ. പൈനാപ്പിൾ, ക്രാബ് ആപ്പിൾ, ആപ്പിൾ സോസ്.

ഉൾക്കാഴ്ചയുടെ തൽക്ഷണഭാവം

ഇതുപോലുള്ള പദ ത്രയങ്ങൾ പരിഹരിക്കുമ്പോൾ പഠന വിഷയമയക്കിയ ആളുകളുടെ തലച്ചോറിനെ ന്യൂറോശാസ്ത്രജ്ഞൻ ജോൺ കൗനിയോസ് നിരീക്ഷിച്ചിട്ടുണ്ട്. മിക്കപ്പോഴും, പഠന വിഷയമയക്കിയ ആളുകൾ ഉൾക്കാഴ്ച (ഇൻസൈറ്റ്) എന്ന് വിളിക്കപ്പെടുന്ന ഒരു സവിശേഷ ചിന്താ പ്രക്രിയയിലൂടെയാണ് പസിൽ പരിഹരിക്കുന്നത്. ഡോ. കൗനിയോസ് എന്നോട് പറഞ്ഞു. ഉൾക്കാഴ്ച എന്നത് "പെട്ടെന്നുള്ള തിരിച്ചറിവ്, കാഴ്ചപ്പാടിലെ മാറ്റം അല്ലെങ്കിൽ 'പെട്ടെന്ന്' ഊന്നൽ നൽകുന്ന ഒരു നോവൽ ആശയം" ആണ്."

ആരെങ്കിലും ഉൾക്കാഴ്ചയിലൂടെ ഒരു പദ ത്രയം പരിഹരിക്കുമ്പോൾ, നമ്മൾ ഇപ്പോൾ നടന്നതുപോലെയുള്ള ഒരു ചിന്താ പ്രക്രിയയിൽ നിന്നാണ് അവർ ആരംഭിക്കുന്നത്. ഓരോ വാക്കിലും കഴിയുന്നത്ര വാക്കുകൾ അവർ ചിന്തിക്കുന്നു, വഴിയിൽ പരീക്ഷിക്കുന്നു. പിന്നെ, എവിടെയോ നിന്ന് തോന്നുന്നതുപോലെ, ഉത്തരം അവരുടെ മനസ്സിൽ പ്രത്യക്ഷപ്പെടുന്നു. അങ്ങനെയാണ് "പെട്ടെന്ന്" എന്നതിലെ ഊന്നൽ ഉണ്ടാകുന്നത്.

ഈ നിമിഷങ്ങളെക്കുറിച്ചുള്ള കഥകൾ നമ്മൾ കേട്ടിട്ടുണ്ട്. ആർക്കിമിഡീസിന്റെ കഥയെ അടിസ്ഥാനമാക്കി നമുക്ക് അവയെ "യുറേക്ക" നിമിഷങ്ങൾ എന്ന് വിളിക്കാം. ശാസ്ത്രജ്ഞനായ ആർക്കിമിഡീസ് ഒരു ബാത്ത് ടബ്ബിലേക്ക് കിടക്കാൻ തുടങ്ങുമ്പോൾ, വെള്ളം ഉയരുന്നത് അദ്ദേഹം ശ്രദ്ധിച്ചു. ടബ്ബിലെ വെള്ളം ഉയരുന്നത് കണ്ടപ്പോൾ ആർക്കിമിഡീസിന്റെ മനസ്സിലുണ്ടായിരുന്ന ഒരു പ്രശ്നം പരിഹരിക്കാൻ സഹായിക്കുന്ന ഒരു സൂചന ലഭിച്ചു: രാജാവിന്റെ കിരീടം ശുദ്ധമായ സ്വർണ്ണം കൊണ്ടാണ് നിർമ്മിച്ചതാണോ അല്ലയോ എന്ന് കണ്ടെത്താൻ അദ്ദേഹം ശ്രമിച്ചിരുന്നു. ടബ്ബിലെ വെള്ളം ഉയരുന്നത് കണ്ടപ്പോൾ, കിരീടത്തിന്റെ സാന്ദ്രത - അങ്ങനെ കിരീടത്തിന്റെ പരിശുദ്ധി - വെള്ളത്തിലേക്ക് താഴ്ത്തി വെള്ളം എത്ര ഉയരുന്നുവെന്ന് കണ്ടെത്തികൊണ്ട് കണക്കാക്കാൻ കഴിയുമെന്ന് ആർക്കിമിഡീസ് മനസ്സിലാക്കി. കഥ അനുസരിച്ച്, ഈ ഉൾക്കാഴ്ച ലഭിച്ചപ്പോൾ, ആർക്കിമിഡീസ് സിറാക്കൂസിലെ തെരുവുകളിലൂടെ നഗ്നനായി ഓടി, "യുറേക്ക! യുറീക്ക!" എന്ന് അലറി.

ഈ യുറേക്ക നിമിഷങ്ങളെ "ആഹാ" നിമിഷങ്ങൾ (“aha” moments) എന്നും വിളിക്കുന്നു. മികച്ച ആശയങ്ങളെ ഒരു ലൈറ്റ് ബൾബ് ഓണാക്കുന്നതുമായി നമ്മൾ ബന്ധപ്പെടുത്തുന്നു. നമ്മൾ അതിനെ ഒരു ഉൾക്കാഴ്ചയുടെ "ഫ്ലാഷ്" എന്ന് വിളിക്കുന്നു. പഠന വിഷയമയക്കിയ ആളുകളുടെ തലച്ചോറിൽ കൗണിയോസും അദ്ദേഹത്തിന്റെ ഗവേഷണ പങ്കാളിയായ മാർക്ക് ബീമാനും നിരീക്ഷിച്ചത് പരിഗണിക്കുമ്പോൾ അതിശയിക്കാനില്ല, കാരണം അവരുടെ വിഷയങ്ങൾ ഉൾക്കാഴ്ചയിലൂടെ ഈ ത്രയങ്ങൾ പരിഹരിച്ചു. അവർ കണ്ടത് ക്യാമറയുടെ ഫ്ലാഷിൽ നിന്നോ ലൈറ്റ് ബൾബ് ഓണാക്കുന്നതിൽ നിന്നോ വളരെ വ്യത്യസ്തമായിരുന്നില്ല. അവരുടെ പുസ്തകമായ ദി യുറേക്ക ഫാക്ടർ: ആഹാ മൊമെന്റ്സ്, ക്രിയേറ്റീവ് ഇൻസൈറ്റ്, ആൻഡ് ദി ബ്രെയിൻ എന്നതിൽ വിവരിച്ചിരിക്കുന്നതുപോലെ, ഉൾക്കാഴ്ചയുടെ നിമിഷത്തിൽ, കൗണിയോസും ബീമാനും തലച്ചോറിന്റെ വലതുവശത്ത് ഒരു ക്യാമറ ഫ്ലാഷ് പോലെ ഒരു പ്രത്യേക പ്രവർത്തനം കണ്ടു.

ഈ പെട്ടെന്നുള്ള ഉൾക്കാഴ്ചയാണ് ഭൗതിക ലോകത്ത് സർഗ്ഗാത്മകമായ ചിന്തയ്ക്ക് ഒരു അനലോഗ് കണ്ടെത്തുന്നത് ബുദ്ധിമുട്ടാക്കുന്നത്. ഒരു പദ ത്രയത്തിലെ വാക്കുകൾക്കിടയിലുള്ള സാധ്യതയുള്ള ബന്ധങ്ങൾ പര്യവേക്ഷണം ചെയ്യുന്നത് ഒരു അഴിയാക്കുരുക്കിന്റെ അവസാന അറ്റങ്ങൾ പര്യവേക്ഷണം ചെയ്യുന്നത് പോലെയാണെന്ന് ഓർമ്മിക്കുക. എന്നാൽ ഇത് നിങ്ങളുടെ സാധാരണ അഴിയാക്കുരുക്കല്ലെന്ന് സങ്കൽപ്പിക്കുക. ഒരു അഴിയാക്കുരുക്കിൽ നിന്ന് പുറത്തു കടക്കാൻ ഒരേയൊരു വാതിലേയുള്ളു, ആ വാതിലിൽ എത്താൻ ഒരു വഴിയുമുണ്ട്. ഒരു ഉൾക്കാഴ്ച ഉണ്ടായിരിക്കുന്നത് ഒരു വാതിൽ ഇല്ലാത്ത ഒരു അഴിയാക്കുരുക്കിനെ പരിഹരിക്കുന്നതിന്

തുല്യമാണ്. പകരം, ഓരോ പ്രസക്തമായ "ഡെഡ് എൻഡിനും" അതിൽ ഒരുതരം "മറ്റൊരു ലോകത്തെത്തിക്കാൻ കഴിയുന്ന അത്ഭുത വാതിലുണ്ട്." അഴിയാക്കുരുക്കിനെ പരിഹരിക്കാൻ, നിങ്ങൾ ഈ എല്ലാ വാതിലുകളിലും ഒരേസമയം നിൽക്കേണ്ടതുണ്ട്. പിന്നെ പെട്ടെന്ന് തന്നെ വാതിലുകൾ നിങ്ങളെ പരിഹാരത്തിലേക്ക് "ഉയർത്തുന്നു". ആപ്പിളിനെക്കുറിച്ച് ചിന്തിക്കുകയും അതേ സമയം പൈനാപ്പിൾ, ക്രാബ് ആപ്പിൾ, ആപ്പിൾ സോസ് എന്നിവ രൂപപ്പെടുത്തുന്നതിന് കൂ വാക്കുകളുമായി സംയോജിപ്പിക്കുകയും ചെയ്യുന്നതുവരെ നിങ്ങൾക്ക് ഒരു ഉൾക്കാഴ്ച ലഭിക്കും.

വ്യക്തമല്ലാത്ത കാര്യങ്ങൾ പ്രകാശിപ്പിക്കുന്നു

എന്നാൽ നിങ്ങൾക്ക് ഒരു ഉൾക്കാഴ്ച ഉണ്ടെന്നു കരുതി, നിങ്ങൾക്ക് ഒരു നല്ല ആശയം ഉണ്ടെന്ന് അത് അർത്ഥമാക്കുന്നില്ല. അവസാന അധ്യായത്തിൽ നിന്ന് സർഗ്ഗാത്മകമായ ആശയങ്ങൾ പുതുമയുള്ളതും ഉപയോഗപ്രദവുമാണെന്ന് നിർവചിക്കപ്പെട്ടിട്ടുണ്ടെന്ന് ഓർമ്മിക്കുക. ഡോ. കൗനിയോസ് ഒരു ഉൾക്കാഴ്ചയെ "നോവൽ" എന്ന് നിർവചിച്ചുവെന്ന് ശ്രദ്ധിക്കുക. ഒരു ഉൾക്കാഴ്ച ഉപയോഗപ്രദമാകുമെന്ന് അദ്ദേഹം ഒന്നും പറഞ്ഞില്ല. ഉൾക്കാഴ്ചകൾ ഉണ്ടായിരിക്കുകയും നോവലുകൾ സൃഷ്ടിക്കുകയും ചെയ്യുന്നത് വിഭിന്നമായ ചിന്താ പ്രക്രിയയുടെ ഭാഗമാണ്.

ആ നൂതന ആശയങ്ങളെ മികച്ചവയിലേക്ക് ചുരുക്കുകയും ഉപയോഗപ്രദമായ എന്തെങ്കിലും സൃഷ്ടിക്കുകയും ചെയ്യുന്നത് കേന്ദ്രീകൃത ചിന്താ പ്രക്രിയയുടെ ജോലിയാണ്. വരും അധ്യായങ്ങളിൽ നൂതന ആശയങ്ങൾ ഉപയോഗപ്രദമായ ആശയങ്ങളായി എങ്ങനെ വികസിക്കുന്നു എന്നതിനെക്കുറിച്ച് നമ്മൾ കൂടുതൽ സംസാരിക്കും. എന്നാൽ ആദ്യം, നൂതന ആശയങ്ങൾ നമുക്ക് ലഭിക്കുന്നതിന് തലച്ചോറ് എങ്ങനെ പ്രവർത്തിക്കണമെന്ന് നോക്കാം. നിങ്ങളുടെ ക്രിയേറ്റീവ് സ്വീറ്റ് സ്പോട്ട് എങ്ങനെ കണ്ടെത്താമെന്ന് അത് നമുക്ക് ധാരാളം കാര്യങ്ങൾ പറയും.

ഉപയോഗപ്രദമാകുന്ന ഒരു നൂതന ആശയമാണ് റീസിന്റെ പീനട്ട് ബട്ടർ കപ്പ്. പീനട്ട് ബട്ടറിനൊപ്പം ഉപയോഗിക്കേണ്ട ഏറ്റവും വ്യക്തമായ കാര്യം ചോക്ലേറ്റ് അല്ല. ചോക്ലേറ്റിനൊപ്പം ഉപയോഗിക്കേണ്ട ഏറ്റവും വ്യക്തമായ കാര്യം പീനട്ട് ബട്ടറും അല്ല. കൂടാതെ, നിങ്ങൾ പീനട്ട് ബട്ടറും ചോക്ലേറ്റും സംയോജിപ്പിക്കാൻ പോകുകയാണെങ്കിൽ, അത് എങ്ങനെ ചെയ്യാം? പീനട്ട് ബട്ടർ പൊട്ടിപ്പോകും, പക്ഷേ ചോക്ലേറ്റ് മുറിയിലെ താപനിലയിൽ കട്ടിയുള്ളതാണ്. പീനട്ട് ബട്ടർ പൊതിയുന്ന "കപ്പ്" ചോക്ലേറ്റ് കൊണ്ടുള്ളതായാൽ, അത് സൗകര്യപ്രദമായ ഒരു പരിഹാരമാണ്. പീനട്ട് ബട്ടറിന്റെയും ചോക്ലേറ്റിന്റെയും

സംയോജനം പുതുമയുള്ളതാണ്, പക്ഷേ അത് രുചികരവുമാണ്, അത് ഉപയോഗപ്രദമാക്കുന്നു. അവയെ ഒരു പീനട്ട് ബട്ടർ "കപ്പ്" ആയി ഒരുമിച്ച് ചേർത്താൽ നിങ്ങൾക്ക് ഒരു വിജയം കൈവരുന്നു.

പീനട്ട് ബട്ടറിനെ ചോക്ലേറ്റുമായി സംയോജിപ്പിക്കുന്നത് പോലുള്ള ഒരു നൂതന ആശയം നിങ്ങളുടെ തലച്ചോറിന് എങ്ങനെ ലഭിക്കും? ഉത്തരം സർഗ്ഗാത്മകമായ ചിന്തയ്ക്ക് അനുയോജ്യമായ സാഹചര്യങ്ങളെക്കുറിച്ച് നമ്മോട് ധാരാളം കാര്യങ്ങൾ പറയും. ലൈറ്റ്ബൾബ്-ആൻഡ്-വയർ സാമ്യത്തിലേക്ക് മടങ്ങാം. നിങ്ങളുടെ മനസ്സിലുള്ള ഓരോ ആശയത്തെയും ഒരു ലൈറ്റ്ബൾബ് പ്രതിനിധീകരിക്കുന്നു. ഓരോ ആശയവും മറ്റെല്ലാ ആശയങ്ങളുമായി വ്യത്യസ്ത കട്ടിയുള്ള വയറുകളാൽ ബന്ധിപ്പിച്ചിരിക്കുന്നു.

നിങ്ങൾ ഒരു ആശയത്തെക്കുറിച്ച് ചിന്തിക്കുമ്പോഴെല്ലാം, നിങ്ങൾ അതിന്റെ ബൾബിലേക്ക് വൈദ്യുതി അയയ്ക്കുകയും അത് കത്തിക്കുകയും ചെയ്യുന്നു. എന്നാൽ വയറുകളിലൂടെ, ആ ബൾബ് മറ്റ് ബൾബുകളുമായി വൈദ്യുതി പങ്കിടുന്നു, ഇത് മറ്റ് ബൾബുകളും പ്രകാശിക്കാൻ കാരണമാകുന്നു.

പീനട്ട് ബട്ടറുമായി ബന്ധപ്പെട്ട കാര്യങ്ങളെക്കുറിച്ച് ആരെങ്കിലും നിങ്ങളോട് ചിന്തിക്കാൻ ആവശ്യപ്പെട്ടാൽ, മിക്ക ആളുകളും ജെല്ലിയെയും ബ്രെഡിനെയും കുറിച്ച് ചിന്തിക്കും, പീനട്ട് ബട്ടറും ജെല്ലി സാൻഡ്‌വിച്ചും ഉണ്ടാക്കാം. ആ കണക്ഷനുകൾ വളരെ ശക്തമായതിനാൽ, പീനട്ട് ബട്ടർ ജെല്ലിയുമായും ബ്രെഡുമായും വളരെ കട്ടിയുള്ള വയറുകളാൽ ബന്ധിപ്പിച്ചിരിക്കുന്നു. അതിനാൽ നിങ്ങളുടെ തലച്ചോറിലെ "പീനട്ട് ബട്ടർ" ബൾബ് കത്തിക്കുമ്പോൾ, കട്ടിയുള്ള വയറുകളിലൂടെ "ജെല്ലി", "ബ്രെഡ്" ബൾബുകളിലേക്കും വൈദ്യുതി പ്രവഹിക്കുന്നു.

എന്നിരുന്നാലും, എങ്ങനെയോ, "പീനട്ട് ബട്ടർ" ബൾബും "ചോക്ലേറ്റ്" ബൾബുമായി ബന്ധിപ്പിച്ചിരിക്കുന്നു. എന്നാൽ ഈ കണക്ഷൻ വ്യക്തമല്ലാത്തതിനാൽ, ഈ കണക്ഷൻ ഉണ്ടാക്കുന്ന വയർ വളരെ നേർത്തതാണ്. "പീനട്ട് ബട്ടർ" ബൾബ് പ്രകാശിക്കുമ്പോൾ, അത് "ചോക്ലേറ്റ്" ബൾബുമായി വളരെ കുറച്ച് വൈദ്യുതി മാത്രമേ പങ്കിടൂ. "ചോക്ലേറ്റ്" ബൾബ് ഒട്ടും പ്രകാശിക്കുന്നില്ല.

പീനട്ട് ബട്ടറിനെക്കുറിച്ച് ചിന്തിക്കുമ്പോൾ, "ജെല്ലി"യും "ബ്രെഡ്" ബൾബുകളും തിളങ്ങുന്നു. വളരെ തിളക്കമുള്ളതിനാൽ, "ചോക്ലേറ്റ്" ബൾബിൽ നിന്നുള്ള വെളിച്ചം നിങ്ങൾ ശ്രദ്ധിക്കുന്നില്ല. നൂതന ആശയങ്ങൾക്ക് തടസ്സം വ്യക്തമായ കണക്ഷനുകളാണ്. പൈൻ എന്ന ക്യൂ പദവുമായി നമ്മൾ ബന്ധപ്പെടുത്തിയ ആദ്യ വാക്ക് ട്രീ എങ്ങനെയായിരുന്നുവെന്ന് ഓർക്കുന്നുണ്ടോ? ട്രീ എന്ന വ്യക്തമായ വാക്ക് ചിന്തിച്ചപ്പോൾ, ആപ്പിൾ പോലുള്ള വ്യക്തമല്ലാത്ത ഒരു പദത്തെക്കുറിച്ച് ചിന്തിക്കാൻ പെട്ടെന്ന് ബുദ്ധിമുട്ടായി.

നിങ്ങൾക്ക് കൂടുതൽ വ്യക്തമായ കണക്ഷനുകളെക്കുറിച്ച് കുറച്ചും, വ്യക്തമല്ലാത്ത കണക്ഷനുകളെക്കുറിച്ച് കൂടുതലും ചിന്തിക്കാൻ കഴിയുമെങ്കിൽ, നിങ്ങൾക്ക് പെട്ടെന്ന് കൂടുതൽ നൂതന ആശയങ്ങൾ ഉണ്ടാകും. നിങ്ങൾക്ക് കൂടുതൽ നൂതന ആശയങ്ങൾ ഉണ്ടെങ്കിൽ, ആ ആശയങ്ങളിൽ ചിലത് ഉപയോഗപ്രദമാകാനുള്ള സാധ്യതയും കൂടുതലാണ്.

നിങ്ങളുടെ ക്രിയേറ്റീവ് സ്വീറ്റ് സ്പോട്ട് കണ്ടെത്തുന്നതിലെ വെല്ലുവിളി, വ്യക്തമല്ലാത്ത കണക്ഷനുകൾക്ക് തിളക്കം ലഭിക്കുന്ന ഒരു സമയവും സ്ഥലവും കണ്ടെത്തുക എന്നതാണ്. ഭാഗ്യവശാൽ, കൂടുതൽ വ്യക്തമായ കണക്ഷനുകൾ എല്ലായ്പ്പോഴും വൈദ്യുതിയെയും ഉപോയോഗിച്ച തീർക്കുന്നില്ല.

എല്ലാ മണിക്കൂറുകളും തുല്യമല്ല

ടൈംഫുളിൽ ജോലിചെയ്തതിൽ നിന്ന് ഞാൻ പഠിച്ച ഏറ്റവും വിലപ്പെട്ട കാര്യങ്ങളിൽ ഒന്ന്, എല്ലാ മണിക്കൂറുകളും തുല്യമായി സൃഷ്ടിക്കപ്പെടുന്നില്ല എന്നതാണ്. നിങ്ങൾ ഒരു ദിവസം ഒരു മണിക്കൂർ എഴുതിയാൽ, ഒരു വർഷത്തിനുള്ളിൽ നിങ്ങൾക്ക് ഒരു പുസ്തകം ലഭിക്കും. എന്നാൽ നിങ്ങൾക്ക് 365 മണിക്കൂർ തുടർച്ചയായി എഴുതാനും അതേ ഫലം നേടാനും കഴിയില്ല. നിർത്താതെ കൂടുതൽ നേരം എഴുതുമ്പോൾ, ഓരോ അധിക മണിക്കൂറിന്റെയും മൂല്യം കുറഞ്ഞു കുറഞ്ഞു വരും. നിങ്ങൾ വളരെ ക്ഷീണിതനാകും, ഒടുവിൽ നിങ്ങൾക്ക് തുടരാൻ കഴിയില്ല.

കൂടാതെ, സമയം ഒരു ദോഷകരമല്ല. നിങ്ങൾ ഗോൾഡൻ ഗേറ്റ് പാലത്തിൽ പോയി പാലത്തിന്റെ മധ്യഭാഗത്തു നിന്ന് ഒരു ഇഞ്ച് കഷ്ണം നീളത്തിൽ ഛേദിച്ചാൽ, നിങ്ങൾക്ക് ഒരു ഇഞ്ച് മാത്രമായിട്ടല്ല നഷ്ടമുണ്ടാവുക. നിങ്ങൾക്ക് ഒരു പാലവും കൂടി നഷ്ടപ്പെട്ടു.

എന്നിരുന്നാലും, നിങ്ങൾക്ക് പാലത്തിന്റെ ഉപരിതലത്തിന്റെ ഒരു നേർത്ത പാളി പൊടിച്ച് കളയാനും അതേ അളവിലുള്ള മെറ്റീരിയൽ നീക്കം ചെയ്യാനും കഴിയും, പാലം അപ്പോഴും നന്നായി പ്രവർത്തിക്കും. സമയവും അതേ രീതിയിൽ തന്നെയാണ് പ്രവർത്തിക്കുന്നത്. ഏതെങ്കിലും കാര്യം എത്ര സമയം എടുക്കുന്നു എന്നത് മാത്രമല്ല പ്രധാനം. ആ സമയം എവിടെ നിന്ന് എടുക്കുന്നു എന്നതും പ്രധാനമാണ്. നിങ്ങൾ ആ സമയം എവിടെ ചെലവഴിക്കാൻ തിരഞ്ഞെടുക്കുന്നു എന്നത് നിങ്ങളുടെ സമയപദ്ധതിയുടെ ആ ഭാഗത്തെ മാത്രമല്ല ബാധിക്കുന്നത്. അത് നിങ്ങളുടെ സമയപദ്ധതിയുടെ ഘടനയിലും, നിങ്ങളുടെ ജോലിയിലും, നിങ്ങളുടെ ജീവിതത്തിലും മുഴുവൻ തരംഗ പ്രത്യാഘാതങ്ങൾ ഉണ്ടാക്കും.

സമയത്തിന്റെ പരുക്കൻ മാനസിക കണക്കുകൾ നമ്മൾ ഇതിനകം സൂക്ഷിക്കുന്നു. "ജോലി" കാര്യത്തിലേക്ക് കൂടുതൽ സമയം

ചെലവഴിക്കണമെങ്കിൽ, ആ സമയം മറ്റേതെങ്കിലും കാര്യത്തിൽ നിന്ന് വരണമെന്ന് നമുക്കറിയാം - ഒരുപക്ഷേ "ഉറക്കം" എന്ന കാര്യത്തിൽ നിന്നോ അല്ലെങ്കിൽ "കുടുംബ" എന്ന കാര്യത്തിൽ നിന്നോ.

എന്നാൽ നമ്മളിൽ എത്ര പേർ ഊർജ്ജവുമായുള്ള സമയത്തിന്റെ ബന്ധം ട്രാക്ക് പിന്തുടരുന്നു? ദിവസം മുഴുവൻ നമ്മുടെ ഊർജ്ജത്തിൽ ചാഞ്ചാട്ടമുണ്ടാക്കുന്ന ശക്തമായ ജൈവിക താളങ്ങൾ നമ്മുടെ ശരീരത്തിലുണ്ട്. ഉദാഹരണത്തിന്, ഉച്ചകഴിഞ്ഞ് നിങ്ങൾ ക്ഷീണിതനാകുന്നത് എപ്പോഴെങ്കിലും ശ്രദ്ധിച്ചിട്ടുണ്ടോ? പലരും ഉച്ചഭക്ഷണത്തിൽ നിന്നുള്ള "ഫുഡ് കോമ"യെയാണ് ഇതിന് കുറ്റപ്പെടുത്തുന്നത്. പലരും ഇത് ഒരു കോഫി ബ്രേക്കിനുള്ള സമയമാണെന്ന് തീരുമാനിക്കുന്നു. ഈ ഉച്ചകഴിഞ്ഞുള്ള താഴേക്കുള്ള ഇറക്കത്തിനെ "ആ രണ്ടര മണി വികാരം" (ദാറ്റ് ടു തേർട്ടി ഫീലിംഗ്) എന്ന് വിളിച്ചുകൊണ്ടുള്ള ഒരു എനർജി ഡ്രിങ്കിന്റെ പരസ്യം ഞാൻ കണ്ടതായി ഓർക്കുന്നു.

ആ രണ്ട്-മുപ്പത് വികാരം എന്ന തോന്നൽ യഥാർത്ഥത്തിൽ രണ്ട് വ്യത്യസ്ത ജൈവ വ്യവസ്ഥകളുടെ ഒരു കൂടിച്ചേരലാണ്: സിർക്കേഡിയൻ സംവിധാനവും, "സ്ലീപ് ഡെബ്റ്റ്" (ഉറക്ക കടം) സംവിധാനവും. ദിവസം മുഴുവൻ, സിർക്കേഡിയൻ സംവിധാനം മുകളിലേക്ക് കയറുന്നു, ഇത് നിങ്ങളെ കൂടുതൽ ഉണർവുള്ളവരാക്കുന്നു. (ഉറക്ക സമയത്ത് ഈ ഉണർവ് കുത്തനെ കുറയും.) അതേസമയം, ഉറക്ക കടത്തിന്റെ സംവിധാനം താഴേക്ക് ഇഴഞ്ഞു നീങ്ങുന്നു, നിങ്ങളുടെ ഊർജ്ജം ചോർത്തുന്നു. (നിങ്ങൾക്ക് ആവശ്യത്തിന് ഉറക്കം ലഭിക്കുകയാണെങ്കിൽ, നിങ്ങൾ നിങ്ങളുടെ ദിവസം ആരംഭിക്കുന്നത് ചെറിയ ഉറക്ക കടത്തോടെയാണ്. ആ ദിവസം അവസാനിക്കുന്തോറും ഉറക്ക കടം കുമിഞ്ഞുകൂടാൻ തുടങ്ങുന്നു.) ആ രണ്ട് സംവിധാനങ്ങളും എവിടെയാണ് കൂടിച്ചേരുന്നത്? ഉച്ചയ്ക്ക് ഏകദേശം രണ്ടര മണിക്ക്.

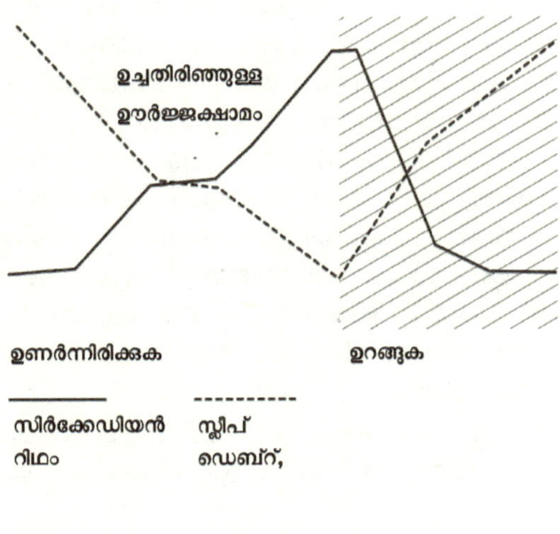

എങ്ങനെയാണ് സർക്കാഡിയൻ, സ്ലീപ്പ് ഡെബ്റ്റ് സംവിധാനങ്ങൾ ഉച്ചകഴിഞ്ഞ് ഊർജ്ജക്ഷാമത്തിന് കാരണമാകുന്നത്. ലിയോൺ ക്രീറ്റ്സ്മാന്റെ 'ദി റിഥംസ് ഓഫ് ലൈഫ്' എന്ന പുസ്തകത്തിൽ നിന്ന് വീണ്ടും വരച്ച് രൂപാന്തരപ്പെടുത്തിയത്.

അതുകൊണ്ടാണ് ചില സംസ്കാരങ്ങൾ ഇപ്പോഴും ഉച്ചകഴിഞ്ഞ് കുറച്ച് മണിക്കൂർ വ്യാപാര സ്ഥാപനങ്ങൾ അടച്ചിട്ട് അൽപ്പം ഉറങ്ങാൻ വേണ്ടി മയക്കം പാലിക്കുന്നത്.

കൂടാതെ, ഒരു ദിവസം വളരെ ശ്രദ്ധ കേന്ദ്രീകരിച്ചുള്ള ജോലികൾ നിശ്ചിത അളവിൽ മാത്രമേ നമുക്ക് ചെയ്യാൻ കഴിയൂ. ലോകോത്തര വയലിനിസ്റ്റുകളുടെ പരിശീലന ഷെഡ്യൂളുകൾ ആൻഡേഴ്സ് എറിക്സൺ പഠിച്ചപ്പോൾ, ഏറ്റവും മികച്ച വയലിനിസ്റ്റുകളിൽ ഒരു മാതൃക അദ്ദേഹം ശ്രദ്ധിച്ചു: രാവിലെ അവർക്ക് സാധാരണയായി രണ്ട് മുതൽ നാല് മണിക്കൂർ വരെ തീവ്രമായ പരിശീലന സെഷൻ ഉണ്ടായിരുന്നു, തുടർന്ന് ബാക്കിയുള്ള ദിവസങ്ങൾ കൂടുതൽ അയഞ്ഞ സമയ ക്രമീകരണം ചെയ്തിരുന്നു.

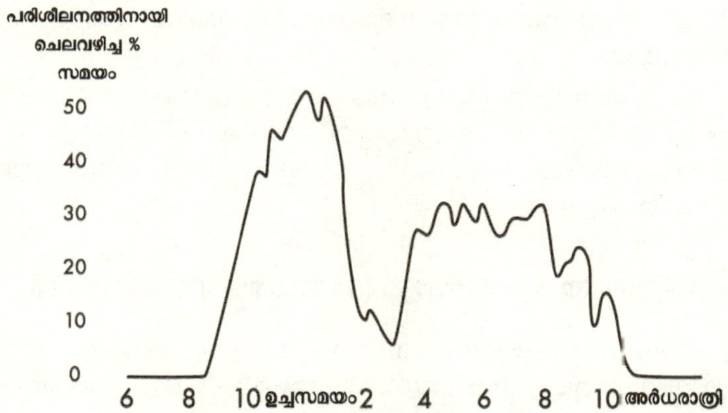

ഏറ്റവും മികച്ച വയലിൻ വാദകരുടെ പരിശീലന ശീലങ്ങൾ രാവിലെ 2–4 മണിക്കൂർ സമയത്തിനുള്ളിൽ വളരെയധികം കേന്ദ്രീകരിച്ചിരുന്നു, തുടർന്ന് ഉച്ചകഴിഞ്ഞും വൈകുന്നേരവും ഇടയ്ക്കിടെയുള്ള പരിശീലനവും ഉണ്ടായിരുന്നു. 1993-ൽ എറിക്സണും കൂട്ടരും എഴുതിയ "ദി റോൾ ഓഫ് ഡെലിബറേറ്റ് പ്രാക്ടീസ് ഇൻ ദി അക്വിസിഷൻ ഓഫ് എക്സ്പെർട്ട് പെർഫോർമൻസ്," എന്നതിൽ നിന്ന് പുനർനിർമ്മിച്ച് രൂപപ്പെടുത്തിയത്.

രാവിലെയുള്ള ഈ തീവ്രമായ ശ്രദ്ധ കേന്ദ്രീകരിക്കുന്ന ശീലം എഴുത്തുകാരുടെയും മറ്റ് സ്രഷ്ടാക്കളുടെയും ദിനചര്യകളിൽ പലതവണ ആവർത്തിക്കുന്നതിനാൽ, എല്ലാ ഉദാഹരണങ്ങളും പട്ടികപ്പെടുത്തുന്നത് അസാധ്യമാണ്. പ്രഭാത സ്രഷ്ടാക്കളുടെ അനന്തമായ പട്ടികയിൽ ഡിത്ത്

വാർട്ടൺ, ജോസഫ് ഹെല്ലർ, വിർജീനിയ വൂൾഫ്, ഫ്രാൻസെസും ആന്റണി ട്രോളോപ്പ് തുടങ്ങിയ എഴുത്തുകാരും ഉൾപ്പെടുന്നു. കൂടാതെ സംഗീതസംവിധായകരായ ഷാർലറ്റ് ബ്രേ, ഇഗോർ സ്ട്രാവിൻസ്കി, കലാകാരി ജോസഫിൻ മെക്സെപ്പർ, മനശാസ്ത്രജ്ഞൻ ബി. എഫ്. സ്കിന്നർ എന്നിവരും ഉൾപ്പെടുന്നു.

രാവിലെ സമയത്തിന് പുറത്ത് ജോലി ചെയ്യുന്ന സ്രഷ്ടാക്കൾ കുറവാണ്. ഫ്രഞ്ച് നോവലിസ്റ്റ് കോളെറ്റ് ഉച്ചകഴിഞ്ഞ് ജോലി ചെയ്തു, ടിം ഫെറിസ് രാത്രിയിൽ എഴുതാൻ ഇഷ്ടപ്പെടുന്നു. ചിലർ വലിയ ദീർഘനേരങ്ങളിൽ പ്രവർത്തിക്കുന്നു, ഉദാഹരണത്തിന്, ഇടയ്ക്കിടെ പതിനെട്ട് മണിക്കൂർ ദൈർഘ്യത്തിൽ എഴുതുന്ന സൂസൻ സോണ്ടാഗ്, എഡ്ന സെൻ്റ് വിൻസെൻ്റ് മില്ലെ, ഒരു പുസ്തകത്തിൽ ജോലി ചെയ്യുമ്പോൾ - "എല്ലാ സമയത്തും" ജോലി ചെയ്തുവെന്ന് പറഞ്ഞു.

പതിവായി ചിട്ടയുള്ള ദിനചര്യയൊന്നും പാലിക്കാത്ത സ്രഷ്ടാക്കളിൽ ഒരാളായിരുന്നു ഞാനും. മഹാന്മാരായ സ്രഷ്ടാക്കളുടെ സമൂഹത്തിൽ, അത് അപൂർവ്വമാണ്. എൻ്റെ സ്വന്തം ദിനചര്യയുടെ അഭാവമാണ് അത്തരമൊരു സുസ്ഥിരമല്ലാത്ത പ്രവർത്തന രീതിയായി മാറിയതും ഞാൻ എന്നെത്തന്നെ തെക്കേ അമേരിക്കയിൽ കണ്ടെത്താൻ കാരണമായതും.

എന്റെ ക്രിയേറ്റീവ് സ്വീറ്റ് സ്പോട്ട് കണ്ടെത്തണമെങ്കിൽ, എഴുതാൻ ആവശ്യമായ ഊർജ്ജം മാത്രമല്ല, വിഭിന്നമായ ചിന്തകൾക്ക് ഞാൻ തയ്യാറെടുക്കുമ്പോഴും എനിക്ക് അതിനായൊരു സമയജാലകം കണ്ടെത്തേണ്ടതുണ്ട്.

സിഇഒയെ പുറത്താക്കു. (നിങ്ങളുടെ തലച്ചോറിന്റെ)

നല്ല ജോലി ചെയ്യാൻ നമ്മൾ ജാഗ്രത പാലിക്കണമെന്ന് അവബോധപൂർവ്വം തോന്നുന്നു. നമ്മൾ ഒരു ഭാരമെടുക്കാൻ ഉപയോഗിക്കുന്ന ഫോർക്ക്ലിഫ്റ്റ് വണ്ടി ഓടിക്കുകയോ ശസ്ത്രക്രിയ നടത്തുകയോ ചെയ്യുകയാണെങ്കിൽ, ഇത് ശരിയാണ്. എന്നാൽ സർഗ്ഗാത്മകമായ ജോലി വ്യത്യസ്തമാണ്. നമ്മൾ കൂടുതൽ ജാഗ്രത പുലർത്തുമ്പോൾ, മികച്ച ഉൾക്കാഴ്ചകൾ ലഭിക്കുന്നതിന് ആവശ്യമായ വിഭിന്നമായ ചിന്തകൾ ചെയ്യാൻ നമുക്ക് സാധ്യത കുറവാണ്.

നമ്മുടെ തലച്ചോറിന്റെ ഏറ്റവും പുരോഗമിച്ച ഭാഗം പ്രീഫ്രോണ്ടൽ കോർട്ടെക്സ് ആണ്. നമ്മുടെ നെറ്റിയിലെ ഈ നേർത്ത മസ്തിഷ്ക കലയാണ് നമ്മളെ മനുഷ്യരാക്കുന്ന തരത്തിലുള്ള ചിന്താഗതിയെ സൃഷ്ടിക്കുന്നത്. ദീർഘകാല പദ്ധതികൾ ആസൂത്രണം ചെയ്യാനും, മുൻഗണനനൽകാനും, പ്രേരണകളെ അടിച്ചമർത്താനും ഇത് നമ്മെ സഹായിക്കുന്നു. നിങ്ങൾ ഒരു ഭക്ഷണക്രമത്തിലായിരിക്കുമ്പോഴോ, ഹവായിയിലേക്കുള്ള ഒരു യാത്രയ്ക്ക് പണം ലാഭിക്കാൻ വീട്ടിൽ അത്താഴം പാചകം ചെയ്യാൻ

തീരുമാനിക്കുമ്പോഴോ ആ അധിക ഡോനട്ട് വാങ്ങുന്നത് ഒഴിവാക്കാൻ നിങ്ങളെ സഹായിക്കുന്നത് നിങ്ങളുടെ തലച്ചോറിന്റെ ഭാഗമാണ്.

ന്യൂറോശാസ്ത്രജ്ഞർ പലപ്പോഴും പ്രീഫ്രോണ്ടൽ കോർട്ടെക്സിനെ "തലച്ചോറിന്റെ സിഇഒ" എന്ന് വിളിക്കുന്നു. പ്രീഫ്രോണ്ടൽ കോർട്ടെക്സ് ദിവസം മുഴുവൻ ഒരു വലിയ മഹാഗണി ഡെസ്കിന്റെ മുന്നിൽ ഇരിക്കുകയും തലച്ചോറിന്റെ മറ്റ് ഭാഗങ്ങളിൽ നിന്നുള്ള നിർദ്ദേശങ്ങൾ പരിശോധിക്കുകയും ചെയ്യുന്നു. പ്രീഫ്രോണ്ടൽ കോർട്ടെക്സ് കാര്യങ്ങൾ പ്രവർത്തിപ്പിക്കുകയും ശമ്പളം ലഭിക്കാൻ സഹായിക്കുകയും ചെയ്യുന്നു. എന്നാൽ സർഗ്ഗാത്മകതയുടെ കാര്യത്തിൽ, പ്രീഫ്രോണ്ടൽ കോർട്ടെക്സ് ഒരു യഥാർത്ഥ രസംകൊല്ലിയാണ്.

നിങ്ങളുടെ തലച്ചോറിനെ ഒരു റാക്കറ്റ്ബോൾ കോർട്ടായി സങ്കൽപ്പിക്കുക. കോർട്ടിന് ചുറ്റും പറക്കുന്ന ഒരു കൂട്ടം സൂപ്പർ-ബൗൺസി നീല പന്തുകൾ ഉണ്ട്, ഓരോന്നും നിങ്ങളുടെ തലച്ചോറിലെ ഒരു ആശയത്തെ പ്രതിനിധീകരിക്കുന്നു. നീല റാക്കറ്റ് ബോളുകൾ എല്ലായിടത്തും വ്യതിചലിക്കുന്നു, വശങ്ങളിലെ ഭിത്തികളിൽ നിന്നും, പിൻ ഭിത്തിയിൽ നിന്നും - സീലിംഗിൽ പോലും - കുതിക്കുന്നു. ഇടയ്ക്കിടെ, രണ്ടോ അതിലധികമോ പന്തുകൾ കൂട്ടിയിടിച്ച്, ഒരു ആശയം രൂപപ്പെടുത്തുന്നു.

എന്നാൽ പ്രീഫ്രോണ്ടൽ കോർട്ടെക്സ് ഇടപെടുന്നു. പ്രീഫ്രോണ്ടൽ കോർട്ടെക്സ് കളിയുടെ നിയമങ്ങളിൽ ശ്രദ്ധ കേന്ദ്രീകരിക്കുന്നു - ഓരോ പന്തും മുൻവശത്തെ ഭിത്തിയിൽ വീണ്ടും തട്ടുന്നതിനുമുമ്പ് തറയിൽ ഒരിക്കൽ മാത്രം കുതിക്കുന്നുവെന്ന് ഉറപ്പാക്കുന്നു. പ്രീഫ്രോണ്ടൽ കോർട്ടെക്സ് ഒരു റാക്കറ്റുമായി ഭ്രാന്തമായി ഓടുന്നു, ഓരോ പന്തും കോർട്ടിന്റെ മുൻവശത്തെ ഭിത്തിയിലേക്ക് അടിച്ചു. കളിയുടെ നിയമങ്ങൾ പാലിക്കുക എന്നതാണ് ഉദ്ദേശ്യം. കുറഞ്ഞ കൂട്ടിയിടികളും കുറഞ്ഞ ഉൾക്കാഴ്ചകളുമാണ് ഇതിന്റെ ഫലം.

ഉൾക്കാഴ്ചകൾ ഉണ്ടാകുന്നതിന് ആവശ്യമായ വിഭിന്ന ചിന്താഗതികൾ ഉണ്ടാകുന്നതിന്, പ്രീഫ്രോണ്ടൽ കോർട്ടെക്സിൽ നിന്ന് കഴിയുന്നത്ര ചെറിയ ഇടപെടൽ മാത്രമേ ആവശ്യമുള്ളൂ. വാസ്തവത്തിൽ, പ്രീഫ്രോണ്ടൽ കോർട്ടെക്സ് ഉൾക്കാഴ്ചയുള്ള ചിന്തയ്ക്ക് വളരെ ഹാനികരമാണ്, അതിനാൽ ഉൾക്കാഴ്ചയുള്ള പസിലുകൾ പരിഹരിക്കുന്നതിൽ ഏറ്റവും മികച്ച ആളുകൾ കേടുപാടുകൾ സംഭവിച്ച പ്രീഫ്രോണ്ടൽ കോർട്ടിസുകളുള്ള ആളുകളാണ്. അവരുടെ പ്രീഫ്രോണ്ടൽ കോർട്ടിസുകൾ കോർട്ടിന് ചുറ്റും പറക്കുന്ന റാക്കറ്റ്ബോളുകളെ തടസ്സപ്പെടുത്തുന്നില്ല. അവർക്ക് കൂടുതൽ കൂട്ടിയിടികളുണ്ട് - കൂടുതൽ ഉൾക്കാഴ്ചകൾ.

ഇനി നിങ്ങളുടെ നെറ്റിയിൽ ഒരു സ്ക്രൂഡ്രൈവർ കൊണ്ട് ഇടിക്കരുത്. നിങ്ങൾക്ക് സഹായിക്കാൻ കഴിയുമെങ്കിൽ

പ്രീഫ്രോണ്ടൽ കോർട്ടെക്സിന് കേട്ടുപാടുകൾ ആവശ്യമില്ല. ഞാൻ സൂചിപ്പിച്ചതുപോലെ, ഉൾക്കാഴ്ചകൾ ഉണ്ടായിരിക്കുക എന്നതിനർത്ഥം മികച്ച ആശയങ്ങൾ ഉണ്ടായിരിക്കുക എന്നല്ല. ആ ആശയങ്ങൾ മികച്ചതാണെങ്കിൽ പോലും, നിങ്ങൾ അവയെ നടപ്പിലാക്കണം - നിങ്ങളുടെ പ്രീഫ്രോണ്ടൽ കോർട്ടെക്സിന് പരിക്കേറ്റാൽ ചെയ്യാൻ ബുദ്ധിമുട്ടുള്ള ഒന്ന്. എന്നാൽ നിങ്ങളുടെ പ്രീഫ്രോണ്ടൽ കോർട്ടെക്സ് നന്നായി പ്രവർത്തിക്കാത്തപ്പോൾ നിങ്ങളുടെ സർഗ്ഗാത്മകമായ ചിന്താഗതി ചെയ്യാൻ കഴിയുമെങ്കിൽ പ്രീഫ്രോണ്ടൽ കോർട്ടെക്സിനെ നിങ്ങളുടെ ആശയങ്ങളിൽ ഇടപെടുന്നതിൽ നിന്ന് തടയാൻ കഴിയും. അതായിരിക്കും നിങ്ങളുടെ ക്രിയേറ്റീവ് സ്വീറ്റ് സ്പോട്ട്.

കുട്ടിമുട്ടലിനുള്ള സാഹചര്യങ്ങൾ സൃഷ്ടിക്കുക

പ്രീഫ്രോണ്ടൽ കോർട്ടെക്സ് നന്നായി പ്രവർത്തിക്കാത്ത ഈ സമയത്ത് മിക്ക ആളുകൾക്കും രാവിലെ ആദ്യം തോന്നുന്നത് ഇതാണ്. നമ്മളിൽ മിക്കവരും ഉണർന്നയുടനെ അൽപ്പം ക്ഷീണിതരാണ്. എന്നിരുന്നാലും, മിക്ക ആളുകളും ഈ ക്ഷീണത്തെക്കുറിച്ച് എന്തെങ്കിലും ചെയ്യാൻ ഉടൻ തന്നെ ശ്രമിക്കുന്നു: അവർ ഒരു കപ്പ് കാപ്പി കുടിക്കാൻ ശ്രമിക്കുന്നു.

രാവിലെ ഈ ചെറിയ വിശാലത ആദ്യം പരിഹരിക്കേണ്ട ഒരു പ്രശ്നമല്ല - വാസ്തവത്തിൽ, ഇത് ഒരു സർഗ്ഗാത്മകമായ സമ്മാനമാണ്. അത് ഇല്ലാതാക്കാൻ ശ്രമിക്കുന്നതിനുപകരം, നിങ്ങളുടെ മികച്ച ആശയങ്ങൾക്കായി നിങ്ങൾക്ക് ഇത് ഉപയോഗിക്കാൻ കഴിയും. അതുകൊണ്ടാണ്, എഴുത്ത് എന്റെ "വലിയ പാറ" ആക്കുന്നതിനുള്ള എന്റെ പരീക്ഷണം ആരംഭിക്കുമ്പോൾ, രാവിലെ ആദ്യം എഴുതാൻ ഞാൻ തിരഞ്ഞെടുക്കുന്നത്. കാപ്പി വേണ്ട, പ്രഭാതഭക്ഷണം വേണ്ട, നേരെ എഴുത്തിലേക്ക്.

രാവിലെ ആദ്യം എഴുതുന്നത് എനിക്ക് കൂടുതൽ ഉൾക്കാഴ്ചകൾ നേടാൻ സഹായിക്കും. എന്നാൽ ഈ പ്രഭാത എഴുത്ത് സെഷനുകളെ എന്റെ ക്രിയേറ്റീവ് സ്വീറ്റ് സ്പോട്ട് ആക്കി മാറ്റാൻ, എനിക്ക് ഇനിയും കൂടുതൽ കാര്യം ചെയ്യാൻ കഴിയും. നിങ്ങളുടെ പ്രീഫ്രോണ്ടൽ കോർട്ടെക്സ് ഉറങ്ങുമ്പോൾ ജോലി ചെയ്യുന്നതിന്റെ പ്രധാന പോരായ്മ, നിങ്ങളുടെ പ്രീഫ്രോണ്ടൽ കോർട്ടെക്സ് ഉറങ്ങുമ്പോൾ, നിങ്ങളുടെ പ്രീഫ്രോണ്ടൽ കോർട്ടെക്സ് നിങ്ങൾക്കായി ചെയ്യുന്ന എല്ലാ നല്ല കാര്യങ്ങളും നിങ്ങൾക്ക് നഷ്ടപ്പെടുന്നു എന്നതാണ്.

എന്റെ പുതിയ ജീവിതത്തിൽ ഞാൻ സ്ഥിരസ്ഥിതിയിലാകുമ്പോൾ, എന്റെ പ്രഭാത എഴുത്ത് സെഷനുകൾ പുരോഗമിക്കുന്നതായി ഞാൻ ശ്രദ്ധിക്കുന്നു - കുഴപ്പമില്ല. എനിക്ക് എഴുതാൻ കഴിയുമ്പോൾ എനിക്ക് മികച്ച ആശയങ്ങളുണ്ട്. പക്ഷേ ഞാൻ എളുപ്പത്തിൽ ശ്രദ്ധ തിരിക്കും. ഞാൻ അടുക്കള മേശയിൽ ഇരിക്കുന്നു. തറ മുതൽ സീലിംഗ് വരെ

നീളുന്ന ജനാലകളിലൂടെ ഞാൻ മരച്ചില്ലകൾക്കിടയിലൂടെ നോക്കുന്നു. എഴുതുന്നതിന്റെ ആദ്യ മിനിറ്റുകളിൽ എനിക്ക് ഒരു നല്ല ആശയം ലഭിക്കുകയാണെങ്കിൽ, എനിക്ക് മുന്നോട്ട് പോകാൻ കഴിയുമെന്ന് ഞാൻ കണ്ടെത്തി. അല്ലെങ്കിൽ, ഞാൻ ഉടൻ തന്നെ ജനാലയിലൂടെ പുറത്തേക്ക് നോക്കുന്നതായി ഞാൻ കണ്ടെത്തും. എനിക്ക് ചെയ്യാനുള്ള ജോലിയിൽ സഹായിക്കുന്നതിന് എന്റെ പ്രീഫ്രോണ്ടൽ കോർട്ടെക്സ് ഇടപെടുന്നില്ല.

ഫർണിച്ചർ ക്രമീകരണങ്ങളിൽ മാറ്റം വരുത്തേണ്ട സമയമാണിതെന്ന് ഞാൻ തീരുമാനിക്കുന്നു. എന്റെ എല്ലാ വസ്തുക്കളും ഞാൻ കൊണ്ടുവന്ന മൂന്ന് സ്യൂട്ട്കേസുകളിൽ ഉൾക്കൊള്ളുന്നുവെന്ന് ഉറപ്പാക്കാൻ ഞാൻ തീരുമാനിച്ചു, പക്ഷേ ഒരു വലിയ സാധനത്തിന് ഞാൻ ഒരു വിട്ടുവീഴ്ച നൽകും. ഞാൻ അടുത്തുള്ള ഒരു കടയിലേക്ക് നടന്നു, വിലകുറഞ്ഞ ഒരു പ്ലൈവുഡ് മേശ വാങ്ങുന്നു. അത് ഒതുക്കി വയ്ക്കാൻ പറ്റുന്ന പെട്ടി, ചെറിയ കളിപ്പാട്ടം പോലുള്ള മെഡെലിൻ ടാക്സികളുടെ പിൻസീറ്റിൽ ഒട്ടും കയറില്ല. അതിന്റെ ഭാഗങ്ങൾ ഒരുമിച്ച് ഫിറ്റ് ചെയ്യുന്നതിന് വേണ്ടി എനിക്ക് ഡോർമാനിൽ നിന്ന് ഒരു ചുറ്റിക കടം വാങ്ങേണ്ടി വരും.

എന്റെ അപ്പാർട്ട്മെന്റിന്റെ ലിവിംഗ് ഏരിയയുടെ മൂലയിൽ ഒരു ചെറിയ ഒതുങ്ങിയ ഇടമുണ്ട്. ഞാൻ ആ ഇടത്തിൽ നിന്ന് ബുക്ക്കേസ് നീക്കി, അടുത്തുള്ള ഒരു ചുവരിൽ ക്രമീകരിക്കുന്നു - ആദ്യം ഇറക്കുന്നു, തുടർന്ന് എന്റെ കൂടെ കൊണ്ടുവന്ന പുസ്തകങ്ങൾ നിറഞ്ഞ സ്യൂട്ട്കേസ് നിന്ന് അവയൊക്കെയും എടുത്തു വീണ്ടും വയ്ക്കുന്നു. അടുത്തതായി, ഞാൻ എന്റെ പുതിയ മേശ ആ ഇടത്തിലേക്ക് നീക്കുന്നു. അത് തികച്ചും യോജിക്കുന്നു. എന്റെ മേശ മൂന്ന് വശങ്ങളിലും വെളുത്ത ചുവരുകളാൽ ചുറ്റപ്പെട്ടിരിക്കുന്നു. എനിക്ക് മുൻപ് ഉണ്ടായിരുന്ന മേശ ഇപ്പോഴും അലങ്കോലപ്പെട്ടിരുന്നു, എന്നാൽ ഈ പുതിയ ഡെസ്കിൻ്റെ വൃത്തിയുള്ള നഗ്നമായ പ്രതലത്തിൽ ശക്തമായ എന്തോ ഉണ്ട്,, ചുറ്റും വൃത്തിയുള്ള നഗ്നമായ ചുവരുകളാൽ ചുറ്റപ്പെട്ടിരിക്കുന്നു. ഈ മേശ വളരെ ചെറുതാണ്, അതിൽ അലങ്കോലമാകാൻ പോലും ഇടമില്ല.

വെളുത്ത ഭിത്തിയുള്ള കോണുകളിൽ ഇടങ്ങളിലെ ചെറിയ മേശകൾ അല്ല - വലിയ തുറസ്സായ ഇടങ്ങൾ സർഗ്ഗാത്മകമായ ചിന്തയ്ക്ക് നല്ലതാണെന്ന് ഗവേഷണം കാണിക്കുന്നുവെന്ന് എനിക്കറിയാം (കൂടുതൽ വിവരങ്ങൾ 4-ാം അധ്യായത്തിൽ). പക്ഷേ, എങ്ങനെയോ, അത് പ്രവർത്തിക്കുന്നു. എന്റെ പ്രഭാത എഴുത്ത് സെഷനുകളിൽ എനിക്ക് നല്ല ആശയങ്ങൾ ഉള്ളതിനാൽ എനിക്ക് ഇപ്പോഴും ചാഞ്ചാട്ടമുണ്ട്, പക്ഷേ ഞാൻ പകൽക്കിനാവ് കാണുമ്പോഴെല്ലാം, പുറത്തേക്ക് നോക്കാൻ ഒരു ജാലകവുമില്ല. അവിടെ ഒരു ശൂന്യമായ വെളുത്ത ചുവര് മാത്രമേയുള്ളൂ.

മിക്കപ്പോഴും, ശൂന്യമായ വെളുത്ത ചുവരിൽ നോക്കുമ്പോൾ, ഞാൻ എഴുതുന്നത് ഒരു ശൂന്യമായ വെളുത്ത ചുവരിനേക്കാൾ രസകരമാണെന്ന് ഞാൻ തീരുമാനിക്കുന്നു. അതിനാൽ, ഞാൻ എഴുത്തിലേക്ക് മടങ്ങുന്നു. എന്റെ മാനസികാവസ്ഥ വിഭിന്നമായി ചിന്തിക്കുന്നതിന് അനുയോജ്യമാണ്, പക്ഷേ എന്റെ പ്ലെയിൻ വർക്ക്സ്പെയ്സ് എന്റെ ചിന്തയെ നന്നായി നിയന്ത്രിക്കാനും അൽപ്പം കേന്ദ്രീകൃതമായി ചിന്തിക്കാനും സഹായിക്കുന്നു.

എന്നിരുന്നാലും, ഇപ്പോഴും ഒരു പ്രശ്നമുണ്ട്: ഞാൻ എഴുതുന്നതെന്തും സാധാരണയായി ഒരു ശൂന്യമായ വെളുത്ത ചുവരിനേക്കാൾ എനിക്ക് രസകരമാണ്, പക്ഷേ എന്റെ കമ്പ്യൂട്ടറിൽ എനിക്ക് ചെയ്യാൻ കഴിയുന്ന മറ്റെല്ലാറ്റിനേക്കാളും ഞാൻ എഴുതുന്നതെന്തും എനിക്ക് എല്ലായ്പ്പോഴും കൂടുതൽ രസകരമല്ല. എന്റെ ചിന്താഗതി തെറ്റിയാൽ - എന്റെ അലസത കാരണം ഇത് പലപ്പോഴും സംഭവിക്കാറുണ്ട് - എനിക്ക് വളരെ പെട്ടെന്ന് തന്നെ ഇമെയിൽ പരിശോധിക്കേണ്ടി വരും, സോഷ്യൽ മീഡിയ സ്കാൻ ചെയ്യും, അല്ലെങ്കിൽ പെട്ടെന്ന് മനസ്സിൽ വരുന്ന ഒരു ജോലിയിൽ ഏർപ്പെടേണ്ടി വരും. എന്റെ പ്രീഫ്രോണ്ടൽ കോർട്ടെക്സ് ഇപ്പോഴും ഉറങ്ങുകയാണെന്ന് ഓർമ്മിക്കുക, അതിനാൽ ഈ പ്രേരണകളെ അടിച്ചമർത്തുക എന്ന പതിവ് ജോലി അത് ചെയ്യുന്നില്ല.

ആദ്യ മണിക്കൂർ നിയമം

എന്റെ ക്രിയേറ്റീവ് സ്വീറ്റ് സ്പോട്ട് ഞാൻ ഏതാണ്ട് കണ്ടെത്തിയിരിക്കുന്നു. ഞാൻ സ്ഥിരമായി സർഗ്ഗാത്മകത പുലർത്തുന്ന ഒരു സമയം ഞാൻ കണ്ടെത്തി, എന്റെ ആശയങ്ങളെ പൂർത്തിയായ ഉൽപ്പന്നങ്ങളാക്കി മാറ്റാൻ എന്നെ അച്ചടക്കമുള്ളവനായി നിലനിർത്തുന്ന ഒരു ഇരിക്കാനുള്ള സ്ഥലം ഞാൻ കണ്ടെത്തി. എന്നാൽ ഈ പ്രഭാത എഴുത്ത് സെഷനുകൾ ശരിക്കും ഫലപ്രദമാക്കാൻ എനിക്ക് ഒരു ക്രമീകരണം കൂടി ആവശ്യമാണ്. അതിനാൽ ഞാൻ ആദ്യ മണിക്കൂർ നിയമം (ഫസ്റ്റ് അവർ റൂൾ) എന്ന് വിളിക്കുന്നത് നടപ്പിലാക്കാൻ തുടങ്ങുന്നു.

ആദ്യ മണിക്കൂർ നിയമം ഇതാണ്: നിങ്ങളുടെ ദിവസത്തിന്റെ ആദ്യ മണിക്കൂർ നിങ്ങളുടെ ഏറ്റവും പ്രധാനപ്പെട്ട പ്രോജക്റ്റിലും നിങ്ങളുടെ ഏറ്റവും പ്രധാനപ്പെട്ട പ്രോജക്റ്റിലും മാത്രം പ്രവർത്തിക്കുക.

ഫലപ്രദമാക്കാൻ വളരെ ലളിതമായി തോന്നുന്നു. എല്ലാത്തിനുമുപരി, ഇന്റർനെറ്റ് ആക്സസ് ചെയ്യുന്നതിൽ നിന്ന് എന്നെ തടയാൻ ഞാൻ ഒന്നും ചെയ്യുന്നില്ല. ഞാൻ എന്റെ വൈഫൈ ഓഫാക്കുകയോ ഏതെങ്കിലും വെബ്സൈറ്റുകൾ ബ്ലോക്ക് ചെയ്യുകയോ ചെയ്യുന്നില്ല. ഓരോ പ്രഭാതത്തിന്റെയും ആദ്യ മണിക്കൂറെങ്കിലും എഴുതാൻ ചെലവഴിക്കണമെന്ന് ഞാൻ എന്നോട് തന്നെ പറയുകയാണ്. അത് എന്തുകൊണ്ട് ഫലപ്രദമാകും?

പരിചയസമ്പന്നരായ യാത്രക്കാർക്ക് അറിയാം, നിങ്ങൾക്ക് ഒരു കൃത്യസമയ വിമാനയാത്രയ്ക്കുള്ള അവസരം ലഭിക്കണമെങ്കിൽ, ഒരു രാവിലത്തെ വിമാനയാത്ര ചെയ്യണമെന്ന്. നിങ്ങളുടെ വിമാനം ദിവസത്തിലെ പിന്നീടുള്ള സമയത്തേക്ക് ആണെങ്കിൽ, വൈകാനുള്ള സാധ്യത കൂടുതലാണ്.

എന്തുകൊണ്ടാണ് അങ്ങനെ? കാരണം നിങ്ങൾ രാവിലെയുള്ള വിമാനയാത്ര തിരഞ്ഞെടുക്കുമ്പോൾ, എന്തെങ്കിലും തെറ്റ് സംഭവിക്കാനുള്ള സാധ്യത കുറവാണ്. ഇന്നലെ രാത്രിയിലെ വൈകിയ വിമാനങ്ങൾ എത്തി, ജീവനക്കാർക്ക് വിശ്രമം ലഭിച്ചു, വിമാനങ്ങളുടെ മെക്കാനിക്കൽ പ്രശ്നങ്ങളുള്ള പരിഹരിച്ചു. രാവിലെ ആദ്യം, ഓരോ വിമാനത്താവളവും ഒരു ശൂന്യമായ ഷീറ്റിൽ നിന്നാണ് പ്രവർത്തനം ആരംഭിക്കുന്നത്.

ജീവിതം ഒരു വിമാനത്താവളം പോലെയാണ്. നിങ്ങൾ ദിവസം ആരംഭിക്കുന്നത് മികച്ച ഉദ്ദേശ്യങ്ങളോടെയാണ്, പക്ഷേ പിന്നീട് കാലതാമസം മറ്റ് കാലതാമസങ്ങളിലേക്ക് നയിക്കുന്നു, അത് റദ്ദാക്കലുകളിലേക്ക് നയിക്കുന്നു. ദിവസാവസാനത്തോടെ, നിങ്ങൾക്ക് വയറു നിറയെ ഫാസ്റ്റ് ഫുഡ് ഉണ്ടാകും, നിങ്ങൾ തറയിൽ ഉറങ്ങുകയാണ്.

നിങ്ങളുടെ ദിവസം നിങ്ങൾക്ക് ഏറ്റവും പ്രധാനപ്പെട്ട കാര്യത്തിൽ ജോലി ചെയ്യുന്നതിലൂടെ തുടങ്ങിയാൽ, മറ്റ് കാര്യങ്ങൾ തടസ്സപ്പെടാനുള്ള സാധ്യത കുറവാണ്. അതിനാൽ ഇമെയിൽ പരിശോധിക്കരുത്, സോഷ്യൽ മീഡിയ പരിശോധിക്കരുത് - ഏറ്റവും പ്രധാനപ്പെട്ട കാര്യത്തിലേക്ക് പോകുക. അതൊരു നിയമമാക്കുക, ഒപ്പം അത് എളുപ്പമാകും.

ദിവസത്തിന്റെ ഒരു ഭാഗത്ത് നിങ്ങൾ ഊർജ്ജം എങ്ങനെ ഉപയോഗിക്കുന്നു എന്നത് നിങ്ങളുടെ ശേഷിക്കുന്ന ദിവസത്തിൽ മുഴുവൻ തരംഗ ഫലങ്ങളുണ്ടാക്കുന്നു. ഫസ്റ്റ് അവർ നിയമം ഈ നിയമത്തിന് ഒരു അപവാദമല്ല. ആദ്യ മണിക്കൂർ നിയമം നിങ്ങളുടെ ദിവസം വിജയത്തോടെ ആരംഭിക്കാൻ നിങ്ങളെ സഹായിക്കുന്നു. നിങ്ങളുടെ ഏറ്റവും പ്രധാനപ്പെട്ട ജോലി ഇതിനകം ചെയ്തുകഴിഞ്ഞാൽ, ദിവസത്തിന്റെ ബാക്കിയുള്ള സമയങ്ങളിൽ നിങ്ങൾക്ക് സുഖം തോന്നുന്നു.

നിങ്ങളുടെ ദിവസം ആരംഭിക്കുന്നത് ഒരു പമ്പരം കറക്കുന്നത് പോലെയാണ്. നിങ്ങൾ ഒരു പമ്പരം മധ്യത്തിൽ നിന്ന് സ്ഥാനം മാറിയാണ് കറക്കുകന്നതെങ്കിൽ, അത് ബാലൻസ് നഷ്ടപ്പെടുകയും വേഗത്തിൽ മാഞ്ഞുപോകുകയും ചെയ്യും. നിങ്ങൾ നിങ്ങളുടെ ദിവസം കേന്ദ്രത്തിൽ ആരംഭിക്കുകയാണെങ്കിൽ, നിങ്ങൾ ദിവസം മുഴുവൻ നിൽക്കും.

കൂടാതെ, ആദ്യ മണിക്കൂർ നിയമം ഉപയോഗിക്കുന്നത് നിങ്ങളുടെ തലച്ചോറിനെ ശ്രദ്ധ കേന്ദ്രീകരിക്കുന്നതിൽ പരിശീലിപ്പിക്കാൻ സഹായിക്കുന്നു. ഞാൻ ഈ പരീക്ഷണം ആരംഭിച്ചപ്പോൾ, ആദ്യത്തെ രണ്ട് ആഴ്ചകൾക്ക് ആദ്യ മണിക്കൂർ നിയമം പാലിക്കുന്നത് ബുദ്ധിമുട്ടായിരുന്നു. എന്നാൽ, ന്യൂറോസയൻസ് പറയുന്നതുപോലെ, "ഒരുമിച്ച ജ്വലിക്കുന്ന ന്യൂറോണുകൾ, ഒരുമിച്ച് വയർ ചെയ്യുക." നിങ്ങൾക്ക് ഒരു ചിന്ത ഉണ്ടാകുമ്പോഴെല്ലാം, ആ ചിന്ത ആവർത്തിക്കുന്നത് അത് എളുപ്പമാക്കുന്നു. അതുകൊണ്ട് ഓരോ ദിവസവും ആദ്യത്തെ ഒരു മണിക്കൂറിൽ ഇമെയിൽ പരിശോധിക്കാനുള്ള പ്രേരണയെ ഞാൻ ചെറുക്കുമ്പോൾ, ഭാവിയിൽ പ്രേരണകളെ ചെറുക്കാൻ എനിക്ക് എളുപ്പമാകും. താമസിയാതെ, ഓരോ ദിവസത്തിന്റെയും ആദ്യ ഒരു മണിക്കൂർ ശ്രദ്ധ കേന്ദ്രീകരിക്കാൻ മാത്രമല്ല, ബാക്കിയുള്ള സമയം ശ്രദ്ധ കേന്ദ്രീകരിക്കാനും എനിക്ക് എളുപ്പമായി.

മടുപ്പിന്റെ പാരിതോഷികം

നിങ്ങൾ ചിന്തിച്ചേക്കാം: നിങ്ങൾ ക്ഷീണിതനായിരിക്കുമ്പോൾ കൂടുതൽ സർഗ്ഗാത്മകനാണെങ്കിൽ, രാത്രി വൈകിയും നിങ്ങളുടെ ക്രിയേറ്റീവ് സ്വീറ്റ് സ്പോട്ട് ആകാത്തത് എന്തുകൊണ്ട്? ഇതിലും നല്ലത്, ഉറക്കം നഷ്ടപ്പെട്ടാൽ നിങ്ങൾ ഒരു സർഗ്ഗാത്മക യന്ത്രമായി മാറുമോ? നിങ്ങളുടെ ക്രിയേറ്റീവ് സ്വീറ്റ് സ്പോട്ട് രാത്രിയിലല്ല, രാവിലെയായിരിക്കും, രാത്രിയിൽ നിങ്ങൾക്ക് മടുപ്പ് തോന്നില്ല എന്നതാണ് - പകരം, നിങ്ങൾക്ക് ഉറക്കം വരാൻ സാധ്യതയുണ്ട്. അതിൽ ഒരു വ്യത്യാസമുണ്ട്.

ഉറക്കമില്ലായ്മയുടെ ഒരു ഫലമാണ് മടുപ്പ്. നിങ്ങൾ ഉറങ്ങിയിരുന്നു, എന്നാൽ ഇപ്പോഴും നിങ്ങളുടെ ശരീരം ഉറങ്ങാൻ ആഗ്രഹിക്കുന്നു. നിങ്ങൾ ഇതുവരെ പൂർണ്ണമായും ഉണർന്നിട്ടില്ല. നിങ്ങൾക്ക് ആവശ്യത്തിന് ഉറക്കം ലഭിച്ചിട്ടുണ്ടെങ്കിൽ, രാവിലെ നിങ്ങൾ ഉറക്കം വരരുത് - പക്ഷേ നിങ്ങൾ മടുപ്പ് വരാം. എന്നിരുന്നാലും, രാത്രിയിൽ നിങ്ങൾ ഉറക്കത്തിലായിരിക്കണം. അപ്പോഴാണ് നിങ്ങൾ ധാരാളം ഉറക്ക കടം ശേഖരിക്കുന്നത്.

സർഗ്ഗാത്മകമായ ജോലി ചെയ്യാൻ, നിങ്ങൾ വിഭിന്ന ചിന്തകളും കേന്ദ്രീകൃത ചിന്തകളും ഉണ്ടാകണമെന്ന് ഓർമ്മിക്കുക. രാവിലെ, മടുപ്പ് വിഭിന്ന ചിന്തകൾക്ക് കാരണമാകുന്നു. എന്നാൽ രാവിലെ നിങ്ങളുടെ ഉയർന്ന ഊർജ്ജ നില - അല്ലെങ്കിൽ ഉറക്കക്കുറവിന്റെ അഭാവം - കേന്ദ്രീകൃത ചിന്തയ്ക്ക് കാരണമാകുന്നു. വാസ്തവത്തിൽ, മിക്ക ആളുകളുടെയും വൈജ്ഞാനിക ഉന്നതി വൈകിയുള്ള രാവിലെയാണ്, അത് ഉറക്കമുണർന്നതിന് ഏതാനും മണിക്കൂറുകൾക്ക് ശേഷമാണ്. അതിനാൽ, വിഭിന്നമായ ചിന്തയുടെ ഒരു സെഷനായി നിങ്ങൾക്ക്

ആദ്യ മണിക്കൂർ നിയമം ഉപയോഗിക്കാം, തുടർന്ന് ചില കേന്ദ്രീകൃത ചിന്തകൾ പിന്തുടരാം.

ഈ പ്രോജക്റ്റ് ആരംഭിക്കുമ്പോൾ, ഞാൻ കൃത്യമായി ചെയ്യുന്നത് അതാണ്. എല്ലാ ദിവസവും രാവിലെ, എന്റെ ദിവസത്തിലെ ആദ്യ മണിക്കൂർ ഒരു ബ്ലോഗ് പോസ്റ്റ് തയ്യാറാക്കാൻ ഞാൻ ചെലവഴിക്കുന്നു. തുടർന്ന് അടുത്ത അര മണിക്കൂർ ആ ബ്ലോഗ് പോസ്റ്റ് എഡിറ്റ് ചെയ്ത് പ്രസിദ്ധീകരിക്കാൻ ഞാൻ ചെലവഴിക്കുന്നു. ഇത് വിഭിന്നമായ ചിന്തയെ കേന്ദ്രീകൃത ചിന്തയുമായി പിന്തുടരാൻ എന്നെ സഹായിക്കുന്നു. കൂടാതെ, എന്റെ ഏറ്റവും പ്രധാനപ്പെട്ട ജോലി ചെയ്തു കഴിഞ്ഞതിനാൽ, ദിവസം മുഴുവൻ എനിക്ക് സ്വസ്ഥത തോന്നുന്നു, എനിക്ക് കൂടുതൽ കാര്യങ്ങൾ ചെയ്യാനും കഴിയും.

നല്ല ഉറക്കത്തിനു ശേഷമുള്ള പ്രഭാത സമയം സർഗ്ഗാത്മക പ്രവർത്തനങ്ങൾക്ക് വളരെ നല്ല സമയമാണെങ്കിലും, ഉറക്കക്കുറവിന് അതിന്റേതായ ഗുണങ്ങളൊന്നുമില്ലെന്ന് ഞാൻ ശ്രദ്ധിക്കുന്നു. നന്നായി വിശ്രമിക്കുന്ന സമയത്തേക്കാൾ നേരിയ ഉറക്കക്കുറവ് അനുഭവപ്പെടുമ്പോൾ നിങ്ങൾ കൂടുതൽ സർഗ്ഗാത്മകരാണെന്ന് പഠനങ്ങൾ സൂചിപ്പിക്കുന്നു. രാവിലെ പോലെ, ഊർജ്ജക്കുറവോ - ഉറക്കക്കുറവോ അനുഭവപ്പെടുമ്പോൾ, നിങ്ങളുടെ പ്രീഫ്രോണ്ടൽ കോർട്ടെക്സ് ആദ്യം ഒരു ചെറിയ മയക്കം എടുക്കുന്നു.

ഞാൻ ഒരിക്കലും മനഃപൂർവ്വം ഉറക്കം നഷ്ടപ്പെടുത്തില്ല. ഉറക്കക്കുറവ് നിങ്ങളെ കൂടുതൽ ഉൾക്കാഴ്ചകൾ നേടാനുള്ള സാധ്യത വർദ്ധിപ്പിക്കുമെങ്കിലും, നല്ല ആശയങ്ങൾ ഉണ്ടാകാൻ ആവശ്യമായ ഓർമ്മ ഏകീകരണത്തിന് ഉറക്കം വളരെ പ്രധാനമാണ്. ആ ആശയങ്ങ,ൾ ആദ്യമേ തന്നെ അവയിൽ ഉറച്ചുനിൽക്കുന്നില്ലെങ്കിൽ നിങ്ങളുടെ മനസ്സിലെ ആശയങ്ങളെ ബന്ധിപ്പിക്കാൻ കഴിയില്ല. (ഇതിനെക്കുറിച്ച് കൂടുതൽ അടുത്ത അധ്യായത്തിൽ.) ഉറക്കം നിങ്ങളുടെ മനസ്സിൽ ആശയങ്ങൾ സംഭരിക്കാൻ സഹായിക്കുന്നു, അതിനാൽ നിങ്ങൾക്ക് അവയെ മികച്ച ആശയങ്ങൾക്കായി ബന്ധിപ്പിക്കാൻ കഴിയും.

എന്നിരുന്നാലും, ജെറ്റ് ലാഗ് അല്ലെങ്കിൽ വൻതോതിൽ വൈകിയ വിമാനയാത്ര കാരണം എനിക്ക് ചിലപ്പോൾ സ്വമേധയാ ഉറക്കക്കുറവ് അനുഭവപ്പെടാറുണ്ട്. ഇത് സംഭവിക്കുമ്പോൾ, ഞാൻ അവസരം പ്രയോജനപ്പെടുത്താൻ ശ്രമിക്കാറുണ്ട്. ഉറക്കക്കുറവ് കാര്യങ്ങളുടെ വിശദാംശങ്ങളിലേക്കുള്ള എന്റെ ശ്രദ്ധയെ തടസ്സപ്പെടുത്തുമെന്നതിനാൽ, ഉറക്കക്കുറവ് സമയത്ത് പൂർണ്ണമായും എഡിറ്റ് ചെയ്തതും പ്രസിദ്ധീകരിക്കാൻ തയ്യാറായതുമായ ഒരു ലേഖനം ഞാൻ എഴുതുമെന്ന് ഞാൻ പ്രതീക്ഷിക്കില്ല. പക്ഷേ, ഉറക്കക്കുറവ് അനുഭവപ്പെടുമ്പോൾ ഞാൻ മറ്റ് തരത്തിലുള്ള സർഗ്ഗാത്മകമായ ചിന്തകൾ നടത്തും. ജോൺ കൂനിയോസ് എന്നോട് പറഞ്ഞതുപോലെ, "ഉറക്കക്കുറവ്

അനുഭവപ്പെടുമ്പോൾ, മൂർച്ചയും ജാഗ്രതയും ആവശ്യമുള്ള വിശദമായ വിശകലന പ്രവർത്തനത്തേക്കാൾ ഏറ്റവും ഉൽപ്പാദനക്ഷമമായ സർഗ്ഗാത്മകത ആശയ രൂപീകരണമായിരിക്കും."

മറ്റൊരു വിധത്തിൽ പറഞ്ഞാൽ, ഉയർന്ന തലത്തിലുള്ള ബ്രെയിൻസ്റ്റോമിംഗ് (മസ്തിഷ്കോദ്ദീപനം) നടത്താനുള്ള നല്ല സമയമാണിത്. പിന്നീട് ഞാൻ അത് വീണ്ടും പരിശോധിക്കും. 3-ാം അധ്യായത്തിൽ നമ്മൾ ചർച്ച ചെയ്യുന്നതുപോലെ, ഈ ബ്രെയിൻസ്റ്റോമിംഗ് സെഷനുകൾ ചിലപ്പോൾ എനിക്ക് പിന്നീട് പരിശോധിക്കാൻ കഴിയുന്ന ആശയങ്ങൾക്കുള്ള പ്രകാശമായി വർത്തിക്കുന്നു. 4-ാം അധ്യായത്തിൽ നമ്മൾ ചർച്ച ചെയ്യുന്നതുപോലെ, എക്സ്പ്ലോർ (പര്യവേക്ഷണ) മാനസികാവസ്ഥയിൽ ആയിരിക്കാൻ ഇത് നല്ല സമയമാണ്. 7-ാം അധ്യായത്തിൽ നമ്മൾ ചർച്ച ചെയ്യുന്നതുപോലെ, അപ്രതീക്ഷിതമായി കണ്ടെത്താവുന്ന സർഗ്ഗാത്മകമായ അവസരങ്ങൾ പ്രയോജനപ്പെടുത്തുന്നതിനുള്ള ഒരു ഉദാഹരണം മാത്രമാണിത്. ഞാൻ എനിക്ക് ഉറക്കക്കുറവ് വരുത്തില്ല, പക്ഷേ എനിക്ക് ഉറക്കക്കുറവ് അനുഭവപ്പെടുന്നുണ്ടെങ്കിൽ, ഞാൻ അത് മുതലെടുക്കും.

മെഡെലിനിൽ താമസിക്കുന്ന ആദ്യ ആഴ്ചകൾക്കുള്ളിൽ, എന്റെ "വലിയ പാറ", എന്റെ ക്രീടിവ് സ്വീറ്റ് സ്പോട്ട് ഞാൻ കണ്ടെത്തി: ഓരോ പ്രഭാതത്തിന്റെയും ആദ്യ മണിക്കൂർ, എന്റെ ചെറിയ മേശയിൽ ഒരു ശൂന്യമായ ചുവരിന് അഭിമുഖമായി. പക്ഷേ ഞാൻ ഇപ്പോഴും അത്ഭുതപ്പെടുന്നു, ആദ്യം എന്നെ മെഡെലിനിലേക്ക് ആകർഷിച്ചത് എന്താണ്? ഈ സ്ഥലത്തെക്കുറിച്ചുള്ള എന്താണ് എന്നെ ഇവിടെ ഏറ്റവും മികച്ച രീതിയിൽ പ്രവർത്തിക്കാൻ പ്രേരിപ്പിച്ചത്? എന്റെ പരീക്ഷണത്തിന്റെ മൂന്ന് ആഴ്ചകൾക്കുള്ളിൽ ഒരു ഓർമ്മപ്പെടുത്തൽ ലഭിക്കാനുള്ള ശരിയായ സമയമായിരുന്നു.

നൈമിഷികതയുടെ സ്വിച്ച് ഇടുന്നു

ഞാൻ പറഞ്ഞതുപോലെ, ഞാൻ മെഡെലിനിലേക്ക് കുറച്ച് യാത്രകൾ നടത്തിയിരുന്നു, ആ സമയത്ത് ഞാൻ ഇവിടെ രണ്ട് മാസങ്ങൾ ചെലവഴിച്ചു. ആ യാത്രകളിൽ ഓരോന്നിലും എനിക്ക് ഒരു കാര്യം ശ്രദ്ധിച്ചു. മൂന്ന് ആഴ്ചയ്ക്കുള്ളിൽ അത് എല്ലായ്പ്പോഴും സംഭവിച്ചു.

മെഡെലിനിലെ ജീവിത വേഗത ചിക്കാഗോയേക്കാൾ കുറവാണ്. ആളുകൾ പതുക്കെ സംസാരിക്കുന്നു. ആളുകൾ പതുക്കെ നടക്കുന്നു. എസ്കലേറ്ററിന്റെ വലതുവശത്ത് എങ്ങനെ നിൽക്കണം, അങ്ങനെ ആളുകൾക്ക് ഇടതുവശത്തുകൂടി കടന്നുപോകാൻ കഴിയും എന്നതിനെക്കുറിച്ചുള്ള ആ നിയമം? അവർ ഇവിടെ അങ്ങനെ ചെയ്യുന്നില്ല. ആളുകൾ എവിടെ വേണമെങ്കിലും നിൽക്കുന്നു. ഇത് സാധാരണയായി ഒരു പ്രശ്നമേയല്ല, കാരണം എസ്കലേറ്റർ നീങ്ങുമ്പോൾ ആരെങ്കിലും അതിൽ കയറുന്നത് അപൂർവ്വമാണ്.

ഞാൻ മെഡെലിനിൽ വരുമ്പോഴെല്ലാം സമാനമായ ഒരു രീതി ഞാൻ ശ്രദ്ധിച്ചു: ആദ്യ ആഴ്ച, ജീവിതത്തിന്റെ കുറഞ്ഞ വേഗത പുതുമയുള്ളതും ഉന്മേഷദായകവുമാണ്. രണ്ടാമത്തെ ആഴ്ച, ഞാൻ എന്റെ ജീവിതവും ദിനചര്യകളും ക്രമീകരിക്കാൻ തുടങ്ങുമ്പോൾ, അത് അസൗകര്യമായി തോന്നാൻ തുടങ്ങുന്നു. പലചരക്ക് കടയിലെ ക്യൂ ഇരുപത് മിനിറ്റ് ദൈർഘ്യമുള്ളതാണ്, അല്ലെങ്കിൽ ജിം അപ്രതീക്ഷിതമായി അറ്റകുറ്റപ്പണികൾക്കായി അടച്ചിരിക്കും. മൂന്നാം ആഴ്ച അവസാനത്തോടെ, ക്ലോക്ക് വർക്ക് പോലെ, എന്തോ ഒരു വലിയ തകരാർ സംഭവിക്കുന്നു, എനിക്ക് പൂർണ്ണമായും ക്ഷമ നഷ്ടപ്പെടുന്നു. എന്നാൽ ആ നിമിഷം, എന്തോ മാറുന്നു.

ഈ സമയം, ഞാൻ മെഡെലിനിൽ സ്ഥിരമായി ഒരു അടിസ്ഥാനം സ്ഥാപിക്കുമ്പോൾ, ആ വലിയ തകരാറിൽ ഒരു കൺസെർട്ട് ഉൾപ്പെടുന്നു. ഞാൻ തിയേറ്ററിലേക്ക് എത്തുന്നു, ഗേറ്റുകൾ പൂട്ടിയിരിക്കുന്നു. പടികളിൽ ഒരു അലഞ്ഞുതിരിയുന്ന പൂച്ചയല്ലാതെ മറ്റാരുമില്ല. ഞാൻ എന്റെ ഫോണിലെ ഇവന്റ് പേജ് പരിശോധിക്കുന്നു. ഇത് ശരിയായ ദിവസം, ശരിയായ സ്ഥലം, ശരിയായ സമയമാണ്. വെബ്സൈറ്റിൽ ഒരു അറിയിപ്പും പോസ്റ്റ് ചെയ്തിട്ടില്ല. ഞാൻ തെറ്റായ പ്രവേശന കവാടത്തിലാണോ? ഞാൻ കെട്ടിടത്തിന് ചുറ്റും നടക്കുമ്പോൾ, ഒരു സുരക്ഷാ ഉദ്യോഗസ്ഥനെ കണ്ടുമുട്ടി, അദ്ദേഹം കച്ചേരി റദ്ദാക്കിയെന്ന് പറയുന്നു. തിയേറ്റർ ഇപ്പോഴും മോശമാണ്. അക്ഷരാർത്ഥത്തിൽ, തിയേറ്റർ "മോശ"മാണ്. തിയേറ്ററിൽ എന്തോ തകർന്നിരിക്കുന്നു.

ഈ ടിക്കറ്റുകൾ ലഭിക്കാൻ ഞാൻ ഇതിനകം ഒരുപാട് കഷ്ടപ്പെട്ടിരുന്നു. എന്റെ വിദേശ ക്രെഡിറ്റ് കാർഡ് വെബ്സൈറ്റിൽ പ്രവർത്തിക്കാത്തതിനാൽ എനിക്ക് പുറത്തുള്ളൊരു ടിക്കറ്റ് കൗണ്ടറിൽ പോകേണ്ടിവന്നു. പക്ഷേ അവിടെ ജോലി ചെയ്യുന്ന കുട്ടി എന്നോട് പറഞ്ഞു, അവിടുത്തെ കമ്പ്യൂട്ടർ സിസ്റ്റം പ്രവർത്തനരഹിതമാണെന്ന്. അങ്ങനെ, ഞാൻ അടുത്ത ദിവസം തിരിച്ചെത്തി, അപ്പോഴും സിസ്റ്റവും പ്രവർത്തനരഹിതമായിരുന്നു. (അത് "ഇപ്പോഴും" പ്രവർത്തനരഹിതമായിരുന്നില്ല, അത് വീണ്ടും പ്രവർത്തനരഹിതമായിരുന്നു.) അങ്ങനെ, ഞാൻ മാളിൽ അടുത്തുള്ള ഒരു കസേരയിൽ നാൽപ്പത്തിയഞ്ച് മിനിറ്റ് കാത്തിരുന്നു, ഒടുവിൽ എന്റെ ടിക്കറ്റുകൾ ലഭിച്ചു.

തിയേറ്ററിൽ, പരിപാടി റദ്ദാക്കലിനെക്കുറിച്ച് അറിഞ്ഞതിനുശേഷം, ടിക്കറ്റുകൾക്കുള്ള റീഫണ്ട് ലഭിക്കാൻ ഞാൻ ടിക്കറ്റ് വിൻഡോയിലേക്ക് പോകുന്നു. പക്ഷേ അവർക്ക് എന്റെ റീഫണ്ട് പ്രോസസ്സ് ചെയ്യാൻ കഴിയില്ല. അവർ എന്നോട് മറ്റൊരു ടിക്കറ്റ് കൗണ്ടറിലേക്ക് പോകണമെന്ന് പറയുന്നു. പക്ഷേ ആ കൗണ്ടർ ഇന്ന് തുറന്നിട്ടില്ല. നാളെ പോകണം.

അതിനാൽ എന്റെ റീഫണ്ട് ലഭിക്കാൻ ഞാൻ പിറ്റേന്ന് ഉച്ചകഴിഞ്ഞ് അവധിയെടുക്കുന്നു. അരമണിക്കൂറോളം ക്യൂവിൽ നിന്ന ശേഷം, എന്റെ വിദേശ ക്രെഡിറ്റ് കാർഡിൽ എന്റെ റീഫണ്ട് പ്രോസസ്സ് ചെയ്യാൻ കഴിയില്ലെന്ന് അവർ എന്നോട് പറയുന്നു. ഞാൻ ഒരു ഫോം പൂരിപ്പിക്കണം, അവർ അത് ഹോം ഓഫീസിലേക്ക് മെയിൽ ചെയ്യും. രണ്ടാഴ്ചയ്ക്കുള്ളിൽ എനിക്ക് എന്റെ റീഫണ്ട് ലഭിക്കണം. എന്റെ റീഫണ്ട് ഇപ്പോൾ എനിക്ക് നൽകാൻ അവരെ പ്രേരിപ്പിക്കാൻ ഞാൻ പരമാവധി ശ്രമിക്കുന്നു, പക്ഷേ ഫലമുണ്ടായില്ല.

ഫോം പൂരിപ്പിച്ച ശേഷം, ഞാൻ പരാജയപ്പെട്ടും ദേഷ്യത്തോടെയും കൗണ്ടർ വിടുന്നു. ഈ കച്ചേരിയെക്കുറിച്ചുള്ള ഒന്നുംതന്നെ ശരിയായില്ല. ടിക്കറ്റ് വാങ്ങലോ, കച്ചേരിയോ, റീഫണ്ടോ ഒന്നുംതന്നെ. ഒരു കാട്ടുകോഴിയെ പിടിക്കാൻ വേണ്ടി അയയ്ക്കപ്പെടാനുള്ള പദവിക്ക് വേണ്ടിയാണ് ഞാൻ കുറച്ച് പണം ചെലവഴിച്ചത്. (ഒടുവിൽ അമേരിക്കൻ എക്സ്പ്രസിൽ വിളിച്ച് പണം തിരികെ ലഭിക്കാൻ വേണ്ടി ചാർജ്ജ്ബാക്ക് അഭ്യർത്ഥിക്കേണ്ടിവരുമെന്ന് ഞാൻ സംശയിച്ചു. എന്റെ സംശയം ശരിയായിരുന്നു.)

ഇതുപോലുള്ള അപകടങ്ങളിലൂടെ ഞാൻ ധാരാളം തവണ കടന്നുപോയിട്ടുണ്ട്, എനിക്ക് എന്താണ് അനുഭവിക്കാൻ പോകുന്നതെന്ന് അറിയാൻ - എന്നിരുന്നാലും മൂന്നാഴ്ചയ്ക്കുള്ളിൽ ഇത് സംഭവിക്കുന്നതിൽ ഞാൻ അത്ഭുതപ്പെടുന്നു. നടപ്പാതയിൽ നിൽക്കുമ്പോൾ, ഞാൻ കോപത്താൽ നീറുന്നതിൽ നിന്ന് ഒരു കക്കയെപ്പോലെ ശാന്തനാകുന്നു. എന്റെ പുറം, കഴുത്ത്, കൈത്തണ്ട എന്നിവയുടെ പേശികളിൽ മാസങ്ങളായി സംഭരിച്ചിരിക്കുന്ന പിരിമുറുക്കം ഉരുകാൻ തുടങ്ങുന്നു. എനിക്ക് ഭാരം കുറഞ്ഞതും സ്വതന്ത്രനുമായി തോന്നുന്നു - ഏതാണ്ട് ഉയർന്ന ഊർജ്ജവും.

ഈ പ്രതിഭാസത്തെക്കുറിച്ച് ഞാൻ മറ്റ് പ്രവാസികളോട് സംസാരിച്ചു, അവരും ഇതേ കാര്യം റിപ്പോർട്ട് ചെയ്യുന്നു. എന്തോ ഒരു തമാശ തെറ്റ് സംഭവിക്കുന്ന ഒരു നിമിഷം വരുന്നു. അടുത്തതായി നിങ്ങൾക്കറിയാമല്ലോ, നിങ്ങൾ പെട്ടെന്ന് അസ്തിത്വത്തിന്റെ മറ്റൊരു തലത്തിലാണെന്ന് നിങ്ങൾക്ക് തോന്നുന്നു. ഞാൻ ഇതിനെ "ടെമ്പറൽ സ്വിച്ച്" അഥവാ നൈമിഷികതയുടെ സ്വിച്ച് എന്ന് വിളിക്കുന്നു.

എന്തുകൊണ്ടാണ് ഒരു ആഴ്ചയിൽ എട്ട് ദിവസങ്ങൾ ഉള്ളത്?

സാമൂഹിക മനഃശാസ്ത്രജ്ഞനായ റോബർട്ട് ലെവിൻ ലോകമെമ്പാടുമുള്ള സമയത്തെക്കുറിച്ചുള്ള മനോഭാവങ്ങൾ പഠിച്ചു. സമയത്തോടുള്ള രണ്ട് വ്യത്യസ്ത സമീപനങ്ങൾ അദ്ദേഹം ശ്രദ്ധിച്ചു: ക്ലോക്ക്-ടൈം, ഇവന്റ്-

ടൈം. ചില സംസ്കാരങ്ങൾ ക്ലോക്ക്-സമയത്തിലാണ് പ്രവർത്തിക്കുന്നത്. അവ കാര്യങ്ങൾ ചെയ്യുന്നത് സമയത്തിനനുസരിച്ചാണ്. ഉച്ചഭക്ഷണം ഈ സമയത്താണ്, ഈ മീറ്റിംഗ് ഈ മറ്റൊരു സമയത്താണ്, മറ്റൊരു മീറ്റിംഗ് ഈ മറ്റൊരു സമയത്താണ്. ക്ലോക്ക്-ടൈമിൽ പ്രവർത്തിക്കാത്ത സംസ്കാരങ്ങൾ ഇവന്റ്-ടൈമിലാണ് പ്രവർത്തിക്കുന്നത്. ഉച്ചഭക്ഷണം നിങ്ങൾക്ക് വിശക്കുമ്പോൾ. ഈ മീറ്റിംഗ് ഉച്ചഭക്ഷണത്തിന് ശേഷമാണ്. നമ്മുടെ ലക്ഷ്യം കൈവരിക്കുന്നതുവരെ മീറ്റിംഗ് അവസാനിക്കുന്നില്ല. അപ്പോഴേക്കും നമുക്ക് അത്താഴത്തിന് വിശക്കുന്നില്ലെങ്കിൽ, നമുക്ക് മറ്റേ മീറ്റിംഗും ഉണ്ടാകും.

ഒരു ക്ലോക്ക്-ടൈം സ്വദേശി എന്ന നിലയിൽ, ഇവന്റ്-ടൈമിനെക്കുറിച്ച് പഠിച്ചതിനുശേഷവും, ഇവന്റ്-ടൈമിനനുസരിച്ച് എങ്ങനെ ചിന്തിക്കണമെന്ന് മനസ്സിലാക്കാൻ എനിക്ക് കുറച്ച് സമയമെടുത്തു. ഇവന്റ്-ടൈം മനസ്സിലാക്കാനുള്ള ഏറ്റവും നല്ല മാർഗ്ഗം കൊളംബിയയിലെ സ്റ്റാൻഡേർഡ് ഏഴ് ദിവസത്തെ ആഴ്ചയെയും മറ്റ് പല ഇവന്റ്-ടൈം സംസ്കാരങ്ങളെയും ആളുകൾ എങ്ങനെ കാണുന്നു എന്ന് നോക്കുക എന്നതാണ്. ഇന്ന് മുതൽ ഒരു ആഴ്ചയ്ക്കുള്ളിൽ ഒരു കൊളംബിയക്കാരനുമായി നിങ്ങൾ അപ്പോയിന്റ്മെന്റ് എടുത്താൽ, അവർ അതിനെ en ocho dias എന്ന് പറയും - എട്ട് ദിവസത്തിനുള്ളിൽ..

ഇത് ആദ്യമായി കേട്ടപ്പോൾ എനിക്ക് അവിശ്വസനീയമാംവിധം ആശയക്കുഴപ്പം തോന്നി. ഇന്ന് ബുധനാഴ്ചയാണ്, അപ്പോൾ - എട്ട് ദിവസം - അടുത്ത വ്യാഴാഴ്ച എന്നാണ് നിങ്ങൾ ഉദ്ദേശിക്കുന്നത്? ഒരു ക്ലോക്ക്-ടൈം വ്യക്തിക്ക്, അപ്പോയിന്റ്മെന്റ് ഏഴ് ദിവസത്തിനുള്ളിൽ ആണ്. ഭൂമിയുടെ ഏഴ് ഭ്രമണങ്ങൾ ഇപ്പോൾ അപ്പോയിന്റ്മെന്റ് സമയത്തിൽ നിന്ന് വേർതിരിക്കുന്നു, ഇപ്പോൾ മുതൽ ഒരു ആഴ്ച കഴിഞ്ഞ്. എന്നാൽ ഒരു ഇവന്റ്-ടൈം വീക്ഷണകോണിൽ നിന്ന്, ഇത് ഏഴ് ദിവസമല്ല - അത് എട്ട് ആണ്: ഇന്ന് ഒരു സംഭവമാണ്, ഇതുവരെ അവസാനിച്ചിട്ടില്ല. ഇപ്പോൾ മുതൽ അപ്പോയിന്റ്മെന്റ് ദിവസത്തിന് ഇടയിൽ ആറ് ദിവസങ്ങളുണ്ട് - ഓരോ ദിവസവും അതിന്റേതായ ഒരു സംഭവം -. അപ്പോയിന്റ്മെന്റ് ദിവസവും ഒരു സംഭവമാണ്. അത് ഒന്ന്, പ്ലസ് ആറ്, പ്ലസ് വൺ - എട്ട്. ഇപ്പോൾ മുതൽ ഒരു ആഴ്ച എട്ട് ദിവസമാണ്. അപ്പോയിന്റ്മെന്റ് എട്ട് ദിവസത്തിനുള്ളിൽ നടക്കും.

ബീറ്റിൽസ് 'എയ്റ്റ് ഡേയ്സ് എ വീക്ക്' പാടുമ്പോൾ സംസാരിച്ചത് ഇതല്ല. പോൾ മക്കാർട്ട്നിയോട് താൻ കഠിനാധ്വാനം ചെയ്തുകൊണ്ടിരുന്നതായി പ്രഖ്യാപിച്ച ഒരു ലിമോ ഡ്രൈവറിൽ നിന്നാണ് ഈ ഗാനം പ്രചോദനം ഉൾക്കൊണ്ടത്. "ആഴ്ചയിൽ എട്ട് ദിവസം" എന്നതായിരുന്നു അദ്ദേഹം "നൂറ്റി പത്ത് ശതമാനം" നൽകുന്നുണ്ടെന്ന് പറയുന്ന രീതി. ഇവന്റ്-ടൈം സംസ്കാരങ്ങൾ ഒരു ആഴ്ചയെ എട്ട് ദിവസമുള്ളതായി കരുതുമ്പോൾ, കാരണം അവർ ഓരോ

ദിവസവും ഒരു ഇവന്റായി കാണുന്നു. ഇത് ഒരു നവോന്മേഷദായകമായ ചിന്തയാണ്, ശരിക്കും: ഇന്ന് പ്രധാനമാണ്.

ഒരു സംസ്കാരം ഇവന്റ്-ടൈമിനെ പിന്തുടരുമ്പോൾ, അത് ക്ലോക്ക്-ടൈം ഉപയോഗിക്കുന്ന ഒരാളെ ആശയക്കുഴപ്പത്തിലാക്കുകയും ചിലപ്പോൾ അസ്വസ്ഥമാക്കുകയും ചെയ്യും. ഒരു അവോക്കാഡോ വാങ്ങാൻ ഇരുപത് മിനിറ്റ് ക്യൂവിൽ നിൽക്കേണ്ടിവരുമെന്ന് നിങ്ങൾക്ക് വിശ്വസിക്കാൻ കഴിയില്ല. ക്യൂവിലുള്ള മറ്റുള്ളവരെല്ലാം ചിന്തിക്കുന്നു, 'ഇതിൽ എന്താണ് വലിയ കാര്യം? നിങ്ങൾ അവിടെ എത്തുമ്പോൾ നിങ്ങൾ അവിടെ എത്തും.

"ടെമ്പറൽ സ്വിച്ച് " എനിക്ക് അനുഭവപ്പെടുമ്പോൾ, ഞാൻ ക്ലോക്ക്-ടൈം വീക്ഷണകോണിൽ നിന്ന് ഇവന്റ്-ടൈം വീക്ഷണകോണിലേക്ക് മാറുന്നു. എന്റെ ആന്തരിക സംഭാഷണം മാറുന്നതായി ഞാൻ കാണുന്നു. ഞാൻ സ്വയം പറയുകയാണ്, "ആദ്യത്തെ തവണ കാര്യങ്ങൾ പരീക്ഷിക്കുമ്പോൾ കാര്യങ്ങൾ ശരിയായിരിക്കില്ല, പക്ഷേ അവ ഒടുവിൽ ശരിയാകും." കൊളംബിയക്കാർ പതിവുപോലെ, No pasa nada! എന്ന് പറയും! അക്ഷരാർത്ഥത്തിൽ: ഒന്നും സംഭവിക്കില്ല. അവർ ഉദ്ദേശിക്കുന്നത്, "വിഷമിക്കുന്നത് നിർത്തുക, അത് സ്വയം ശരിയാകും" എന്നാണ്. ഈ ലൈസെസ്സെയർ (ലൈസ്സെസ്സെയർ എന്ന ഫ്രഞ്ച് പദപ്രയോഗത്തിന് അത്/അവർ ചെയ്യട്ടെ എന്ന് അർഥമാക്കുന്നു) മനോഭാവത്തോടെ, എന്തെങ്കിലും എപ്പോൾ സംഭവിക്കുന്നു അല്ലെങ്കിൽ എത്ര സമയമെടുക്കുന്നു എന്നതിനെക്കുറിച്ച് നിങ്ങൾക്ക് ആശങ്കപ്പെടാൻ കഴിയില്ല. അത് ആലോചിച്ചാൽ നിങ്ങൾ സ്വയം ഭ്രാന്തനാകും, കാരണം ഒന്നും സമയപദ്ധതി പ്രകാരം കൃത്യമായി സംഭവിക്കില്ല.

സമയത്തോടുള്ള വ്യത്യസ്ത സമീപനങ്ങളെക്കുറിച്ചുള്ള ഈ നിരീക്ഷണങ്ങൾ രാഷ്ട്രീയമായി തെറ്റാണെന്ന് തോന്നാം. ഇതിൽ ഏതെങ്കിലും നിങ്ങൾക്ക് വിധിന്യായമായി തോന്നുകയാണെങ്കിൽ, സ്വയം ചോദിക്കുക: ഒരു സമീപനം മറ്റൊന്നിനേക്കാൾ മികച്ചതാണെന്ന് നിങ്ങൾ കരുതുന്നതുകൊണ്ടാണോ? അതിൽ പ്രശ്നമുണ്ട്!

വാസ്തവത്തിൽ, ടമാർ അവ്നെറ്റും ആനി-ലോർ സെല്ലിയറും നടത്തിയ ഒരു പഠനത്തിൽ ക്ലോക്ക്-ടൈമും ഇവന്റ്-ടൈം സമീപനങ്ങളും നല്ല ഫലങ്ങളിലേക്ക് നയിക്കുമെന്ന് കണ്ടെത്തി. അത് നിങ്ങൾ നേടാൻ ശ്രമിക്കുന്ന കാര്യത്തിനെ ആശ്രയിച്ചിരിക്കുന്നു.

സർഗ്ഗാത്മകത ഒരു അഴിയാക്കുരുക്കാണ്, ഒരു ജോഗിംഗ് പാതയല്ല

കാര്യക്ഷമത പുലർത്താൻ ശ്രമിക്കുകയാണെങ്കിൽ, ക്ലോക്ക്-ടൈമാണ് ഉപയോഗിക്കേണ്ടത്. ഇരുമ്പ് കഷണങ്ങൾ നീക്കുന്നത്

പോലെ, ഇഷ്ടികകൾ അടുക്കി വയ്ക്കുമ്പോൾ, ഫ്രെഡറിക് ടെയ്‌ലറുടെ സമയക്രമീകരണ സമീപനം ചലനങ്ങളെ വേഗത്തിൽ മുകളിലേക്ക് ഉയർത്തും. ഇതൊരു ക്ലോക്ക്-ടൈം സമീപനമാണ്. എന്നാൽ നിങ്ങൾ ഫലപ്രദമാകാൻ ശ്രമിക്കുകയാണെങ്കിൽ, ഇവന്റ്-ടൈമാണ് നിങ്ങൾക്ക് പോകാനുള്ള മാർഗ്ഗം. നിങ്ങളുടെ വിവാഹ വാർഷികത്തിന് ഏറ്റവും അനുയോജ്യമായ സമ്മാനത്തെക്കുറിച്ച് ചിന്തിക്കാൻ ശ്രമിക്കുകയാണെങ്കിൽ, അത് വേഗത്തിൽ ചെയ്യുന്നതിനേക്കാൾ പ്രധാനമാണ് അതിനായി ശരിയായത് കിട്ടുന്നത്.

ക്ലോക്ക്-ടൈമും ഇവന്റ്-ടൈം സമീപനങ്ങളും കർശനമായി സാംസ്കാരികമല്ലെന്ന് അവ്നെറ്റിന്റെയും സെല്ലിയറിന്റെയും പഠനം തെളിയിച്ചു. നമ്മൾ എന്താണ് നേടാൻ ശ്രമിക്കുന്നത് എന്നതിനെ അടിസ്ഥാനമാക്കിയാണ് മിക്കവരും അവരുടെ സമീപനം മാറ്റുന്നത്.

നിങ്ങളുടെ ക്രിയേറ്റീവ് സ്വീറ്റ് സ്പോട്ട് തിരയുമ്പോൾ, ഒരു ഇവന്റ്-ടൈം സമീപനം ഉണ്ടായിരിക്കുന്നതാണ് നല്ലത്. എന്തുകൊണ്ട്? സർഗ്ഗാത്മകതയുടെ അടിസ്ഥാന നിർമ്മാണ ബ്ലോക്കിലേക്ക് മടങ്ങുക: ഉൾക്കാഴ്ച. ഉൾക്കാഴ്ചകൾ ഒരു തൽക്ഷണം വരുമെന്ന് ഓർമ്മിക്കുക. നിങ്ങൾക്ക് പരിഹാരമില്ലാത്തതിൽ നിന്ന് പരിഹാരം ലഭിക്കുന്നതിലേക്ക് പോകുന്നു. ജോൺ കൗനിയോസ് പറഞ്ഞതുപോലെ, ഊന്നൽ "പെട്ടെന്ന്" ആണ്.

ഒരു പദ ത്രയം പരിഹരിക്കാൻ ശ്രമിക്കുമ്പോൾ, നിങ്ങൾ വ്യത്യസ്തമായി ചിന്തിക്കുന്നു. വ്യത്യസ്തമായി ചിന്തിക്കുമ്പോൾ, സൂചന നൽകുന്ന ഓരോ ക്യൂ പദങ്ങളുമായും വിദൂരമായി മാത്രം ബന്ധപ്പെട്ടിരിക്കുന്ന പദങ്ങളെക്കുറിച്ചാണ് നിങ്ങൾ ചിന്തിക്കുന്നത്. ഇത് നമ്മൾ സംസാരിച്ച അഴിയാക്കുരുക്കിലെ ചില നിർജ്ജീവമായ അറ്റങ്ങൾ നിങ്ങളെ താഴേക്ക് കൊണ്ടുപോകും.

പൈൻ, ഞണ്ട്, സോസ് പദ ത്രയം പരിഹരിക്കുന്നതിന് പിന്നിലെ മാനസിക പ്രക്രിയകൾ ഇതുപോലെ കാണപ്പെടാം.

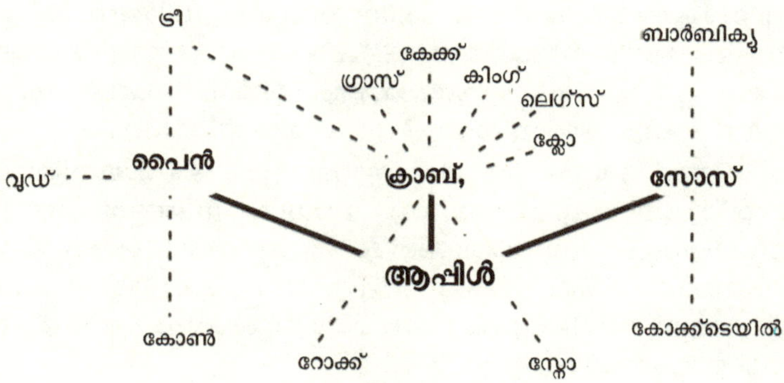

ഈ പദ ത്രയങ്ങൾ ഉൾക്കാഴ്ചയിലൂടെ പരിഹരിക്കാൻ കഴിയുമെങ്കിലും, ഈ ത്രിത്വങ്ങൾ പരിഹരിക്കുന്ന എല്ലാവരും അത് ചെയ്യാൻ ഉൾക്കാഴ്ച ഉപയോഗിക്കുന്നില്ല. ചില വിഷയങ്ങൾ ഒരു വിശകലന പ്രക്രിയ ഉപയോഗിക്കുന്നതായി റിപ്പോർട്ട് ചെയ്യുന്നു - അവരുടെ തലച്ചോറിന്റെ പ്രവർത്തനം ഈ വ്യത്യാസത്തെ പ്രതിഫലിപ്പിക്കുന്നു.

പദ ത്രയങ്ങൾ സർഗ്ഗാത്മകമായ പ്രക്രിയയ്ക്ക് നല്ലൊരു സൂക്ഷ്മരൂപമാണ്, എന്നാൽ കർശനമായി വിശകലനപരമായ പ്രശ്നങ്ങൾ വ്യത്യസ്തമാണ്. ഇതുപോലുള്ള ഒരു പദ ത്രയവും കർശനമായി വിശകലനപരമായ പ്രശ്നവും തമ്മിലുള്ള വ്യത്യാസം, സർഗ്ഗാത്മകമായ ചിന്തയ്ക്ക് ഒരു സംഭവാധിഷ്ഠിത സമയ ക്രമീകരണം എന്തുകൊണ്ട് കൂടുതൽ അനുയോജ്യമാകുമെന്ന് നമുക്ക് പറയാൻ കഴിയും.

ഈ പദ ത്രയങ്ങളിൽ ഒന്ന് ഒരു വിശകലന പ്രക്രിയയിലൂടെ നിങ്ങൾ പരിഹരിച്ചാൽ, ആ പ്രക്രിയ നമ്മൾ ഒരുമിച്ച് കടന്നുപോയ മനഃപൂർവ്വം, ഘട്ടം ഘട്ടമായുള്ള പ്രക്രിയ പോലെയായിരിക്കും. പൈനിനൊപ്പം പോകുന്ന ഒരു വാക്കിനെക്കുറിച്ച് നിങ്ങൾ ആദ്യം ചിന്തിച്ചിരുന്നെങ്കിൽ, ആ വാക്ക് ആപ്പിൾ ആയി മാറിയെങ്കിൽ, ക്രാബിന്റെയും സോസിന്റെയും മറ്റ് കൃ പദങ്ങൾ ഉപയോഗിച്ച് നിങ്ങൾ മനഃപൂർവ്വം ആപ്പിളിനെ പരീക്ഷിച്ചപ്പോൾ, നിങ്ങൾ നിങ്ങളുടെ പരിഹാരത്തിൽ എത്തിച്ചേരുമായിരുന്നു. അതൊരു വിശകലന പ്രക്രിയയായിരിക്കും. നിങ്ങൾക്ക് സമാനമായ ഒരു പ്രക്രിയ ഉപയോഗിക്കാം, ഓരോ കൃ വാക്കിലും നിങ്ങൾ ഉപയോഗിച്ചിരുന്നെങ്കിൽ, ചെറുമ്പടികൾ ശ്രദ്ധാപൂർവ്വം പരിശോധിച്ചാൽ, നിങ്ങൾക്ക് ഒരു പരിഹാരത്തിൽ എത്തിച്ചേരാനും കഴിയും.

ചില പ്രശ്നങ്ങൾ ഒരിക്കലും ഉൾക്കാഴ്ചയിലൂടെ പരിഹരിക്കപ്പെടില്ല, പകരം വിശകലനത്തിലൂടെയാണ് പരിഹരിക്കപ്പെടുക. ഒരു കെട്ട് ചീട്ടുകളിൽ നിന്ന് ഒരു രാജാവിനെയോ രാജ്ഞിയെയോ എടുക്കുന്നതിന്റെ സാധ്യത കണക്കാക്കാൻ ഞാൻ നിങ്ങളോട് ആവശ്യപ്പെട്ടാൽ, നിങ്ങൾ അത് ഉൾക്കാഴ്ചയിലൂടെ പരിഹരിക്കില്ല. നിങ്ങൾ ഒരു വിശകലന പ്രക്രിയ പിന്തുടരും: ആദ്യം നിങ്ങൾ ഒരു കെട്ട് ചീട്ടുകളിലെ രാജാക്കന്മാരുടെയും രാജ്ഞികളുടെയും എണ്ണം കണക്കാക്കും, തുടർന്ന് നിങ്ങൾ കെട്ടിലെ ചീട്ടുകൾ എണ്ണും, തുടർന്ന് നിങ്ങൾ സാധ്യത കണക്കാക്കും.

നിങ്ങൾ ഒരു ഗണിത വിദഗ്ധനാണെങ്കിൽ, ഒരു രാജാവിനെയോ രാജ്ഞിയെയോ എടുക്കുന്നതിന്റെ സാധ്യത നിങ്ങളുടെ മനസ്സിൽ പ്രത്യക്ഷപ്പെടുകയാണെങ്കിൽ, അത് ഉൾക്കാഴ്ചയ്ക്ക് തുല്യമല്ല. അത് കേവലം അവബോധമായിരിക്കും. ഗണിത പ്രശ്നങ്ങൾ പരിഹരിക്കുന്നതിലെ നിങ്ങളുടെ ആഴത്തിലുള്ള അനുഭവം അവ തൽക്ഷണം പരിഹരിക്കാൻ നിങ്ങളെ സഹായിച്ചേക്കാം.

പൂർണ്ണമായും വിശകലനാത്മകമായ ഒരു പ്രശ്നം പരിഹരിക്കുന്ന

പ്രക്രിയ ഉൾക്കാഴ്ചയുള്ള ഒരു പ്രശ്നം പരിഹരിക്കുന്ന പ്രക്രിയയിൽ നിന്ന് വ്യത്യസ്തമാണെന്ന് ശ്രദ്ധിക്കുക. ഒരു വിശകലന പ്രശ്നം പരിഹരിക്കുമ്പോൾ, നിങ്ങൾ നിരവധി ഘട്ടങ്ങൾ പിന്തുടരുകയാണ്. ഓരോ ഘട്ടത്തിലും, നിങ്ങൾ പരിഹാരത്തോട് കൂടുതൽ അടുക്കുകയാണ്. ഒരു വിശകലന പ്രശ്നത്തെ ഷിഫ്റ്റുകളായി (വ്യതിയാനം) വിഭജിക്കാം. നിങ്ങൾക്ക് ഒരു കെട്ടിലെ രാജാക്കന്മാരുടെയും രാജ്ഞികളുടെയും എണ്ണം എണ്ണാം, അത് കെട്ടിലെ ചീട്ടുകൾ എണ്ണുന്ന നൈറ്റ്-ഷിഫ്റ്റ് തൊഴിലാളിക്ക് കൈമാറാം, തുടർന്ന് രാവിലെ തിരികെ വന്ന് അന്തിമ കണക്കുകൂട്ടൽ നടത്താം.

പ്രക്രിയ രേഖീയമാണ്: നാല് രാജ്ഞികളുമായി നാല് രാജാക്കന്മാരെ ചേർത്താൽ എട്ട് സാധ്യമായ കാർഡുകൾ ലഭിക്കും. ഒരു കെട്ടിലെ അമ്പത്തിരണ്ട് കാർഡുകൾ കൊണ്ട് അതിനെ ഹരിക്കുക, നിങ്ങൾക്ക് സാധ്യത ലഭിക്കും: ഒരു സ്റ്റാൻഡേർഡ് കേട്ട് ചീട്ടുകളിൽ നിന്ന് ഒരു രാജാവിനെയോ രാജ്ഞിയെയോ വരയ്ക്കാനുള്ള പതിനഞ്ച് ശതമാനം സാധ്യത.

4 (കിംഗ്സ്) **+ 4** (ക്യൂൻസ്) **= 8 ÷ 52 = 15%**

ട്രയാഡുകൾ എന്ന പദം പരിഹരിക്കുന്നതിനുള്ള ചിന്താ പ്രക്രിയയിൽ നിന്ന് ഇത് വ്യത്യസ്തമാണെന്ന് ശ്രദ്ധിക്കുക, അവിടെ നമുക്ക് നിരവധി "ഡെഡ് എൻഡുകളിൽ" പോകേണ്ടിവന്നു. ഉൾക്കാഴ്ചയിലൂടെ ഒരു പ്രശ്നം പരിഹരിക്കാൻ, നിങ്ങൾ എപ്പോൾ നിങ്ങളുടെ ലക്ഷ്യസ്ഥാനത്ത് എത്തുമെന്ന് അറിയാതെ പല പാതകളിലൂടെ പോകേണ്ടതുണ്ട്. വിശകലനത്തിലൂടെ ഒരു പ്രശ്നം പരിഹരിക്കാൻ, നിങ്ങൾ ഓരോ പാതയിലൂടെയും, ഓരോ ഘട്ടത്തിലൂടെയും പോകണം. ഉൾക്കാഴ്ചയുള്ള ചിന്ത ഒരു അഴിയാക്കുരുക്കാണെങ്കിൽ, വിശകലന ചിന്ത ഒരു ജോഗിംഗ് പാതയാണ്.

ഒരു ക്ലോക്ക്-ടൈം ക്രമീകരണം വിശകലന ചിന്തയുമായി എങ്ങനെ കൂടുതൽ പൊരുത്തപ്പെടുമെന്ന് നിങ്ങൾക്ക് സങ്കൽപ്പിക്കാൻ കഴിയും. ഒരു ജോഗിംഗ് പാത പോലെ, പിന്തുടരേണ്ട ഘട്ടങ്ങളുണ്ട്. അതിനാൽ ആ ഘട്ടങ്ങളിൽ ഓരോന്നും എത്ര സമയമെടുക്കുമെന്ന് നിങ്ങൾക്ക് കണക്കാക്കാം. വിപരീതമായി, ഒരു ഇവന്റ്-ടൈം ക്രമീകരണം ഉൾക്കാഴ്ചയുള്ള ചിന്തയുമായി എങ്ങനെ കൂടുതൽ പൊരുത്തപ്പെടുമെന്ന് നിങ്ങൾക്ക് കാണാൻ കഴിയും. കുഴപ്പം പരിഹരിക്കാൻ നിങ്ങൾ നിരവധി അവസാന അറ്റങ്ങളിലൂടെ പോകേണ്ടതുണ്ട്. നിങ്ങൾ ഒടുവിൽ ഒരു പരിഹാരത്തിലെത്തുമ്പോൾ, അത് പെട്ടെന്ന് സംഭവിക്കും. പക്ഷേ

അത് എപ്പോൾ സംഭവിക്കും? പ്രവചിക്കാൻ പ്രയാസമാണ്.

കൂടാതെ, ഒരു ഇവന്റ്-ടൈം ക്രമീകരണം ഒരു പോസിറ്റീവ് മാനസികാവസ്ഥയെ പ്രോത്സാഹിപ്പിക്കുന്നുവെന്ന് ഗവേഷണം സൂചിപ്പിക്കുന്നു. നിങ്ങൾ ഒരു പോസിറ്റീവ് മാനസികാവസ്ഥയിലായിരിക്കുമ്പോൾ, നിങ്ങൾക്ക് കൂടുതൽ എളുപ്പത്തിൽ ഉൾക്കാഴ്ചകൾ ലഭിക്കും. ക്ലോക്ക്-ടൈമിൽ ചിന്തിക്കുന്ന ആളുകളേക്കാൾ, ഇവന്റ്-ടൈമിൽ ചിന്തിക്കുന്ന ആളുകളെക്കുറിച്ചുള്ള അവ്നെറ്റും സെല്ലിയറും നടത്തിയ ഗവേഷണത്തിൽ, ഇവന്റ്-ടൈമിൽ ചിന്തിക്കുന്ന ആളുകൾക്ക് പോസിറ്റീവ് വികാരങ്ങൾ ആസ്വദിക്കാൻ കഴിയുമെന്ന് കണ്ടെത്തി. അവർ അടുത്തതായി എന്ത് ചെയ്യും, ഏത് സമയത്താണ് ചെയ്യാൻ പോകുന്നത് എന്നതിനെക്കുറിച്ച് ചിന്തിച്ചുകൊണ്ട് അവർ ക്ലോക്ക് നോക്കുന്നില്ല. അവർ ആ നിമിഷത്തിലാണ് ഉള്ളത്. മെഡെലിനിലെ ആളുകളുടെ പൊതുവായ മാനസികാവസ്ഥ എന്തെങ്കിലും സൂചനയാണെങ്കിൽ, ഇവന്റ്-ടൈം നിങ്ങളെ കൂടുതൽ സന്തോഷിപ്പിക്കുന്നു. ഇവിടെ സന്ദർശിക്കുന്ന അമേരിക്കക്കാരിൽ നിന്ന് ഞാൻ വീണ്ടും വീണ്ടും കേൾക്കുന്ന ഒരു നിരീക്ഷണം, ആളുകൾ നല്ല മാനസികാവസ്ഥയിലാണെന്നാണ്. ലൈഫ്ഹാക്ക് ബൂട്ട്ക്യാമ്പിലെ ഡെമിർ ബെന്റ്ലി പറയുന്നതുപോലെ, "മെഡെലിനിൽ താമസിക്കുന്നതിനെക്കുറിച്ച് എനിക്ക് ഇഷ്ടപ്പെട്ട ഒരു കാര്യം ആളുകൾ കൂടുതൽ സന്തോഷവാന്മാരായി കാണപ്പെടുന്നു എന്നതാണ്."

പല കമ്പനികളിലെയും സംസ്കാരം സർഗ്ഗാത്മകതയെ കൊല്ലുന്നു. കർശനമായ സമയപരിധികളുണ്ട്, അതിനാൽ നിങ്ങൾ ക്ലോക്ക് നോക്കുന്നു, നിങ്ങൾക്ക് ലഭ്യമായ സമയത്തിൽ ചെയ്യേണ്ട ജോലി ക്രമീകരിക്കാൻ ശ്രമിക്കുന്നു. ഇത് ശാസ്ത്രജ്ഞർ "സമയ സമ്മർദ്ദം" എന്ന് വിളിക്കുന്ന ഒരു തോന്നൽ സൃഷ്ടിക്കുന്നു - നിങ്ങൾക്ക് ആവശ്യമുള്ളത് ചെയ്യാൻ നിങ്ങൾക്ക് വേണ്ടത്ര സമയമില്ല എന്ന തോന്നൽ. ദൈനംദിന ജീവിതത്തിൽ, നമ്മൾ ഇതിനെ തിരക്കിലാണെന്ന് (busy) പറയുന്നു.

കടം വാങ്ങിയ സമയത്തിന്റെ ഉയർന്ന പലിശ നിരക്ക്

ഹാർവാർഡ് സർവകലാശാലയിലെ ഒരു പഠനത്തിൽ, തിരക്കേറിയ അറിവുള്ള ജോലിക്കാർക്ക് അവരുടെ സർഗ്ഗാത്മകത കുറയുമെന്ന് കണ്ടെത്തി. സമയം ജോലിയിൽ നിറയുമ്പോൾ, നിങ്ങൾ ഒരേ തരത്തിലുള്ള ജോലികൾ കൂടുതൽ ചെയ്യുന്നുവെന്ന് നിങ്ങൾ കരുതിയേക്കാം. എന്നാൽ ഈ പഠനം കണ്ടെത്തിയത് തൊഴിലാളികൾ കൂടുതൽ തിരക്കിലായപ്പോൾ, ബ്രെയിൻസ്റ്റോമിങ് അഥവാ മസ്തിഷ്കപ്രക്ഷോഭം പോലുള്ള സർഗ്ഗാത്മകമായ ചിന്താഗതികൾ കുറവായിരുന്നു എന്നാണ്. അവർ കുറച്ച് ഉൾക്കാഴ്ചകൾ റിപ്പോർട്ട് ചെയ്തു,

അവരുടെ ജോലിയെ സഹപ്രവർത്തകർ സർഗ്ഗാത്മകത കുറഞ്ഞതായി വിലയിരുത്തി.

എന്നാൽ തിരക്കിന്റെ തീവ്രമായ തലങ്ങളിൽ, അവരുടെ സർഗ്ഗാത്മകത കുത്തനെ കുറഞ്ഞു. അവർ അൽപ്പം തിരക്കിലാണെങ്കിൽ, സർഗ്ഗാത്മകമായ ചിന്ത പത്തൊൻപത് ശതമാനം കുറഞ്ഞു. അവർ വളരെ തിരക്കിലാണെങ്കിൽ, സർഗ്ഗാത്മകമായ ചിന്ത നാൽപ്പത്തിയഞ്ച് ശതമാനം കുറഞ്ഞു.

മുൻ അധ്യായത്തിൽ നമ്മൾ ഉൾപ്പെടുത്തിയതുപോലെ, പരമ്പരാഗത അറിവിൽ, "സമയം പണമാണ്" എന്ന രൂപകം ഉപയോഗിക്കാത്ത സമയം ഉള്ളിടത്ത് അത് അവസാനിക്കുന്നു. സമയം കഴിഞ്ഞാൽ, നിങ്ങൾക്ക് അത് ഇനി ഉപയോഗിക്കാൻ കഴിയില്ല, അതേസമയം ഉപയോഗിക്കാത്ത പണം നിക്ഷേപിക്കാൻ കഴിയും, അതിനാൽ അത് താൽപ്പര്യം വർദ്ധിപ്പിക്കുന്നു എന്നതാണ് ചിന്ത. ഈ ചിന്താഗതി തെറ്റാണ്, കാരണം കൂടുതൽ സമയം ലഭ്യമാകുന്നത് സർഗ്ഗാത്മകത വർദ്ധിപ്പിക്കുന്നു, ഇത് ഉൽപാദനത്തിന്റെ ഗുണനിലവാരം വർദ്ധിപ്പിക്കുന്നു.

ഈ പഠനത്തിന്റെ ഫലങ്ങൾ മറ്റൊരു വഴി കൂടി സൂചിപ്പിക്കുന്നു "സമയം പണമാണ്." നിങ്ങൾക്ക് പണമില്ലെങ്കിൽ, നിങ്ങൾ അത് കടം വാങ്ങേണ്ടിവരും. അപ്പോൾ നിങ്ങൾ പലിശ നൽകേണ്ടിവരും, അത് നിങ്ങളുടെ ഭാവി വരുമാനത്തെ കുറയ്ക്കുന്നു. നിങ്ങൾ വളരെ തിരക്കിലായിരിക്കുമ്പോൾ, നിങ്ങൾക്ക് സമയമില്ല, അതിനാൽ നിങ്ങൾ അത് കടം വാങ്ങുന്നു. നിങ്ങൾ അടിസ്ഥാനപരമായി നിങ്ങളുടെ സമയം ഒരു ക്രെഡിറ്റ് കാർഡിലേക്ക് ഈടാക്കുന്നു. നഷ്ടപ്പെട്ട സർഗ്ഗാത്മകതയുടെ രൂപത്തിൽ നിങ്ങൾ ആ ബാലൻസിന് പലിശ നൽകുന്നു. പത്തൊൻപത് ശതമാനം പലിശ നിരക്ക് ഒരു ക്രെഡിറ്റ് കാർഡിൽ ഏകദേശം സ്റ്റാൻഡേർഡ് ആണ് - ഒരു ബാലൻസ് തുക കൊണ്ടുനടക്കുന്നത് ഒരു നല്ല ആശയമല്ല. നാൽപ്പത്തിയഞ്ച് ശതമാനം പലിശ നിരക്ക്? ശമ്പളദിവസ ലോണുകളെ സംയുക്തമായി ലജ്ജിപ്പിക്കാൻ അത് മതി.

ഏറ്റവും ആശ്ചര്യകരമായ ശക്തികളിൽ ഒന്ന് കൂട്ടുപലിശയാണ്. ഒരു ദിവസം ഒരു ശതമാനം എന്ന ചെറിയ വളർച്ചാ നിരക്കിൽ, ഏകദേശം രണ്ട് മാസത്തിനുള്ളിൽ നിങ്ങൾ നിങ്ങളുടെ പണം ഇരട്ടിയാക്കും. കൂട്ടുപലിശ കുത്തനെ കൂട്ടിച്ചേർത്ത കടത്തിനും ബാധകമാണ്. തിരക്ക് കാരണം നിങ്ങളുടെ ഭാവിയിലെ സർഗ്ഗാത്മകതയിൽ നിന്ന് നിരന്തരം വായ്പ എടുക്കേണ്ടി വന്നാൽ, അതിന്റെ ഫലങ്ങൾ വിനാശകരമായിരിക്കും. ഇന്ന് നിങ്ങൾ വായ്പ എടുക്കുന്നു, പക്ഷേ ഭാവിയിൽ നിങ്ങൾ പലിശ അടയ്ക്കുന്നു.

വാസ്തവത്തിൽ, വളരെ തിരക്കിലായിരിക്കുന്നത് നിങ്ങൾ

തിരക്കിലായിരിക്കുന്ന ആ ദിവസത്തെ സർഗ്ഗാത്മകതയെ കുറയ്ക്കുക മാത്രമല്ല ചെയ്യുന്നതെന്ന് ഈ പഠനം കണ്ടെത്തി. അടുത്ത ദിവസം, അതിന്റെ പിറ്റേന്ന്, പ്രോജക്റ്റിലുടനീളം ഇത് നിങ്ങളുടെ സർഗ്ഗാത്മകതയെ കുറയ്ക്കുന്നു. കാലക്രമേണ ഇത് കൂടുതൽ സങ്കീർണ്ണമാകുന്നു, നിങ്ങൾ അമിതമായി തിരക്കിലായതിന് നിങ്ങൾക്ക് വലിയ വില നൽകേണ്ടിവരും.

എന്റെ ബ്രേക്കിംഗ് പോയിന്റിൽ എത്തുന്നതുവരെ എനിക്ക് ടെമ്പോറൽ സ്വിച്ചിലൂടെ കടന്നുപോകാൻ കഴിഞ്ഞില്ല. അപ്പോൾ മാത്രമേ എനിക്ക് ക്ലോക്ക്-ടൈമിൽ നിന്ന് ഇവന്റ്-ടൈമിലേക്ക് ഈ മാറ്റം വരുത്താൻ കഴിയൂ. അപ്പോഴാണ് എനിക്ക് ഒരു കർശനമായ ഷെഡ്യൂളിൽ ഉറച്ചുനിൽക്കാൻ കഴിയില്ലെന്ന് ഒടുവിൽ എനിക്ക് അംഗീകരിക്കേണ്ടി വന്നത്. എല്ലാത്തിനുമുപരി, എന്റെ ചുറ്റുമുള്ള ആർക്കും ഷെഡ്യൂളിൽ തുടരുന്നതിൽ ആശങ്കയില്ലായിരുന്നു. അവർ ഇവന്റ്-ടൈമിലായിരുന്നു.

എല്ലായ്പ്പോഴും ക്ലോക്ക്-ടൈമോ ഇവന്റ്-ടൈമോ സമീപനത്തിനുള്ള "മികച്ച" വഴിയല്ല. വിമാനയാത്രയിൽ കൃത്യസമയത്ത് പ്രവർത്തിക്കാൻ നമ്മൾ ആഗ്രഹിക്കുന്നുവെങ്കിൽ, എയർലൈൻ ജീവനക്കാർ ക്ലോക്ക് ടൈമിൽ പ്രവർത്തിക്കുന്നുണ്ടെന്ന് നമുക്ക് പ്രതീക്ഷിക്കാം.

എന്നാൽ നമ്മൾ സർഗ്ഗാത്മകമായി ചിന്തിക്കാൻ ശ്രമിക്കുകയാണെങ്കിൽ, നമ്മൾ ഇവന്റ്-ടൈമിൽ മികച്ചവരായിരിക്കും. എന്നാൽ സർഗ്ഗാത്മകമായ പ്രവർത്തനങ്ങൾ നടക്കണമെങ്കിൽ, നമുക്ക് വിഭിന്നമായ ചിന്തയും കേന്ദ്രീകൃതമായ ചിന്തയും ആവശ്യമാണെന്ന് ഓർമ്മിക്കുക. സംഭവ സമയം നമുക്ക് വിഭിന്നമായ ചിന്തയ്ക്ക് ഇടം നൽകുന്നു. കേന്ദ്രീകൃതമായ ചിന്തയ്ക്ക് ഏറ്റവും അനുയോജ്യമായ ഒരു മാനസികാവസ്ഥയിലേക്ക് ക്ലോക്ക്-ടൈം നമ്മെ എത്തിക്കുന്നു. അത് നമ്മെ മൂർച്ചയുള്ള ചിന്തയിലേക്ക് നയിക്കുന്നു.

കാര്യക്ഷമമാകാൻ ക്ലോക്ക്-ടൈമും, ഫലപ്രദമാകാൻ ഇവന്റ്-ടൈമും ഉപയോഗപ്രദമാണെങ്കിൽ, നിങ്ങൾക്ക് എങ്ങനെ അതിലൊരു സന്തുലിതാവസ്ഥ കൈവരിക്കാൻ കഴിയും?

സമയം ഒരുക്കുന്നു

ഇന്ന് നമ്മൾ സമയത്തെക്കുറിച്ച് ചിന്തിക്കുന്ന രീതി താരതമ്യേന പുതിയതാണെന്നും ഫ്രെഡറിക് ടെയ്‌ലറുടെ ശാസ്ത്രീയ മാനേജ്മെന്റിൽ നിന്ന് അവശേഷിച്ചതാണെന്നും ഓർമ്മിക്കാൻ ഇത് സഹായിക്കുന്നു.

"സമയം" എന്ന ആശയം തന്നെ പൂർണ്ണമായും നിർമ്മിച്ചതാണെന്നും മനസ്സിലാക്കാൻ ഇത് സഹായിക്കുന്നു. പ്രകൃതി ലോകത്ത് ഒരു ദിവസത്തെ ഇരുപത്തിനാല് മണിക്കൂറുകളായി വിഭജിക്കണമെന്ന്

പറയുന്ന ഒരു സംഗതിയില്ല, ഓരോ മണിക്കൂറിലും അറുപത് മിനിറ്റ് വീതം, ആ മിനിറ്റിൽ അറുപത് സെക്കൻഡ് വീതം. ഈ യൂണിറ്റുകൾ 4,000 വർഷം പഴക്കമുള്ള ഒരു ബാബിലോണിയൻ നമ്പറിംഗ് സിസ്റ്റത്തിൽ നിന്ന് അവശേഷിക്കുന്നു.

വാസ്തവത്തിൽ, സൺഡിയലുകളുടെ (സൂര്യഘടികാരം) കാലത്ത്, ഒരു മണിക്കൂറിന്റെ ദൈർഘ്യം വർഷം മുഴുവനും വ്യത്യാസപ്പെട്ടിരുന്നു - ഒരു മണിക്കൂർ ലഭ്യമായ പകൽ സമയത്തിന്റെ ഒരു ഭാഗമായിരുന്നു. വേനൽക്കാലത്ത്, മണിക്കൂറുകൾ കൂടുതലായിരുന്നു, ശൈത്യകാലത്ത്, മണിക്കൂറുകൾ കുറവായിരുന്നു. പതിനാറാം നൂറ്റാണ്ടിൽ മാത്രമാണ് ഒരു മണിക്കൂറിൽ അറുപത് മിനിറ്റ് എണ്ണുന്ന ഒരു മെക്കാനിക്കൽ ക്ലോക്ക് ഉണ്ടായിരുന്നത്. സെക്കൻഡുകൾ അളക്കാൻ, നമുക്ക് മറ്റൊരു നൂറ്റാണ്ട് കാത്തിരിക്കേണ്ടി വന്നു. അതായത്, ഞാൻ ഇവിടെ പറയുന്നത് ഏത് നൂറ്റാണ്ടിലാണ് കാര്യങ്ങൾ സംഭവിച്ചത് എന്നതിനെക്കുറിച്ചാണ്, പക്ഷേ ദശലക്ഷക്കണക്കിന് "വർഷങ്ങൾ" മുമ്പ് സംഭവിച്ചിരുന്നു, നാമെല്ലാവരും സമ്മതിച്ചതുപോലെ "പൂജ്യം" എന്ന വർഷമായിരുന്നു അത്.

നമുക്കെല്ലാവർക്കും ഏറ്റവും കൃത്യമായ സമയം അളക്കുന്ന ഉപകരണം ആറ്റോമിക് ക്ലോക്ക് ആണ്. സീസിയം-133 ആറ്റത്തിലെ ഓരോ 9,192,631,770 വികിരണ ചക്രങ്ങൾക്കും ഇത് ഒരു സെക്കൻഡ് കണക്കാക്കുന്നു. പ്രകൃതിയിലെ ഏറ്റവും വിശ്വസനീയമായ താളങ്ങളിൽ ഒന്നാണിത് - ഒരു മണിക്കൂർഗ്ലാസിലൂടെ വീഴുന്ന മണലിനേക്കാളും ഒരു ക്വാർട്സ് ക്രിസ്റ്റലിന്റെ വൈബ്രേഷനുകളേക്കാളും കൂടുതൽ വിശ്വസനീയം.

എന്നിട്ടും നമുക്ക് ഇപ്പോഴും "ലീപ്പ് സെക്കൻഡുകൾ" ഉണ്ട്. ആറ്റോമിക് ക്ലോക്കിന്റെ സമയം അളക്കുന്നതിലേക്ക് ഒരു സെക്കൻഡ് കൂടുതലായി ഒരു ദശകത്തിലും എട്ട് തവണ നമ്മൾ ചേർക്കുന്നു. എന്തുകൊണ്ട്? കാരണം നമ്മൾ സമയം അടിസ്ഥാനമാക്കിയുള്ള കാര്യം വിശ്വസനീയമല്ല. ഭൂമിയുടെ ഒരു ഭ്രമണത്തിന്റെ ദൈർഘ്യം വർഷം മുഴുവനും ചാഞ്ചാടുന്നു. "ലീപ്പ് വർഷം" മറക്കരുത്. നമ്മുടെ കലണ്ടറുകൾ ജ്യോതിശാസ്ത്ര സംഭവങ്ങളുമായി സമന്വയിപ്പിക്കുന്നതിന്, ഓരോ നാല് വർഷത്തിലും നമ്മൾ സ്റ്റാൻഡേർഡ് വർഷത്തിലേക്ക് ഒരു ദിവസം ചേർക്കുന്നു. എന്നിരുന്നാലും അത് അത്ര ലളിതമല്ല. ഓരോ 400 വർഷത്തിലും നമ്മൾ മൂന്ന് "അധിദിനങ്ങൾ" ഉപേക്ഷിക്കുന്നു. അടുത്ത തവണ നമ്മൾ ഒരു "അധിദിനം" ഉപേക്ഷിക്കുന്നത് 2100-ാം വർഷത്തിലായിരിക്കും.

അതെ, സമയം എത്രയാണെന്ന് അറിയുന്നത് ഉപയോഗപ്രദമാണ്. അത് ഏത് ദിവസമാണെന്ന് അറിയുന്നത് ഉപയോഗപ്രദമാണ്. ഒരു മനുഷ്യജീവിതത്തിന്റെ ഏകദേശ ദൈർഘ്യം അറിയുന്നതും

അതിനനുസരിച്ച് ആസൂത്രണം ചെയ്യാൻ ശ്രമിക്കുന്നതും ഉപയോഗപ്രദമാണ്. എന്നാൽ സമയം അളക്കുന്നതിൽ, നമുക്ക് സമയബിന്ദു നഷ്ടപ്പെട്ടു. സമയബിന്ദു എന്നത് ഒരു നിശ്ചിത യൂണിറ്റ് സമയത്തിൽ കഴിയുന്നത്ര ജീവൻ നിറയ്ക്കുക എന്നതല്ല. സമയബിന്ദു എന്നത് ഒരു പൂർണ്ണ ജീവിതം നയിക്കുന്നതിനുള്ള ഒരു വഴികാട്ടിയായി സമയബിന്ദു ഉപയോഗിക്കുക എന്നതാണ്.

ആദ്യ മണിക്കൂർ നിയമം പോലുള്ള ഒരു രീതി ഉപയോഗിക്കുന്നത് ഇവന്റ്-ടൈമിനനുസരിച്ച് പ്രവർത്തിക്കുക എന്ന ആശയത്തിന് ഒരു വൈരുദ്ധ്യമായി തോന്നിയേക്കാം. എന്നാൽ ആ സമയത്തിനുള്ളിൽ ചെയ്യേണ്ട പ്രത്യേകമായി ഒന്നും തന്നെയില്ലെന്ന് ശ്രദ്ധിക്കുക. ആ സമയത്തെ എന്റെ ക്രീടിവ് സ്വീറ്റ് സ്പോട്ട് ആയി ഞാൻ തിരിച്ചറിഞ്ഞു, ആ സമയം പരമാവധി പ്രയോജനപ്പെടുത്തുക എന്ന നിയമമാക്കി. എനിക്ക് ആക്രമണാത്മകമായ ഒരു സമയപരിധി ഉണ്ടായിരുന്നെങ്കിൽ—ആ സമയത്തിനുള്ളിൽ ഞാൻ അത് നിറവേറ്റാൻ ശ്രമിക്കുകയായിരുന്നുവെങ്കിൽ, എനിക്ക് ആ കാര്യം നഷ്ടമാകും. ഒരു സമയപരിധി സമയ സമ്മർദ്ദം സൃഷ്ടിക്കും, അത് സർഗ്ഗാത്മകതയെ ഇല്ലാതാക്കും.

സർഗ്ഗാത്മകമായ ചിന്തയ്ക്ക്, സമയം നിർദ്ദേശിക്കപ്പെടരുത്, സമയം വിവരണാത്മകമായിരിക്കണം. ഒരു സർഗ്ഗാത്മകമായ പ്രോജക്റ്റിനെ ഒരു നിശ്ചിത സമയ യൂണിറ്റിന്റെ പരിധിക്കുള്ളിൽ ഉൾപ്പെടുത്താൻ ശ്രമിക്കുന്നതിനുപകരം, നിങ്ങൾക്ക് ആവശ്യമുള്ള ഫലത്തിലേക്ക് നിങ്ങളെ നയിക്കാൻ കഴിയുന്ന ഏകദേശ മാർഗ്ഗനിർദ്ദേശങ്ങളായി സമയ യൂണിറ്റുകൾ ഉപയോഗിക്കുക. ലെവൽ ടീസ്പൂണുകൾക്ക് പകരം, അത് "ഒരു നുള്ള് ഇതിന്റെയും ഒരു നുള്ള് അതിന്റെയും" ആണ്. നിങ്ങൾ ഒരു ദിവസം ഒരു മണിക്കൂർ എഴുതുകയാണെങ്കിൽ, നിങ്ങൾ ഒരു മികച്ച എഴുത്തുകാരനാകും. നിങ്ങൾ ഒരു ദിവസം ഒരു മണിക്കൂർ വായിക്കുകയാണെങ്കിൽ, നിങ്ങൾ ധാരാളം പുസ്തകങ്ങൾ വായിക്കും. ഒരു ദിവസം പതിനഞ്ച് മിനിറ്റ് ധ്യാനിക്കുകയാണെങ്കിൽ, നിങ്ങൾ കൂടുതൽ സ്വയം അവബോധമുള്ളവരാകും. എന്നാൽ നിങ്ങൾ ഒരു പുസ്തകം എഴുതാനോ, ഒരു പുസ്തകം വായിക്കാനോ, അല്ലെങ്കിൽ ഒരു നിശ്ചിത സമയപരിധിക്കുള്ളിൽ സ്വയം അവബോധം നേടാനോ ശ്രമിച്ചാൽ, നിങ്ങളുടെ പദ്ധതികൾ വിപരീതഫലം വരുത്തും. സമയത്തിനെതിരെ മത്സരിക്കരുത്, അതിനൊപ്പം നടക്കുക.

എന്റെ സർഗാത്മകതയുടെ ഫലം നാലിരട്ടിയാക്കുന്നു

ആദ്യ മണിക്കൂർ നിയമം പിന്തുടർന്ന് നിരവധി ആഴ്ചകൾക്ക് ശേഷം, ഞാൻ ഒരു താളത്തിലേക്ക് എത്തുന്നു. എന്റെ ക്രിയേറ്റീവ് സ്വീറ്റ് സ്പോട്ട് ഞാൻ കണ്ടെത്തി, ഒരു ഇവന്റ്-ടൈം ക്രമീകരണത്തിൽ ആയിരിക്കുന്നത്

എന്നെ ഉൾക്കാഴ്ചകൾ നേടാനും ആ ഉൾക്കാഴ്ചകൾ പൂർത്തിയായ ഉൽപ്പന്നങ്ങളാക്കി മാറ്റാനും വേണ്ടത്ര വിശ്രമത്തിലാക്കുന്നു.

മെഡെലിൻ ദിവസങ്ങളുമായി ഞാൻ ഇഴുകിച്ചേർന്നു തുടങ്ങിയപ്പോൾ, ഞാൻ ഈ താളം തുടരുന്നു. ഞാൻ ഉണരുമ്പോൾ, ഒരു മട്ടുപ്പിൽ ഒരു ബ്ലോഗ് പോസ്റ്റ് ഡ്രാഫ്റ്റ് ചെയ്യുന്നു, തുടർന്ന് രാവിലെ അത് എഡിറ്റ് ചെയ്ത് പ്രസിദ്ധീകരിക്കുന്നു, ഞാൻ കൂടുതൽ ഉണർന്നിരിക്കുമ്പോൾ. ഞാൻ വിഭിന്ന ചിന്തയെ കേന്ദ്രീകൃത ചിന്തയുമായി പിന്തുടരുന്നു.

ഇത് ഇവന്റ്-ടൈം സംസ്കാരമാണോ അതോ "നിത്യ വസന്തത്തിന്റെ നഗരം" എന്നറിയപ്പെടുന്ന മെഡെലിന്റെ സ്ഥിരതയുള്ള കാലാവസ്ഥയാണോ എന്ന് എനിക്കറിയില്ല - പക്ഷേ അത് അറിയുന്നതിന് മുമ്പ് ഒരു വർഷം മുഴുവൻ കടന്നുപോയി. 2016-ലേക്ക് തിരിഞ്ഞുനോക്കുമ്പോൾ, അത് ഒരു നല്ല വർഷമായിരുന്നതായി തോന്നി.

പക്ഷേ എത്ര നല്ല വർഷമായിരുന്നു അത്? വർഷത്തിലെ എന്റെ വാക്കുകളുടെ എണ്ണം കണക്കാക്കാൻ ഞാൻ തീരുമാനിച്ചു. ഒരു വർഷത്തിനുള്ളിൽ ഞാൻ 80,000-ത്തിലധികം വാക്കുകൾ പ്രസിദ്ധീകരിച്ചു - അതായത് രണ്ട് പുസ്തകങ്ങൾക്ക് തുല്യം!

ഒരു നിശ്ചിത സമയത്തിനുള്ളിൽ എത്ര വാക്കുകൾ ഉൽപ്പാദിപ്പിക്കപ്പെടുന്നു എന്നത് ആത്യന്തിക ലക്ഷ്യമല്ലാത്തതിനാൽ, അളവ് മാത്രം ഗുണമേന്മയെ അർത്ഥമാക്കുന്നില്ലെന്ന് പറയാതിരിക്കാൻ ഞാൻ മടിക്കുന്നില്ല. ഡീൻ സൈമണ്ടന്റെ ഗവേഷണം എന്തെങ്കിലും സൂചനയാണെങ്കിൽ, അളവ് പൊതുവെ ഗുണമേന്മയിലേക്ക് നയിക്കുന്നു. ഒരു സ്രഷ്ടാവ് കൂടുതൽ കൃതികൾ സൃഷ്ടിക്കുന്തോറും, ആ കൃതികളിൽ ഒന്ന് മികച്ചതാകാനുള്ള സാധ്യത കൂടുതലാണെന്ന് സൈമണ്ടൺ കണ്ടെത്തി. നിങ്ങൾക്ക് ഒരുപക്ഷേ ചില പിക്കാസോ പെയിന്റിംഗുകളെക്കുറിച്ച് ചിന്തിക്കാം, പക്ഷേ അദ്ദേഹം 1,800-ലധികം പെയിന്റിംഗുകൾ സൃഷ്ടിച്ചു. ബീഥോവന്റെ ഫിഫ്ത് സിംഫണിയിലെ ഈണം നിങ്ങൾക്ക് മൂളാൻ കഴിയും, പക്ഷേ ആ അമൂല്യ രത്നം ലഭിക്കാൻ അദ്ദേഹം 650-ലധികം കൃതികൾ രചിച്ചു. ജോർജിയ ഒ'കീഫിന്റെ പൂക്കളുടെ ക്ലോസ്-അപ്പ് പെയിന്റിംഗുകളിൽ ഒന്ന് നിങ്ങൾക്ക് വിചാരിക്കാം. അവർ 200 പുഷ്പ പെയിന്റിംഗുകൾ വരച്ചു, അത് അവരുടെ ആകെ ജീവിതകാലത്തെ 2,000 പെയിന്റിംഗുകളുടെ പത്തിലൊന്ന് ആയിരുന്നു. ആ പുഷ്പചിത്രങ്ങളിൽ ഒന്ന് മാത്രമേ റെക്കോർഡ് വിലയ്ക്ക് നാൽപ്പത് മില്യൺ ഡോളറിന് വിറ്റഴിക്കാൻ തക്ക പ്രാധാന്യമുള്ളൂ.

എന്നിരുന്നാലും, ആ വർഷത്തെ കുറിച്ച് ചിന്തിച്ചപ്പോൾ, എന്റെ ഉയർന്ന അളവിലുള്ള ഫലത്തിനൊപ്പം ഉയർന്ന നിലവാരമുള്ള സൃഷ്ടിയും ഞാൻ സൃഷ്ടിക്കുന്നുണ്ടെന്ന് എനിക്ക് മനസ്സിലായി. എന്റെ ഓൺലൈൻ

ഫോളോവേഴ്സ് നാലിരട്ടിയായി വർദ്ധിച്ചു, കൂടാതെ നിരവധി പ്രധാന വെബ്സൈറ്റുകളിൽ ആദ്യമായി എന്റെ കൃതികൾ പ്രസിദ്ധീകരിച്ചു. ഈ അവസരങ്ങളിൽ ഭൂരിഭാഗവും എന്നിലേക്ക് വന്നതാണ്. ഞാൻ തല താഴ്ത്തിപ്പിടിച്ച് എഴുതുകയും പ്രസിദ്ധീകരിക്കുകയും ചെയ്തു. എന്റെ എഴുത്തിലൂടെ ഞാൻ പണം സമ്പാദിച്ചുകൊണ്ടിരുന്നു, അത് എന്റെ സർഗ്ഗാത്മകമായ ഊർജ്ജം കൈകാര്യം ചെയ്യുന്നതിൽ പരീക്ഷണം നടത്താൻ എനിക്ക് കൂടുതൽ സമയം നേടിത്തന്നു.

80,000 വാക്കുകൾ ഒരു നേട്ടമായി തോന്നി, പക്ഷേ തീർച്ചയായും ഒരു എഴുത്തുകാരന് ഒരു വർഷത്തിൽ അതിനേക്കാൾ കൂടുതൽ വാക്കുകൾ പ്രസിദ്ധീകരിക്കാൻ കഴിയും. അനുയോജ്യമായ സാഹചര്യങ്ങളിൽ എന്റെ മാനസിക ഊർജ്ജം കൈകാര്യം ചെയ്യുന്നതിൽ ഞാൻ ശരിക്കും ശ്രദ്ധ കേന്ദ്രീകരിച്ച ആദ്യ വർഷമായിരുന്നു ഇത്. കഴിഞ്ഞ വർഷത്തെ അപേക്ഷിച്ച് ഇത് എങ്ങനെയാണെന്ന് ഞാൻ ചിന്തിച്ചു.

പിന്നീട് ഞാൻ 2015-ലെ എന്റെ പദങ്ങളുടെ ഫലം കൂട്ടിനോക്കി. എന്റെ ഓൺലൈൻ ഫോളോവേഴ്സ് നാലിരട്ടിയായി എന്ന് മാത്രമല്ല, എന്റെ പദങ്ങളുടെ ഫലവും നാലിരട്ടിയായി വർദ്ധിച്ചു! 2015-ൽ ഞാൻ മാന്യമായ ഒരു 20,000 വാക്കുകൾ പ്രസിദ്ധീകരിച്ചു - ഒരു പുസ്തകത്തിന്റെ മൂല്യത്തിന്റെ പകുതിയോളം. എന്നാൽ 2016-ലെ എന്റെ 80,000 വാക്കുകൾ അടങ്ങിയ വർഷം എന്റെ ക്രിയേറ്റീവ് സ്വീറ്റ് സ്പോട്ട് കണ്ടെത്താനുള്ള ശക്തിയുടെ ഒരു തെളിവായിരുന്നു.

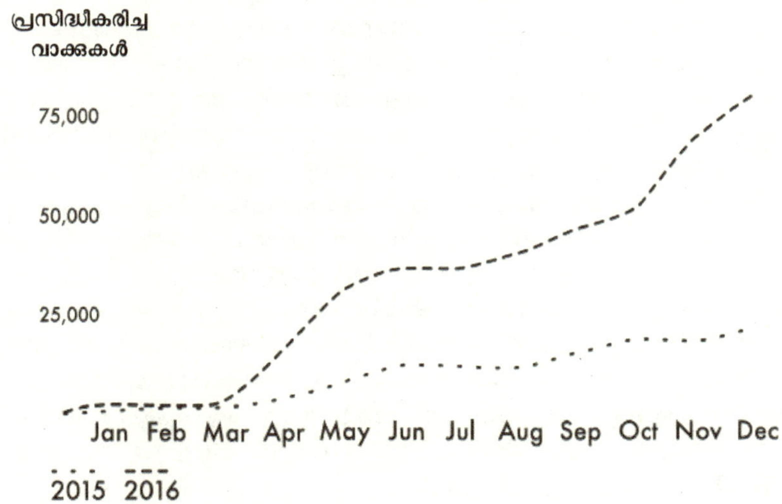

എന്നിരുന്നാലും, എന്റെ ക്രിയേറ്റീവ് സ്വീറ്റ് സ്പോട്ട്

മാത്രമായിരുന്നില്ല എന്നെ അഭ്രുതപൂർവമായ സർഗ്ഗാത്മകമായ ഉൽപാദനക്ഷമത കൈവരിക്കാൻ സഹായിച്ചത്. എന്റെ ക്രിയേറ്റീവ് സ്വീറ്റ് സ്പോട്ട് എന്റെ ഏറ്റവും മികച്ച സർഗ്ഗാത്മകമായ ഊർജ്ജം പരമാവധി പ്രയോജനപ്പെടുത്താൻ എന്നെ സഹായിച്ചു. പക്ഷേ ഓർക്കുക, ഈ ക്രിയേറ്റീവ് സ്വീറ്റ് സ്പോട്ട് എന്റെ പുതിയ ജീവിതത്തിലെ "വലിയ പാറ" മാത്രമായിരുന്നു. എന്റെ സർഗ്ഗാത്മകമായ ഊർജ്ജത്തിൽ ശരിക്കും പ്രാവീണ്യം നേടുന്നതിന്, സർഗ്ഗാത്മകമായ പ്രക്രിയയുടെ സൂക്ഷ്മ സ്വഭാവത്തെ ഞാൻ ബഹുമാനിക്കേണ്ടതുണ്ട്. ഭാഗ്യവശാൽ, വളരെക്കാലം മുമ്പ് ഞാൻ പഠിച്ച പാഠങ്ങൾ എനിക്ക് അതിൽ ഉൾപ്പെടുത്താൻ കഴിഞ്ഞു.

എഴുത്ത്, ഞാൻ ഒരിക്കൽ പഠിച്ചത്, എഴുത്തിനെക്കുറിച്ചല്ല.

അധ്യായം 3

സർഗ്ഗാത്മകതയുടെ നാല് ഘട്ടങ്ങൾ

നിങ്ങൾ കൊയ്യുന്ന വിളവെടുപ്പ് നോക്കിയല്ല, മറിച്ച് നിങ്ങൾ നടുന്ന വിത്തുകളെ നോക്കിയാണ് ഓരോ ദിവസത്തെയും വിലയിരുത്തേണ്ടത്.

– റോബർട്ട് ലൂയിസ് സ്റ്റീവൻസൺ

2011 ഫെബ്രുവരി 14. കുതിരലാടത്തിന്റെ ആകൃതിയിലുള്ള ഇഷ്ടിക കൊണ്ടുള്ള ഒരു കെട്ടിടത്തിന്റെ ഏറ്റവും മുകളിലത്തെ നിലയിൽ നിന്ന്, ഫുള്ളർട്ടൺ പാർക്ക്‌വേയിലൂടെ ഉലാത്തിക്കൊണ്ടുപോകുന്ന ദമ്പതികൾക്ക് മുകളിലൂടെ, എന്റെ ജനാലകളിൽ നിന്ന് വിളക്കിന്റെ വെളിച്ചത്തിന്റെ ചൂടുള്ള പ്രകാശം ഇരുട്ടിലേക്ക് ഒഴുകുന്നു.

എന്റെ ലിവിംഗ് റൂമിന്റെ തറയിൽ ഒരു വൈറ്റ്ബോർഡ് എടുത്തു വെച്ചിരിക്കുന്നു. പരവതാനിയിൽ എന്റെ കാൽമുട്ടുകൾ അമർത്തിയിരിക്കുന്നു, എന്റെ വിരലുകൾ വളരെ തടിച്ച ഒരു കലാ ചരിത്ര പുസ്തകത്തിന്റെ അരികിൽ നിന്ന് മഞ്ഞ സ്റ്റിക്കി നോട്ടുകളുടെ കൂട്ടത്തിൽ ചികഞ്ഞു അന്വേഷിക്കുന്നു. ഞാൻ പുസ്തകം തുറന്ന് വൈറ്റ്ബോർഡിന്റെ മുകളിൽ ഇടതുവശത്ത് തറയിൽ ആ സ്റ്റിക്കി നോട്ടുകളെ വിതറുന്നു.

അതിനു താഴെ, ടൈപ്പോഗ്രാഫിയെക്കുറിച്ചുള്ള ഒരു ചെറിയ പുസ്തകം കൈയെത്തും ദൂരത്തുണ്ട്. കലാ ചരിത്ര പുസ്തകത്തിന്റെ വലതുവശത്ത്, ഒരു ഗ്രാഫിക് ഡിസൈൻ ചരിത്ര പുസ്തകം. അതുകൂടാതെ ഘടികാരദിശയിൽ, ഒരു ലൈബ്രറി റഫറൻസ് പുസ്തകത്തിന്റെ സ്റ്റാപ്പിൾ ചെയ്ത ഫോട്ടോകോപ്പി ഹൈലൈറ്റ് ചെയ്ത വരകളോടുകൂടിയ ഒരു പേജിലേക്ക് തുറന്നു വെച്ചിരിക്കുന്നു. ഫ്ലൂറസെന്റ് നീല, ഓറഞ്ച്, പച്ച നിറങ്ങളിലുള്ള സ്റ്റിക്കി നോട്ടുകൾ വൈറ്റ്ബോർഡിലുടനീളം ചിതറിക്കിടക്കുന്നു. ബോർഡിലെ ആ കുറിപ്പുകളെ ഡ്രൈ-ഇറേസ് മാർക്കർ ലൈനുകൾ ബന്ധിപ്പിക്കുന്നു, ബോർഡിൽ എഴുതിയ ബുള്ളറ്റ്-

പോയിന്റ് ചിന്തകൾ അതിന് അനുബന്ധമായി അവിടെ നൽകിയിട്ടുണ്ട്. എന്റെ ലിവിംഗ് റൂം നിഗൂഢമായ ഒരു കൊലപാതക സിനിമയിലെ ഒരു ഡിറ്റക്ടീവിന്റെ ഓഫീസ് പോലെയാണ്.

എന്റെ ഫോൺ ഹാർഡ്‌വുഡിൽ മുഴങ്ങുന്നു. ഒരു സുഹൃത്ത് എന്നെ ഒരു "വാലന്റൈൻസ് ഡേ വിരുദ്ധ" പാർട്ടിയിലേക്ക് ക്ഷണിക്കുകയാണ്. ചുരുക്കി പറഞ്ഞാൽ, ഞാൻ കള്ളം പറയുന്നു. “ഇന്ന് രാത്രി പറ്റില്ല,” ഞാൻ മറുപടി നൽകുന്നു. “എഴുതുന്നു :-)”.

സത്യത്തിൽ, ഇന്ന് രാത്രി ഞാൻ വളരെ കുറച്ച് മാത്രമേ എഴുതൂ. ഞാൻ എഴുതുന്നതിൽ നിന്ന് – കുറിപ്പുകളുടെ രൂപത്തിൽ – ഒരു വാക്ക് പോലും എന്റെ കൈയെഴുത്തുപ്രതിയിൽ നേരിട്ട് വരില്ല. എന്റെ ലാപ്ടോപ്പ് എവിടെയും കാണാനില്ല. ചില റഫറൻസ് മെറ്റീരിയലുകളും എന്റെ സ്വന്തം ചിന്തകളും മാത്രമാണ് എന്റെ വാലന്റൈൻസ് ഡേ ഡേറ്റിങ്ങിനായി എന്റെയൊപ്പമുള്ളത്.

എന്റെ ആദ്യ പുസ്തകം എഴുതിയിട്ട് ഇപ്പോൾ ഏകദേശം മൂന്ന് മാസമായി. ആ കോസ്റ്ററിക്കൻ പാതയെക്കുറിച്ച് ആലോചിച്ചതിനുശേഷം ഞാൻ വളരെ ദൂരം പിന്നിട്ടിരിക്കുന്നു.

ഞാൻ ആദ്യമായി എഴുതാൻ തുടങ്ങിയപ്പോൾ, എന്റെ ലക്ഷ്യത്തിലെത്താൻ ഒരു ദിവസം 250 വാക്കുകൾ എഴുതിയാൽ മതിയെന്ന് ഞാൻ കരുതി. അത് അങ്ങനെ സംഭവിക്കില്ലെന്ന് ഞാൻ പെട്ടെന്ന് മനസ്സിലാക്കി.

ഇന്ന് രാത്രിയിൽ ഞാൻ ഒന്നും എഴുതില്ല, പക്ഷേ ഞാൻ ഇപ്പോഴും എഴുതുന്നു. ഇന്നത്തെ ഗവേഷണ അനുഷ്ഠാനത്തിന് നന്ദി - നാളെ എളുപ്പമാകുമെന്ന് എനിക്കറിയാവുന്നതിനാലാണ് ഞാൻ എഴുതുന്നതെന്ന് എനിക്കറിയാം. ഞാൻ ഉണരും, ഞാൻ നിലത്തെ കിറുകിറുക്കി ശബ്ദമുണ്ടാക്കുന്ന ബോർഡുകൾക്ക് മുകളിലൂടെ നടന്ന് എന്റെ ഓഫീസിലേക്ക് പോകും, ഞാൻ എന്റെ വിരൽത്തുമ്പുകൾ കീബോർഡിൽ വയ്ക്കാം. തലേരാത്രിയിലെ റഫറൻസ് മെറ്റീരിയലോ കുറിപ്പുകളോ എന്റെ കൈവശമുണ്ടാകില്ല. സ്റ്റിക്കി കുറിപ്പുകൾ ചവറ്റുകുട്ടയിലായിരിക്കും, മാർക്കർ എഴുത്തുകൾ മായ്ക്കപ്പെട്ടും, പുസ്തകങ്ങൾ ഷെൽഫിൽ അടച്ച് ഇരിക്കും. എന്നിരുന്നാലും, മാന്ത്രികതയാൽ എന്ന പോലെ, എന്റെ വിരലുകൾ ചലിക്കും, അർത്ഥവത്തായ വാക്കുകൾ ഒരുമിച്ച് കമ്പ്യൂട്ടർ സ്ക്രീനിൽ ദൃശ്യമാകും.

ഇതുപോലുള്ള ഒരു ഗവേഷണ സെഷൻ ഞാൻ നടത്തിയില്ലെങ്കിൽ, ഫലം വ്യത്യസ്തമാകുമെന്ന് ഞാൻ മനസ്സിലാക്കി. ഒരു മങ്ങിയ വേദന എന്റെ വയറ്റിൽ നിറയും. എന്റെ നട്ടെല്ലും തോളുകളും വളയും, എന്റെ പല്ലുകൾ കിരുകിരുക്കും, എന്റെ പുരികം ചുളിയും. പെട്ടെന്ന്, മറ്റൊന്ന് എന്റെ ശ്രദ്ധ പിടിച്ചുപറ്റും. എന്റെ മേശയിൽ പൊടി തട്ടേണ്ടിവരും,

എന്റെ വായിൽ ഗ്രീൻ ടീയുടെ രുചി ഓർമ്മിക്കും, അല്ലെങ്കിൽ എനിക്ക് ഒരു തണുപ്പ് അനുഭവപ്പെടും, ഒരു സ്വെറ്റർ എടുക്കേണ്ടിവരും.

അപ്പോൾ, ഞാൻ സിമെന്റ് കലർത്തുന്ന കല്ലു പണിക്കാരനാണ്, പുതിയ ക്യാൻവാസ് വിരിച്ചിടുന്ന ചിത്രകാരനാണ്, മണ്ണ് ഉഴുതുമറിക്കുന്ന കർഷകനാണ്. വരാനിരിക്കുന്ന കാര്യങ്ങൾക്ക് ഞാൻ അടിത്തറയിടുകയാണ്.

ക്ഷീണിച്ച തലച്ചോറിലേക്ക് ആശയങ്ങൾ ഒരിക്കലും വരില്ല

1891-ൽ, ജർമ്മൻ ശാസ്ത്രജ്ഞനും തത്ത്വചിന്തകനുമായ ഹെർമൻ വോൺ ഹെൽംഹോൾട്ട്സ് തന്റെ 70-ാം ജന്മദിനം ആഘോഷിച്ചു. അദ്ദേഹത്തോടുള്ള ആദരസൂചകമായി സംഘടിപ്പിച്ച പാർട്ടിയിൽ, പ്രസംഗിക്കാൻ അദ്ദേഹം എഴുന്നേറ്റു. തന്റെ പ്രശസ്തമായ കരിയറിനെക്കുറിച്ച് അദ്ദേഹം ചിന്തിച്ചു.

ഒന്നിനുപുറകെ ഒന്നായി അദ്ദേഹം എങ്ങനെയാണ് വിപ്ലവകരമായ കണ്ടെത്തലുകൾ നേടിയത്? ഭൗതികശാസ്ത്രത്തിൽ, അദ്ദേഹം ഊർജ്ജ സംരക്ഷണം എന്ന ആശയം രൂപപ്പെടുത്തി. കലയിൽ, ഇംപ്രഷനിസ്റ്റ് ചിത്രകാരന്മാരെ സ്വാധീനിച്ച വർണ്ണ ധാരണയെക്കുറിച്ചുള്ള സിദ്ധാന്തങ്ങൾ അദ്ദേഹം ആവിഷ്കരിച്ചു. വൈദ്യശാസ്ത്രത്തിൽ, അദ്ദേഹം ഒഫ്താൽമോസ്കോപ്പ് കണ്ടുപിടിച്ചു. എന്നാൽ ഹെൽംഹോൾട്ട്സ് സർഗ്ഗാത്മകതയെക്കുറിച്ചുള്ള നമ്മുടെ ധാരണയ്ക്ക് ഒരു സംഭാവന കൂടി നൽകാൻ പോകുകയായിരുന്നു, ഇത്തവണ. അദ്ദേഹം പറഞ്ഞു:

> [പ്രചോദനം] വളരെ പെട്ടെന്ന്, പരിശ്രമമില്ലാതെ, ഒരു ചിന്തയുടെ മിന്നൽപ്പിണർ പോലെ വരുന്നു. എന്റെ അനുഭവത്തിൽ അത് ഒരിക്കലും ക്ഷീണിച്ച തലച്ചോറിലേക്കോ എഴുത്തു മേശയിലേക്കോ എത്തുന്നില്ല. എന്റെ മനസ്സിന്റെ കണ്ണിൽ അതിന്റെ വളവുകളും തിരിവുകളും കാണാൻ കഴിയുന്നതുവരെ, ആദ്യം എന്റെ പ്രശ്നത്തിന്റെ എല്ലാ ദിശകളിലേക്കും ഞാൻ വീണ്ടും വീണ്ടും തിരിഞ്ഞുനോക്കിയിരിക്കണം, അത് എഴുതി വയ്ക്കാതെ തന്നെ സ്വതന്ത്രമായി കടന്നുപോകും; ഒരു നീണ്ട പ്രാഥമിക ജോലിയുടെ കാലയളവില്ലാതെ ഈ ഘട്ടത്തിൽ എത്താൻ ഒരിക്കലും സാധ്യമല്ല.
>
> പിന്നെ, അതിന്റെ ഫലമായുണ്ടാകുന്ന ക്ഷീണം ഭേദമായിക്കഴിഞ്ഞാൽ, ഒരു മണിക്കൂർ പൂർണ്ണമായ ശാരീരിക സുഖവും സമാധാനപരമായ ആശ്വാസവും ലഭിക്കണം, അതിനുമുമ്പ് ദയാപൂർവ്വമായ പ്രചോദനം ലഭിക്കും. പലപ്പോഴും അത് രാവിലെ ഉണരുമ്പോൾ വരുന്നു.... വെയിൽ നിറഞ്ഞ

> കാലാവസ്ഥയിൽ കാട്ടുകൾ നിറഞ്ഞ കന്നുകൾ കയറാൻ ഞാൻ പോയപ്പോഴാണ് അത് വളരെ എളുപ്പത്തിൽ വന്നത്.

എന്റെ ആദ്യ പുസ്തകം എഴുതി വർഷങ്ങൾക്ക് ശേഷമാണ് എനിക്ക് ഈ ഭാഗം മനസ്സിലായത്. പക്ഷേ, ഞാൻ അങ്ങനെ ചെയ്തപ്പോൾ, ആ ആദ്യ പുസ്തകം എഴുതിയ അനുഭവം പെട്ടെന്ന് തിരിച്ചുവന്നു.

അതുകൊണ്ടാണ് ഒരു വൈറ്റ്ബോർഡ്, സ്റ്റിക്കി നോട്ടുകൾ, തറയിൽ ചിതറിക്കിടക്കുന്ന പുസ്തകങ്ങൾ എന്നിവ ഉപയോഗിച്ച് ഈ ആചാരം നടത്താൻ ഞാൻ പഠിച്ചത്. ഞാൻ എന്റെ പ്രശ്നത്തിന്റെ എല്ലാ വശങ്ങളിലേക്കും മാറ്റിവെക്കുകയായിരുന്നു. എഴുതാനുള്ള സമയമായപ്പോൾ, ഞാൻ എന്റെ കുറിപ്പുകൾ സൂക്ഷിച്ചോ ഇല്ലയോ എന്നത് പ്രശ്നമല്ലായിരുന്നു. "കോണുകളും സങ്കീർണ്ണതകളും" ഇപ്പോൾ "എന്റെ തലയിലായിരുന്നു".

ഗവേഷണത്തിൽ നിന്ന് നേരിട്ട് എഴുത്തിലേക്ക് പോകാൻ എനിക്ക് കഴിഞ്ഞില്ല. എനിക്ക് "ക്ഷീണിച്ച തലച്ചോറ്" ഉണ്ടായിരുന്നു. പകരം, എനിക്ക് രാവിലെ വരെ കാത്തിരിക്കേണ്ടതായി വന്നു, എന്റെ "പൂർണ്ണമായ ശാരീരിക സുഖത്തിനും സമാധാനപരമായ ആശ്വാസത്തിനും വേണ്ടിയുള്ള ഒരു മണിക്കൂർ". അപ്പോഴാണ് എഴുത്ത് ഒടുവിൽ എളുപ്പത്തിൽ വരുന്നത്.

ഹെൽമോൾട്ട്സിന്റെ പ്രസംഗം നിങ്ങൾക്കും ഓർമ്മകൾ തിരികെ കൊണ്ടുവരും. നിരാശയോടെ നിങ്ങൾ തടസ്സങ്ങളിൽ കുടുങ്ങിയതായി തോന്നിയ സമയങ്ങൾ നിങ്ങൾ ഓർക്കുന്നു. നിങ്ങൾ ഒരു റിപ്പോർട്ട് എഴുതുകയോ, ഒരു ലോഗോ രൂപകൽപ്പന ചെയ്യുകയോ, അല്ലെങ്കിൽ ഒരു ദുഷ്കരമായ ജീവിത തീരുമാനം എടുക്കാൻ ശ്രമിക്കുകയോ ചെയ്യുകയായിരുന്നു.

നിങ്ങൾക്ക് കഴിയുന്നത്ര വിവരങ്ങൾ നിങ്ങൾ ശേഖരിച്ചു, ഒരു പരിഹാരത്തിനായി നിങ്ങളുടെ തലച്ചോറിനെ കഷ്ടപ്പെടുത്തി. നിങ്ങൾക്ക് ഒരിക്കലും വ്യക്തത ലഭിക്കില്ലെന്ന് ഉറപ്പായി, നിങ്ങൾ പരിഭ്രാന്തരായി. നിങ്ങളുടെ കഴിവുകളെ നിങ്ങൾ ചോദ്യം ചെയ്യാൻ തുടങ്ങി. നിങ്ങളുടെ നിലനിൽപ്പിനുള്ള അവകാശത്തെ പോലും നിങ്ങൾ ചോദ്യം ചെയ്തിരിക്കാം.

പക്ഷേ, പെട്ടെന്ന്, പരിഹാരം പ്രത്യക്ഷപ്പെട്ടു. ഇത്തവണ, എഴുത്ത് ഒഴുക്കിൽ നിർഗളിച്ചു, നിങ്ങളുടെ മനസ്സിൽ തികഞ്ഞ ലോഗോ പ്രത്യക്ഷപ്പെട്ടു, അല്ലെങ്കിൽ ഒരിക്കൽ വ്യക്തമല്ലായിരുന്ന തീരുമാനം പെട്ടെന്ന് വ്യക്തമായി. നിങ്ങൾ വീണ്ടും പ്രശ്നത്തിൽ ഇടപെടാൻ ഇരുന്നപ്പോൾ അത് സംഭവിച്ചിരിക്കാം, പക്ഷേ അത് മറ്റെവിടെയെങ്കിലും സംഭവിച്ചിരിക്കാനാണ് സാധ്യത. നിങ്ങൾ കുളിക്കുകയായിരുന്നു, നിങ്ങളുടെ കുട്ടിയുമായി ക്യാച്ച്

കളിക്കുകയായിരുന്നു, അല്ലെങ്കിൽ പലചരക്ക് കടയിലെ ചെക്ക്-ഔട്ട് കൗണ്ടറിൽ കാത്തിരിക്കുകയായിരുന്നു.

സോഷ്യൽ സൈക്കോളജിസ്റ്റ് ഗ്രഹാം വാലസും ഹെൽംഹോൾട്ട്സിന്റെ പ്രസംഗവുമായി ബന്ധപ്പെട്ടിരിക്കുന്നു. മുപ്പത്തിയഞ്ച് വർഷങ്ങൾക്ക് ശേഷം, സർഗ്ഗാത്മക പ്രക്രിയയെക്കുറിച്ചുള്ള ഹെൽംഹോൾട്ട്സിന്റെ നിരീക്ഷണങ്ങളെ അദ്ദേഹം നാല് "നിയന്ത്രണ ഘട്ടങ്ങൾ" എന്ന് വിളിച്ചതിനെ ഔപചാരികമാക്കി. ഈ നാല് ഘട്ടങ്ങൾ ക്രമരഹിതവും നിഗൂഢവുമായ സർഗ്ഗാത്മകമായ പ്രക്രിയയെ അൽപ്പം ക്രമരഹിതവും നിഗൂഢവുമാക്കുന്നു.

ആദ്യ ഘട്ടം **പ്രിപറേഷൻ** അഥവാ തയ്യാറെടുപ്പ് ആണ്. തയ്യാറെടുപ്പ് സമയത്ത്, പ്രശ്നത്തെക്കുറിച്ച് നിങ്ങൾക്ക് കഴിയുന്നതെല്ലാം നിങ്ങൾ പഠിക്കുകയാണ്. ഹെൽംഹോൾട്ട്സ് പറയുന്നതുപോലെ, നിങ്ങളുടെ മനസ്സിൽ "അതിന്റെ വളവുകളും തിരിവുകളും കാണാൻ" കഴിയുന്നത് വരെ നിങ്ങൾ അത് "എല്ലാ ദിശകളിലും" വീണ്ടും വീണ്ടും പരിശോധിക്കുന്നു. നിങ്ങൾക്ക് അത് നന്നായി അറിയാം, നിങ്ങളുടെ കുറിപ്പുകൾ പരാമർശിക്കാതെ തന്നെ നിങ്ങൾക്ക് അതിനെക്കുറിച്ച് സംസാരിക്കാനോ പരിഹാരങ്ങൾ കണ്ടെത്താനോ കഴിയും.

രണ്ടാമത്തെ ഘട്ടം **ഇൻകുബേഷൻ** അഥവാ അടയിരിക്കൽ ആണ്. തയ്യാറെടുപ്പ് ഘട്ടത്തിന്റെ "ഫലമായുണ്ടാകുന്ന ക്ഷീണം" "[വീണ്ടെടുക്കപ്പെട്ടിരിക്കുന്നു]" എന്ന ഘട്ടത്തിലേക്ക് എത്തുന്ന കാലഘട്ടമാണ് ഇൻകുബേഷൻ. നിങ്ങൾ പ്രശ്നത്തിൽ സജീവമായി പ്രവർത്തിക്കാത്ത ഏത് സമയത്തും ഇൻകുബേഷൻ സംഭവിക്കുന്നു. നിങ്ങൾ മറ്റെന്തെങ്കിലും ജോലി ചെയ്യുകയോ നടക്കുകയോ ഉറങ്ങുകയോ ചെയ്യുകയാവാം.

മൂന്നാം ഘട്ടം **ഇല്യൂമിനേഷൻ** അഥവാ ജ്ഞാനോദയം ആണ്. ഇല്യൂമിനേഷൻ എന്നത് "ആഹാ" നിമിഷമാണ് - ന്യൂറോശാസ്ത്രജ്ഞർ ഉൾക്കാഴ്ച എന്ന് വിളിക്കുന്ന നിമിഷം. അത് പരിഹാരം "വളരെ പെട്ടെന്ന്" വരുമ്പോഴാണ്. അത് "ശ്രമമില്ലാതെ" എത്തുന്ന ഒരു "ചിന്തയുടെ മിന്നൽ" ആണ്. പ്രകാശത്തിന്റെ നിമിഷങ്ങൾ സർഗ്ഗാത്മകതയെ വളരെ നിഗൂഢമായി തോന്നിപ്പിക്കുന്ന നിമിഷങ്ങളാണ്, കാരണം അവ പെട്ടെന്നുള്ളതും പ്രവചനാതീതവുമാണ്. പ്രഭാതഭക്ഷണം ഉണ്ടാക്കുമ്പോഴോ, കാൽവിരലുകളിൽ നഖം മുറിക്കുമ്പോഴോ, "വെയിൽ നിറഞ്ഞ കാലാവസ്ഥയിൽ മരങ്ങൾ നിറഞ്ഞ കുന്നുകൾ [കയറുമ്പോഴോ]" നിങ്ങളുടെ ആ വഴിത്തിരിവ് ആകുന്ന ആശയം വന്നേക്കാം.

അവസാനമായി, വാലസ് ഒരു നാലാമത്തെ ഘട്ടം നിർദ്ദേശിച്ചു, അത് ഹെൽംഹോൾട്ട്സിന്റെ പ്രസംഗത്തിൽ പരാമർശിച്ചിരുന്നില്ല. ഇല്യൂമിനേഷൻ ഘട്ടത്തിൽ നിങ്ങൾ എത്തിച്ചേർന്ന ആശയം വിലയിരുത്തുമ്പോഴാണ് **വെരിഫിക്കേഷൻ** അഥവാ സ്ഥിരീകരണം.

നിങ്ങളുടെ കണക്കുകൂട്ടലുകൾ കൂട്ടിച്ചേർക്കുന്നുവെന്ന് നിങ്ങൾ ഉറപ്പാക്കുന്നു. നിങ്ങൾ നിങ്ങളുടെ വസ്തുതകൾ പരിശോധിക്കുകയും വ്യാകരണം ശരിയാക്കുകയും ചെയ്യുന്നു. നിങ്ങളുടെ മാസ്റ്റർപീസിന് നിങ്ങൾ അന്തിമഘട്ട മിനുക്കുപണികൾ നൽകുന്നു.

അതിനാൽ, ശാസ്ത്രജ്ഞർ സർഗ്ഗാത്മകതയുടെ നാല് ഘട്ടങ്ങൾ എന്ന് വ്യാപകമായി പരാമർശിക്കുന്ന നിയന്ത്രണത്തിന്റെ നാല് ഘട്ടങ്ങൾ - **പ്രിപറേഷൻ, ഇൻകുബേഷൻ, ഇല്യൂമിനേഷൻ, വെരിഫിക്കേഷൻ** എന്നിവയാണ്. 120 വർഷത്തിലേറെയായി, ഹെൽംഹോൾട്ട്സിന്റെ നിരീക്ഷണങ്ങൾ ഇപ്പോഴും നിലനിൽക്കുന്നു. സർഗ്ഗാത്മകതയെക്കുറിച്ചുള്ള ഏതൊരു ഗവേഷണ പ്രബന്ധത്തിനും വാലസിന്റെ നാല് ഘട്ടങ്ങൾ പരാമർശിക്കുന്നത് പ്രായോഗികമായി ഒരു ആവശ്യകതയാണ്.

എന്റെ ആദ്യ പുസ്തകം എഴുതിയതിന്റെ ആദ്യ മാസങ്ങൾക്കുള്ളിൽ - അന്ന് എനിക്കത് അറിയില്ലായിരുന്നു എങ്കിലും - ഈ ഘട്ടങ്ങളുമായി പ്രവർത്തിക്കുന്നതിന്റെ ശക്തി ഞാൻ കണ്ടെത്തി. എന്റെ വൈകുന്നേരത്തെ ഗവേഷണ സെഷനിൽ ഉപയോഗപ്രദമായ ഒരു വാക്ക് പോലും എഴുതാൻ കഴിയില്ലെന്ന് എനിക്കറിയാമായിരുന്നിട്ടും, എനിക്ക് അത് കുഴപ്പമില്ലായിരുന്നു. ഇതുപോലെ ആഴത്തിൽ പഠിക്കാതെ ഇരുന്ന് എഴുതാൻ ഞാൻ പലതവണ ശ്രമിച്ചു, അത് എന്നെ എപ്പോഴും പൊള്ളിച്ചിരുന്നു. ഇതുപോലുള്ള ഗവേഷണ സെഷനുകൾക്ക് നന്ദി, ഇന്ന് രാത്രി ഞാൻ പര്യവേക്ഷണം ചെയ്ത കാര്യങ്ങൾ നാളെ ഒരുമിച്ച് ബന്ധിപ്പിക്കുമെന്ന് എനിക്കറിയാമായിരുന്നു.

കൂടാതെ, അടുത്ത ദിവസം രാവിലെ ഞാൻ എഴുതിയ കാര്യങ്ങൾ അച്ചടിക്കാൻ തയ്യാറാകില്ലെന്ന് എനിക്കറിയാമായിരുന്നു. വിചിത്രമായ വാക്യഘടനകൾ, അനാവശ്യമായ വിശദീകരണങ്ങൾ, അല്ലെങ്കിൽ അവസാനമായി ഒരിക്കൽ കൂടി നോക്കേണ്ട കാര്യങ്ങൾ എന്നിവ ഉണ്ടാകും.

എന്റെ ഗവേഷണ സെഷൻ എന്റെ തയ്യാറെടുപ്പായിരിക്കും, എന്റെ രാത്രി ഉറക്കം എനിക്ക് ഇൻകുബേഷൻ നൽകും, എന്റെ പ്രഭാത എഴുത്ത് സെഷൻ ജ്ഞാനോദയം നൽകും. പിന്നീട് - ഞാൻ എന്റെ എഴുത്ത് എഡിറ്റ് ചെയ്തപ്പോൾ - ഞാൻ എന്റെ സ്ഥിരീകരണം നടത്തും.

നാല് ഘട്ടങ്ങൾക്കനുസരിച്ച് പ്രവർത്തിക്കാൻ സുഖകരമായിരുന്നതിനാൽ എഴുത്തിന്റെ വേദന ഞാൻ കുറച്ചു. അത് ഇനി വേദനാജനകമല്ലാത്തതിനാൽ ഞാൻ നീട്ടിവെക്കാനുള്ള സാധ്യത കുറവായിരുന്നു. ഒരു പരിഹാരത്തിലെത്താൻ വളരെയധികം സമ്മർദ്ദം ചെലുത്തരുതെന്ന് എനിക്കറിയാമായിരുന്നു, അതിനാൽ ഞാൻ എരിയുന്നത് നിർത്തി.

അകത്തു നിന്ന് പുറത്തേക്ക്

തിരക്കഥയെക്കുറിച്ചുള്ള ഏറ്റവും മികച്ച പരിശീലകനാണ് റോബർട്ട് മക്കീ. റസ്സൽ ബ്രാൻഡ്, സ്റ്റീവൻ പ്രസ്റ്റീൽഡ്, ജൂലിയ റോബർട്ട്സ് എന്നിവർ അദ്ദേഹത്തിന്റെ വിദ്യാർത്ഥികളാണ്. അദ്ദേഹത്തിന്റെ തിരക്കഥയെക്കുറിച്ചുള്ള സെമിനാറിലെ വിദ്യാർത്ഥികൾ അറുപതിലധികം ഓസ്കാറുകളും ഇരുനൂറ് എമ്മിയും നേടിയിട്ടുണ്ട്.

ഒരു തിരക്കഥയെ പ്രധാനമായും സംഭാഷണമായിട്ടാണ് നമ്മൾ കരുതുന്നത്. നമ്മളിലേക്ക് എത്തുന്ന വാക്കുകൾ സ്ക്രീനിൽ സംസാരിക്കുക എന്നതാണ്. ഒരു തിരക്കഥ എഴുതാൻ, നിങ്ങൾ സംഭാഷണം എഴുതാൻ തുടങ്ങേണ്ടതുണ്ട് എന്നതാണ് ഇതിന്റെ അർത്ഥം. എന്നാൽ മക്കീ വ്യത്യസ്തമായ രീതിയിൽ തിരക്കഥയെ പഠിപ്പിക്കുന്നു. സർഗ്ഗാത്മകതയുടെ നാല് ഘട്ടങ്ങളിൽ നിന്ന് വ്യത്യസ്തമല്ലാത്ത ഘട്ടങ്ങളാണ് അദ്ദേഹത്തിന്റെ പഠിപ്പിക്കൽ പിന്തുടരുന്നത്.

അദ്ദേഹത്തിന്റെ പുസ്തകത്തിൽ കഥ: സബ്സ്റ്റൻസ്, സ്ട്രക്ചർ, സ്റ്റൈൽ ആൻഡ് ദി പ്രിൻസിപ്പിൾസ് ഓഫ് സ്ക്രീൻറൈറ്റിംഗ് എന്ന തന്റെ പുസ്തകത്തിൽ, മക്കീ ഈ പ്രക്രിയയെ "ഉള്ളിൽ നിന്ന് പുറത്തേക്ക് എഴുതുന്നത്" എന്ന് വിളിക്കുന്നു. സംഭാഷണം എഴുതുന്നതിനും വീണ്ടും വീണ്ടും പരിഷ്കരിക്കുന്നതിനും പകരം, എഴുത്തുകാരൻ ആശയം ഉപയോഗിച്ച് ആരംഭിക്കുന്നു, കഥയുടെ അടിസ്ഥാനകാര്യങ്ങളിൽ പ്രവർത്തിക്കുന്നു, സംഭാഷണം അവസാനമായി സൂക്ഷിക്കുന്നു.

എഴുത്തുകാരൻ ഒരു "ഘട്ട രൂപരേഖ" ഉപയോഗിച്ചാണ് ആരംഭിക്കുന്നത് - കഥയിൽ എന്താണ് സംഭവിക്കുന്നതെന്ന് വിവരിക്കുന്ന ഹ്രസ്വ പ്രസ്താവനകളുടെ ഒരു പരമ്പര. അതേസമയം, കഥാപാത്രങ്ങളുടെ ജീവചരിത്ര പശ്ചാത്തലം, കഥ നടക്കുന്ന ലോകം എങ്ങനെ പ്രവർത്തിക്കുന്നു, കഥയിലൂടെ ഏതൊക്കെ വിഷയങ്ങളാണ് പര്യവേക്ഷണം ചെയ്യപ്പെടുക തുടങ്ങിയ അന്തിമ തിരക്കഥയിൽ ഒരിക്കലും എത്താത്ത മറ്റ് വിശദാംശങ്ങളും അവർ ഗവേഷണം ചെയ്യുകയും എഴുതുകയും ചെയ്യുന്നു.

പിന്നെ എഴുത്തുകാരൻ ഈ കഥ സുഹൃത്തുക്കളോടൊത്തുള്ള കാപ്പി സത്ക്കാരവേളയിൽ പറയുന്നു. കഥ പങ്കുവെക്കുമ്പോൾ എഴുത്തുകാരൻ സ്വയം ശ്രദ്ധിക്കുന്നു. അവർ തങ്ങളുടെ സുഹൃത്തുക്കൾ ശ്രദ്ധിക്കുന്നത് നിരീക്ഷിക്കുന്നു: അവരുടെ കണ്ണുകൾ വിടരുന്നുണ്ടോ? അവർ ഇരിപ്പിടങ്ങളിൽ മുന്നോട്ട് ചാരി നിൽക്കുകയാണോ?

കാപ്പി കുടിക്കുമ്പോൾ പറയുന്നതുപോലെ, കഥയ്ക്ക് ഒരാളുടെ താൽപ്പര്യത്തെ പത്ത് മിനിറ്റ് നിലനിർത്താൻ കഴിയുമെങ്കിൽ, അത് അടുത്ത ഘട്ടത്തിന് തയ്യാറാണ്. എഴുത്തുകാരൻ പിന്നീട് മക്കീ ഒരു "ട്രീറ്റ്മെന്റ്" എന്ന് വിളിക്കുന്നത് എഴുതുന്നു, അതിൽ സ്റ്റെപ്പ് ഔട്ട്ലൈനിൽ നിന്നുള്ള വ്യക്തിഗത രംഗങ്ങൾ വിവരണാത്മക

ഖണ്ഡികകളായി വികസിപ്പിക്കുന്നു. ഇതിനെല്ലാം ശേഷം - മാസങ്ങളുടെ ജോലി - അവർ ഒടുവിൽ സംഭാഷണം ഉൾപ്പെടെ ഒരു തിരക്കഥ എഴുതുന്നു. മക്കീ പറയുന്നതുപോലെ, "ബുദ്ധിമാനായ എഴുത്തുകാരൻ സംഭാഷണം എഴുതുന്നത് കഴിയുന്നത്ര കാലം മാറ്റിവയ്ക്കുന്നു."

ഒരു മികച്ച തിരക്കഥയുമായി വരാൻ ശ്രമിക്കുന്നതിനുപകരം, മക്കീ തന്റെ വിദ്യാർത്ഥികളെ വളരെയധികം തയ്യാറെടുപ്പുകൾ നടത്താൻ ഉപദേശിക്കുന്നു. അപ്പോൾ മാത്രമേ അവർക്ക് ജ്ഞാനോദയത്തിന്റെ നിമിഷങ്ങൾ ലഭിക്കൂ. നിരവധി മാസങ്ങൾക്കിടയിൽ, സ്വാഭാവികമായും ഇൻകുബേഷന്റെ നിമിഷങ്ങൾ ഉണ്ടാകും - ഉറക്കം, ഭക്ഷണം, നടത്തം, അല്ലെങ്കിൽ പൊതുവെ ജീവിതത്തെക്കുറിച്ച് ചിന്തിക്കുക. കഥ മുഴുവൻ സ്ഥിരീകരണത്തിലൂടെയും കടന്നുപോകുന്നു, കാരണം എഴുത്തുകാരൻ സുഹൃത്തുക്കളുമായി ഇത് പരീക്ഷിക്കുകയും പശ്ചാത്തല ഗവേഷണം നടത്തുകയും കഥയുടെ അടിസ്ഥാനകാര്യങ്ങൾ പരിശോധിക്കുകയും ചെയ്യുന്നു.

ഇത് സർഗ്ഗാത്മകതയുടെ നാല് ഘട്ടങ്ങളെക്കുറിച്ചുള്ള ഒരു പ്രധാന സത്യത്തിലേക്ക് നമ്മെ എത്തിക്കുന്നു: ഈ ഘട്ടങ്ങൾ എല്ലായ്പ്പോഴും തുടക്കം മുതൽ അവസാനം വരെ ഒന്നിനുപുറകെ ഒന്നായി പുരോഗമിക്കുന്നില്ല. മക്കീ നിർദ്ദേശിച്ച പ്രക്രിയയിൽ, നിങ്ങൾ സ്ഥിരീകരണം നടത്തുന്നു - ഉദാഹരണത്തിന് നിങ്ങളുടെ തയ്യാറെടുപ്പിനിടയിൽ കാപ്പിയോടൊപ്പം കഥ പരീക്ഷിക്കുന്നത് പോലെ. പ്രക്രിയയുടെ വിവിധ ഭാഗങ്ങളിൽ നിങ്ങൾക്ക് ആവർത്തിക്കാം. എന്റെ പുസ്തകമായ ദി ഹാർട്ട് ടു സ്റ്റാർട്ടിലെ "ദി ലീനിയർ വർക്ക് ഡിസ്റ്റോർഷൻ" എന്ന അധ്യായത്തിൽ ഞാൻ വിവരിച്ചതുപോലെ, തിരക്കഥാകൃത്ത് ജോൺ ബോകെൻകാമ്പ് ആരംഭിക്കുന്നത് സ്ട്രീം-ഓഫ്-കൺഷ്യസ്നെസ്

എഴുത്ത് (അവബോധ എഴുത്തിന്റെ പ്രവാഹം) - അതിൽ സംഭാഷണം അടങ്ങിയിരിക്കാം. തയ്യാറെടുപ്പും ജ്ഞാനോദയവും ഒരേസമയം സംഭവിക്കുന്നു.

കൂടാതെ, മിക്ക സർഗ്ഗാത്മകമായ കൃതികളിലും നിരവധി ആശയങ്ങൾ അടങ്ങിയിരിക്കുന്നു. നിരവധി ജ്ഞാനോദയ നിമിഷങ്ങളില്ലാതെ നിങ്ങൾക്ക് ഒരു ആകർഷകമായ കഥ എഴുതാൻ കഴിയില്ല. അതിൽ കഥാപാത്രങ്ങളും സാഹചര്യവും സംവദിക്കുന്നതും കഥാതന്തു മുന്നോട്ട് കൊണ്ടുപോകുന്നതും ഒന്നിനു പുറകെ ഒന്നായി ഉജ്ജ്വലമായ വഴിത്തിരിവുകൾ ഉൾക്കൊള്ളുന്നതായിരിക്കണം. ഒരു മികച്ച പെയിന്റിങ്ങിന്റെ ഉള്ളടക്കം ഒന്നിന് പിറകെ ഒന്നായിട്ടുള്ള പെയിന്റ്ബ്രഷിന്റെ ഓരോ വരയും ഒരു കൈമുട്ടിന്റെ വളവിനെയോ ഒരു മരത്തിന്റെ ഇലകളെയോ അതിശയിപ്പിക്കുന്ന ഐശ്വര്യത്തോടെ പ്രതിനിധീകരിക്കുന്നു. ഈ ആശയങ്ങളെ ബന്ധിപ്പിക്കുന്നതിന് തയ്യാറെടുപ്പ് മുതൽ ഇൻകുബേഷൻ വരെ എണ്ണമറ്റ യാത്രകൾ

ആവശ്യമാണ്. എല്ലായ്പ്പോഴും, നിങ്ങൾ നിങ്ങളുടെ സമീപനം പരിശോധിക്കുന്നു.

നാല് ഘട്ടങ്ങളിലൂടെ പുരോഗമിക്കാൻ എടുക്കുന്ന സമയം വന്യമായി വ്യത്യാസപ്പെടാം. ചിലപ്പോൾ, ഒരു പരിഹാരത്തിലെത്താൻ വർഷങ്ങളോ പതിറ്റാണ്ടുകളോ എടുക്കും. മറ്റ് പ്രോജക്റ്റുകളിൽ പ്രവർത്തിക്കുമ്പോൾ എലിസബത്ത് ബിഷപ്പ് തന്റെ "ദി മൂസ്" എന്ന കവിത പൂർത്തിയാക്കാൻ ഇരുപത് വർഷമെടുത്തു. സാധാരണയായി, നിങ്ങൾ ആഴ്ചകളോ ദിവസങ്ങളോ ഈ ഘട്ടങ്ങൾക്കിടയിൽ നിന്ന് ഒഴിഞ്ഞുമാറുന്നു. എന്നിരുന്നാലും ചിലപ്പോൾ നിങ്ങൾക്ക് പ്രശ്നത്തിൽ നിന്ന് പരിഹാരത്തിലേക്ക് ഒറ്റയടിക്ക് പോകാം.

സർഗ്ഗാത്മകത എന്നത് ഹ്രസ്വകാല മെമ്മറി മാനേജ്മെന്റാണ്

സർഗ്ഗാത്മകമായ ബ്ലോക്കുകളിൽ അധികം സമ്മർദ്ദം ചെലുത്തരുത്. പകരം, തയ്യാറെടുപ്പിലൂടെ അവയെ മയപ്പെടുത്തുക. എന്തുകൊണ്ട്? ഉത്തരം മനുഷ്യ മനസ്സിന്റെ പരിമിതികളിലാണ്. ഒരു സർഗ്ഗാത്മകമായ ആശയം കൊണ്ടുവരുമ്പോൾ, ബന്ധമില്ലാത്തതായി തോന്നുന്ന ആശയങ്ങളെ നമ്മൾ ബന്ധിപ്പിക്കുന്നു. എന്നാൽ പ്രവർത്തിക്കാൻ സാധ്യതയുള്ള ബന്ധങ്ങൾ കണ്ടെത്താൻ, നമ്മൾ നിരവധി വ്യത്യസ്ത ചേരുംപടികൾ പരീക്ഷിക്കേണ്ടതുണ്ട്.

ഒരു ബുദ്ധിമുട്ടുള്ള പ്രശ്നത്തെ ഒറ്റയടിക്ക് മറികടക്കാൻ ശ്രമിക്കുമ്പോൾ, നമുക്ക് ശ്രമിക്കാൻ കഴിയുന്ന ചേരുംപടികളുടെ എണ്ണം നമ്മൾ പരിമിതപ്പെടുത്തുന്നു. നമുക്ക് ഒരു പരിഹാരം കണ്ടെത്താനായില്ല, നമ്മൾ നിരാശരാകുന്നു, നമ്മൾ തളർന്നുപോകുന്നു. ധാരാളം ഭാരിച്ച കാര്യങ്ങൾ ചെയ്യാൻ നമ്മൾ പരിമിതമായ അളവിൽ തലച്ചോറിന്റെ ശക്തി ഉപയോഗിക്കാൻ ശ്രമിക്കുന്നു. നമ്മൾ ഒരു ചെറിയ വിരലിന്റെ പിന്തുണയോടെ ഒരു പുഷ്അപ്പ് ചെയ്യാൻ ശ്രമിക്കുന്നത് പോലെയാണിത്.

നമ്മുടെ മനസ്സിനെ രണ്ട് ഭാഗങ്ങളായി തിരിച്ചിരിക്കുന്നു: ഹ്രസ്വകാല ഓർമ്മ (ഷോർട്ട് -ടേം മെമ്മറി), ദീർഘകാല ഓർമ്മ (ലോങ്ങ്-ടേം മെമ്മറി). നമ്മുടെ ദീർഘകാല ഓർമ്മയിൽ നമുക്ക് അനന്തമായി തോന്നുന്ന വിവരങ്ങൾ സംഭരിക്കാൻ കഴിയും - നമ്മുടെ ബാല്യകാല ഫോൺ നമ്പർ, രണ്ടാം ക്ലാസ് വിദ്യാർത്ഥിയുടെ ക്രഷിന്റെ പേര്, അല്ലെങ്കിൽ ഇരുപത് വർഷം മുമ്പ് നമ്മൾ കേട്ട ഒരു പരസ്യത്തിന്റെ ഈരടികൾ.

എന്നാൽ നമ്മുടെ ഹ്രസ്വകാല ഓർമ്മ അത്ര ശക്തമല്ല. ഒരേസമയം വിരലിലെണ്ണാവുന്ന കാര്യങ്ങൾ മാത്രമേ ഇതിന് ഉൾക്കൊള്ളാൻ കഴിയൂ.

അതുകൊണ്ടാണ് ക്രെഡിറ്റ് കാർഡ് നമ്പറുകളെ നാലോ അഞ്ചോ അക്കങ്ങളുള്ള കഷ്ണങ്ങളായി വിഭജിച്ചിരിക്കുന്നത് - നമ്മൾ അവയെ ഒരു രൂപത്തിൽ നൽകുമ്പോൾ, ഒരു സമയം കുറച്ച് അക്കങ്ങൾ മാത്രമേ നമുക്ക് ഓർമ്മിക്കേണ്ടിവരൂ. ആ നമ്പറുകൾ നമ്മുടെ ഹ്രസ്വകാല ഓർമ്മയിലേക്ക് കടന്നുപോകുന്നു, പക്ഷേ ഒരു നിമിഷത്തേക്ക് മാത്രം. നമുക്ക് അവ ആവശ്യമില്ലാത്ത ഉടനെ തന്നെ അവ പ്രത്യക്ഷമാകും.

എന്റെ ആദ്യ പുസ്തകം എഴുതുമ്പോൾ, എന്റെ രാത്രികാല ഗവേഷണ അനുഷ്ഠാനത്തിൽ ഞാൻ മുഴുകി, കാരണം അത് എന്റെ ഹ്രസ്വകാല ഓർമ്മയെ സ്വതന്ത്രമാക്കി. എഴുതുമ്പോൾ ഗവേഷണം നടത്താൻ ശ്രമിച്ചപ്പോഴെല്ലാം ഞാൻ കുടുങ്ങിപ്പോയി. ആ നിമിഷം എനിക്കുണ്ടായിരുന്നതിനേക്കാൾ കൂടുതൽ തലച്ചോറിന്റെ ശക്തി ഉപയോഗിക്കാൻ ഞാൻ ശ്രമിച്ചതുകൊണ്ടാണ് അത് എന്ന് ഇപ്പോൾ എനിക്കറിയാം. എന്റെ ഹ്രസ്വകാല ഓർമ്മയിൽ എന്റെ റഫറൻസ് മെറ്റീരിയലിൽ നിന്ന് ധാരാളം പുതിയ അറിവുകൾ സൂക്ഷിക്കാൻ ഞാൻ ശ്രമിക്കുകയായിരുന്നു.

നമ്മുടെ ഹ്രസ്വകാല ഓർമ്മയെ നമ്മുടെ "പ്രവർത്തന" ഓർമ്മ (വർക്കിംഗ് മെമ്മറി) എന്നും വിളിക്കുന്നതിൽ തെറ്റില്ല. നമ്മുടെ ഹ്രസ്വകാല ഓർമ്മയിൽ വിവരങ്ങൾ സൂക്ഷിക്കാൻ ശ്രമിക്കുകയാണെങ്കിൽ, മറ്റേതെങ്കിലും ജോലി ചെയ്യാൻ നമുക്ക് തലച്ചോറിന്റെ ശക്തി കുറവാണ്. അതിനാൽ എന്റെ പ്രവർത്തന ഓർമ്മയിൽ പുതിയ ആശയങ്ങൾ സൂക്ഷിച്ചിരുന്നതിനാൽ, ആ ആശയങ്ങൾ തമ്മിലുള്ള ബന്ധങ്ങൾ പരീക്ഷിക്കാൻ ഞാൻ എന്റെ പ്രവർത്തന ഓർമ്മയും ഉപയോഗിച്ചു. പുതിയ കാര്യങ്ങൾ പഠിക്കാനും അവയ്ക്കിടയിൽ പുതുമയുള്ളതും ഉപയോഗപ്രദവുമായ സംയോജനങ്ങൾ കണ്ടെത്താനും ഞാൻ ശ്രമിച്ചുകൊണ്ടിരുന്നു. എന്റെ എഴുത്ത് പ്രക്രിയയുടെ തുടക്കത്തിൽ തന്നെ എനിക്ക് തടസ്സം നേരിട്ടതിൽ അതിശയിക്കാനില്ല.

എന്നാൽ ഞാൻ ഒരു വൈകുന്നേരം ഗവേഷണം നടത്തിയപ്പോൾ, അത് എന്റെ ഹ്രസ്വകാല ഓർമ്മയിൽ നിന്ന് എന്റെ ദീർഘകാല ഓർമ്മയിലേക്ക് വിവരങ്ങൾ കൈമാറാൻ ഒരു അവസരം നൽകി. പുതിയ വിവരങ്ങൾ എന്റെ ദീർഘകാല ഓർമ്മയിൽ എത്തിക്കഴിഞ്ഞാൽ, ആ ആശയങ്ങൾ നിലനിർത്താൻ എനിക്ക് ഇനി എന്റെ ഹ്രസ്വകാല ഓർമ്മ ഉപയോഗിക്കേണ്ടി വന്നില്ല. എന്റെ രാവിലെയുള്ള എഴുത്ത് സെഷനിൽ, പുതിയ ആശയങ്ങൾ രൂപപ്പെടുത്തുന്നതിന് ആശയങ്ങൾ ബന്ധിപ്പിക്കുന്നതിന് എന്റെ എല്ലാ തലച്ചോറിന്റെയും ശക്തി പ്രയോഗിക്കാൻ എനിക്ക് കഴിഞ്ഞു.

നിങ്ങളുടെ തലച്ചോറിന്റെ പ്രവർത്തനത്തിൽ, ന്യൂറോശാസ്ത്രജ്ഞൻ ഡേവിഡ് റോക്ക് നിങ്ങളുടെ ഹ്രസ്വകാല, ദീർഘകാല ഓർമ്മശേഷികളെ ഒരു തിയേറ്ററിനോട് താരതമ്യം ചെയ്യുന്നു. നിങ്ങളുടെ ഹ്രസ്വകാല ഓർമ്മ വേദിയാണ്. നിങ്ങളുടെ ദീർഘകാല ഓർമ്മ തിയേറ്ററിലെ പ്രേക്ഷകരാണ്.

ആശയങ്ങൾ സൃഷ്ടിക്കുന്നതിനായി ആശയങ്ങളെ ബന്ധിപ്പിക്കാൻ ശ്രമിക്കുമ്പോൾ, രംഗങ്ങളിൽ അഭിനയിക്കാൻ നിങ്ങൾ നടന്മാരെ വേദിയിലേക്ക് വലിച്ചിഴയ്ക്കുന്നത് പോലെയാണ്. എന്നാൽ വേദിയിൽ കൂടുതൽ അഭിനേതാക്കളുള്ളതിനാൽ, നിങ്ങളുടെ രംഗം പിന്തുടരുന്നത് കൂടുതൽ ബുദ്ധിമുട്ടായിത്തീരുന്നു. അതിനാൽ ചില ഘട്ടങ്ങളിൽ നിങ്ങൾ ചില അഭിനേതാക്കളെ വേദിക്ക് പുറത്തേക്ക് അയയ്ക്കേണ്ടതുണ്ട്.

എഴുതിക്കൊണ്ടിരിക്കുമ്പോൾ ഗവേഷണം നടത്താൻ ശ്രമിച്ചപ്പോൾ, ഞാൻ പുതിയ അഭിനേതാക്കളെ വേദിയിലേക്ക് കൊണ്ടുവരികയായിരുന്നു. ഈ "അഭിനേതാക്കൾ" പൂർണ്ണമായും പുതിയ ആശയങ്ങൾ - അല്ലെങ്കിൽ ഞാൻ അവലോകനം ചെയ്യുന്ന ആശയങ്ങൾ - ആയിരുന്നു, അതിനാൽ അവർ പിന്നണിയിൽ നിന്ന് വരേണ്ടി വന്നു. അതേസമയം, ഞാൻ പ്രേക്ഷകരിൽ നിന്ന് അഭിനേതാക്കളെ കൊണ്ടുവരികയായിരുന്നു. ഈ "അഭിനേതാക്കൾ" എന്റെ ദീർഘകാല ഓർമ്മയിൽ എനിക്ക് ഇതിനകം അറിയാവുന്ന ആശയങ്ങളായിരുന്നു. വേദിയിൽ വളരെയധികം പ്രവർത്തനങ്ങൾ ഉണ്ടായിരുന്നതിനാൽ, യോജിച്ച "രംഗങ്ങൾ" വികസിപ്പിക്കാൻ പ്രയാസമായിരുന്നു.

വേദി നന്നായി കൈകാര്യം ചെയ്യുക എന്നതായിരുന്നു ഞാൻ ചെയ്യേണ്ടത്. എന്റെ ഹ്രസ്വകാല ഓർമ്മയിലേക്ക് പുതിയ ആശയങ്ങൾ മാത്രം കൊണ്ടുവരേണ്ടതുണ്ട്. ആ ആശയങ്ങൾ എന്റെ ദീർഘകാല ഓർമ്മയിലേക്ക് ആഴ്ന്നിറങ്ങാൻ ഞാൻ അനുവദിക്കേണ്ടതുണ്ട്. പിന്നണിയിൽ നിന്നുള്ള അഭിനേതാക്കളെപ്പോലെ, ഈ ആശയങ്ങളെ വേദിയിലേക്ക് കൊണ്ടുവരികയും അവരെ "രംഗങ്ങളിൽ" കളിക്കാൻ അനുവദിക്കുകയും ചെയ്യണമായിരുന്നു. ഞാൻ കുറിപ്പുകൾ എടുത്തു. ആ കുറിപ്പുകളിലെ ആശയങ്ങളെ ബന്ധിപ്പിക്കുന്നതിൽ ഞാൻ പരീക്ഷണം നടത്തി. ഒരു മൈൻഡ് മാപ്പ് രൂപപ്പെടുത്തുന്നതിനായി ഞാൻ എന്റെ വൈറ്റ്ബോർഡിൽ സ്കെച്ച് ചെയ്യുകയോ കുറിപ്പുകൾ ഗ്രൂപ്പുകളായി ക്രമീകരിക്കുകയോ ചെയ്തു. പുതിയ ആശയങ്ങൾക്ക് ഒടുവിൽ പ്രേക്ഷകരിലേക്ക് പരിവർത്തനം ചെയ്യാൻ ആവശ്യമായ ഇടം നൽകേണ്ടതുണ്ടായിരുന്നു. എന്റെ ഹ്രസ്വകാല ഓർമ്മയിലെ ആശയങ്ങൾ എന്റെ ദീർഘകാല ഓർമ്മയിലേക്ക് ആഴ്ന്നിറങ്ങാൻ ഞാൻ അനുവദിക്കേണ്ടതുണ്ടായിരുന്നു.

പെട്ടെന്ന് ഒരു പരിഹാരത്തിലെത്താൻ കഴിയാതെ വരുമ്പോൾ നമ്മൾ സ്വയം തോൽക്കും. നമ്മുടെ സർഗ്ഗാത്മക നായകന്മാർ

തൽക്ഷണം മാസ്റ്റർപീസുകൾ സൃഷ്ടിക്കുമെന്ന് നമ്മൾ സങ്കൽപ്പിക്കുന്നു. വാസ്തവത്തിൽ, അത് ഒരിക്കലും അങ്ങനെയല്ല പ്രവർത്തിക്കുന്നത്.

മൈക്കലാഞ്ചലോ ദൈവമല്ലായിരുന്നു

ഉദാഹരണത്തിന് മൈക്കലാഞ്ചലോയെ എടുക്കുക. മൈക്കലാഞ്ചലോയെക്കുറിച്ച് പറയപ്പെടുന്ന ഒരു പ്രശസ്തമായ കഥ, ഡേവിഡ് (മൈക്കലാഞ്ചലോയുടെ വിഖ്യാതമായ മാർബിൾ ശിൽപം) എങ്ങനെ കൊത്തിയെടുത്തുവെന്ന് ചോദിച്ചപ്പോൾ, മൈക്കലാഞ്ചലോ പറഞ്ഞു, "ഡേവിഡ് അല്ലാത്തതെല്ലാം ഞാൻ നീക്കം ചെയ്തു."

മൈക്കലാഞ്ചലോയുടെ പൂർത്തിയാകാത്ത ശില്പങ്ങളും നിങ്ങൾ കണ്ടിരിക്കാം, അവിടെ മാർബിളിന്റെ ഓരോ പാളിയും ഒന്നിനുപുറകെ ഒന്നായി ചിന്നിച്ചിതറിപ്പോയിരിക്കുന്നു, മാർബിൾ കട്ടയിൽ നിന്ന് ഉയർന്നുവരുന്ന ശിൽപം ജലാശയത്തിൽ നിന്ന് ഉയർന്നുവരുന്നതുപോലെ. ഒരു ഭീമാകാരമായ മാർബിൾ കട്ടയ്ക്ക് മുന്നിൽ മൈക്കലാഞ്ചലോ നിൽക്കുന്നതായി നിങ്ങൾ സങ്കൽപ്പിക്കുന്നു, തന്റെ മനസ്സിന്റെ കണ്ണിൽ നിന്ന് പാളി പാളിയായി ഒരു ത്രിമാന മാതൃക വെളിപ്പെടുത്തുന്നു, ഒരു ത്രിമാന പ്രിന്ററിന്റെ വിപരീതം പോലെ, പാളി പാളിയായി ശിൽപം വെളിപ്പെടുന്നു.

ഡേവിഡിനെ കൊത്തിയെടുത്തതിനെക്കുറിച്ച് മൈക്കലാഞ്ചലോ പറഞ്ഞതിന് തെളിവില്ല എന്ന വസ്തുത കൂടാതെ, ഈ ചിത്രം നിങ്ങളുടെ മനസ്സിൽ നിന്ന് നീക്കം ചെയ്യണം. മൈക്കലാഞ്ചലോ തന്റെ എല്ലാ കലകൾക്കും വേണ്ടി വളരെയധികം തയ്യാറെടുപ്പുകൾ നടത്തി.

ഒരു ഉളി കല്ലിൽ തൊടുന്നതിനുമുമ്പ്, മൈക്കലാഞ്ചലോ തന്റെ ശില്പം എല്ലാം ആസൂത്രണം ചെയ്തിരുന്നു. മെഴുക്, കളിമണ്ണ് അല്ലെങ്കിൽ മറ്റ് പല വസ്തുക്കളും ഉപയോഗിച്ച് നിർമ്മിച്ച ഒരു ചെറിയ മാതൃക അദ്ദേഹം തന്റെ രക്ഷാധികാരിക്ക് സമ്മാനിച്ചു. ആ മാതൃക നിർമ്മിക്കുന്നതിനുമുമ്പ്, അദ്ദേഹം നിരവധി രേഖാചിത്രങ്ങൾ വരച്ചിരുന്നു. അപ്പോഴെല്ലാം, ഒരു സ്റ്റേഡിയത്തിന്റെ മൂല്യമുള്ള അറിവ് ഉപയോഗിച്ച് അദ്ദേഹം തന്റെ വേദിയിൽ അഭിനേതാക്കളെ ഉൾപ്പെടുത്തി. കളിമണ്ണിൽ കൊത്തിയെടുത്ത ശരീരഭാഗങ്ങളുടെ ഒരു ലൈബ്രറി അദ്ദേഹം സൂക്ഷിച്ചിരുന്നു - കൈകൾ, കാലുകൾ, ശരീരം മുതലായവ. ഇവയിൽ പലതും അദ്ദേഹം പഠിച്ച ഗ്രീക്ക്, റോമൻ ശില്പങ്ങളിൽ നിന്ന് വരച്ച പകർപ്പുകളായിരുന്നു. മൈക്കലാഞ്ചലോ മനുഷ്യശരീരത്തെക്കുറിച്ച് ആഴത്തിൽ പഠിച്ചതിനാൽ, മൃതദേഹങ്ങൾ വിച്ഛേദിക്കുമ്പോൾ അദ്ദേഹം വരച്ച ചിത്രങ്ങളിൽ കാണുന്ന ചില ശരീരഘടനാ വിശദാംശങ്ങൾക്ക് ഇപ്പോഴും പേരുകളില്ല. അദ്ദേഹത്തിന്റെ ദീർഘകാല ഓർമ്മ ശരീരഘടനയെക്കുറിച്ചുള്ള വിവരങ്ങളുടെ ഒരു നിധിയായിരുന്നു, അത്

അദ്ദേഹത്തിന്റെ അടുത്ത മാസ്റ്റർപീസിൽ സങ്കൽപ്പിക്കപ്പെടാനും കലർത്താനും പൊരുത്തപ്പെടുത്താനും കാത്തിരിക്കുന്നു.

മൈക്കലാഞ്ചലോയുടെ പൂർത്തിയാകാത്ത ശില്പങ്ങൾ ഒരു ജലാശയത്തിൽ നിന്ന് ഉയർന്നുവരുന്നതുപോലെ തോന്നുന്നതിന് ഒരു കാരണമുണ്ട്. അവർ അക്ഷരാർത്ഥത്തിൽ അങ്ങനെ ചെയ്യുകയായിരുന്നു. മൈക്കലാഞ്ചലോ തന്റെ പ്രാഥമിക മോഡലുകളിൽ ഒന്ന് പൂർത്തിയാക്കി ഒരു സൃഷ്ടിയാക്കി വിവർത്തനം ചെയ്യുന്ന പ്രക്രിയയെക്കുറിച്ച് അദ്ദേഹത്തിന്റെ ജീവചരിത്രകാരനായ വാസരി വിവരിച്ചു: അദ്ദേഹം മോഡലിനെ ഒരു പാത്രത്തിലെ വെള്ളത്തിലേക്ക് താഴ്ത്തി. തുടർന്ന് അദ്ദേഹം മോഡലിനെ വെള്ളത്തിൽ നിന്ന് അൽപ്പം കുറച്ചു - ഒരു ലിവറും കപ്പിയും ഉപയോഗിച്ച് - ഓരോ രൂപത്തിന്റെയും ഓരോ "പാളി" വെളിപ്പെടുത്തി. തുടർന്ന് അദ്ദേഹം ശ്രദ്ധാപൂർവ്വം മാർബിൾ കട്ടയിൽ ചെത്തിയെടുത്തു വെള്ളത്തിൽ നിന്ന് ഉയർന്നുവരുന്നതായി താൻ കണ്ട ശില്പത്തിനോട് പൊരുത്തപ്പെടുത്തി.

മൈക്കലാഞ്ചലോയുടെ പ്രക്രിയയെക്കുറിച്ച് നമുക്ക് ആദർശപരമായ വിശ്വാസങ്ങളുണ്ടെന്നതിൽ തെറ്റില്ല. ഡേവിഡ് അല്ലാത്തതെല്ലാം നീക്കം ചെയ്യുന്നതിനെക്കുറിച്ചുള്ള ഉദ്ധരണി മൈക്കലാഞ്ചലോ പറയുന്നതുപോലെ തോന്നുന്നു, കാരണം അത് അദ്ദേഹം സ്വയം നിർമ്മിച്ച പൊതു പ്രതിച്ഛായയ്ക്ക് അനുയോജ്യമാണ്. മൈക്കലാഞ്ചലോയെ "ദിവ്യനായ ഒരാൾ" എന്നാണ് അറിയപ്പെട്ടിരുന്നത്. താൻ ദൈവത്തിന്റെ സമ്മാനമാണെന്ന് ആളുകൾ വിശ്വസിക്കണമെന്ന് അദ്ദേഹം ആഗ്രഹിച്ചു - തന്റെ പ്രതിഭ മാന്ത്രികവും അനായാസവുമായിരുന്നു. അത്രമാത്രം, മൈക്കലാഞ്ചലോ മരണക്കിടക്കയിൽ കിടക്കുമ്പോൾ, തന്റെ പ്രക്രിയാ സൃഷ്ടികളുടെയും രേഖാചിത്രങ്ങളുടെയും കൂമ്പാരങ്ങൾ കത്തിക്കാൻ അദ്ദേഹം ഉത്തരവിട്ടു. തന്റെ പ്രതിഭയ്ക്ക് എത്രമാത്രം തയ്യാറെടുപ്പ് ആവശ്യമാണെന്ന് ലോകം അറിയാൻ അദ്ദേഹം ആഗ്രഹിച്ചില്ല.

കോസ്റ്ററിക്കയിലെ എന്റെ ആദ്യത്തെ ഫലപ്രദമായ എഴുത്ത് സെഷനിൽ നിന്ന് ഞാൻ മനസ്സിലാക്കിയത്, സർഗ്ഗാത്മകമായ പുരോഗതി കൈവരിക്കാൻ ഒരു പ്രത്യേക മാനസികാവസ്ഥ ആവശ്യമാണെന്ന്. പിന്നീട് മെഡെലിനിലെ എന്റെ പ്രഭാതങ്ങളിൽ, ജ്ഞാനോദയത്തിന്റെ നിമിഷങ്ങൾക്കായി ആ മാനസികാവസ്ഥ വളർത്തിയെടുക്കുന്നതിൽ ഞാൻ വൈദഗ്ധ്യം നേടി. എന്നാൽ അതിനും വർഷങ്ങൾക്ക് മുമ്പ്, സർഗ്ഗാത്മകമായ പ്രശ്നത്തിന്റെ നിലവിലെ ഘട്ടത്തിനനുസരിച്ച് പ്രവർത്തിക്കേണ്ടതിന്റെ പ്രാധാന്യം മനസ്സിലാക്കാൻ എന്നെ സഹായിച്ചത് ഈ രാത്രികാല ഗവേഷണ സെഷനുകളാണ്.

ഈ ആഴത്തിലുള്ള പഠനങ്ങൾ നടത്തുന്നതിനു മുമ്പ്, സർഗ്ഗാത്മകമായ പ്രക്രിയ ഒരു അബദ്ധം പോലെ തോന്നി.

പാൽപ്പാടയിൽ മുങ്ങിത്താഴുന്ന ഒരു എലിയെ പോലെയാണ് എനിക്ക് തോന്നിയത്, ആ പാൽപ്പാട വെണ്ണയാക്കി മാറ്റാമെന്ന പ്രതീക്ഷയിൽ തന്റെ ചെറിയ കാലുകൾ ഭ്രാന്തമായി ചലിപ്പിച്ചുകൊണ്ട്, ഒടുവിൽ എനിക്ക് സുരക്ഷിതമായി പുറത്തേക്ക് ഇഴഞ്ഞു നീങ്ങാൻ കഴിഞ്ഞു. എന്നാൽ, ദൃശ്യമായ ഒരു പുരോഗതിയും കൈവരിക്കാൻ കഴിയാത്ത അവസ്ഥയിൽ, വിഷയത്തിൽ മുഴുകാനുള്ള ആത്മവിശ്വാസം എനിക്ക് ലഭിച്ചുകഴിഞ്ഞാൽ, സൃഷ്ടി വളരെ എളുപ്പമായി.

ചരിത്രത്തിലുടനീളമുള്ള മികച്ച സർഗ്ഗാത്മക മനസ്സുകളുടെ പ്രവർത്തന ശൈലികളെക്കുറിച്ച് ഞാൻ കൂടുതലറിയാൻ തുടങ്ങിയപ്പോൾ, അവയെല്ലാം സർഗ്ഗാത്മകതയുടെ നാല് ഘട്ടങ്ങൾക്കനുസൃതമായി പ്രവർത്തിക്കുന്നുവെന്ന് ഞാൻ കാണാൻ തുടങ്ങി. എന്നിരുന്നാലും, സർഗ്ഗാത്മകമായ ഉൾക്കാഴ്ചകളെക്കുറിച്ചുള്ള പ്രസിദ്ധമായ കഥകൾ ഇപ്പോഴും ഈ നാല് ഘട്ടങ്ങളെ ചുറ്റിപ്പറ്റിയാണ്, നമ്മുടെ കാഴ്ചപ്പാടിനെ മൂടുന്ന പുരാണങ്ങൾ.

ഇന്നലെയുടെ നാല് ഘട്ടങ്ങൾ

ജ്ഞാനോദയത്തിന്റെ നിമിഷത്തെക്കുറിച്ചുള്ള ഏറ്റവും പ്രശസ്തമായ കഥകളിൽ ഒന്ന്, ബീറ്റിൽസിലെ പോൾ മക്കാർട്ട്നി "യെസ്റ്റർഡേ" എന്ന ഗാനം എങ്ങനെ രചിച്ചു എന്നതാണ്. കഥ പറയുന്നതുപോലെ, അദ്ദേഹം അടുത്തിടെ താമസം മാറിയ മുകളിലത്തെ നിലയിലെ കിടപ്പുമുറിയിൽ – ലണ്ടനിലെ വിംപോൾ സ്ട്രീറ്റിലുള്ള തന്റെ കാമുകിയുടെ കുടുംബത്തിന്റെ വീട്ടിൽ – ഉറങ്ങുമ്പോൾ, ഒരു സ്വപ്നത്തിൽ മനോഹരമായ ഒരു മെലഡി പ്രത്യക്ഷപ്പെട്ടു. കിടക്കയ്ക്കരികിൽ സൂക്ഷിച്ചിരുന്ന കുത്തനെയുള്ള പിയാനോയിലേക്ക് അയാൾ ഇടറിവീണ്, അത് മറക്കാതിരിക്കാൻ കോർഡുകൾ വായിച്ചു. അങ്ങനെ, ഇതുവരെ രചിക്കപ്പെട്ടതിൽ വച്ച് ഏറ്റവും മികച്ച പോപ്പ് ഗാനങ്ങളിൽ ഒന്ന്.

മക്കാർട്ട്നിയുടെ കഥ ജനപ്രിയമാണ്, കാരണം അത് പ്രതിഭ (ജീനിയസ്) എളുപ്പമാണെന്ന് തോന്നിപ്പിക്കുന്നു. നിങ്ങൾ ചെയ്യേണ്ടത് ഉറങ്ങുക മാത്രമാണ്, നിങ്ങൾക്ക് ഒരു ഹിറ്റ് എഴുതാൻ കഴിയും. പ്രതിഭ ക്രമരഹിതവും, ക്ഷണികവും, ആവർത്തിക്കാൻ അസാധ്യവുമാണെന്ന് കരുതുന്നത് നിരാശാജനകമായിരിക്കും - പക്ഷേ അതും നമ്മുടെ മടിയൻമാരെ ആകർഷിക്കുന്നു. ആളുകൾ ലോട്ടറി അടിക്കാൻ പ്രതീക്ഷിക്കുന്നതുപോലെ, അത് നമ്മുടെ ദിവാസ്വപ്ന പ്രവണതയെ സ്വാധീനിക്കുന്നു: നമ്മൾ സമയം ചെലവഴിക്കുകയും എല്ലാ ദിവസവും ജോലി ചെയ്യുകയും ചെയ്യുന്നില്ലെങ്കിൽ കുഴപ്പമില്ല – ഒരു ദിവസം, നമുക്ക് അത് സമ്പന്നമായി തോന്നിയേക്കാം.

നിങ്ങൾ കേൾക്കാത്ത കഥയുടെ ഒരു ഭാഗം, "യെസ്റ്റർഡേ"യെ ഒരു ഹിറ്റാക്കി മാറ്റുന്നതിൽ സർഗ്ഗാത്മകതയുടെ നാല് ഘട്ടങ്ങൾ വളരെയധികം പങ്കുവഹിച്ചു എന്നതാണ്. "യെസ്റ്റർഡേ" യാദൃശ്ചികമായി മക്കാർട്ട്നിയിലേക്ക് വന്നതല്ല, അത് അദ്ദേഹത്തിന് വന്നപ്പോൾ, അത് അയയ്ക്കാൻ തയ്യാറായിരുന്നില്ല.

മക്കാർട്ട്നി ആദ്യമായി തന്റെ പേരില്ലാത്ത മെലഡി സ്വപ്നം കണ്ടപ്പോൾ, അത് മുമ്പ് കേട്ടിട്ടുണ്ടെന്ന് അദ്ദേഹത്തിന് ഉറപ്പായിരുന്നു. "എന്റെ അച്ഛന് ധാരാളം പഴയ ജാസ് ട്യൂണുകൾ അറിയാമായിരുന്നു," മക്കാർട്ട്നി പിന്നീട് ഓർമ്മിച്ചു. "ഒരുപക്ഷേ ഞാൻ അത് പഴയതിൽ നിന്ന് ഓർമ്മിച്ചിരിക്കാമെന്ന് ഞാൻ കരുതി."

"യെസ്റ്റർഡേ" റെക്കോർഡുചെയ്യുന്നതിന് മുമ്പ് മക്കാർട്ട്നി വളരെയധികം പരിശോധന നടത്തി, അത് ഒരു യഥാർത്ഥ മെലഡിയാണെന്ന് ഉറപ്പാക്കാൻ. ആ സമയത്ത്, ഒരു ആപ്പ് ഉപയോഗിച്ച് ട്യൂൺ മൂളിപ്പാട്ട് ഒരു അൽഗോരിതത്തിൽ നിന്ന് തിരയാൻ അനുവദിക്കാൻ അദ്ദേഹത്തിന് ഒരു മാർഗ്ഗവുമില്ലായിരുന്നു - ഇന്ന് അദ്ദേഹത്തിന് ഒരു ആപ്പ് ഉപയോഗിച്ച് ചെയ്യാൻ കഴിയുന്നതുപോലെ. മെലഡി ഒറിജിനൽ ആണെന്ന് ഉറപ്പാക്കാൻ, അദ്ദേഹം "ആഴ്ചകളോളം ആളുകൾക്കായി പാട്ടിന്റെ കോർഡുകൾ വായിച്ചു" എന്ന് പിന്നീട് അദ്ദേഹം പറഞ്ഞു.

വാസ്തവത്തിൽ, മക്കാർട്ട്നി ഒടുവിൽ "യെസ്റ്റർഡേ" റെക്കോർഡുചെയ്യുന്നതിന് മുൻപ് ഒന്നര വർഷം മുഴുവൻ വേണ്ടിവന്നു. അതൊരു ഒറിജിനൽ മെലഡിയാണോ എന്ന് കണ്ടെത്താൻ അദ്ദേഹം ശ്രമിക്കുകയായിരുന്നു, ക്രമീകരണത്തിന്റെ വിശദാംശങ്ങൾക്കായി അദ്ദേഹം പ്രവർത്തിക്കുകയായിരുന്നു. ഈ ഘട്ടത്തിൽ പാട്ടിന് വരികൾ പോലും ഉണ്ടായിരുന്നില്ല. അദ്ദേഹം അത് വളരെയധികം ആളുകൾക്ക് വേണ്ടി പ്ലേ ചെയ്തു, നിരവധി പരിശീലനങ്ങളിലും റെക്കോർഡിംഗ് സെഷനുകളിലും അത് ഉയർത്തിക്കൊണ്ടുവന്നു, ബാൻഡ്മേറ്റ് ജോർജ്ജ് ഹാരിസൺ പറഞ്ഞു, "അദ്ദേഹം എപ്പോഴും ആ പാട്ടിനെക്കുറിച്ച് സംസാരിക്കാറുണ്ട്. അദ്ദേഹം ബീഥോവനോ മറ്റാരെങ്കിലുമോ ആണെന്ന് നിങ്ങൾ കരുതും."

"വെയിൽ നിറഞ്ഞ കാലാവസ്ഥയിൽ മരങ്ങൾ നിറഞ്ഞ കുന്നുകളിൽ [കയറുന്ന]" മക്കാർട്ട്നിയുടെ ഇതുവരെ പേരിടാത്ത മെലഡിയുടെ അവസാന ഭാഗം ഒടുവിൽ ഇന്ന് നിങ്ങൾക്ക് തിരിച്ചറിയാൻ കഴിയുന്ന രൂപത്തിലെത്തി. മക്കാർട്ട്നി ഒരു ഓപ്പൽ കാപ്പിറ്റാന്റെ പിൻസീറ്റിൽ പോർച്ചുഗീസ് ഗ്രാമപ്രദേശങ്ങളിലെ കുന്നുകളിൽ സഞ്ചരിക്കുകയായിരുന്നു. പോർച്ചുഗലിന്റെ തെക്കൻ തീരത്തുള്ള ഒരു ശാന്തമായ മത്സ്യബന്ധന ഗ്രാമത്തിൽ അവധിക്കാലം

ആഘോഷിക്കാൻ അദ്ദേഹം ഒരു ഇടവേള എടുക്കുകയായിരുന്നു - ബീറ്റിലിനെ തേടി ജനക്കൂട്ടം തടിച്ചുകൂടാത്ത ഈ ഭൂമിയിലെ ചുരുക്കം ചില സ്ഥലങ്ങളിൽ ഒന്ന്.

മക്കാർട്ട്നിയും കാമുകി നടി ജെയ്ൻ ആഷറും പരുക്കൻ പൊടി നിറഞ്ഞ റോഡുകളിലൂടെ, ഓക്ക് മരങ്ങളും, ഒലിവ് മരങ്ങളും കടന്ന്, മീറ നദിക്ക് മുകളിലൂടെ സൂര്യൻ അസ്തമിക്കുമ്പോൾ - വിശ്രമിക്കുന്ന ഈ നിമിഷത്തിലായിരുന്നു മക്കാർട്ട്നിയുടെ തലയിൽ വാക്കുകൾ പ്രത്യക്ഷപ്പെടാൻ തുടങ്ങിയത്. ഒറ്റവാക്കിലുള്ള വാക്യങ്ങളുടെ ആരംഭം അവനിലേക്ക് വന്നുകൊണ്ടിരുന്നു. Mer-il-ly, fun-il-ly, sud-den-ly, ചരിത്രത്തിലെ ഏറ്റവും കൂടുതൽ വരുമാനം നേടിയതും ഏറ്റവും കൂടുതൽ കവർ ചെയ്തതുമായ ഗാനങ്ങളിൽ ഒന്നായി മാറാൻ പോകുന്ന "യെസ്റ്റർഡേ" എന്ന ഗാനത്തിന്റെ അവസാന പേര് "യെസ്റ്റർഡേ" എന്നാണ്.

ജ്ഞാനോദയത്തിന്റെ ഈ നിമിഷത്തിനുശേഷം, "യെസ്റ്റർഡേ" എന്ന ഗാനത്തിന് ഇനിയും കൂടുതൽ പരിശോധന ആവശ്യമാണ്. മക്കാർട്ട്നി അൽബുഫെയ്റയിൽ എത്തിയപ്പോൾ, അദ്ദേഹം സംഗീതജ്ഞൻ ബ്രൂസ് വെൽച്ചിന്റെ അവധിക്കാല ഭവനം സന്ദർശിച്ചു. അദ്ദേഹം വെൽച്ചിനോട് ഒരു ഗിറ്റാർ ആവശ്യപ്പെട്ടു. അത് ഒരു വലംകൈയ്യൻ ഗിറ്റാർ ആയിരുന്നു, അതിനാൽ ഇടംകൈയ്യൻ മക്കാർട്ട്നിക്ക് അത് മറിച്ചിട്ട് തലകീഴായി വായിക്കേണ്ടിവന്നു. വാക്കുകൾ എഴുതിയ ഒരു തവിട്ട് കവർ മക്കാർട്ട്നി പുറത്തെടുത്ത് വായിക്കാനും പാടാനും തുടങ്ങി. വെൽച്ച് പിന്നീട് ഓർത്തു, "വരികളുള്ള ഗാനം ആദ്യമായി കേട്ടത് ഞാനാണെന്ന് ഞാൻ കരുതുന്നു. ആ കോർഡ് പ്രോഗ്രഷനുകൾക്കൊപ്പം അത് മാന്ത്രികമാണെന്ന് ഞാൻ മനസ്സിലാക്കി." മൂന്ന് ആഴ്ചയ്ക്കുള്ളിൽ - ആ മെലഡി മക്കാർട്ട്നിക്ക് ഒരു സ്വപ്നത്തിൽ വന്ന് ഒന്നര വർഷത്തിനുശേഷം - ലണ്ടനിലെ ഇഎംഐ സ്റ്റുഡിയോകളിൽ ബീറ്റിൽസ് “യെസ്റ്റർഡേ” റെക്കോർഡുചെയ്യാൻ തുടങ്ങി.

പുസ്തകാവസാനങ്ങൾ പോലെ, മക്കാർട്ട്നി എങ്ങനെ രചിച്ചു എന്നതിന്റെ കഥ “യെസ്റ്റർഡേ” പ്രകാശത്തിന്റെ രണ്ട് വ്യത്യസ്ത നിമിഷങ്ങളുടെ കഥയാണ്. വഴിയിൽ, സ്ഥിതീകരണത്തിന്റെയും തയ്യാറെടുപ്പിന്റെയും എണ്ണമറ്റ നിമിഷങ്ങളുണ്ടായിരുന്നു. എന്നാൽ പാട്ട് പൂർത്തീകരിക്കാൻ ആ നിമിഷങ്ങൾ മാത്രം പര്യാപ്തമായിരുന്നില്ല. ആ നിമിഷങ്ങൾക്കിടയിൽ - മക്കാർട്ട്നിയുടെ നിർഭാഗ്യകരമായ സ്വപ്നത്തിലേക്ക് പോലും - പദ്ധതി ഇൻകുബേഷനിൽ ആയിരുന്നു.

ധ്യാനം എങ്ങനെ പ്രവർത്തിക്കുന്നു

നിങ്ങൾ പ്രശ്നത്തിൽ സജീവമായി പ്രവർത്തിക്കാത്ത സമയങ്ങളിലെല്ലാം ഇൻകുബേഷൻ സംഭവിക്കുന്നു. നിങ്ങൾ ഒരു പ്രശ്നത്തിൽ സജീവമായി പ്രവർത്തിക്കുമ്പോൾ, നിങ്ങൾക്ക് ബ്ലോക്കുകൾ നേരിടേണ്ടിവരും - ശാസ്ത്രജ്ഞർ അവയെ ഇംപാസുകൾ (impasses) എന്ന് വിളിക്കുന്നു. പുതിയ ആശയങ്ങൾ രൂപപ്പെടുത്തുന്നതിനായി നിങ്ങൾ ആശയങ്ങളെ പരസ്പരം ബന്ധിപ്പിക്കാൻ ശ്രമിക്കുകയാണെങ്കിൽ, നിങ്ങൾ ശ്രമിക്കുന്ന പല ബന്ധങ്ങളും പ്രവർത്തിക്കില്ല. കൂടാതെ, നിങ്ങൾക്ക് അയഞ്ഞ അറ്റങ്ങൾ ഉണ്ടാകും - പ്രശ്നത്തെക്കുറിച്ചുള്ള പുതിയ വിവരങ്ങൾ അല്ലെങ്കിൽ നിങ്ങൾ ഇതുവരെ മറ്റൊന്നുമായി ബന്ധിപ്പിക്കാൻ ശ്രമിക്കാത്ത സാധ്യതയുള്ള പരിഹാരങ്ങൾ. നിങ്ങൾ പ്രശ്നത്തിൽ സജീവമായി പ്രവർത്തിക്കാത്ത സമയങ്ങളിൽ, നിങ്ങളെ ഒരു പരിഹാരത്തിലേക്ക് അടുപ്പിക്കുന്നതിന് പശ്ചാത്തലത്തിൽ നിരവധി കാര്യങ്ങൾ പ്രവർത്തിക്കുന്നു.

ഇൻകുബേഷൻ പ്രവർത്തിക്കുന്ന ഒരു മാർഗ്ഗം മോശം ആശയങ്ങളെ മറക്കാൻ നമ്മെ സഹായിക്കുക എന്നതാണ്. നിങ്ങൾ ഒരു പ്രതിസന്ധിയിലാകുമ്പോൾ, പലപ്പോഴും നിങ്ങൾ ബന്ധങ്ങളിൽ നിങ്ങളുടെ തലച്ചോറിന്റെ ശക്തിയുടെ അമിത ഉപയോഗം കാരണം ഒരു പരിഹാരത്തിലേക്ക് നിങ്ങളെ നയിക്കില്ല. ഇത് ഒരു ലോഗ് ജാം പോലെയാണ്. പ്രവർത്തിക്കാത്ത കണക്ഷനുകൾ പരീക്ഷിക്കാൻ നിങ്ങൾ നിങ്ങളുടെ പ്രവർത്തന ഓർമ്മ ഉപയോഗിക്കുന്നു. ആ മോശം ആശയങ്ങൾ ഒരുമിച്ച് കുടുങ്ങിക്കിടക്കുന്നിടത്തോളം, സർഗ്ഗാത്മകതയ്ക്ക് നിർബാധമായി ഒഴുകാൻ കഴിയില്ല.

മുൻ അധ്യായത്തിൽ നമ്മൾ പദ ത്രയം പരിഹരിച്ചത് ഓർക്കുന്നുണ്ടോ? നമ്മൾ ആദ്യം ചിന്തിച്ച വാക്ക് പൈൻ എന്ന ക്യൂ വാക്കിനൊപ്പം "ട്രീ" എന്നായിരുന്നു. എന്നാൽ ഈ പദ ത്രയത്തിന്റെ പശ്ചാത്തലത്തിൽ, "ട്രീ" എന്നത് ഒരു മോശം ആശയമായിരുന്നു. ഒരിക്കൽ നമ്മൾ "ട്രീ" എന്ന് ചിന്തിച്ചപ്പോൾ നമ്മൾ അതിൽ ഉറച്ചുനിന്നു, അത് യഥാർത്ഥ പരിഹാര പദമായ "ആപ്പിൾ" എന്ന് ചിന്തിക്കാൻ പ്രയാസമാക്കി. "ട്രീ" എന്ന് ചിന്തിച്ചതിനുശേഷം നമ്മൾ ഒരു ഇടവേള എടുത്തിരുന്നെങ്കിൽ, നമ്മൾ അത് മറന്നുപോകാൻ സാധ്യതയുണ്ട്, അത് "ആപ്പിൾ" എന്ന് ചിന്തിക്കാൻ നമ്മെ സ്വതന്ത്രരാക്കുമായിരുന്നു. ഒരു പ്രതിസന്ധിക്ക് കാരണമാകുന്ന എന്തെങ്കിലും മറക്കാൻ ഇൻകുബേഷൻ സഹായിക്കുമ്പോൾ, ശാസ്ത്രജ്ഞർ ഇതിനെ "ഫിക്സേഷൻ ഫോർഗെറ്റിങ്ങ്" അഥവാ നിർണ്ണയം മറക്കൽ എന്ന് വിളിക്കുന്നു. ഇൻകുബേഷൻ മോശം ആശയങ്ങളെ മറക്കാൻ നിങ്ങളെ സഹായിക്കുന്നു, ഇത് നല്ല ആശയങ്ങൾക്ക് ഇടം നൽകുന്നു.

മോശം ആശയങ്ങൾ മറക്കുന്നതിനു പുറമേ, ഇൻകുബേഷൻ പ്രവർത്തിക്കുന്ന മറ്റൊരു മാർഗ്ഗം ഓർമ്മ ഏകീകരണത്തിലൂടെയാണ്. ഇത് അടിസ്ഥാനപരമായി നിങ്ങളുടെ പിന്നണിയിലെ "നടന്മാരെ" നിങ്ങളുടെ ഹ്രസ്വകാല ഓർമ്മയിൽ നിന്ന് പ്രേക്ഷകരുടെ ദീർഘകാല ഓർമ്മയിലേക്ക് മാറ്റുകയാണ്.

പ്രത്യേകിച്ച് ഉറക്കം ആശയങ്ങൾ തമ്മിലുള്ള ബന്ധത്തിന്റെ ഓർമ്മകൾ ഏകീകരിക്കാൻ നമ്മെ സഹായിക്കുന്നു. ടോം ജില്ലിനേക്കാൾ ഉയരമുള്ളവനാണെന്നും ജിൽ ജെറിയേക്കാൾ ഉയരമുള്ളവനാണെന്നും ഞാൻ നിങ്ങളോട് പറഞ്ഞാൽ, നിങ്ങൾ ഒരു ഉറക്കം എടുക്കുകയോ രാത്രി മുഴുവൻ ഉറങ്ങുകയോ ചെയ്ത ശേഷം മൂന്ന് പേരും തമ്മിലുള്ള ബന്ധങ്ങൾ നിങ്ങൾക്ക് നന്നായി മനസ്സിലാകും. ഞാൻ നിങ്ങളോട് വ്യക്തമായി പറഞ്ഞില്ലെങ്കിലും ടോം ജെറിയേക്കാൾ ഉയരമുള്ളവനാണെന്ന് നിങ്ങൾ ഓർമ്മിക്കാൻ സാധ്യതയുണ്ട്. ടോം ജില്ലിനേക്കാൾ ഉയരമുള്ളവനാണെന്നും ജിൽ ജെറിയേക്കാൾ ഉയരമുള്ളവനാണെന്നും നിങ്ങൾക്കറിയാം. ഓർമ്മ ഏകീകരണത്തിന് നന്ദി, ടോം ജെറിയേക്കാൾ ഉയരമുള്ളവനായിരിക്കണമെന്ന് നിങ്ങൾക്ക് എളുപ്പത്തിൽ അനുമാനിക്കാം.

ശാസ്ത്രജ്ഞർ വിളിക്കുന്നതുപോലെ, റിലേഷണൽ മെമ്മറി (ബന്ധമുള്ള ഓർമ്മ) - സർഗ്ഗാത്മകമായ സൃഷ്ടികൾ സൃഷ്ടിക്കുന്നതിന് അത്യന്താപേക്ഷിതമാണ്. പുതുമയുള്ളതും ഉപയോഗപ്രദവുമായ ബന്ധങ്ങൾ സൃഷ്ടിക്കുന്നതിന്, ബന്ധമില്ലാത്തതായി തോന്നുന്ന ആശയങ്ങളെ നിങ്ങൾ ബന്ധിപ്പിക്കേണ്ടതുണ്ട്. ആ ആശയങ്ങളെ ഒരു ശ്രേണിയിലേക്ക് സമർത്ഥമായി ക്രമീകരിക്കുന്നതാണ് ഇത് - ടോം ജെറിയേക്കാൾ ഉയരമുള്ളവനാണെന്ന് അറിയുന്നത് പോലെ - അത് ഒരു സർഗ്ഗാത്മകമായ സൃഷ്ടിയെ ഉണർത്തുന്നതും രസകരവുമാക്കുന്നു.

നിങ്ങൾ ഒരു മിസ്റ്ററി നോവൽ എഴുതുകയാണെങ്കിൽ, കൊലയാളി ആരാണെന്ന് വളരെ വ്യക്തമാക്കുന്ന സൂചനകൾ നിങ്ങൾ വെളിപ്പെടുത്തിയാൽ നിങ്ങൾ നോവലിന്റെ അവസാനത്തെ നശിപ്പിക്കും.

നിങ്ങൾ ഒരു ആപ്പ് രൂപകൽപ്പന ചെയ്യുകയാണെങ്കിൽ, ആപ്പിന്റെ ഏറ്റവും സാധാരണയായി ഉപയോഗിക്കുന്നതും ഏറ്റവും കുറച്ച് ഉപയോഗിക്കുന്നതുമായ പ്രവർത്തനങ്ങൾ പ്രകടിപ്പിക്കുന്നതിന് നിങ്ങൾ ഇന്റർഫേസിലെ ബട്ടണുകൾ ക്രമീകരിക്കേണ്ടതുണ്ട്. നിങ്ങൾ ഒരു നൃത്തം സംവിധാനം ചെയ്യുകയാണെങ്കിൽ, നിങ്ങൾ തിരഞ്ഞെടുക്കുന്ന ചലനങ്ങളെ സന്തുലിതമാക്കുകയും വ്യത്യസ്തപ്പെടുത്തുകയും വേണം, അങ്ങനെ ചില ചലനങ്ങൾ ഉയർത്തപ്പെടുകയും മറ്റുള്ളവ സംഗീതവുമായി യോജിക്കുന്നതോ പിരിമുറുക്കം സൃഷ്ടിക്കുന്നതോ ആയ രീതിയിൽ കീഴ്പ്പെടുത്തുകയും ചെയ്യുന്നു. അതുകൊണ്ടാണ് നൃത്തസംവിധായകനും

സംഗീതസംവിധായകനും സംഗീത-നാടക സംവിധായകനുമായ മെറെഡിത്ത് മോങ്ക് ഒരു കലാസൃഷ്ടിയിൽ പ്രവർത്തിക്കുമ്പോൾ, കലാസൃഷ്ടിയുടെ ഘടകങ്ങൾ എങ്ങനെ ഇടപഴകുന്നുവെന്ന് പ്രോസസ്സ് ചെയ്യാൻ സഹായിക്കുന്നതിന് അവൾ ചാർട്ടുകളും മാപ്പുകളും വരയ്ക്കുന്നത്.

ഇതിനെല്ലാം റിലേഷണൽ മെമ്മറി ആവശ്യമാണ്. ഏറ്റവും പ്രസക്തമായ വിശദാംശങ്ങൾ മാത്രം ഒരു ഭൂപടത്തിൽ ഉൾപ്പെടുത്തി മറ്റുള്ളവരെ നിങ്ങൾ ആഗ്രഹിക്കുന്നിടത്തേക്ക് നയിക്കുന്ന ഒരു മാപ്പിലേക്ക് അവതരിപ്പിക്കുന്നതിന് മുമ്പ്, നിങ്ങൾ കൊടുമുടികളും താഴ്വരകളും കാണുകയും ഭൂമിയുടെ സ്ഥാനം മനസ്സിലാക്കുകയും വേണം.

നിങ്ങൾക്കിതെല്ലാം ഒറ്റനോട്ടത്തിൽ ചെയ്യാൻ കഴിയില്ല. കഥയിൽ നിന്ന് വ്യതിചലിക്കുന്ന വിശദാംശങ്ങളിലോ വളരെ സാമ്യമുള്ളതായ നൃത്തച്ചുവടുകളിലോ നിങ്ങൾ അമിതമായി ശ്രദ്ധ കേന്ദ്രീകരിക്കും. ജ്ഞാനോദയ പോയിന്റിൽ എത്തുന്നതിന് മുമ്പ് നിങ്ങൾക്ക് കുറച്ച് ഇൻകുബേഷൻ ആവശ്യമാണ്.

പഠനങ്ങൾ സൂചിപ്പിക്കുന്നത് ഇൻകുബേഷൻ സംഭവിക്കുന്നതിനുള്ള അവസാന മാർഗ്ഗം അബോധാവസ്ഥയിലുള്ള പ്രോസസ്സിംഗിലൂടെയാണ്. നിങ്ങൾ ബോധപൂർവ്വം എന്തെങ്കിലും ചിന്തിക്കുന്നില്ലെങ്കിൽ പോലും, നിങ്ങളുടെ മസ്തിഷ്കം അവിശ്വസനീയമാംവിധം സജീവമാണ് - ശാസ്ത്രജ്ഞർ "ഡിഫോൾട്ട് മോഡ് നെറ്റ്വർക്ക്" (സ്ഥിരസ്ഥിതിയിലുള്ള ശൃംഖല) എന്ന് വിളിക്കുന്ന ഒന്ന്. നിങ്ങൾ അതിനെ നിങ്ങളുടെ അബോധാവസ്ഥയായോ ഉപബോധമനസ്സായോ കണക്കാക്കാം. നിങ്ങൾ ബോധപൂർവ്വം പ്രശ്നത്തിൽ പ്രവർത്തിക്കാത്തപ്പോൾ, നിങ്ങളുടെ മസ്തിഷ്കം മോശം ആശയങ്ങൾ മറക്കുക മാത്രമല്ല, ദീർഘകാല ഓർമ്മയിൽ പ്രസക്തമായ ആശയങ്ങൾ സൂക്ഷിക്കുക മാത്രമല്ല, ആ ആശയങ്ങൾ തമ്മിലുള്ള ബന്ധങ്ങൾ തിരിച്ചറിയുക മാത്രമല്ല - അത് ഉപബോധമനസ്സോടെ പരിഹാരങ്ങൾക്കായി തിരയുകയുമാകാം.

നാല് ഘട്ടങ്ങളെയും ബഹുമാനിക്കുക

പലരും മുമ്പ് കേട്ടിട്ടില്ലാത്ത ഈണങ്ങളെക്കുറിച്ച് സ്വപ്നം കാണുന്നു. എനിക്കറിയാം - പക്ഷേ അവയെ പകർത്താനും പൂർണ്ണമായ ഒരു ഗാനമാക്കി മാറ്റാനുമുള്ള സംഗീത വൈദഗ്ധ്യം എനിക്കില്ല. "യെസ്റ്റർഡേ"യുടെ ഈണം, അത്രയധികം തയ്യാറെടുപ്പുകളില്ലാത്ത ഒരു സ്രഷ്ടാവിന്റെ കൈകളിൽ എത്തിയിരുന്നെങ്കിൽ - കഥ അവിടെ അവസാനിക്കുമായിരുന്നു. നിങ്ങൾ ഒരിക്കലും കേട്ടിട്ടില്ലാത്ത ഒരു നല്ല ഗാനം, നിങ്ങൾ ഒരിക്കലും കേട്ടിട്ടില്ലാത്ത ഒരാളിലേക്ക്, ഒരു സ്വപ്നത്തിൽ, വരുന്നു. എന്നാൽ പൂർത്തിയായ സർഗ്ഗാത്മകമായ സൃഷ്ടികൾ എവിടെ നിന്നും പുറത്തുവരില്ലെന്ന് മക്കാർട്ട്നിക്ക് അറിയാമായിരുന്നു. വരികൾ

ഒടുവിൽ അദ്ദേഹത്തിന് ലഭിക്കുന്നതിന് മുമ്പ് അദ്ദേഹം ഒന്നര വർഷം മുഴുവൻ പാട്ടിൽ പ്രവർത്തിച്ചു.

ഒരു പ്രഭാത എഴുത്തിനുശേഷം, മായ ആഞ്ചലോ പറഞ്ഞു, "[അവളുടെ] മനസ്സിൽ നിന്ന് അത് മാറ്റാൻ ശ്രമിച്ചു." അവൾ ഒരു ഇൻകുബേഷൻ കാലാവധി സൃഷ്ടിച്ചു. അത്താഴത്തിന് ശേഷം, അവൾ തന്റെ ഭർത്താവിന് ആ ദിവസം എഴുതിയ ഭാഗങ്ങൾ വായിച്ചു കൊടുക്കും. അദ്ദേഹത്തിന്റെ അഭിപ്രായങ്ങൾ കേൾക്കാൻ - അഭിപ്രായങ്ങൾ അനുവദനീയമല്ല - പക്ഷേ എഴുത്ത് ഉച്ചത്തിൽ കേൾക്കാൻ - ഒരു തരം സ്ഥിരീകരണം.

ഏണസ്റ്റ് ഹെമിംഗ്‌വേ "മദ്യപിച്ച് എഴുതുക, സമചിത്തനായി എഡിറ്റ് ചെയ്യുക" എന്ന് പറഞ്ഞതായി പറയപ്പെടുന്നു. അദ്ദേഹം അത് പറഞ്ഞതിന് തെളിവില്ലെങ്കിലും, ആ ഉദ്ധരണി പ്രചരിച്ചിരിക്കുന്നു എന്ന വസ്തുത നമ്മുടെ കൂട്ടായ സഹജാവബോധത്തെക്കുറിച്ച് ചിലത് പറയുന്നു: സർഗ്ഗാത്മകമായ പ്രക്രിയ വ്യത്യസ്ത ഘട്ടങ്ങളിലാണ് നടക്കുന്നത്.

സ്റ്റീഫൻ കിംഗ് അഭിലാഷമുള്ള എഴുത്തുകാരോട് അവരുടെ നോവലിന്റെ ആദ്യ ഡ്രാഫ്റ്റ് ഒരു ഡ്രോയറിൽ വയ്ക്കാൻ പറയുന്നു. തുടർന്ന് ആറ് ആഴ്ചത്തേക്ക് അത് വീണ്ടും നോക്കരുതെന്ന് അദ്ദേഹം അവരോട് പറയുന്നു. അദ്ദേഹം ഒരു നീണ്ട ഇൻകുബേഷൻ കാലയളവ് ആ പ്രക്രിയയുടെ ഭാഗമാക്കുന്നു.

നാടകകൃത്ത് ലിലിയൻ ഹെൽമാൻ ഓരോ രാത്രിയുടെയും ഉറക്കം ഇൻകുബേഷനായി ഉപയോഗിച്ചു. വീണ്ടും എഴുതുന്നതിനുമുമ്പ് അവൾ എല്ലാ രാത്രിയും വീണ്ടും എല്ലാ ദിവസവും രാവിലെയും തന്റെ നാടകങ്ങളിലെ സംഭാഷണങ്ങൾ ഉറക്കെ വായിച്ചു. അവൾ വളരെയധികം തയ്യാറെടുപ്പും നടത്തി. അവളുടെ ഒരു നാടകത്തിന്, അവൾ തന്റെ നോട്ട്ബുക്കുകളിൽ 100,000-ത്തിലധികം വാക്കുകൾ നിറച്ചു. ആ വാക്കുകളൊന്നും അവളുടെ അവസാന നാടകത്തിൽ ഉണ്ടായിരുന്നില്ല. റോബർട്ട് മക്കീക്ക് അതിന് ഒരു പേര് നൽകുന്നതിന് വർഷങ്ങൾക്ക് മുമ്പ്, ഹെൽമാൻ ഇതിനകം തന്നെ "ഉള്ളിൽ നിന്ന് പുറത്തേക്ക് എഴുതുകയായിരുന്നു".

സർഗ്ഗാത്മകമായ പദ്ധതികൾ അതിശക്തമായിരിക്കും. ജ്ഞാനോദയത്തിന്റെ നിമിഷങ്ങൾ പെട്ടെന്ന് വരുന്നു, ആ നിമിഷങ്ങൾ വരുന്നതിനുമുമ്പ്, കാഴ്ചയിൽ ഒരു അവസാനമില്ലെന്ന് തോന്നാം. എന്നാൽ സർഗ്ഗാത്മകതയുടെ നാല് ഘട്ടങ്ങളെക്കുറിച്ച് നിങ്ങൾക്ക് ബോധമുണ്ടെങ്കിൽ, നിങ്ങൾക്ക് സമാധാനത്തോടെയിരിക്കാൻ കഴിയും.

തയ്യാറെടുപ്പിനായി മതിയായ സമയവും സ്ഥലവും നൽകുക, വിഷയത്തിൽ മുഴുകുക. ഈ സമയത്ത് ആശയങ്ങൾ കൊണ്ടുവരാൻ നിങ്ങൾ പ്രലോഭിതരാകും. വരുന്ന ആശയങ്ങളെ ക്ഷണിക്കുക, പക്ഷേ

ഒരു തടസ്സത്തിലൂടെ കടന്നുപോകുമ്പോൾ സ്വയം പൊള്ളലേൽക്കരുത്. അടുത്ത തവണ നിങ്ങൾ നിങ്ങളുടെ ക്രിയേറ്റീവ് സ്വീറ്റ് സ്പോട്ടിൽ എത്തുമ്പോൾ ജ്ഞാനോദയം വരുമെന്ന് വിശ്വസിക്കുക.

ഇൻകുബേഷനായി സ്വയം ഇടം നൽകുക. നിങ്ങളുടെ പ്രോജക്റ്റിന്റെ വിശദാംശങ്ങൾ നിങ്ങളുടെ ദീർഘകാല ഓർമ്മയിലേക്ക് ആഴ്ന്നിറങ്ങട്ടെ. ബ്ലോക്കുകൾക്ക് കാരണമാകുന്ന മോശം ആശയങ്ങൾ അപ്രത്യക്ഷമാകട്ടെ. ഒരു പ്രോജക്റ്റിന്റെ വിവിധ ഘടകങ്ങളെ നിങ്ങളുടെ മനസ്സ് റാങ്ക് ചെയ്യട്ടെ, അങ്ങനെ നിങ്ങൾക്ക് അവ വ്യക്തമായി പ്രകടിപ്പിക്കാൻ കഴിയും.

നിങ്ങളുടെ അബോധ മനസ്സിന് പരിഹാരങ്ങൾ തേടാനുള്ള അവസരം നൽകുക. നിങ്ങൾക്ക് ഇൻകുബേഷൻ തന്ത്രപരമായി ഉപയോഗിക്കാം. ഉറങ്ങുന്നതിനുമുമ്പ് സൂചനകൾ ഉപയോഗിച്ച് നിങ്ങളുടെ തലച്ചോറിനെ ഉത്തേജനം ചെയ്യാം, ഉദാഹരണത്തിന് എന്റെ രാത്രികാല ഗവേഷണ സെഷനുകളിലോ ലിലിയൻ ഹെൽമാന്റെ നാടകങ്ങളുടെ അവരുടെ തന്നെ രാത്രികാല അവലോകനത്തിലോ.

സ്ഥിതീകരണത്തിന്റെ വിശദാംശങ്ങൾ സർഗ്ഗാത്മകമായ പ്രക്രിയയിൽ ഇടപെടുന്നത് തടയുക. നിങ്ങൾ ജ്ഞാനോദയം നേടാൻ ശ്രമിക്കുമ്പോൾ, സ്ഥിതീകരണത്തിൽ കുടുങ്ങിപ്പോകുന്നത് തടയുക. വിശദാംശങ്ങൾ ശരിയാക്കാൻ ഒരു പ്രത്യേക സമയം നീക്കിവയ്ക്കുക.

സർഗ്ഗാത്മകതയ്ക്ക് ഘട്ടങ്ങളുണ്ടെന്ന അറിവോടെ എന്റെ സ്വന്തം സൃഷ്ടികളെ സമീപിക്കാൻ കഴിഞ്ഞത് സർഗ്ഗാത്മക പ്രക്രിയയെ വേദനാജനകവും ഫലപ്രദവുമാക്കി. അത് പരമമായ ആനന്ദത്തിന്റെ നിമിഷങ്ങളിലേക്ക് നയിച്ചു. ഒരു എഴുത്തുകാരൻ എന്ന നിലയിൽ വലിയ പരിചയമില്ലെങ്കിലും, എന്റെ ആദ്യ പുസ്തകത്തിന്റെ രചനയിൽ ഞാൻ ആ പ്രക്രിയയ്ക്കായി സൃഷ്ടിക്കപ്പെട്ടതായി എനിക്ക് തോന്നിയ നിമിഷങ്ങളുണ്ടായിരുന്നു.

എന്നിട്ടും, ചില തടസ്സങ്ങൾ ഉണ്ടായിരുന്നു. ആ ആനന്ദം വേദനയ്ക്ക് വഴിയൊരുക്കിയ സമയങ്ങളും, ഒരു നദിക്ക് കുറുകെ ഒരു പർവതത്തെ തള്ളി നീക്കിക്കൊണ്ട് പോകാൻ ഞാൻ ശ്രമിക്കുന്നതായി എനിക്ക് തോന്നിയ സമയങ്ങളും ഉണ്ട്. നാല് ഘട്ടങ്ങൾ സർഗ്ഗാത്മകമായ പ്രക്രിയയെ കൂടുതൽ സുഗമമാക്കി, എന്നിട്ടും ദൈനംദിന ജീവിതത്തിന്റെ യാഥാർത്ഥ്യങ്ങൾ തടസ്സമായി. മറ്റൊരു പോരാട്ടത്തിനുശേഷം, ഈ സംഘർഷത്തെ അനുരഞ്ജിപ്പിക്കുന്ന പാറ്റേണുകൾ ഉയർന്നുവന്നു.

അധ്യായം 4

സർഗ്ഗാത്മക പ്രവർത്തനത്തിന്റെ ഏഴ് മാനസികാവസ്ഥകൾ

ചിലപ്പോൾ ഞാൻ മദ്യപിച്ചിട്ട് എഴുതുന്നു, സ്വബോധത്തോടെ അതിനെ പരിഷ്കരിക്കുന്നു... ചിലപ്പോൾ ഞാൻ സ്വബോധത്തോടെ എഴുതുന്നു, മദ്യപിച്ചിട്ട് അതിനെ പരിഷ്കരിക്കുന്നു. പക്ഷേ സൃഷ്ടിയിൽ നിങ്ങൾക്ക് രണ്ട് ഘടകങ്ങളും ഉണ്ടായിരിക്കണം.

– പീറ്റർ ഡി വ്രീസ്

ഇപ്പോൾ എനിക്ക് വഴി മനഃപാഠമാണ്: മിഷിഗൺ അവന്യൂവിലെ പടികൾ ഇറങ്ങുക. തെരുവ് നിരപ്പിന് താഴെയുള്ള പ്ലാസയിൽ നിന്ന്, കറങ്ങുന്ന വാതിലിലൂടെ ശക്തമായ കാറ്റിൽ നിന്ന് രക്ഷപ്പെടുക. എന്റെ കമ്പിളി കോട്ടിന്റെ ബട്ടൺ അഴിക്കുമ്പോൾ, ഞാൻ ഇടത്തോട്ടും പിന്നീട് വലത്തോട്ടും പിന്നീട് ഗിഫ്റ്റ് ഷോപ്പ് കടന്ന് നടക്കുകയാണ്. അറ്റൻഡന്റ് എന്റെ അംഗത്വ കാർഡ് സ്കാൻ ചെയ്ത് വിനോദസഞ്ചാരികളുടെ നിരയുടെ മുന്നിലേക്ക് എന്നെ നയിക്കുന്നു. ഓരോ ചുവടുവെപ്പിലും, ഇടങ്ങൾ ചെറുതും ഇരുണ്ടതുമായി മാറുന്നു, തിരക്കേറിയ നടപ്പാതകളിൽ നിന്നും ഹോൺ മുഴക്കുന്ന ടാക്സികളിൽ നിന്നും ഞാൻ കൂടുതൽ അകന്നുപോകുന്നു.

ലിഫ്റ്റ് നിറഞ്ഞിരിക്കുന്നു. കഴുത്തിൽ ക്യാമറ ധരിച്ച ഒരു വൃദ്ധനും ഭാര്യയും ജർമ്മൻ ഭാഷയിൽ പരസ്പരം സംസാരിക്കുന്നു. മൂന്ന് കുട്ടികളുള്ള ഒരു അമ്മ മിഷിഗൺ ടി-ഷർട്ട് ധരിച്ച് ദുർബലമായ ഒരു സ്ട്രോളറിന്റെ (ശിശുക്കളെ കൊണ്ടുപോകുന്ന കൈവണ്ടി) കൈപ്പിടികളിൽ പിടിക്കുന്നു. അഞ്ച് പേരടങ്ങുന്ന ഒരു കുടുംബം മൂത്ത മകന്റെ കോളേജ് തിരഞ്ഞെടുപ്പുകളെക്കുറിച്ച് ചർച്ച ചെയ്യുന്നു. മുൻകൂട്ടി റെക്കോർഡുചെയ്ത ലിഫ്റ്റിന്റെ ഒരു സന്ദേശം “വടക്കേ അമേരിക്കയിലെ

ഏറ്റവും വേഗതയേറിയ എലിവേറ്റർ" എന്നെ വീണ്ടും ഓർമ്മിപ്പിക്കുന്നു. പക്ഷേ അത് വേഗത്തിലായിരുന്നെങ്കിൽ എന്ന് ഞാൻ ആഗ്രഹിക്കുന്നു. എനിക്ക് ഒരു അസ്വസ്ഥത തോന്നുന്നു - എന്നിട്ടും അജ്ഞാതമായ എന്തോ ഒന്ന് ചെയ്യാതെ വിട്ടതുപോലെ.

കതകുകൾ കണ്ണഞ്ചിപ്പിക്കുന്ന പ്രകാശത്തിലേക്ക് തുറക്കുന്നു. തൊണ്ണൂറ്റി അഞ്ചാം നിലയിലേക്ക് ഞാൻ കാലെടുത്തു വയ്ക്കുമ്പോൾ മർദ്ദ വ്യത്യാസത്തിൽ നിന്നുള്ള കാറ്റ് എന്നെ മുന്നോട്ട് നയിക്കുന്നു. എന്റെ കണ്ണുകൾ പൊരുത്തപ്പെടുമ്പോൾ, പ്രകാശം എന്റെ ഇടതുവശത്തുള്ള മിഷിഗൺ തടാകത്തിലേക്കും - നീല നിറത്തിലുള്ള ഒരു ഭീമൻ ചക്രവാളത്തിലേക്കും - എന്റെ വലതുവശത്ത് ചിതറിക്കിടക്കുന്ന കളിപ്പാട്ടങ്ങൾ പോലെ തോന്നിക്കുന്ന കെട്ടിടങ്ങളിലേക്കും വഴിമാറുന്നു.

ഞാൻ ഒരു മിനിറ്റ് എന്റെ നെറ്റി ജനാലയിൽ വച്ചിട്ട് ആ ചെറിയ തെരുവിലൂടെ പോകുന്ന ചെറിയ കാറുകളിലേക്ക് ഉറ്റുനോക്കുന്നു. കാർ ഹോണുകളുടെയും എഞ്ചിനുകളുടെയും ശബ്ദങ്ങൾ മുമ്പ് ഉണ്ടായിരുന്നിടത്ത് ഒരു മൃദുവായ മുഴക്കം മാത്രമേ ഞാൻ ഇപ്പോൾ കേൾക്കുന്നുള്ളൂ.

ഡൌൺടൗൺ ചിക്കാഗോയുടെ 180° കാഴ്ചയുള്ള കോർണർ കഫേയിലെ ഒരു മേശയിൽ ഞാൻ ഇരിക്കുന്നു. എനിക്ക് സിയേഴ്സ് ടവർ കാണാം. ഇപ്പോഴും നിർമ്മാണത്തിലിരിക്കുന്ന ട്രംപ് ടവർ ഞാൻ കാണുന്നു. വാട്ടർ ടവർ പ്ലേസ്, അല്ലെർട്ടൺ ഹോട്ടൽ, പടിഞ്ഞാറോട്ട് - ഒരിക്കലും അവസാനിക്കാത്ത ഒരു പരന്ന ചക്രവാളം ഞാൻ കാണുന്നു. ഞാൻ ഒരു ചെറിയ ഗ്ലാസിൽ ഐസിലേക്ക്, ഒരു കഷണം നാരങ്ങ ഉപയോഗിച്ച് സ്പാർക്കിളിങ് വാട്ടർ ഒഴിക്കുന്നു. ഞാൻ ഒരു സിപ്പ് എടുക്കുന്നു, ഞാൻ നെടുവീർപ്പിടുന്നു.

എന്റെ നെഞ്ച് തുള്ളിച്ചാടി, പെട്ടെന്ന് നിശ്ചലമായ എന്റെ ശരീരത്തിനുള്ളിൽ എന്റെ ഹൃദയം പെരുമ്പറ പോലെ മിടിക്കുന്നു. കെട്ടിടങ്ങളും ചക്രവാളവും എന്നെ സമീപിക്കാൻ ഞാൻ അനുവദിച്ചു. ഞാൻ കാത്തിരിക്കുന്നു.

മിനിറ്റുകൾക്കുള്ളിൽ, അത് വരാൻ തുടങ്ങുന്നു. പക്ഷേ അതിനെ ഭയപ്പെടുത്താൻ ഞാൻ ആഗ്രഹിക്കുന്നില്ല, അതിനാൽ ഞാൻ പതുക്കെയും മനഃപൂർവ്വമായും നീങ്ങുന്നു. എന്റെ ബാഗിൽ നിന്ന് എന്റെ കറുത്ത മോൾസ്കിൻ നോട്ട്ബുക്ക് ഞാൻ പുറത്തെടുക്കുന്നു, ഞാൻ കാത്തിരിക്കുന്നു. ഞാൻ നോട്ട്ബുക്ക് മേശപ്പുറത്ത് വയ്ക്കുന്നു, ഞാൻ കാത്തിരിക്കുന്നു. ഇലാസ്റ്റിക് ബാൻഡിന് കീഴിലുള്ള അതിന്റെ ഹുക്കിൽ നിന്ന് ഞാൻ പേന നീക്കംചെയ്യുന്നു. ഞാൻ കാത്തിരിക്കുന്നു. ഞാൻ നോട്ട്ബുക്ക് തുറക്കുന്നു. ഞാൻ കാത്തിരിക്കുന്നു. ഞാൻ പേനയുടെ അടപ്പ് നീക്കംചെയ്യുന്നു. പിന്നെ, ഞാൻ കാത്തിരിക്കുന്നു.

ഒടുവിൽ, ഞാൻ എഴുതാൻ തുടങ്ങുന്നു

വാക്കുകൾ ക്രമരഹിതമായി തുടങ്ങുന്നു. അസംബന്ധങ്ങളുടെ ഒരു പരമ്പര. എന്റെ മനസ്സിലുള്ള എല്ലാ ചെറിയ കാര്യങ്ങളും: പകർപ്പവകാശ അനുമതികൾ, അഞ്ചാം അധ്യായ ചിത്രീകരണങ്ങൾ, വർണ്ണ ശാസ്ത്ര ഗവേഷണം, എന്നിങ്ങനെ പലതും. പിന്നെ, അത് ദൈർഘ്യമേറിയതും കൂടുതൽ ശ്രദ്ധ കേന്ദ്രീകരിച്ചതുമായ ഭാഗങ്ങളായി വളരാൻ തുടങ്ങുന്നു. ഒരു ചിന്തയെ മറ്റൊന്നിനെതിരെ ക്രമപ്പെടുത്തുന്നതിനായി പര്യവേക്ഷണം ചെയ്യുമ്പോൾ, എന്റെ ഹൃദയം ശാന്തമാകുന്നു.

അസാധ്യമെന്ന് തോന്നിയ ജോലികൾ എളുപ്പമായി തോന്നാൻ തുടങ്ങുന്നു. കുണ്ടും കുഴിയും പോലെ തോന്നിയ പാതകൾ സുഗമമായി. നാഡീവ്യൂഹത്തിലൂടെ കുഴപ്പം പിടിച്ച ചിന്തകളുടെ മേഘങ്ങൾ ഇപ്പോൾ നിരനിരയായി കത്തുന്ന ചെറിയ വെളിച്ചങ്ങളുടെ വരകളായി ക്രമീകരിച്ചിരിക്കുന്നു.

ഞാൻ എവിടേക്കാണ് പോകുന്നതെന്ന് എനിക്കറിയാം. എനിക്ക് എല്ലാം കാണാൻ കഴിയും. ഞാൻ ലോകത്തിന്റെ മുകളിലാണ്.

എന്റെ ആദ്യ പുസ്തകം എഴുതി അഞ്ച് മാസം പിന്നിടുമ്പോൾ, ഇത് എന്റെ മറ്റൊരു ആചാരമാണ്: ജോൺ ഹാൻകോക്ക് സെന്ററിന്റെ തൊണ്ണൂറ്റഞ്ചാം നിലയിലുള്ള ഒരു കഫേയിൽ ഇരിക്കുന്നു, ക്യാമറ താങ്ങി നടക്കുന്ന ടൂറിസ്റ്റുകളാൽ അവിടെ ചുറ്റപ്പെട്ടിരിക്കുന്നു. ഇപ്പോൾ എനിക്ക് ഇതുപോലുള്ള അനുഷ്ഠാനങ്ങളുടെ ഒരു ബാഗ് ഉണ്ട്: എന്റെ വൈറ്റ്ബോർഡ് തറയിൽ വച്ചുകൊണ്ട് എന്റെ രാത്രികാല ഗവേഷണ സെഷനുകൾ. ഇപ്പെന്റോ കോഫി കടയിലെ ഇരുണ്ട ബാക്ക്റൂം. കിംഗ്സ്ബറി സ്ട്രീറ്റ് ഹോൾ ഫുഡ്സ് വൈൻ ബാറിൽ ഒരു ഗ്ലാസ് മാൽബെക്ക് വൈൻ - ഇവിടെ ബാൽക്കണിയിൽ വന്നിരുന്നു ജോലി ചെയ്യുന്ന ഒരു ദിവസത്തെ ഇങ്ങനെ ഞാൻ അവസാനിപ്പിക്കുന്നു. മസാജ് സ്കൂളിൽ ഒരു ഡിസ്കൗണ്ട് മസാജ് - തുടർന്ന് ഒരു ബാങ്ക് വിചിത്രമായി ബ്രാൻഡ് ചെയ്തിരിക്കുന്ന ഒരു കഫേയിൽ ഒരു എഴുത്ത് സെഷൻ. ഒരു കപ്പ് ഗ്യോകുറോ ഗ്രീൻ ടീ – അതിലടങ്ങിയിരിക്കുന്ന 200 മില്ലിഗ്രാം തിയനൈനിനൊപ്പം (തേയിലയിൽ കണ്ടുവരുന്ന അമിനോ ആസിഡ്) കെർബ് യുവർ എന്തുസിയാസം (അമേരിക്കൻ കോമഡി ഷോ) എന്ന ഷോയുടെ ഒരു എപ്പിസോഡ് - തുടർന്ന് ഒരു എപ്സോംസാൾട്ട് (ഇന്തുപ്പ്) ഉപയോഗിച്ചുള്ള കുളി - ഇത് ശ്രദ്ധാപൂർവ്വം നിരീക്ഷിച്ചപ്പോൾ 107°F-ൽ ഇരുപത് മിനിറ്റ് ദൈർഘ്യമുള്ളതായി കണ്ടു.

ഈ ആചാരങ്ങളിൽ ഓരോന്നിനും അതിന്റേതായ ഉദ്ദേശ്യമുണ്ട്. പ്രക്രിയയുടെ ഈ ഘട്ടത്തിൽ, ഉദ്ദേശ്യങ്ങൾ രൂപരഹിതമാണ്, വികാരത്താൽ നയിക്കപ്പെടുന്നു. എന്നാൽ ഈ ആചാരങ്ങൾ പിന്തുടരുന്ന വികാരങ്ങൾ വ്യത്യസ്തമാണ്. എഴുത്ത് പൂർത്തിയാക്കുന്നത് ടൈം മാനേജ്മെന്റിനെക്കുറിച്ചല്ല, മൈൻഡ് മാനേജ്മെന്റിനെക്കുറിച്ചാണെന്ന്

ഞാൻ കണ്ടെത്തിയപ്പോഴാണ് ഈ ആദ്യ പുസ്തകം എഴുതുന്നതിൽ ഒരു വഴിത്തിരിവ് ഉണ്ടായത്. എന്റെ ജോലിയെ എന്റെ മാനസികാവസ്ഥയുമായി എപ്പോഴും പൊരുത്തപ്പെടുത്തേണ്ടതില്ലെന്നും ഞാൻ കണ്ടെത്തി - എന്റെ മാനസികാവസ്ഥയെ എന്റെ ജോലിയുമായി പൊരുത്തപ്പെടുത്താനും എനിക്ക് കഴിയും. ഞാൻ എന്നോട് തന്നെ മൂന്ന് ചോദ്യങ്ങൾ ചോദിക്കുക മാത്രമേ ചെയ്യേണ്ടതുള്ളൂ: ഞാൻ ഇപ്പോൾ എന്ത് തരത്തിലുള്ള ജോലി ചെയ്യണം?, ആ ജോലി ചെയ്യാൻ എനിക്ക് ഏത് മാനസികാവസ്ഥയിലായിരിക്കണം?, ഒടുവിൽ, എനിക്ക് അവസാനമായി അങ്ങനെ തോന്നിയത് എപ്പോഴാണ്?

എന്റെ ലക്ഷ്യമുള്ള മാനസികാവസ്ഥയിൽ അവസാനമായി ഞാൻ എന്നാണ ഉണ്ടായിരുന്നത് എന്ന് ചിന്തിക്കുന്നതിലൂടെ, എനിക്ക് ആ മാനസികാവസ്ഥ വീണ്ടും സങ്കൽപ്പിക്കാൻ ശ്രമിക്കാം. ഞാൻ എന്തെങ്കിലും ശ്രമിച്ചേക്കാം, അത് പ്രവർത്തിച്ചില്ലെന്ന് കണ്ടെത്തിയേക്കാം, പക്ഷേ ഞാൻ വേഗത്തിൽ മറ്റെന്തെങ്കിലും ശ്രമിക്കും. ഒടുവിൽ, സ്ഥലം, പ്രവർത്തനം, കൂടാതെ/അല്ലെങ്കിൽ പദാർത്ഥം എന്നിവയുടെ സംയോജനം ഒരു ആചാരമായി സംയോജിപ്പിക്കാൻ എനിക്ക് കഴിഞ്ഞു, അത് ഞാൻ തിരയുന്ന മാനസികാവസ്ഥയെ ഉണർത്തും.

ഈ ആചാരങ്ങളിൽ പലതും വിശ്രമം ഉണർത്താൻ ഉദ്ദേശിച്ചുള്ളതായിരുന്നു, ഉദാഹരണത്തിന് വൈൻ ബാറിലെ ഒരു ഗ്ലാസ് വൈൻ, മസാജ് സ്കൂളിലെ മസാജ്. വിശ്രമം സർഗ്ഗാത്മകതയെ പ്രോത്സാഹിപ്പിക്കുന്നതിനാൽ, ആ വിശ്രമം പിന്നീട് മികച്ച എഴുത്ത് സെഷനുകൾ പ്രാപ്തമാക്കും.

ചില സ്ഥലങ്ങളെ ചില മാനസികാവസ്ഥകളുമായി ഞാൻ ബന്ധപ്പെടുത്താൻ തുടങ്ങി. ഈ മാനസികാവസ്ഥകൾ ചിലതരം ജോലികളെ പ്രോത്സാഹിപ്പിച്ചു. ഇപ്പെന്റോ കോഫി കടയിലെ ഇരുണ്ട ബാക്ക്റൂം എന്റെ എഴുത്ത് എഡിറ്റ് ചെയ്യുന്നതിനും പരിഷ്കരിക്കുന്നതിനും നല്ലതായിരുന്നു. ബാങ്ക് ബ്രാൻഡഡ് കഫേയിൽ ധാരാളം ജനാലകൾ ഉണ്ടായിരുന്നു, തിളക്കമുള്ള ഓറഞ്ച് ഡിസൈൻ മാതൃകകൾ കൊണ്ട് അലങ്കരിച്ചിരുന്നു. വിശ്രമം നൽകുന്ന മസാജിന് ശേഷം, ആ കഫേയിൽ ഇരുന്ന് എഴുതുമ്പോൾ ഞാൻ പലപ്പോഴും പുതിയതും വിദൂരവുമായ ആശയങ്ങൾ കണ്ടെത്തി. എനിക്ക് ചെയ്യേണ്ടതെല്ലാം എനിക്ക് അമിതമായി തോന്നിയപ്പോഴെല്ലാം, ഞാൻ എന്റെ അംഗത്വ കാർഡ് എടുത്ത് ജോൺ ഹാൻകോക്ക് സെന്ററിന്റെ മുകളിലേക്ക് പോകുമായിരുന്നു, അവിടെ എനിക്ക് ഒരു പുതിയ കാഴ്ചപ്പാട് ലഭിക്കുമെന്ന് എനിക്കറിയാമായിരുന്നു.

അനുഷ്ഠാനങ്ങളുടെ ഒരു വലിയ ബാഗ് ഞാൻ വികസിപ്പിച്ചെടുത്തതിന് നിരവധി വർഷങ്ങൾക്ക് ശേഷം, കാൾ

ന്യൂപോർട്ട് ഒരു വിപ്ലവകരമായ പുസ്തകം പുറത്തിറക്കി. വ്യത്യസ്ത തരം ജോലികൾ ഉണ്ടെന്നും, വ്യത്യസ്ത തരം ജോലികൾ വ്യത്യസ്ത മാനസികാവസ്ഥകളും ഊർജ്ജ നിലകളും ആവശ്യപ്പെടുന്നുവെന്നുമുള്ള ആശയം ഡീപ്പ് വർക്ക് അവതരിപ്പിച്ചു. വലിയ ശ്രദ്ധ ആവശ്യമില്ലാത്തതും നിങ്ങളുടെ മികച്ച ഊർജ്ജം ആവശ്യമില്ലാത്തതുമായ "ആഴത്തിലുള്ള ജോലി" ഉണ്ട്. നിങ്ങളുടെ മികച്ച ശ്രദ്ധയും ഏറ്റവും പുതിയ ഊർജ്ജവും ആവശ്യമുള്ള ജോലിയാണ് "ഗഹനമായ ജോലി". ഉൽപ്പാദനക്ഷമതയുള്ളവർക്കിടയിൽ "ഡീപ്പ് വർക്ക്" എന്ന പദം പെട്ടെന്ന് സാധാരണമായി.

എന്റെ ആദ്യ പുസ്തകം എഴുതുമ്പോൾ, ഞാൻ ചെയ്യുന്ന തരത്തിലുള്ള ജോലിയുടെ പാറ്റേണുകളും ആ ജോലിക്ക് ഏറ്റവും അനുയോജ്യമായ മാനസികാവസ്ഥയും ഞാൻ ശ്രദ്ധിക്കാൻ തുടങ്ങി. അത് "ആഴത്തിലുള്ള", "ആഴമില്ലാത്ത" എന്നിവയ്ക്ക് അപ്പുറത്തേക്ക് പോയി. വാസ്തവത്തിൽ, ഏഴ് വ്യത്യസ്ത തരം ജോലികൾ - ഓരോന്നിനും അതിന്റേതായ മാനസികാവസ്ഥ - ഒടുവിൽ ഉയർന്നുവന്നു. **സർഗ്ഗാത്മകമായ ജോലിയുടെ ഏഴ് മാനസികാവസ്ഥകൾ** എന്ന് ഞാൻ അവയെ വിളിച്ചു.

ഏഴ് മാനസികാവസ്ഥകൾ

ഭൂമിയിൽ നിന്ന് 1,000 അടി ഉയരത്തിലുള്ള എന്റെ ആചാരം, എന്റെ ബിസിനസ്സിൽ നടക്കുന്ന എല്ലാ കാര്യങ്ങളും നഗരത്തിന്റെ രൂപരേഖ കാണാൻ കഴിയുന്നത്ര എളുപ്പത്തിൽ കാണാൻ എന്നെ സഹായിച്ചു. ഈ മാനസികാവസ്ഥയിലെ ഒരു സെഷൻ, ഒരു പദ്ധതി സൃഷ്ടിക്കാൻ എന്നെ സഹായിച്ചു - എന്താണ് ചെയ്യേണ്ടത്, ഞാൻ ആ കാര്യങ്ങൾ എങ്ങനെ ചെയ്യണം, അതുപോലെ തന്നെ പ്രധാനമായി, എന്താണ് ചെയ്യേണ്ടതെന്ന് തീരുമാനിക്കാൻ. ഇതാണ് ആദ്യത്തെ അവസ്ഥ: മാനസികാവസ്ഥയ്ക്ക് പ്രയോറിട്ടയ്സ് (മുൻഗണനാക്രമം) നൽകുക.

എന്റെ രാത്രികാല ഗവേഷണ സെഷനുകൾ വെറും ഗവേഷണ സെഷനുകളേക്കാൾ വളരെ ആധിക്യമുള്ളതാണെന്ന് ഞാൻ ഒടുവിൽ തിരിച്ചറിഞ്ഞു. വാസ്തവത്തിൽ, ഈ സെഷനുകളിൽ ഞാൻ വസിച്ചിരുന്ന രണ്ട് വ്യത്യസ്ത മാനസികാവസ്ഥകൾ ഉണ്ടായിരുന്നു.

"ഗവേഷണം" എന്ന വാക്ക് തന്നെ നിങ്ങൾ വീണ്ടും തിരയുകയാണെന്ന് സൂചിപ്പിക്കുന്നു. എന്തെങ്കിലും എങ്ങനെയാണെന്ന് നിങ്ങൾക്ക് ചില സൂചനകളോ ഓർമ്മകളോ ഉണ്ട്, പക്ഷേ ഉറപ്പാക്കാൻ നിങ്ങൾ അത് നോക്കുകയോ ഒരു പരീക്ഷണം നടത്തുകയോ വേണം. നിർദ്ദിഷ്ട വിവരങ്ങൾക്കായി തിരയുന്നതിനുപകരം, ഞാൻ എന്റെ ആവശ്യമായ സ്രോതസ്സിൽ മുഴുകുകയായിരുന്നു. എന്റെ വിഷയ മേഖലയ്ക്ക് പുറത്തുള്ള ഒരു ലേഖനത്തിലോ പുസ്തകത്തിലോ മുഴുകാൻ പോലും ഞാൻ എന്നെ അനുവദിച്ചു. ടൈപ്പോഗ്രാഫി പഠിക്കുന്നതിനിടയിൽ,

ലോഹശാസ്ത്രത്തിന്റെ ചരിത്രത്തിലേക്ക് ഞാൻ ആഴ്ന്നിറങ്ങി, അല്ലെങ്കിൽ പ്രൊട്ടസ്റ്റന്റ് നവീകരണത്തെക്കുറിച്ച് പഠിച്ചു.

ഈ രണ്ടാമത്തെ മാനസികാവസ്ഥയ്ക്ക് "ഗവേഷണം" എന്ന പദം ശരിയായ പദമായിരിക്കില്ല. ഈ രണ്ടാമത്തെ മാനസികാവസ്ഥ ഗവേഷണത്തേക്കാൾ വളരെ കുറച്ച് ശ്രദ്ധ കേന്ദ്രീകരിക്കപ്പെട്ടതാണ്. ഒരു പ്രത്യേക ചോദ്യത്തിന് ഒരു പ്രത്യേക ഉത്തരം തിരയാതിരിക്കാനുള്ള അനുമതി ഈ മാനസികാവസ്ഥയിൽ അന്തർലീനമാണ്. നിങ്ങളുടെ ജിജ്ഞാസയുമായി പൊരുത്തപ്പെടാനും വഴിതെറ്റിയതിൽ കുറ്റബോധം തോന്നാതിരിക്കാനും ഈ മാനസികാവസ്ഥ ആവശ്യപ്പെടുന്നു. രണ്ടാമത്തെ മാനസികാവസ്ഥ എക്സ്പ്ലോർ (പര്യവേക്ഷണം) മാനസികാവസ്ഥയാണ്.

എന്നിരുന്നാലും ചിലപ്പോൾ ഞാൻ ശരിക്കും ഗവേഷണം നടത്തുകയായിരുന്നു. എന്റെ മനസ്സിലുണ്ടായിരുന്ന പ്രത്യേക ചോദ്യങ്ങൾക്കുള്ള പ്രത്യേക ഉത്തരങ്ങൾക്കായി ഞാൻ തിരയുകയായിരുന്നു. ഒരു അധ്യായം എങ്ങനെ രൂപപ്പെടുത്തും അല്ലെങ്കിൽ വസ്തുതകൾ നേരെയാക്കും എന്നതിന് നിർണായകമാകുമെന്ന് എനിക്കറിയാവുന്ന ചോദ്യങ്ങൾ. ഈ കേസുകളിൽ, ഞാൻ വാസ്തവത്തിൽ മൂന്നാമത്തെ മാനസികാവസ്ഥയിലായിരുന്നു: റിസേർച്ച് (ഗവേഷണ) മാനസികാവസ്ഥ.

എന്റെ പ്രഭാത എഴുത്ത് സെഷൻ - ഈ ആദ്യ പുസ്തകം എഴുതുമ്പോഴും പിന്നീട് മെഡ്ഡെലിനിൽ എന്റെ സർഗ്ഗാത്മകമായ ഔട്ട്പുട്ട് ഉത്തമീകരിക്കുകയും ചെയ്തപ്പോഴും - ജോലി ചെയ്യേണ്ട സമയമായിരുന്നു. അപ്പോഴാണ് ഞാൻ എന്റെ പൂർത്തിയായ ഉൽപ്പന്നമായി മാറുന്ന കാര്യങ്ങൾ സൃഷ്ടിച്ചത്. ഞാൻ നാലാമത്തെ മാനസികാവസ്ഥയിലായിരുന്നു: ജനറേറ്റ് (ഉത്പാദനം) മാനസികാവസ്ഥ.

കുറച്ച് എഴുതിക്കഴിഞ്ഞാലും, അത് എന്റെ പ്രസാധകന് സമർപ്പിക്കാൻ തയ്യാറായിരുന്നില്ല. ഉത്പാദന മാനസികാവസ്ഥയിൽ പ്രവർത്തിച്ചതിന്റെ ഒരു പരുക്കൻ ഡ്രാഫ്റ്റ് എനിക്കുണ്ടായിരുന്നു. ആ ജനറേറ്റ് മാനസികാവസ്ഥയിൽ, പര്യവേക്ഷണവും ഗവേഷണ മാനസികാവസ്ഥകളിൽ ഞാൻ പഠിച്ച കാര്യങ്ങൾ ഞാൻ ഒരുമിച്ച് ചേർത്തു. മുൻഗണനാക്രമത്തിൽ മാനസികാവസ്ഥയിൽ ഞാൻ സൃഷ്ടിച്ച ഒരു രൂപരേഖ ഞാൻ തയ്യാറാക്കി. എന്നാൽ ഇപ്പോൾ എനിക്ക് പരുക്കൻ വശങ്ങൾ നീക്കം ചെയ്യേണ്ടിവന്നു. വ്യാകരണം എനിക്ക് കഴിയുന്നത്ര മികച്ചതാണെന്നും, അക്ഷരവിന്യാസം ശരിയാണെന്നും, എഴുതുമ്പോൾ എനിക്ക് ഉറപ്പില്ലാത്ത വസ്തുതകൾ നിറഞ്ഞിട്ടുണ്ടെന്നും ഞാൻ ഉറപ്പാക്കേണ്ടതുണ്ടായിരുന്നു. ഇപ്പെന്റോ കോഫി കടയുടെ ഇരുണ്ട ബാക്ക്റൂമിൽ എന്റെ ഏറ്റവും മികച്ച എഡിറ്റിംഗ് സെഷനുകളിൽ ചിലത്

നടത്തി. എങ്ങനെയോ, ആ ഇരുണ്ട ബാക്ക്റ്റും എന്നെ അഞ്ചാമത്തെ മാനസികാവസ്ഥയിൽ എത്തിച്ചു: പോളിഷ് (മിനുക്കിയെടുക്കുക) മാനസികാവസ്ഥ.

ഏഴ് മാനസികാവസ്ഥകളിൽ അഞ്ചെണ്ണം സർഗ്ഗാത്മകമായ പ്രവൃത്തികൾ സാധ്യമാക്കുന്നു: മുൻഗണനാക്രമം, പര്യവേക്ഷണം, ഗവേഷണം, ഉത്പാദനം, മിനുക്കിയെടുക്കുക. എന്നാൽ ബാക്കിയുള്ള രണ്ട് മാനസികാവസ്ഥകൾ ഇല്ലാതെ ഈ മാനസികാവസ്ഥകളൊന്നും സാധ്യമല്ല.

ഒരു മുഴുവൻ സമയ സഹായി ഉണ്ടായിരിക്കാൻ നിങ്ങൾക്ക് ഭാഗ്യമില്ലെങ്കിൽ, നിങ്ങളുടെ ദൈനംദിന ജീവിതത്തിൽ ശ്രദ്ധിക്കേണ്ട ചില അസ്വസ്ഥമായ വിശദാംശങ്ങൾ നിങ്ങൾക്ക് ലഭിക്കും. നിങ്ങളുടെ ഗിറ്റാറിലെ സ്ട്രിംഗുകൾ മാറ്റുകയോ, ക്ലയന്റുകൾക്ക് ഇൻവോയ്സ് നൽകുകയോ, നിയമപരമായ രേഖകൾ പരിശോധിക്കുകയോ ചെയ്യേണ്ടതുണ്ട്. നിങ്ങളുടെ ബിസിനസ്സിന് പുറത്ത്, നിങ്ങൾ പലചരക്ക് സാധനങ്ങൾ വാങ്ങുകയോ, കുടുംബാംഗങ്ങളെ പരിപാലിക്കുകയോ, കാറിലെ എണ്ണ മാറ്റുകയോ ചെയ്യേണ്ടതുണ്ട്. എന്റെ ആദ്യ പുസ്തകം എഴുതുമ്പോൾ, പകർപ്പവകാശ (കോപിറൈറ്റ്) ഉടമകളുടെ ചിത്രങ്ങൾ പുസ്തകത്തിൽ ഉപയോഗിക്കുന്നതിനും, എന്റെ ബിസിനസ്സിനായി എന്റെ പതിവ് പ്രതിമാസ സാമ്പത്തിക പ്രസ്താവനകളുടെ അവലോകനം നടത്തുന്നതിനും അനുമതിക്കായി ഞാൻ അവരെ ബന്ധപ്പെടേണ്ടിവന്നു. എനിക്ക് ഭക്ഷണം കഴിക്കേണ്ടതുണ്ടായിരുന്നു, എന്റെ അപ്പാർട്ട്മെന്റ് വൃത്തിയായി സൂക്ഷിക്കേണ്ടിവന്നു, എന്റെ ബില്ലുകൾ അടച്ചിട്ടുണ്ടെന്ന് ഉറപ്പാക്കേണ്ടിവന്നു. നിങ്ങളുടെ സർഗ്ഗാത്മകമായ പ്രവർത്തനം സാധ്യമാക്കുന്ന വിശദാംശങ്ങൾ നിങ്ങൾ ശ്രദ്ധിക്കുമ്പോൾ, നിങ്ങൾ ആറാമത്തെ മാനസികാവസ്ഥയിലാണ്: അഡ്മിനിസ്ട്രേറ്റ് (നിർവ്വഹണം) മാനസികാവസ്ഥ.

അവസാനമായി, നിങ്ങൾക്ക് എല്ലായ്പ്പോഴും നിർത്താതെ പോകാൻ കഴിയില്ല. നിങ്ങളുടെ ജോലി ചെയ്യാൻ നിങ്ങൾക്ക് ഊർജ്ജം ആവശ്യമാണ്. ആ ഊർജ്ജം നിറയ്ക്കാൻ, നിങ്ങൾക്ക് ഒരു നല്ല രാത്രി ഉറക്കം ആവശ്യമാണ്. വൈകുന്നേരങ്ങൾ, വാരാന്ത്യങ്ങൾ, അവധിക്കാലങ്ങൾ, ഒരു സബാറ്റിക്കൽ, അല്ലെങ്കിൽ ഒരു കോഫി ബ്രേക്ക് എന്നിങ്ങനെയുള്ള സമയമാണെങ്കിലും നിങ്ങൾ അവധിയെടുക്കേണ്ടതുണ്ട്. എന്റെ ആദ്യ പുസ്തകം എഴുതുമ്പോൾ, ഞാൻ ഒരു മസാജ് എടുക്കുകയോ, രസകരമായ ഒരു വീഡിയോ കാണുകയോ, അല്ലെങ്കിൽ ഒരു ചൂടുള്ള കുളി എടുക്കുകയോ ചെയ്ത സമയങ്ങളായിരുന്നു ഇവ. ഈ ആചാരങ്ങൾ വിശ്രമകരമായിരുന്നു, പക്ഷേ ഞാൻ അവ തന്ത്രപരമായി തിരഞ്ഞെടുത്തു. ഞാൻ ഇപ്പോൾ ഈ കാര്യങ്ങൾ ചെയ്താൽ, അവ പിന്നീട് എന്നെ കൂടുതൽ ഉൽപാദനക്ഷമമാക്കുമെന്ന് എനിക്കറിയാമായിരുന്നു. ഒരു നീണ്ട ദിവസത്തിനുശേഷം, എനിക്ക്

ഇന്ധനം നിറയ്ക്കേണ്ടി വന്നു. ഏഴാമത്തെയും അവസാനത്തെയും മാനസികാവസ്ഥയിൽ എനിക്ക് സമയം ചെലവഴിക്കേണ്ടി വന്നു: റീചാർജ് (ഊർജ്ജശേഖരണം) മാനസികാവസ്ഥ.

ക്രിയേറ്റീവ് വർക്കിലെ ഏഴ് മാനസികാവസ്ഥകൾ ഇവയാണ്: മുൻഗണന നൽകുക, പര്യവേക്ഷണം ചെയ്യുക, ഗവേഷണം ചെയ്യുക, ഉത്പാദിപ്പിക്കുക, മിനുക്കിയെടുക്കുക, നിർവ്വഹിക്കുക, ഊർജ്ജം ശേഖരിക്കുക. അവ ഓർമ്മിക്കാനുള്ള ഒരു എളുപ്പ മാർഗം, “PER Golf, PAR” എന്ന് സ്വയം പറയുക എന്നതാണ്. “PER” എന്നാൽ PRIORI-TIZE , Explore, and Research (പ്രയോറിറ്റൈസ്, എക്സ്പ്ലോർ, ആൻഡ് റിസേർച്ച്) എന്നാണ്. “Golf” എന്നതിന്റെ തുടക്കത്തിലെ “G” എന്നത് ജനറേറ്റ് എന്നതിനെയും “PAR” എന്നത് പോളിഷ്, അഡ്മിനിസ്ട്രേറ്റ്, റീചാർജ് എന്നിവയെയും സൂചിപ്പിക്കുന്നു. PER Golf, PAR.

ഈ മാനസികാവസ്ഥകൾ ഒരു ക്ലോക്കിനുള്ളിലെ ഗിയറുകൾ പോലെ ഒരുമിച്ച് പ്രവർത്തിക്കുന്നു. ചിലപ്പോൾ അവ നീങ്ങുന്നു. ചിലപ്പോൾ അവ നിർത്തി ആരംഭിക്കുന്നു. എന്നാൽ അവ പരസ്പരം വളരെ സമന്വയിപ്പിച്ചിരിക്കുന്നതിനാൽ ക്ലോക്കിന്റെ സൂചികൾ സുഗമമായി മുന്നോട്ട് നീങ്ങുന്നു.

മുൻ അധ്യായത്തിൽ ഞാൻ പരാമർശിച്ച സർഗ്ഗാത്മകതയുടെ നാല് ഘട്ടങ്ങൾ എല്ലാം നിങ്ങളുടെ പ്രോജക്റ്റിന്റെ പുരോഗതിയെക്കുറിച്ചാണ് - ഒരു അന്തിമ ഉൽപ്പന്നത്തിലെത്താൻ നിങ്ങൾ എത്രത്തോളം അടുത്തു? ഏഴ് മാനസികാവസ്ഥകൾ പലപ്പോഴും സർഗ്ഗാത്മകതയുടെ ചില ഘട്ടങ്ങളുമായി പൊരുത്തപ്പെടുന്നുണ്ടെങ്കിലും, അവ നിങ്ങളുടെ പ്രോജക്റ്റിന്റെ അവസ്ഥയെക്കുറിച്ചല്ല. സർഗ്ഗാത്മകമായ ജോലിയുടെ ഏഴ് മാനസികാവസ്ഥകൾ എല്ലാം ജോലി ചെയ്യുമ്പോൾ നിങ്ങൾ ഉള്ള മാനസികാവസ്ഥയെക്കുറിച്ചാണ്. മാനസികാവസ്ഥയിലൂടെ നിങ്ങൾ ജോലിയിൽ പ്രാവീണ്യം നേടിയാൽ, നിങ്ങളുടെ സർഗ്ഗാത്മകമായ ജോലി സർഗ്ഗാത്മകതയുടെ നാല് ഘട്ടങ്ങളിലൂടെ വിശ്വസനീയമായി പുരോഗമിക്കും.

ഗഹനമായ ജോലിയുടെ അഭിരുചികൾ

ഈ ഏഴ് മാനസികാവസ്ഥകളും ആളുകൾക്ക് പെട്ടെന്ന് മനസ്സിലാകും. കുറഞ്ഞത്, മിക്ക ആളുകളും - മുമ്പ് അവർ അതിനെക്കുറിച്ച് ചിന്തിച്ചിട്ടില്ലെങ്കിൽ - അവർ ജോലി ചെയ്യുമ്പോൾ എല്ലായ്പ്പോഴും ഒരേ മാനസികാവസ്ഥയിലല്ലെന്ന് തിരിച്ചറിയുന്നു. വാസ്തവത്തിൽ, ഡീപ് വർക്ക് എഴുതിയതിനുശേഷം, താനും "ആഴത്തിലുള്ള", "ആഴമില്ലാത്ത" മാനസികാവസ്ഥകൾ ശ്രദ്ധിക്കാൻ തുടങ്ങിയെന്ന് കാൾ ന്യൂപോർട്ട് അടുത്തിടെ എന്നോട് പറഞ്ഞു.

കാൾ എന്നോട് പറഞ്ഞു, "ഡീപ്പ് വർക്ക് പുറത്തുവന്നതിനുശേഷം ഞാൻ പഠിച്ച കാര്യം - അത് യഥാർത്ഥത്തിൽ പുസ്തകത്തിലില്ല, പക്ഷേ ഞാൻ പ്രധാനമാണെന്ന് കരുതുന്ന - ആഴത്തിലുള്ള ജോലിയുടെ വ്യത്യസ്ത രുചികൾ ഉണ്ടെന്ന് മനസ്സിലാക്കുക എന്നതാണ്. വ്യത്യസ്ത തൊഴിലുകൾക്കിടയിൽ മാത്രമല്ല, നിങ്ങളുടെ പ്രത്യേക തൊഴിലിനുള്ളിൽ ആഴത്തിലുള്ള വ്യത്യസ്ത തരം കാര്യങ്ങൾ ഉണ്ടാകാം. അവ വ്യത്യസ്തമായി തോന്നുന്നു, അവയെ പിന്തുണയ്ക്കാൻ വ്യത്യസ്ത കാര്യങ്ങളുണ്ട്."

കാൾ ചിന്തയെക്കുറിച്ച് പുസ്തകങ്ങൾ എഴുതാത്തപ്പോൾ, അദ്ദേഹം ധാരാളം ചിന്തിക്കുന്നു. അദ്ദേഹം ഒരു സൈദ്ധാന്തിക കമ്പ്യൂട്ടർ ശാസ്ത്രജ്ഞനും ജോർജ്ജ്ടൗൺ സർവകലാശാലയിലെ പ്രൊഫസറുമാണ്. ഡീപ്പ് വർക്ക് എഴുതുമ്പോൾ, ഗഹനമായ ജോലിയെക്കുറിച്ചുള്ള അദ്ദേഹത്തിന്റെ ധാരണ സിദ്ധാന്തങ്ങൾ പരിഹരിക്കുന്നതിലാണെന്ന് അദ്ദേഹം എന്നോട് പറഞ്ഞു. “പക്ഷേ,” അദ്ദേഹം പറഞ്ഞു, “ഞാൻ ചെയ്യുന്ന മറ്റ് കാര്യങ്ങളും അത്രയും ആഴത്തിലുള്ളതും അത്രതന്നെ ഏകാഗ്രത ആവശ്യമുള്ളതും എന്നാൽ പൂർണ്ണമായും വ്യത്യസ്തമായ പെരുമാറ്റങ്ങളാൽ പിന്തുണയ്ക്കപ്പെടുന്നതുമാണെന്ന് വ്യക്തമായി. അതിനാൽ ഞാൻ എഴുതുമ്പോൾ, ഞാൻ വായിക്കുമ്പോഴോ ആശയങ്ങൾ ഉൾക്കൊള്ളുമ്പോഴോ ഒരു വിഷയ വിദഗ്ധനുമായി സംഭാഷണം നടത്തുമ്പോഴോ ഉള്ളതിൽ നിന്ന് വളരെ വ്യത്യസ്തമാണ്. പുതിയ ആശയങ്ങൾ വികസിപ്പിക്കുന്നതിന് അത് ഉപയോഗിക്കാൻ കഴിയുന്ന തരത്തിൽ എന്റെ ധാരണ വർദ്ധിപ്പിക്കാൻ ഞാൻ ശ്രമിക്കുന്നു. ഇതെല്ലാം ഗഹനമായ ജോലിയാണ്. പക്ഷേ അത് വളരെ വ്യത്യസ്തമായി തോന്നുന്നു.”

അദ്ദേഹത്തിന്റെ കൃതിയിൽ നിങ്ങൾക്ക് ഏഴ് മാനസികാവസ്ഥ കാണാൻ കഴിയും. കാളിന്റെ എഴുത്ത് ഉത്പാദന മാനസികാവസ്ഥയിലായിരിക്കും. വായന, ആശയങ്ങൾ ഉൾക്കൊള്ളൽ, ഒരു വിദഗ്ധനുമായി സംസാരിക്കൽ എന്നിവ കാൾ നിർദ്ദിഷ്ട ചോദ്യങ്ങൾക്ക് ഉത്തരം നൽകാൻ ശ്രമിക്കുകയാണോ അതോ വിഷയത്തെക്കുറിച്ചുള്ള അദ്ദേഹത്തിന്റെ ജിജ്ഞാസയെ തൃപ്തിപ്പെടുത്തുകയാണോ എന്നതിനെ ആശ്രയിച്ച്,

ചോദ്യങ്ങൾക്ക് ഉത്തരം നൽകുന്നത് ഗവേഷണമായിരിക്കും. ജിജ്ഞാസയെ തൃപ്തിപ്പെടുത്തുന്നത് പര്യവേക്ഷണം ആയിരിക്കും.

കാളിന് ജോലിയുടെ ഓരോ വ്യത്യസ്ത "രുചികൾക്കും" അനുയോജ്യമായ മാനസികാവസ്ഥയിലേക്ക് എത്താനുള്ള വഴികളുണ്ട്. ഒരു പ്രൂഫ് നോക്കി കഴിയുമ്പോൾ, അദ്ദേഹം നടക്കാൻ പോകുന്നു. വായിക്കുമ്പോൾ, "വായനയുടെ ഒരു മുഴുവൻ ആയുധശേഖരം"

അദ്ദേഹത്തിനുണ്ട്. രാത്രിയിൽ വായിക്കുമ്പോൾ, അദ്ദേഹം അത് ചെയ്യുന്നത് ഒരു വലിയ തുകൽ കസേരയിലാണ്. സാങ്കേതികവിദ്യയുടെ തത്ത്വചിന്തയെക്കുറിച്ച് വായിക്കുമ്പോൾ, അദ്ദേഹം ഒരു പ്രത്യേക ഡൈനറിൽ (റെസ്റ്റോറന്റ്) നേരത്തെ ഉച്ചഭക്ഷണത്തിനായി പോകുന്നു. മറ്റ് തരത്തിലുള്ള വായനയ്ക്കായി അദ്ദേഹം പോകുന്ന മറ്റൊരു കോഫി ഷോപ്പുണ്ട്. ചിലപ്പോൾ അദ്ദേഹം വായിക്കുന്നത് ഏറ്റവും നല്ലതാണെന്ന് കണ്ടെത്തുന്നു—ഒരു ബിയറിന്റെ കൂടെ.

ഏഴ് മാനസികാവസ്ഥകൾ ഉപയോഗിക്കാൻ തുടങ്ങുന്നതിന്, ഉത്പാദന മാനസികാവസ്ഥയുടെ "വലിയ പാറ"യിൽ നിന്ന് ആരംഭിച്ച് അതിനെ ചുറ്റിപ്പറ്റി നിർമ്മിക്കുക. നിങ്ങളുടെ സർഗ്ഗാത്മകമായ മധുരമുള്ള സ്ഥലം കണ്ടെത്താൻ പരീക്ഷിക്കുക, ഉത്പാദന മാനസികാവസ്ഥയിൽ അത് ഉപയോഗിക്കുന്നതിൽ നിന്ന് ഒരു ശീലം വളർത്തിയെടുക്കുക. അവിടെ നിന്ന്, മറ്റ് മാനസികാവസ്ഥകളെ തിരിച്ചറിയാൻ ക്രമേണ പരീക്ഷിക്കുക, അവ ഉപയോഗിക്കുന്നതിൽ മനഃപൂർവ്വം ഏർപ്പെടുക. നിങ്ങളുടെ സ്വന്തം ജോലിയിൽ ഈ മാനസികാവസ്ഥകൾ കാണുമ്പോൾ നിരീക്ഷണങ്ങൾ നടത്താൻ ഒരു ജേണൽ സൂക്ഷിക്കുക. ദിവസം മുഴുവൻ, നിങ്ങൾ ഏത് മാനസികാവസ്ഥയിലാണെന്ന് സ്വയം ചോദിക്കുക, നിങ്ങളുടെ ജോലി ആ മാനസികാവസ്ഥയുമായി പൊരുത്തപ്പെടുത്തുക. അല്ലെങ്കിൽ, നിങ്ങൾക്ക് ഉയർന്ന മുൻഗണനയുള്ള ഒരു ജോലിയുണ്ടെങ്കിൽ, ആ ജോലി ചെയ്യാൻ നിങ്ങൾ ഏത് മാനസികാവസ്ഥയിലായിരിക്കണമെന്ന് സ്വയം ചോദിക്കുക. നിങ്ങൾക്ക് അവസാനമായി അങ്ങനെ തോന്നിയത് എപ്പോഴാണ്? നിങ്ങൾക്ക് ആ മാനസികാവസ്ഥ ആവർത്തിക്കാൻ കഴിയുമോ എന്ന് നോക്കുക.

അവ്യക്തമായ അതിർത്തികൾ

നിങ്ങളുടെ സ്വന്തം ജോലികളിൽ ഏഴ് മാനസികാവസ്ഥകൾ നിരീക്ഷിക്കുമ്പോൾ, മാനസികാവസ്ഥകൾക്കിടയിലുള്ള അതിരുകൾ അവ്യക്തമാണെന്ന് നിങ്ങൾ ശ്രദ്ധിക്കും. ഒരു മാനസികാവസ്ഥയിൽ ഉൾപ്പെടുന്നതായി തോന്നുന്ന ജോലി മറ്റൊരു മാനസികാവസ്ഥയ്ക്ക് കൂടുതൽ അനുയോജ്യമാകും. ഏറ്റവും അവ്യക്തമായ അതിരുകളിൽ ഒന്ന് ഉത്പാദനം, പര്യവേഷണം എന്നിവയ്ക്കിടയിലുള്ളതാണ്. ഉത്പാദന മാനസികാവസ്ഥയിൽ ചെയ്യണമെന്ന് തോന്നുന്ന ചില ജോലികൾക്ക് പര്യവേഷണ മാനസികാവസ്ഥ ആവശ്യമായി വന്നേക്കാം.

നൃത്തസംവിധായക ട്വൈല താർപ്പ് ഓരോ നൃത്തവും ഒരു ബോക്സിൽ നിന്നാണ് ആരംഭിക്കുന്നത്. ഒരു പ്രോജക്റ്റിൽ തനിക്ക് പ്രചോദനം നൽകുന്ന എന്തെങ്കിലും അവൾ കാണുമ്പോഴെല്ലാം, അവൾ അത് ബോക്സിൽ ഇടുന്നു. ഉദാഹരണത്തിന്, ബ്രോഡ്വേ മ്യൂസിക്കൽ,

മൂവിങ് ഔട്ട് സൃഷ്ടിച്ചപ്പോൾ, ബോക്സ് സിഡികളും ടേപ്പുകളും കൊണ്ട് നിറഞ്ഞിരുന്നു. ബില്ലി ജോയലിന്റെ എല്ലാ സംഗീതവും ട്വൈല ശ്രദ്ധിച്ചു, അദ്ദേഹത്തിന്റെ എല്ലാ പ്രകടനങ്ങളും കണ്ടു. അവൾ അതെല്ലാം ബോക്സിൽ ഇട്ടു. ഈ സിഡികളും ടേപ്പുകളും ട്വൈല അവലോകനം ചെയ്യേണ്ടതുണ്ടെന്ന് വ്യക്തമാണ്.

എല്ലാത്തിനുമുപരി, ബില്ലി ജോയലിന്റെ സാംഗീതത്തെ ചുറ്റിപ്പറ്റിയാണ് ഷോ നിർമ്മിച്ചത്. പക്ഷേ അവൾ അവിടെ നിന്നില്ല. വിയറ്റ്നാം യുദ്ധകാലത്തെ സിനിമകളും, അതേ കാലഘട്ടത്തിലെ മറ്റ് പുസ്തകങ്ങളും സിനിമകളും പെട്ടിയിൽ നിറഞ്ഞിരുന്നു. പ്രക്രിയയുടെ വിവിധ വശങ്ങൾ ഉൾക്കൊള്ളുന്ന നോട്ട്ബുക്കുകളും പെട്ടിയിൽ നിറഞ്ഞിരുന്നു: ആശയങ്ങൾ വരുമ്പോൾ ട്വൈല എഴുതിയ കുറിപ്പുകൾ, ഷോ ആരംഭിക്കുന്ന കാലഘട്ടത്തിലെ വാർത്താ ക്ലിപ്പിംഗുകൾ, സംഗീത സംവിധായകനുമായുള്ള കുറിപ്പുകൾ. ഒരു പച്ച ബെറെറ്റ് (പച്ച പട്ടാള തൊപ്പി), ഒരു ജോഡി കമ്മലുകൾ, ഒരു മാക്രേം വെസ്റ്റ് (കൈകൊണ്ട് കെട്ടുന്ന ചെയ്തെടുത്ത മേലങ്കി), ബില്ലി ജോയലിന്റെ ജന്മനാട്ടിൽ നടത്തിയ രഹസ്യാന്വേഷണ യാത്രകളിൽ നിന്നുള്ള ഫോട്ടോഗ്രാഫുകൾ എന്നിവയും അവൾ പെട്ടിയിൽ ഇട്ടു.

ഇതിൽ വളരെ കുറച്ച് മാത്രമേ ഷോയിൽ നേരിട്ട് ഉൾപ്പെടുത്തിയിട്ടുള്ളൂ, പക്ഷേ നൃത്തം, കഥ, വസ്ത്രധാരണം എന്നിവയിൽ അവളുടെ തിരഞ്ഞെടുപ്പുകളെ അറിയിക്കാൻ അതെല്ലാം ഉണ്ടായിരുന്നു. താർപ്പ് തന്നെ പറഞ്ഞതുപോലെ, "എല്ലാം അസംസ്കൃത വസ്തുവാണ്. എല്ലാം പ്രസക്തമാണ്. **എല്ലാം ഉപയോഗയോഗ്യമാണ്**" (അവളുടെ തിരെഞ്ഞെടുപ്പിലെ ഊന്നൽ). ട്വൈല ഈ ഷോയ്ക്കായി വളരെയധികം അസംസ്കൃത വസ്തുക്കൾ കണ്ടെത്തി, പൂർത്തിയാകുമ്പോഴേക്കും അവൾക്ക് ഒരു ബോക്സിൽ കൂടുതൽ ഉണ്ടായിരുന്നു. അവൾ പന്ത്രണ്ട് ബോക്സുകൾ നിറച്ചിരുന്നു.

ട്വൈല സിഡികളും ടേപ്പുകളും അവലോകനം ചെയ്യുകയും പഴയ പത്ര ലേഖനങ്ങൾ നോക്കുകയും ആ കാലഘട്ടത്തിലെ സിനിമകൾ കാണുകയും ചെയ്യുമ്പോൾ, അവൾ പര്യവേഷണ മാനസികാവസ്ഥയിലായിരുന്നു എന്നത് വ്യക്തമാണ്. സർഗ്ഗാത്മകതയുടെ നാല് ഘട്ടങ്ങളിലൂടെ ദൃശ്യമായ പുരോഗതി കൈവരിക്കാത്തതിൽ അവൾക്ക് സുഖം തോന്നേണ്ടി വന്നു. തന്റെ പുസ്തകമായ ദി ക്രിയേറ്റീവ് ഹാബിറ്റിൽ നാല് ഘട്ടങ്ങളെക്കുറിച്ച് പരാമർശിക്കുന്നില്ലെങ്കിലും, സ്വന്തം പ്രക്രിയ പ്രായോഗികമായും ചിലപ്പോൾ ഭാഷയിലും നാല് ഘട്ടങ്ങളെ പ്രതിഫലിപ്പിക്കുന്നു. ട്വൈല പറഞ്ഞതുപോലെ, "ബോക്സ് നിങ്ങളുടെ തയ്യാറെടുപ്പിന്റെ അസംസ്കൃത സൂചികയാണ്" (ഊന്നൽ കൂട്ടിച്ചേർത്തു).

ബോക്സിൽ പോയ ചില കാര്യങ്ങൾ പര്യവേഷണം ആയിട്ടല്ല, മറിച്ച് ഉത്പാദനം ആയി എളുപ്പത്തിൽ വ്യാഖ്യാനിക്കാം. ഓർക്കുക, പര്യവേക്ഷണം എന്നത് തുറന്ന അവസ്ഥയാണ് - പുരോഗതി കൈവരിക്കാത്തതിൽ സുഖമായിരിക്കുക എന്നതാണ്. തലമുറ എന്നത് എന്തെങ്കിലും നിർമ്മിക്കുന്നതിന്റെ അവസ്ഥയാണ്. അതിനാൽ മൂവിങ് ഔട്ടിനായി ബോക്സിൽ പോയത് ആദ്യം ട്വൈല നൃത്തം ചെയ്യുന്ന ഒരു വീഡിയോടേപ്പ് ആണെന്ന് അറിയുമ്പോൾ നിങ്ങൾ ആശ്ചര്യപ്പെട്ടേക്കാം. ഷോ അവതരിപ്പിച്ചപ്പോൾ അവൾ ബില്ലി ജോയലിന് ഈ വീഡിയോ കാണിച്ചുകൊടുത്തു. അതായത്, ഷോയിൽ ഔദ്യോഗികമായി പ്രവർത്തിക്കാൻ തുടങ്ങുന്നതിനു മുമ്പുതന്നെ, അവർ നൃത്തസംവിധാനം നിർമ്മിച്ചിരുന്നു. ഇപ്പോൾ, ആ നൃത്തസംവിധാനം നിർമ്മിക്കുന്നത് ഉത്പാദനത്തിന്റെയോ പര്യവേഷണത്തിന്റെയോ ഒരു പ്രവൃത്തിയാണോ?

ആ പ്രാരംഭ നൃത്തസംവിധാനത്തിന്റെ സൃഷ്ടി ഉത്പാദനത്തിന്റെയോ പര്യവേഷണത്തിന്റെയോ ഒരു പ്രവൃത്തിയായിരുന്നില്ലേ? ആ പ്രാരംഭ നൃത്തസംവിധാനത്തിന്റെ സൃഷ്ടി ഉത്പാദനത്തിനെക്കാൾ പര്യവേക്ഷണമായിരുന്നു. എന്തുകൊണ്ട് അത് പ്രധാനമാണ്? കാരണം, നിങ്ങൾ ഒരു മാനസികാവസ്ഥ തിരഞ്ഞെടുക്കുമ്പോൾ, സൃഷ്ടി നിർമ്മിക്കുമ്പോൾ നിങ്ങൾക്കുള്ള ലക്ഷ്യങ്ങൾ നിങ്ങൾ എങ്ങനെ മാറ്റുന്നു. സൃഷ്ടി നിർമ്മിക്കുമ്പോൾ നിങ്ങൾക്കുള്ള ലക്ഷ്യങ്ങൾ നിങ്ങൾ നിങ്ങളുടെ ഊർജ്ജം എങ്ങനെ ഉപയോഗിക്കുന്നു എന്നതിനെ ബാധിക്കും.

ഉത്പാദന മാനസികാവസ്ഥയിൽ എഴുതാൻ ഞാൻ ഇരിക്കുകയാണെങ്കിൽ, ഉപയോഗയോഗ്യമായ എഴുത്ത് സൃഷ്ടിക്കുക എന്നതാണ് എന്റെ ലക്ഷ്യം. ഉപയോഗയോഗ്യമായ എഴുത്ത് സൃഷ്ടിക്കുക എന്ന ലക്ഷ്യത്തിന് പുറത്ത് രണ്ട് അതിരുകളുണ്ട്.

ഒരു അതിർത്തിക്ക് പുറത്ത് തികഞ്ഞ എഴുത്ത് സൃഷ്ടിക്കുക എന്നതാണ്. മറ്റൊരു അതിർത്തിയുടെ പുറത്ത് പൂർത്തിയായ ഉൽപ്പന്നമായി മാറുമെന്ന പ്രതീക്ഷയില്ലാത്ത എഴുത്ത് സൃഷ്ടിക്കുക എന്നതാണ്.

ഞാൻ ഉത്പാദന മാനസികാവസ്ഥയിലാണെങ്കിൽ, ആ പരിധികൾക്കുള്ളിൽ തുടരാൻ എനിക്ക് അനുമതിയുണ്ട്. എനിക്ക് പൂർണ്ണമായ എഴുത്ത് നിർമ്മിക്കേണ്ട ആവശ്യമില്ല, പക്ഷേ ഞാൻ നിർമ്മിക്കുന്ന എഴുത്ത് ഉപയോഗയോഗ്യമാകണമെന്ന് ഞാൻ ആഗ്രഹിക്കുന്നു. മിനുക്കിയെടുക്കുന്ന മാനസികാവസ്ഥയിലെ എഴുത്ത് പിന്നീട് ഞാൻ വീണ്ടും വായിച്ചാൽ, അയയ്ക്കാൻ തയ്യാറായ എന്തെങ്കിലും എനിക്ക് ലഭിക്കുമെന്ന് ഞാൻ അറിയാൻ ആഗ്രഹിക്കുന്നു.

ഇതിനർത്ഥം എനിക്ക് എന്നിൽ നിന്ന് തന്നെ സ്വീകരിക്കാൻ കഴിയുന്ന അപൂർണ്ണതകളും എന്നിൽ നിന്ന് തന്നെ അംഗീകരിക്കാൻ

കഴിയാത്ത അപൂർണ്ണതകളുമുണ്ട്. എന്തെങ്കിലും എങ്ങനെ എഴുതണമെന്ന് എനിക്ക് ഉറപ്പില്ലെങ്കിൽ, എന്തെങ്കിലും സംഭവിച്ച വർഷം എന്താണെന്ന് എനിക്ക് ഉറപ്പില്ലെങ്കിൽ, അല്ലെങ്കിൽ ഒരു വാക്യം എങ്ങനെ മികച്ച രീതിയിൽ പറയണമെന്ന് എനിക്ക് ബുദ്ധിമുട്ടുണ്ടെങ്കിൽ, അത് കുഴപ്പമില്ല. ഈ സാഹചര്യങ്ങളിൽ, ഞാൻ [ബ്രാക്കറ്റിൽ] എന്തെങ്കിലും ടൈപ്പ് ചെയ്ത് മുന്നോട്ട് പോകുന്നു. മിനുക്കിയെടുക്കുന്ന അല്ലെങ്കിൽ ഗവേഷണ മാനസികാവസ്ഥകളിലെ എഴുത്ത് പിന്നീട് വീണ്ടും വായിക്കുമ്പോൾ, അത് പരിഹരിക്കാൻ ബ്രാക്കറ്റുകൾ എന്നെ ഓർമ്മിപ്പിക്കുമെന്ന് എനിക്കറിയാം.

പക്ഷേ ഞാൻ എഴുതുകയാണെങ്കിൽ, അതിനർത്ഥം ഞാൻ ഉത്പാദന മാനസികാവസ്ഥയിലാണെന്ന് അർത്ഥമാക്കുന്നില്ല. എന്റെ കിടക്കയ്ക്ക് സമീപം വിലകുറഞ്ഞ ഒരു പോർട്ടബിൾ വേഡ് പ്രോസസ്സർ ഞാൻ സൂക്ഷിക്കുന്നു. രാവിലെ ആദ്യം, എനിക്ക് ഒരു ശീലമുണ്ട്: കിടക്കയിൽ ആയിരിക്കുമ്പോൾ തന്നെ ഞാൻ വേഡ് പ്രോസസ്സർ പിടിക്കുന്നു, കുറഞ്ഞത് 100 വാക്കുകളെങ്കിലും എഴുതുന്നു. ചിലപ്പോൾ ഞാൻ കൃത്യമായി 100 വാക്കുകൾ എഴുതുന്നു. മറ്റു ചിലപ്പോൾ, ഞാൻ 1,000-ത്തിലധികം എഴുതുന്നു. ഞാൻ പൂർത്തിയാക്കുമ്പോൾ, ഞാൻ അതെല്ലാം ഡിലീറ്റ് ചെയ്യുന്നു.

ഞാൻ എന്തിനാണ് അത് ഡിലീറ്റ് ചെയ്യുന്നത്? കാരണം പര്യവേഷണ മാനസികാവസ്ഥ എന്നത് ഉത്പാദന മാനസികാവസ്ഥയല്ല. പര്യവേഷണ മാനസികാവസ്ഥയിൽ ഞാൻ ഒരു എഴുത്ത് സെഷൻ ആരംഭിക്കുകയാണെങ്കിൽ, എന്റെ ലക്ഷ്യങ്ങൾ ഉത്പാദന മാനസികാവസ്ഥയിൽ നിന്ന് തികച്ചും വ്യത്യസ്തമാണ്.

പര്യവേഷണ മാനസികാവസ്ഥയിൽ, എന്റെ എഴുത്ത് ഉപയോഗയോഗ്യമാകണമെന്നില്ല. എനിക്ക് ഇഷ്ടമുള്ളത്ര സ്വതന്ത്രമായി എഴുതാൻ കഴിയും. പര്യവേക്ഷണ എഴുത്തിന്റെ ലക്ഷ്യം എനിക്ക് ഒരു അന്തിമ ഉൽപ്പന്നമായി രൂപപ്പെടുത്താൻ കഴിയുന്ന എന്തെങ്കിലും സൃഷ്ടിക്കുകയല്ല. മറിച്ച്, ഞാൻ എന്റെ മനസ്സിലുള്ള ചിന്തകളെ വ്യായാമം ചെയ്യുക മാത്രമാണ് ചെയ്യുന്നത്.

അതുകൊണ്ടാണ് എനിക്ക് ആ എഴുത്ത് ഇല്ലാതാക്കാൻ കഴിയുന്നത്. ഞാൻ ചെയ്ത പര്യവേക്ഷണം പിന്നീട് ഏതെങ്കിലും രൂപത്തിൽ വീണ്ടും പ്രത്യക്ഷപ്പെടുമെന്ന് ഞാൻ വിശ്വസിക്കുന്നു. ഇത് ഗോൾഫ് സ്വിംഗ് പോലുള്ള ഒരു സ്പോർട്സ് മൂവ്മെന്റ് പരിശീലിക്കുന്നത് പോലെയാണ്. ഗോൾഫ് കോഴ്സിലെ ഓരോ സ്ട്രോക്കിനും നിങ്ങൾ അത് റെക്കോർഡ് ചെയ്ത് വീഡിയോ അവലോകനം ചെയ്യേണ്ടതില്ല. നിങ്ങളുടെ സ്വിംഗ് പരിശീലിക്കുന്നതിലൂടെ, നിങ്ങൾ അത് നിങ്ങളുടെ ഓർമ്മയിലേക്ക് പ്രോഗ്രാം ചെയ്യുകയാണ്, അതിനാൽ നിങ്ങൾക്ക് പിന്നീട് ചെറിയ ബോധപൂർവ്വമായ ചിന്തയോടെ ആ ചലനം ആവർത്തിക്കാൻ കഴിയും.

ട്വൈല താർപ്പ് ചെയ്തതുപോലെ ഒരു പ്രോജക്റ്റിന്റെ തുടക്കത്തിൽ തന്നെ നൃത്തസംവിധാനം നിർമ്മിക്കാൻ ശ്രമിക്കുന്നത് സങ്കൽപ്പിക്കുക. നിങ്ങൾ ഒരു ഉത്പാദന മാനസികാവസ്ഥയിൽ ആ ജോലിയെ സമീപിക്കുകയാണെങ്കിൽ, അത് ഒരു സർഗ്ഗാത്മകമായ തടസ്സത്തിന് കാരണമാകും. നിങ്ങൾ എടുക്കുന്ന ഓരോ തീരുമാനവും നിങ്ങൾ രണ്ടാമതായി ഊഹിക്കും. പരിഷ്കരിക്കാവുന്ന ആശയങ്ങൾ ലഭിക്കുന്നതിന് ആവശ്യമായ തയ്യാറെടുപ്പ് നിങ്ങൾ ചെയ്തിട്ടില്ല. എന്നാൽ നിങ്ങൾ ഒരു പര്യവേഷണ മാനസികാവസ്ഥയിൽ അതിനെ സമീപിക്കുകയാണെങ്കിൽ, സമ്മർദ്ദം കുറവാണ്. പ്രവർത്തിക്കാത്ത കാര്യങ്ങൾ പരീക്ഷിക്കാൻ നിങ്ങൾക്ക് സ്വാതന്ത്ര്യമുണ്ട്. സൃഷ്ടിക്കൽ പ്രക്രിയ ഒരു തയ്യാറെടുപ്പിന്റെ രൂപമായി മാറുന്നു. ആ പര്യവേഷണത്തിനുള്ളിൽ എവിടെയോ അന്തിമ ഉൽപ്പന്നത്തിലേക്ക് നയിക്കുന്ന ഒരു ആശയത്തിന്റെ വിത്ത് ഉണ്ടാകും.

മാനസികാവസ്ഥകൾക്കിടയിൽ മറ്റ് അവ്യക്തമായ അതിരുകളുണ്ട്, ഉദാഹരണത്തിന് പര്യവേഷണവും ഗവേഷണവും തമ്മിൽ. നിങ്ങൾ ഗവേഷണ മാനസികാവസ്ഥയിലായിരിക്കുമ്പോൾ, നിങ്ങൾ എന്താണ് അന്വേഷിക്കുന്നതെന്ന് നിങ്ങൾക്ക് വ്യക്തമായ ധാരണ ലഭിക്കും. നിങ്ങൾ തിരയുന്നത് അത്ര വ്യക്തമല്ലെങ്കിൽ, കൂടുതൽ തുറന്ന പര്യവേഷണ മാനസികാവസ്ഥയിൽ നിങ്ങളുടെ "ഗവേഷണം" സമീപിക്കുക.

ചിലപ്പോൾ പര്യവേക്ഷണം നിങ്ങൾ ഊർജ്ജശേഖരണ മാനസികാവസ്ഥയിലാണെന്ന് തോന്നാം. നിങ്ങൾ എന്തെങ്കിലും വായിക്കുകയോ നിങ്ങളുടെ സർഗ്ഗാത്മകമായ ഊർജ്ജം നിറയ്ക്കുന്ന വളരെ ആകർഷകമായ ഒരു എക്സിബിഷൻ കാണുകയോ ചെയ്തേക്കാം.

മറ്റു സമയങ്ങളിൽ, ഉത്പാദന മാനസികാവസ്ഥയിൽ ആയിരിക്കുമ്പോൾ, നിങ്ങൾ സൃഷ്ടിക്കുന്നതിനെക്കുറിച്ച് ഉയർന്ന തലത്തിലുള്ള ഒരു പദ്ധതിയെക്കുറിച്ച് നിങ്ങൾ ചിന്തിക്കുന്നുണ്ടാകാം - ഒരു പുതിയ പാചകക്കുറിപ്പിനായി ചില ചേരുവകളുടെ ലഭ്യത പോലുള്ളവ. അതിനെ മുൻഗണനാക്രമത്തിന്റെ മാനസികാവസ്ഥ എന്ന് വിളിക്കുന്നതാണ് നല്ലത്.

ഒരു ജോലി ചെയ്യുമ്പോൾ നിങ്ങൾ തീരുമാനിക്കുന്ന മാനസികാവസ്ഥ നിങ്ങളുടേതാണ്. എന്നാൽ തെറ്റായ മാനസികാവസ്ഥയിൽ നിങ്ങളുടെ ജോലിയെ സമീപിക്കുന്നത് ഒരു സർഗ്ഗാത്മകമായ തടസ്സത്തിന് കാരണമാകുമെന്ന് ഓർമ്മിക്കുക.

ശരിയായ മാനസികാവസ്ഥ അന്തിമ ഉൽപ്പന്നത്തെക്കുറിച്ചുള്ള എന്റെ കാഴ്ചപ്പാടിന്റെ വ്യക്തതയെ ആശ്രയിച്ചിരിക്കുന്നുവെന്ന് ഞാൻ കണ്ടെത്തി. എനിക്ക് അനുഭവക്കുറവും വ്യക്തമല്ലാത്ത കാഴ്ചപ്പാടുമുണ്ടെങ്കിൽ, പര്യവേഷണ മാനസികാവസ്ഥയിൽ

എനിക്ക് ധാരാളം സമയം ചെലവഴിക്കേണ്ടിവരും. അപരിചിതമായ പ്രശ്നങ്ങൾക്ക് വ്യത്യസ്തമായ സമീപനങ്ങൾ പരിഗണിക്കാൻ അത് എനിക്ക് അവസരം നൽകും.

അതുപോലെ, എന്റെ മനസ്സിൽ സങ്കൽപ്പിക്കാൻ പ്രയാസമുള്ള ഒരു വലിയ പ്രോജക്റ്റാണെങ്കിൽ, ഊർജ്ജശേഖരണ മാനസികാവസ്ഥയിൽ ഞാൻ കൂടുതൽ സമയം ചെലവഴിക്കേണ്ടതുണ്ട് (എന്തുകൊണ്ടാണെന്ന് അടുത്ത അധ്യായത്തിൽ കൂടുതൽ). ഞാൻ മുമ്പ് സമാനമായ നിരവധി പ്രോജക്റ്റുകൾ ചെയ്തിട്ടുണ്ടെങ്കിൽ, സൃഷ്ടിക്കാൻ തുടങ്ങുന്നതിനുമുമ്പ് എനിക്ക് മുഴുവൻ കാര്യങ്ങൾക്കും മുൻഗണനാക്രമത്തിന്റെ എന്ന മാനസികാവസ്ഥയിൽ ആസൂത്രണം ചെയ്യാൻ കഴിയും.

സ്ഥിതിയിൽ തുടരുക

മാനസികാവസ്ഥകൾ മാറുന്നതിന് ചിലവുകൾ ഉണ്ട്, അതിനാൽ നിങ്ങൾ ഒരു മാനസികാവസ്ഥയിലായിക്കഴിഞ്ഞാൽ ആ മാനസികാവസ്ഥയിൽ തന്നെ തുടരുക. തലച്ചോറിന്റെ ഒരു ഭാഗം സജീവമാക്കിക്കഴിഞ്ഞാൽ, തലച്ചോറിന്റെ മറ്റൊരു ഭാഗത്ത് ശ്രദ്ധ കേന്ദ്രീകരിക്കാൻ കുറച്ച് സമയമെടുത്തേക്കാം. ഒരു ഫിലമെന്റ് ബൾബ് ഓഫ് ചെയ്തതിനുശേഷം പതുക്കെ മങ്ങുന്നത് പോലെ, വൈദ്യുത പ്രവർത്തനം ഇല്ലാതാകാൻ സമയമെടുക്കും.

മാനസികാവസ്ഥയ്ക്ക് അനുസൃതമായി പ്രവർത്തിക്കാൻ തുടങ്ങുന്നതിനുമുമ്പ്, എന്റെ എഴുത്ത് സെഷനുകളിൽ ഞാൻ മാനസികാവസ്ഥകൾ മാറ്റി. ഒരു നിമിഷം, എന്തെങ്കിലും വിശദീകരിക്കാൻ ഞാൻ ഒരു ആശയം കൊണ്ടുവരാൻ ശ്രമിച്ചു. അടുത്ത നിമിഷം, അതിനെക്കുറിച്ച് കുറച്ച് മിനുക്കിയ ഗദ്യം എഴുതാൻ ഞാൻ ശ്രമിച്ചു. അതിനുശേഷം, ഞാൻ ഒരു വസ്തുത അന്വേഷിച്ചു.

എനിക്ക് കൂടുതൽ എഴുതാൻ കഴിഞ്ഞില്ല എന്നതിൽ അതിശയിക്കാനില്ല. പകരം, ഞാൻ തടസ്സത്തിൽ അകപ്പെട്ടു. മാനസികാവസ്ഥകൾ മാറുന്നത് തടസ്സങ്ങളെ രണ്ട് വ്യത്യസ്ത രീതികളിൽ വഷളാക്കി. ഒന്ന്: അത് എന്നെ എളുപ്പത്തിൽ ശ്രദ്ധ തിരിക്കാൻ പ്രേരിപ്പിച്ചു. ശ്രദ്ധ ഏകാഗ്രമാക്കാൻ ഞാൻ ന്യൂറൽ പാതകൾ വെട്ടിയെടുത്തില്ല - പകരം ഞാൻ ശ്രദ്ധ വ്യതിചലിപ്പിക്കാൻ ഞാൻ ന്യൂറൽ പാതകൾ സൃഷ്ടിച്ചു. രണ്ട്: ആ ശ്രദ്ധ തിരിക്കാൻ അത് സൗകര്യപ്രദമായ ഒരു ഒഴികഴിവ് നൽകി. എഴുത്ത് ബുദ്ധിമുട്ടായപ്പോൾ, ഞാൻ മാനസികാവസ്ഥകൾ മാറ്റി: ഞാൻ ഇന്റർനെറ്റ് വെബിൽ തിരഞ്ഞു, "ഗവേഷണം" നടത്തി. മൂന്ന് മണിക്കൂർ കഴിഞ്ഞ് ഇന്റർനെറ്റ് പ്രേരിതമായ കോമയിൽ നിന്ന് ഞാൻ ഉണർന്നു, ഡസൻ കണക്കിന് ബ്രൗസർ ടാബുകൾ തുറന്നിരുന്നു, വായിച്ചതൊന്നും ഓർമ്മയില്ല.

ഇത് ഒരു ദൂഷിച്ച ചക്രം സൃഷ്ടിച്ചു: പുരോഗതി കൈവരിക്കാത്തതിൽ എനിക്ക് വിഷമം തോന്നി. പിന്നീട് എനിക്ക് ഒരു പുരോഗതിയും ഉണ്ടായില്ല. പുരോഗതി കൈവരിക്കാത്തതിൽ എനിക്ക് കൂടുതൽ ദുരിതം തോന്നി, അത് ഒരു എഴുത്തും പൂർത്തിയാക്കാൻ എന്നെ സഹായിച്ചില്ല.

മാനസികാവസ്ഥയ്ക്ക് അനുസൃതമായി പ്രവർത്തിക്കാൻ തുടങ്ങിയപ്പോൾ, എന്റെ ഉൽപ്പാദനക്ഷമത ഗണ്യമായി മെച്ചപ്പെട്ടു. എനിക്ക് കൈയിലുള്ള ജോലിയിൽ കൂടുതൽ ശ്രദ്ധ കേന്ദ്രീകരിച്ചു. ഞാൻ ഏത് തരത്തിലുള്ള ജോലിയാണ് ചെയ്യുന്നതെന്ന് അറിയുന്നതിലൂടെ, ശരിയായ മാനസികാവസ്ഥയിലേക്ക് എനിക്ക് കൂടുതൽ സ്ഥിരത കൈവരിക്കാൻ കഴിയും. ഞാൻ ഏത് തരത്തിലുള്ള ജോലിയല്ല ചെയ്യുന്നതെന്ന് അറിയുന്നതിലൂടെ, എനിക്ക് ട്രാക്കിൽ നിന്ന് മാറാൻ കഴിയുന്ന വഴികൾ ഞാൻ പരിമിതപ്പെടുത്തി.

എഴുതുമ്പോൾ വാക്കുകൾ [ബ്രാക്കറ്റിൽ] ഇടുന്നതിന്റെ മറഞ്ഞിരിക്കുന്ന മൂല്യമാണിത്. അതെ, എനിക്ക് എന്തെങ്കിലും നോക്കേണ്ടതുണ്ടോ എന്തെങ്കിലും മസ്തിഷ്കപ്രക്ഷോഭം നടത്തേണ്ടതുണ്ടോ എന്ന ഓർമ്മപ്പെടുത്തലായി ഇത് പ്രവർത്തിക്കുന്നു, പക്ഷേ അതിന് മറ്റൊരു ഉദ്ദേശ്യമുണ്ട്. ഒരു പ്ലെയ്സ്ഹോൾഡർ (സ്ഥാനസൂചിക) സൃഷ്ടിക്കുന്നത് എന്നെ മാനസികാവസ്ഥകൾ മാറ്റുന്നതിൽ നിന്ന് തടയുന്നു. ഉത്പാദന മാനസികാവസ്ഥയിലായിരിക്കുമ്പോൾ എന്റെ സർഗ്ഗാത്മകമായ ഊർജ്ജം പരമാവധി പ്രയോജനപ്പെടുത്താൻ ഇത് എന്നെ അനുവദിക്കുന്നു. മറ്റൊരു മാനസികാവസ്ഥയിൽ, എഴുത്തിലേക്ക് മടങ്ങുമ്പോൾ എന്റെ ഊർജ്ജം കൂടുതൽ പ്രയോജനപ്പെടുത്താനും ഇത് എന്നെ അനുവദിക്കുന്നു.

പോൾ മക്കാർട്ട്നി "യെസ്റ്റർഡേ" എന്ന് വിളിക്കുന്ന പേരിടാത്ത ഗാനത്തിൽ പ്രവർത്തിച്ചുകൊണ്ടിരുന്നപ്പോൾ, ശരിയായ മാനസികാവസ്ഥയിൽ തുടരാൻ ഫലപ്രദമായി സഹായിച്ച ഒരു തന്ത്രം അദ്ദേഹത്തിനുണ്ടായിരുന്നു. മുൻ അധ്യായത്തിൽ നിന്ന് ഓർക്കുക, സുഹൃത്തുക്കൾക്കായി അദ്ദേഹം മെലഡി വായിച്ചുകൊണ്ടിരിക്കുമ്പോൾ, മക്കാർട്ട്നിക്ക് ഇപ്പോഴും തന്റെ ഗാനത്തിന് വരികൾ ഉണ്ടായിരുന്നില്ല. അതിനാൽ, അദ്ദേഹം പ്ലെയ്സ്ഹോൾഡർ വരികൾ ഉപയോഗിച്ചു. ഗാനത്തിന് "യെസ്റ്റർഡേ" എന്ന് പേരിട്ടിരുന്നില്ല. അതിനെ "സ്ക്രാംബിൾഡ് എഗ്ഗ്സ്" എന്നാണ് വിളിച്ചിരുന്നത്. വരികൾ വളരെ അസംബന്ധമായിരുന്നു, അവൻ അവ ഉപയോഗിക്കാൻ ഒരു വഴിയുമില്ലായിരുന്നു. എന്നെ വിശ്വസിക്കുന്നില്ലേ? ആദ്യ വാക്യം ആരംഭിച്ചത്, "സ്ക്രാംബിൾഡ് എഗ്ഗ്സ്, ഓ മൈ ബേബി ഹൗ ഐ ലവ് യുവർ ലെഗ്സ്" എന്നാണ്.

പരീക്ഷണങ്ങളിലൂടെയും പിഴവുകളിലൂടെയും, വിവിധ തരം ജോലികൾക്കായി ഞാൻ എന്റെ സ്വന്തം അനുഷ്ഠാനങ്ങളുടെ ഒരു ബാഗ്

വികസിപ്പിച്ചെടുത്തു. ഞാൻ നേടാൻ ആഗ്രഹിക്കുന്ന മാനസികാവസ്ഥയ്ക്ക് അനുസൃതമായി, എന്റെ പരിസ്ഥിതി ക്രമീകരിച്ചു, എന്റെ ഉപകരണങ്ങൾ മാറ്റി, അല്ലെങ്കിൽ ഞാൻ കുടിക്കുന്നവ പോലും മാറ്റി.

എന്റെ വൈകുന്നേരത്തെ ഗവേഷണ അല്ലെങ്കിൽ പര്യവേക്ഷണ സെഷനുകളിൽ ഞാൻ കുടിച്ച ഗ്യോകുറോ ഗ്രീൻ ടീ ജപ്പാനിലെ ഒരു കർഷകനിൽ നിന്ന് നേരിട്ട് ഇറക്കുമതി ചെയ്തതാണ്. ഈ തരം ചായ ഞാൻ പ്രത്യേകം തിരഞ്ഞെടുത്തത് അത് പ്രോത്സാഹിപ്പിക്കുന്ന വിശ്രമ കേന്ദ്രീകരണ അവസ്ഥയ്ക്കാണ്. ഗ്യോകുറോ ഇലകൾ അവയുടെ വളർച്ചാ ചക്രത്തിലെ ഒരു പ്രത്യേക ഘട്ടത്തിൽ തണലുള്ളവയാണ്. ഇത് ചായയ്ക്ക് വ്യത്യസ്തമായ സുഗന്ധവും മധുരമുള്ള രുചിയും നൽകുന്നു, പക്ഷേ ഇത് ഇലകളിലെ തിയനൈൻ ഉള്ളടക്കം വർദ്ധിപ്പിക്കുകയും ചെയ്യുന്നു. തുടർന്ന് ഞാൻ ചായയിൽ അധിക തിയനൈൻ ചേർത്തു.

തിയനൈൻ ഒരു അമിനോ ആസിഡാണ് - പതിവ് ഭക്ഷണത്തിൽ കുറവാണ് - ഇത് കഫീനുമായി സംയോജിപ്പിക്കുന്നു. കഫീനിനൊപ്പം ഉപയോഗിക്കുമ്പോൾ, തിയനൈൻ വിശ്രമാവസ്ഥയിലുള്ള ശ്രദ്ധയെ പ്രോത്സാഹിപ്പിക്കുന്നു. ഇത് കഫീനിന്റെ "ശക്തി" കുറയ്ക്കുന്നു. ഇത് പ്രധാനമാണ്, കാരണം കഫീൻ ഉത്കണ്ഠയ്ക്ക് കാരണമാകും. അതിനാൽ, ഒരു കപ്പ് ഗ്യോകുറോ, കുറച്ച് അധിക തിയനൈൻ ചേർത്തത്, എന്റെ രാത്രികാല ഗവേഷണ സെഷനുകൾക്ക് ആവശ്യമായ ശ്രദ്ധ ത്വരിതപ്പെടുത്താൻ സഹായിച്ചു.

ഹോൾ ഫുഡ്സ് വൈൻ ബാറിൽ വൈകുന്നേരം ഞാൻ കുടിച്ച ഗ്ലാസ് വൈനും വിശ്രമത്തെ പ്രോത്സാഹിപ്പിച്ചു. മിനുക്കിയെടുക്കൽ അല്ലെങ്കിൽ ഗവേഷണ മാനസികാവസ്ഥയിൽ ഒരു നീണ്ട ദിവസത്തിനുശേഷം, ഒരു ഉത്പാദന സെഷനു വേണ്ടി മദ്യം എന്നെ സ്വതന്ത്രനാക്കാൻ സഹായിച്ചു. വ്യക്തമായും, നിങ്ങൾ മദ്യത്തിന്റെ കാര്യത്തിൽ ജാഗ്രത പാലിക്കണം. ഞാൻ ഒരു കുപ്പി മുഴുവൻ കുടിച്ചിരുന്നെങ്കിൽ എന്റെ സെഷന് വിപരീതഫലം ഉണ്ടാകുമായിരുന്നു.

ചിന്തയ്ക്കുള്ള ഉപകരണങ്ങൾ: നിയന്ത്രണമില്ലാത്തതും നിയന്ത്രണമുള്ളതും

ഞാൻ പ്രോത്സാഹിപ്പിക്കാൻ ശ്രമിച്ച മാനസികാവസ്ഥയ്ക്ക് അനുസൃതമായും ഞാൻ എന്റെ ഉപകരണങ്ങൾ തിരഞ്ഞെടുത്തു. ചില ഉപകരണങ്ങൾ ഗ്രിപ്പി അഥവാ "നിയന്ത്രണമുള്ളവയാണ്", അതായത് അവ ജോലിയിൽ തുടരുന്നത് എളുപ്പമാക്കുന്നു - പേനയും പേപ്പറും ഉപയോഗിച്ച് ശ്രദ്ധ വ്യതിചലിക്കാതെ എഴുതാം. മറ്റ് ഉപകരണങ്ങൾ സ്ലിപ്പി അഥവാ "നിയന്ത്രണമില്ലാത്തവ" ആണ്, അതായത് അവ ജോലിയിൽ നിന്ന് വ്യതിചലിപ്പിക്കുന്നത് എളുപ്പമാക്കുന്നു - പേനയും

പേപ്പറും ഉപയോഗിച്ച് നിങ്ങൾക്ക് കഴിയുന്നതിനേക്കാൾ വേഗത്തിൽ നിങ്ങൾക്ക് ഒരു കമ്പ്യൂട്ടറിൽ എഴുതാൻ കഴിയും, പക്ഷേ ശ്രദ്ധ വ്യതിചലിക്കുന്നത് എളുപ്പമാണ്. ഗ്രിപ്പി ഉപകരണങ്ങളുടെ പോരായ്മ ഇതാണ്: കൂടുതൽ ഗ്രിപ്പർ ആയ ഉപകരണം, ആ ഉപകരണം ഉപയോഗിച്ച് നിങ്ങൾ നിർമ്മിക്കുന്നത് ഒരു പൂർത്തിയായ ഉൽപ്പന്നമായി മാറാനുള്ള സാധ്യത കുറവാണ്. സ്ലിപ്പി ഉപകരണങ്ങളുടെ ഗുണം എന്തെന്നാൽ, ഒരു സ്ലിപ്പി ഉപകരണം ഉപയോഗിച്ച് നിങ്ങൾക്ക് ജോലിയിൽ തുടരാൻ കഴിയുമെങ്കിൽ, ഒരു ഗ്രിപ്പി ഉപകരണത്തേക്കാൾ വേഗത്തിൽ നിങ്ങളുടെ പൂർത്തിയായ ഉൽപ്പന്നം നിങ്ങൾ നിർമ്മിക്കും.

നിങ്ങൾ ഉപയോഗിക്കുന്ന ഓരോ ഉപകരണത്തിനും ആ ഉപകരണം ഉപയോഗിക്കുമ്പോൾ നിങ്ങളുടെ കഴിവുകളുമായി ഒരു സഹവർത്തിത്വ ബന്ധമുണ്ട്. ഒരു വടി ഉപയോഗിച്ച് ഉറുമ്പുകളെ പിടിക്കുമ്പോൾ മറ്റൊരു ആവശ്യത്തിനായി നിങ്ങളുടെ കൈ ഉപയോഗിക്കാൻ കഴിയില്ല. നിങ്ങൾ ഏത് ഉപകരണം ഉപയോഗിച്ചാലും ചില കാര്യങ്ങൾ ചെയ്യാൻ എളുപ്പമാക്കും, അതേസമയം മറ്റ് കാര്യങ്ങൾ ചെയ്യുന്നത് കൂടുതൽ ബുദ്ധിമുട്ടാക്കും.

ഉദാഹരണത്തിന്, ഒരു എഴുത്തുകാരന് ലാപ്ടോപ്പ് വളരെ സ്ലിപ്പി ആയ ഒരു ഉപകരണമാണ്. നിങ്ങൾക്ക് വളരെ വേഗത്തിൽ ഗദ്യം എഴുതാനും പ്രമാണങ്ങൾക്കും ആപ്ലിക്കേഷനുകൾക്കും ഇടയിൽ വേഗത്തിൽ നിങ്ങളുടെ ഗതിനിയന്ത്രിക്കാനും കഴിയും. നിങ്ങൾക്ക് ഗവേഷണം നടത്താനും, വിവിധ സ്ഥലങ്ങളിൽ നിന്ന് എഴുതുന്ന കാര്യങ്ങൾ ഒരുമിച്ച് ചേർക്കാനും, അല്ലെങ്കിൽ ലളിതമായ ചിത്രങ്ങൾ വരയ്ക്കാനും കഴിയും.

പക്ഷേ, ലാപ്ടോപ്പ് വളരെ വഴുവഴുപ്പുള്ളതായതിനാൽ, നിങ്ങൾക്ക് എളുപ്പത്തിൽ ശ്രദ്ധ വ്യതിചലിച്ചു പോകാം. ഇന്റർനെറ്റ് വെബിൽ സർഫ് ചെയ്യുന്നതിനോ സോഷ്യൽ മീഡിയയിൽ കളിക്കുന്നതിലോ നിങ്ങൾക്ക് കുടുങ്ങിപ്പോകാം. ഒരു വഴുവഴുപ്പുള്ള ഉപകരണം ഉപയോഗിച്ച്, നിങ്ങൾക്ക് ഏത് ചിന്തയെയും വേഗത്തിൽ പൂർത്തിയായ ഉൽപ്പന്നമാക്കി മാറ്റാൻ കഴിയും, എന്നാൽ ഏത് ചിന്തയെയും ശ്രദ്ധ വ്യതിചലിപ്പിക്കാനുള്ള ഒരു പാതയാക്കിഅതിനെ മാറ്റാനും നിങ്ങൾക്ക് കഴിയും.

നേരെമറിച്ച്, ഒരു നോട്ട്ബുക്കും പേനയും എഴുത്തിന് വളരെ ബുദ്ധിമുട്ടുള്ള ഒരു ഉപകരണമാണ്. നിങ്ങൾ ഒരു നോട്ട്ബുക്കിൽ എഴുതാൻ തുടങ്ങിക്കഴിഞ്ഞാൽ, നോട്ട്ബുക്കിന് നിങ്ങളെ ശ്രദ്ധ തിരിക്കാൻ ഒരു മാർഗ്ഗവുമില്ല. നോട്ടിഫിക്കേഷനുകൾ ഒന്നുമില്ല, കൂടാതെ നിങ്ങൾക്ക് അത് ഉപയോഗിച്ച് ഒന്നും നോക്കാനും കഴിയില്ല. നിങ്ങൾക്ക് ഒരു നോട്ട്ബുക്കിൽ ധാരാളം എഴുതാൻ കഴിയും, പക്ഷേ ആ എഴുത്ത് ഒരു അന്തിമ ഉൽപ്പന്നമായി ഉപയോഗിക്കാൻ സാധ്യതയില്ല. ഒരു നോട്ട്ബുക്കിൽ എഴുതുമ്പോൾ പര്യവേഷണ

മാനസികാവസ്ഥയിലായിരിക്കുന്നതാണ് നല്ലത്. നിങ്ങൾ ആശയങ്ങൾ പരീക്ഷിച്ചു നോക്കുകയാണ്, പക്ഷേ നിങ്ങൾ അവ വീണ്ടും ഒരു ഉത്പാദന മാനസികാവസ്ഥയിൽ - ഒരുപക്ഷേ ഒരു സ്ലിപ്പിയർ ടൂൾ ഉപയോഗിച്ച് - വീണ്ടും പരിശോധിക്കുന്നതുവരെ ആ ആശയങ്ങൾ യാഥാർത്ഥ്യമാകില്ല.

ഒരു പ്രത്യേക ഫലത്തിനായി ഒരു ഉപകരണം രൂപകൽപ്പന ചെയ്തിട്ടുണ്ടെങ്കിൽ, അത് സ്ലിപ്പിയ്ക്കും ഗ്രിപ്പിക്കും ഇടയിൽ ഒരു പക്ഷപാതമില്ലാത്ത സ്ഥാനത്ത് എത്തും. എന്റെ പ്രഭാത എഴുത്ത് ശീലത്തിന് ഞാൻ ഉപയോഗിക്കുന്ന പോർട്ടബിൾ വേർഡ് പ്രോസസർ ഒരു നല്ല ഉദാഹരണമാണ്. ആൽഫസ്മാർട്ട് നിയോ എന്നത് വിലകുറഞ്ഞ ഒരു വൺ-കളർ എൽസിഡി സ്ക്രീനുള്ള ഒരു കീബോർഡാണ് - ഒരു പഴയ ഗ്രാഫിംഗ് കാൽക്കുലേറ്ററിൽ നിങ്ങൾ കണ്ടെത്തുന്ന തരത്തിലുള്ളത്.

ആൽഫാസ്മാർട്ട് എഴുതുന്നതിനും അതിനുവേണ്ടി മാത്രമായി രൂപകൽപ്പന ചെയ്തിരിക്കുന്നതാണ്. ഇതിന് പൂർണ്ണമായ കീബോർഡ് ഉണ്ട്. പക്ഷേ, ആൽഫാസ്മാർട്ടിന് ഇന്റർനെറ്റ് ശേഷിയില്ല, അതിനാൽ നിങ്ങൾ വെബിൽ സർഫിംഗ് ചെയ്യേണ്ടിവരില്ല. ആൽഫാസ്മാർട്ടിൽ നിങ്ങൾക്ക് വളരെ എളുപ്പത്തിൽ എഴുതാൻ കഴിയും, അത് ഒരു വഴുവഴുപ്പുള്ള ഉപകരണം പോലെ തോന്നുന്നു. എന്നാൽ നിങ്ങൾക്ക് ചെയ്യാൻ കഴിയുന്നത് എഴുതുക എന്നത് മാത്രമേയുള്ളൂ എന്നതിനാൽ, ഇത് വളരെ നിയന്ത്രണമുള്ളതുമാണ്.

ഒരു മാനസികാവസ്ഥയിൽ തുടരുന്നതിന് ആൽഫാസ്മാർട്ട് ഒരു നല്ല ഉപകരണമാണ്. നിങ്ങൾക്ക് ഒരു സമയം സ്ക്രീനിൽ നാല് വരികൾ മാത്രമേ കാണാൻ കഴിയൂ, ഇത് ഏതെങ്കിലും എഡിറ്റിംഗ് ചെയ്യാൻ പ്രയാസമാക്കുന്നു. മിനുക്കിയെടുക്കലിന്റെ മാനസികാവസ്ഥയിലേക്ക് മാറാൻ നിങ്ങൾ ആഗ്രഹിച്ചാലും, നിങ്ങൾക്ക് ബുദ്ധിമുട്ടായിരിക്കും. അതിനാൽ, നിങ്ങൾ എഴുതുന്നത് തുടരുക.

ഞാൻ കൂടുതലും ആൽഫാസ്മാർട്ട് ഉപയോഗിക്കുന്നത് പര്യവേക്ഷണ എഴുത്ത് സെഷനുകൾക്കാണ് - എഴുത്ത് എന്റെ മനസ്സിലെ ആശയങ്ങൾ പ്രയോഗിക്കുന്നതിനെക്കുറിച്ചും അവ പിന്നീട് വീണ്ടും ഉയർന്നുവരുമെന്ന് വിശ്വസിക്കുന്നതിനെക്കുറിച്ചുമാണ്. എന്നിരുന്നാലും, എനിക്ക് നഷ്ടപ്പെടാൻ ആഗ്രഹിക്കാത്ത ചില എഴുത്തുകൾ ഞാൻ പകർത്തിയാൽ, എനിക്ക് ആ എഴുത്ത് ഒരു യുഎസ്ബി കേബിൾ വഴി എന്റെ ലാപ്ടോപ്പിലേക്ക് മാറ്റാൻ കഴിയും.

ആൽഫാസ്മാർട്ടിനെ സംബന്ധിച്ച നിരവധി അസൗകര്യകരമായ കാര്യങ്ങളിൽ ഒന്നാണ് യുഎസ്ബി കേബിൾ ട്രാൻസ്ഫർ, അതാണ് പ്രധാന കാര്യം. ചിലപ്പോൾ നിങ്ങൾക്ക് ചില കാര്യങ്ങൾ ചെയ്യാൻ കഴിയാത്ത ഒരു ഉപകരണം വേണം, അതിനാൽ നിങ്ങൾക്ക് ചെയ്യാൻ കഴിയുന്ന കാര്യങ്ങളിൽ കൂടുതൽ ആഴത്തിൽ ശ്രദ്ധ കേന്ദ്രീകരിക്കാൻ കഴിയും. പെൻസിൽ ഉപയോഗിച്ച് വർണ്ണാഭമായ ഒരു ഓയിൽ പെയിന്റിംഗ് നിർമ്മിക്കാൻ നിങ്ങൾക്ക് കഴിയില്ല, പക്ഷേ പെൻസിലിന്റെ പരിമിതികൾ നിങ്ങൾക്ക് വിഷമിക്കാവുന്ന ഘടകങ്ങളുടെ എണ്ണം കുറയ്ക്കുന്നു. നിറത്തെക്കുറിച്ച് നിങ്ങൾക്ക് വിഷമിക്കേണ്ടതില്ല, പൂർത്തിയായ ക്യാൻവാസിലെ ബ്രഷ്സ്ട്രോക്കുകളുടെ സ്വഭാവത്തെക്കുറിച്ച് നിങ്ങൾക്ക് വിഷമിക്കേണ്ടതില്ല. ഒരു പെൻസിൽ നിങ്ങൾ വരയ്ക്കുന്ന ആകൃതികളിലും നിങ്ങളുടെ രചനയുടെ മൊത്തത്തിലുള്ള ക്രമീകരണത്തിലും നിങ്ങളുടെ മനസ്സിനെ കേന്ദ്രീകരിക്കും. വിൻസെന്റ് വാൻ ഗോഗ് വിപ്ലവകരമായ രീതിയിൽ നിറം ഉപയോഗിക്കുന്നതിന് മുമ്പ് വർഷങ്ങളോളം, അദ്ദേഹം കറുപ്പും വെളുപ്പും നിറങ്ങളിൽ മാത്രം പ്രവർത്തിച്ചതിൽ അതിശയിക്കാനില്ല. പെയിന്റിംഗിന്റെ ഒരു വശം മറ്റൊന്നിൽ പ്രാവീണ്യം നേടുന്നതിന് മുമ്പ് അദ്ദേഹം പ്രാവീണ്യം നേടി. ജോർജിയ ഒ'കീഫ് തന്റെ കലാപരമായ യാത്രയുടെ തുടക്കത്തിൽ കറുപ്പും വെളുപ്പും നിറങ്ങളിൽ വരയ്ക്കുന്നതിലും ശ്രദ്ധ കേന്ദ്രീകരിച്ചു, മുമ്പ് അവൾക്ക് "ഭ്രാന്തായിരുന്ന" നിറത്തെ അവൾ അവഗണിച്ചു.

എഴുത്തുകാർക്ക് ശരിയായ മാനസികാവസ്ഥയിൽ തുടരാൻ ഒരു പോർട്ടബിൾ വേഡ് പ്രോസസർ വാങ്ങേണ്ടതില്ല. നിലവിലുള്ള ഒരു ഉപകരണം മെച്ചപ്പെടുത്താൻ കഴിയും, അതുവഴി അത് ഒരു മാനസികാവസ്ഥയെ പ്രോത്സാഹിപ്പിക്കുന്നു. എന്റെ ടാബ്ലെറ്റിൽ ഘടിപ്പിച്ചിരിക്കുന്ന ഒരു ബാഹ്യ കീബോർഡിലാണ് ഞാൻ ഇപ്പോൾ എന്റെ എഴുത്തിന്റെ ഭൂരിഭാഗവും ചെയ്യുന്നത്. ഒരു ലാപ്ടോപ്പിനേക്കാൾ ഒരു ടാബ്ലെറ്റിൽ ആപ്ലിക്കേഷനുകൾ മാറ്റുന്നതിത് കൂടുതൽ ബുദ്ധിമുട്ടാണ്. വെബിൽ സർഫ് ചെയ്യുന്നതിൽ ഞാൻ കുടുങ്ങിപ്പോകാൻ സാധ്യതയില്ല, പക്ഷേ റഫറൻസ് മെറ്റീരിയൽ തിരയുന്നതും അത്ര സുഖകരമല്ല. ഇത് എന്നെ ഉത്പാദന മാനസികാവസ്ഥയിൽ നിലനിർത്തുന്നു. ഒരു ഉപകരണത്തിന്റെ കഴിവുകൾ നിങ്ങൾക്ക് ഉദ്ദേശ്യത്തോടെ പരിമിതപ്പെടുത്താനും കഴിയും.

എന്റെ ടാബ്ലെറ്റ് മറ്റേതെങ്കിലും വിധത്തിൽ ശ്രദ്ധ തിരിക്കുന്നതിനേക്കാൾ കുറവാണ് കാരണം എന്റെ ടാബ്ലെറ്റ് എന്തിനുവേണ്ടിയാണെന്നും അത് എന്തിനുവേണ്ടിയല്ലെന്നും എനിക്ക് നിയമങ്ങളുണ്ട്. ഉദാഹരണത്തിന്, എന്റെ ടാബ്ലെറ്റിൽ സോഷ്യൽ മീഡിയ ആപ്ലിക്കേഷനുകൾ ഞാൻ അനുവദിക്കുന്നില്ല. നോട്ടിഫിക്കേഷനുകളും ഞാൻ അനുവദിക്കുന്നില്ല. ഞാൻ ഇത് ഒരു പ്രത്യേക പ്രവർത്തനത്തിനായി മാത്രമാണ് ഉപയോഗിക്കുന്നത്: വായന, എഴുത്ത്, വീഡിയോ ചാറ്റിംഗ്. അത്തരം പരിഷ്ക്കരണങ്ങൾ വരുത്താൻ നിങ്ങൾക്ക് ഉപകരണത്തിലുടനീളം നിയമങ്ങൾ ഉണ്ടായിരിക്കേണ്ടതില്ല. ഉദാഹരണത്തിന്, ചില ആപ്ലിക്കേഷനുകൾ ദിവസത്തിലെ ചില സമയങ്ങളിൽ നിങ്ങൾക്ക് ഏതൊക്കെ വെബ്സൈറ്റുകൾ സന്ദർശിക്കാം എന്നതിൽ നിയന്ത്രണങ്ങൾ ഏർപ്പെടുത്താൻ നിങ്ങളെ അനുവദിക്കുന്നു.

നിങ്ങൾക്ക് പ്രോത്സാഹിപ്പിക്കാൻ ആഗ്രഹിക്കുന്ന മാനസികാവസ്ഥയ്ക്ക് അനുസൃതമായി നിങ്ങളുടെ ഉപകരണങ്ങൾ തിരഞ്ഞെടുക്കാനും ക്രമീകരിക്കാനും കഴിയും, എന്നാൽ നിങ്ങളുടെ പരിസ്ഥിതി മാറ്റാനും കഴിയും. എന്റെ അനുഷ്ഠാനങ്ങളുടെ ബാഗിലെ ചില ക്രമീകരണങ്ങൾ ചിലതരം ജോലികൾക്ക് ഫലപ്രദമാകുന്നതിന് ശാസ്ത്രീയ വിശദീകരണങ്ങളുണ്ടെന്ന് ഞാൻ പിന്നീട് മനസ്സിലാക്കി.

മുറിയെ നിങ്ങൾക്കായി പ്രവർത്തിപ്പിക്കുക

ഡൊണാൾഡ് എം. റാറ്റ്നർ നമ്മുടെ ചുറ്റുപാടുകൾ നമ്മുടെ സർഗ്ഗാത്മകമായ ചിന്തയെ എങ്ങനെ ബാധിക്കുന്നു എന്നതിൽ പ്രത്യേക താൽപ്പര്യമുള്ള ഒരു വാസ്തുശില്പിയാണ്. മൈ ക്രിയേറ്റീവ് സ്പേസ് എന്ന തന്റെ പുസ്തകത്തിൽ, ഡൊണാൾഡ് പരിസ്ഥിതി മനഃശാസ്ത്ര മേഖലയിൽ നിന്നുള്ള നിർദ്ദേശങ്ങൾ നൽകുന്നു - അത് നിങ്ങളെ ചുറ്റിപ്പറ്റിയുള്ള സ്ഥലത്തിന്റെ അളവ്, നിറങ്ങൾ, ആകൃതികൾ, വെളിച്ചം, അല്ലെങ്കിൽ നിങ്ങളുടെ ശരീരത്തിന്റെ സ്ഥാനം പോലും ആകട്ടെ.

ഒരു അംബരചുംബി കെട്ടിടത്തിന്റെ മുകളിലേക്കുള്ള എന്റെ സന്ദർശനങ്ങൾ എന്നെ മുൻഗണനാക്രമത്തിന്റെ മാനസികാവസ്ഥയിൽ എത്തിച്ചത് എന്തുകൊണ്ടാണെന്ന് വിശദീകരിക്കാമോ എന്ന് ഞാൻ അദ്ദേഹത്തോട് ചോദിച്ചു. "നിർദ്ദേശാധിഷ്ഠിത ഘട്ട സിദ്ധാന്തം" (കൺസ്ട്രുവൽ ലെവൽ തിയറി) എന്ന ആശയം അദ്ദേഹം എനിക്ക് പരിചയപ്പെടുത്തി. നിങ്ങൾ ഒരു വസ്തുവിനെയോ, ഒരു സംഭവത്തെയോ, ഒരു പരിപാടിയെയോ എത്രത്തോളം ദൂരെ നിന്ന് കാണുന്നുവോ, അത്രത്തോളം അമൂർത്തവും, വിശാലമനസ്കതയും, വിശാലമായ

ചിന്താഗതിയും ഉള്ളതായി കൺസ്ട്രവൽ ലെവൽ സിദ്ധാന്തം പറയുന്നുണ്ടെന്ന് ഡൊണാൾഡ് പറയുന്നു.

ഇസ്സെന്റോ കോഫി കടയിലെ ബാക്ക്റൂം എന്റെ എഴുത്ത് എഡിറ്റ് ചെയ്യുന്നതിന് നല്ല സ്ഥലമായത് എന്തുകൊണ്ടാണെന്ന് കൺസ്ട്രവൽ ലെവൽ സിദ്ധാന്തം വിശദീകരിക്കുന്നു. അത് താഴ്ന്ന സീലിംഗ് ഉള്ള ഒരു ചെറിയ സ്ഥലമായിരുന്നു. തുറസ്സായ സ്ഥലത്ത് ആയിരിക്കുമ്പോൾ വലിയ ചിത്രമായി നിങ്ങൾ കരുതുക മാത്രമല്ല, ചെറിയ സ്ഥലത്ത് ആയിരിക്കുമ്പോൾ ചെറിയ ചിത്രമായി നിങ്ങൾ കരുതുകയും ചെയ്യുമെന്ന് ഡൊണാൾഡ് എന്നോട് പറഞ്ഞു. "പൊതുവേ, ആശയങ്ങൾ സൃഷ്ടിക്കുന്നതിനുള്ള [സീലിംഗ് ഉയരം] പത്ത് അടിയോ അതിൽ കൂടുതലോ ആയിരിക്കും. എട്ട് അടിയോ അതിൽ താഴെയപോ ആയാൽ നിങ്ങൾ നിങ്ങളുടെ ചിന്തയിൽ കൂടുതൽ ശ്രദ്ധ കേന്ദ്രീകരിക്കാൻ തുടങ്ങുന്നു, കൂടുതൽ വിശകലനപരവും കൂടുതൽ കണക്കുകൂട്ടലും, തീർച്ചയായും അത് സർഗ്ഗാത്മകമായ ചിന്തയുടെ കണ്ണാടിയാണ്." കൂടാതെ, ഇരുണ്ട വെളിച്ചം എന്റെ ലാപ്ടോപ്പ് സ്ക്രീനെ എന്റെ ശ്രദ്ധയ്ക്കുള്ള ഒരുതരം വാതിലാക്കി മാറ്റി. എന്റെ ശ്രദ്ധ കുറയുന്നത് എന്നെ ഒരു മിനുക്കിയെടുക്കലിന്റെ മാനസികാവസ്ഥയിലാക്കി.

"അഭ്യുദയ അഭയ സിദ്ധാന്തം" (പ്രോസ്പെക്ട് റിഫ്യൂജി തിയറി) എന്ന് വിളിക്കപ്പെടുന്ന മറ്റൊരു ആശയം, ഒരു അംബരചുംബി കെട്ടിടത്തിന്റെ മുകളിൽ ആയിരിക്കുമ്പോൾ കൂടുതൽ തുറന്ന് ചിന്തിക്കുന്നതുമായി പൊരുത്തപ്പെടുന്നുണ്ടെന്ന് ഡൊണാൾഡ് കൂട്ടിച്ചേർത്തു. നമ്മുടെ ചുറ്റുപാടുകളിലേക്ക് നമുക്ക് കാണാൻ കഴിയുമ്പോൾ കൂടുതൽ സുഖകരമായിരിക്കാൻ പരിണാമപരമായി നമുക്ക് കഴിയുന്നുണ്ടെന്ന് അഭ്യുദയ അഭയ സിദ്ധാന്തം നിർദ്ദേശിക്കുന്നു. അടുത്തുവരുന്ന അപകടം കാണാൻ കഴിയുന്ന ആവാസ വ്യവസ്ഥകൾ തേടാൻ കഴിഞ്ഞ നമ്മുടെ പൂർവ്വികർക്ക് അതിജീവനത്തിനുള്ള മികച്ച സാധ്യതയുണ്ടായിരുന്നു. ഡൊണാൾഡ് പറഞ്ഞു, "നമ്മുടെ സ്വന്തം വീടുകളിൽ ഒരു വന്യമൃഗം നമ്മെ പിന്നിൽ നിന്ന് ആക്രമിക്കുമെന്ന് നമ്മൾ പ്രതീക്ഷിക്കുന്നില്ല. എന്നിട്ടും, പരിണാമം വളരെ സാവധാനത്തിൽ നീങ്ങുന്നതിനാൽ, നമ്മൾ ഇപ്പോൾ ജീവിക്കുന്നത് ഒരു ആധുനിക അന്തരീക്ഷത്തിലാണ് എന്ന വസ്തുത നമ്മുടെ തലച്ചോറിന് മനസ്സിലായിട്ടില്ല."

ഒരു സമീപകാല പഠനം അഭ്യുദയ അഭയ സിദ്ധാന്തം നമ്മെ എങ്ങനെ വലുതായും ധൈര്യത്തോടെയും ചിന്തിക്കാൻ പ്രേരിപ്പിക്കുമെന്ന് വ്യക്തമാക്കുന്നു. ഉയരമുള്ള ഒരു കെട്ടിടത്തിന്റെ മുകളിലെ നിലകളിൽ ജോലി ചെയ്യുന്ന സ്റ്റോക്ക് ട്രേഡർമാർ ടവറിന്റെ താഴത്തെ നിലകളിൽ ജോലി ചെയ്യുന്ന സ്റ്റോക്ക് ട്രേഡറുകളേക്കാൾ കൂടുതൽ അപകടസാധ്യതകൾ ഏറ്റെടുത്തതായി കണ്ടെത്തി.

നിങ്ങളുടെ ജോലിക്ക് അനുയോജ്യമായ മാനസികാവസ്ഥയിലേക്ക് പ്രവേശിക്കുന്നതിന് നിങ്ങളുടെ സ്വന്തം അനുഷ്ഠാനങ്ങൾ

സൃഷ്ടിക്കുന്നതിനുള്ള ഒരു മാർഗ്ഗം നിങ്ങളുടെ പരിസ്ഥിതി മാറ്റുക എന്നതാണ്. ഡൊണാൾഡിന്റെ അഭിപ്രായത്തിൽ, കൂടുതൽ സർഗ്ഗാത്മകത പുലർത്താൻ, തുറസ്സായ സ്ഥലങ്ങൾക്കായി നോക്കുക, പ്രത്യേകിച്ച് ഒരു കാഴ്ചപ്പാടോടെ. കൂടുതൽ വിശകലനാത്മകത പുലർത്താൻ, അടച്ച ഇടങ്ങൾക്കായി നോക്കുക. അതിനാൽ മാനസികാവസ്ഥകൾ പര്യവേക്ഷണം ചെയ്യുക, സൃഷ്ടിക്കുക, മുൻഗണന നൽകുക, ഊർജ്ജശേഖരണം എന്നിവയ്ക്കായി, തുറന്ന ഇടങ്ങൾ തിരഞ്ഞെടുക്കുക. ഗവേഷണം, മിനുക്കിയെടുക്കൽ, നിർവ്വഹണ മാനസികാവസ്ഥകൾക്കായി, അടച്ച ഇടങ്ങൾ തിരഞ്ഞെടുക്കുക.

ശബ്ദ നില സർഗ്ഗാത്മകമായി ചിന്തിക്കാനുള്ള നിങ്ങളുടെ കഴിവിനെയും ബാധിക്കും. അവബോധജന്യമായി പറഞ്ഞാൽ, ശാന്തമായ ഒരു അന്തരീക്ഷത്തിൽ ജോലി ചെയ്യുന്നതാണ് നല്ലതെന്ന് നമ്മൾ കരുതുന്നു. എന്നാൽ സർഗ്ഗാത്മകതയുടെ കാര്യത്തിൽ, ആശയങ്ങൾ സൃഷ്ടിക്കുന്നതിന് എഴുപത് ഡെസിബെൽ പശ്ചാത്തല ശബ്ദ നിലയാണ് ഏറ്റവും അനുയോജ്യമെന്ന് പഠനങ്ങൾ സൂചിപ്പിക്കുന്നു. പക്ഷേ അത് അവ്യക്തമായ ശബ്ദമായിരിക്കണം. നിങ്ങളുടെ അടുത്ത് നടക്കുന്ന ഒരു സംഭാഷണം നിങ്ങൾക്ക് വ്യക്തമായി മനസ്സിലാക്കാൻ കഴിയുമെങ്കിൽ, അത് ശ്രദ്ധ വ്യതിചലിപ്പിച്ചേക്കാം. എന്റെ മാതൃഭാഷ സംസാരിക്കാത്ത ഒരു രാജ്യത്ത് ജീവിക്കുന്നതിന്റെ ഒരു ഗുണമാണിത് - എനിക്ക് ചുറ്റുമുള്ള കഫേയിലെ സംസാരത്തിൽ ശ്രദ്ധ കേന്ദ്രീകരിക്കുന്നില്ലെങ്കിൽ, എനിക്ക് വളരെ കുറച്ച് മാത്രമേ മനസ്സിലാകൂ.

ജോലി ചെയ്യുമ്പോൾ നിങ്ങളുടെ ശരീര സ്ഥാനം നിങ്ങളുടെ മാനസികാവസ്ഥയെയും ബാധിക്കും. ഡൊണാൾഡ് എന്നോട് പറഞ്ഞു, "ഇരിക്കുന്നത് വ്യത്യസ്ത മാനസികാവസ്ഥയിൽ ആയിരിക്കുന്നതിന് ഏറ്റവും അനുകൂലമല്ലാത്ത ഒരു സ്ഥാനമാണ്. എന്നാൽ നിൽക്കുന്നത് സർഗ്ഗാത്മകതയുടെ കാര്യത്തിൽ മാത്രമല്ല, ഉൽപ്പാദനക്ഷമതയെയും സഹായിക്കുന്നു," ഇത് സമീപകാല സ്റ്റാൻഡിംഗ്-ഡെസ്ക് ഭ്രാന്തിനെ (നിന്നുകൊണ്ട് ജോലിയെടുക്കുന്നതിനുള്ള മേശയുടെ ഉപയോഗം) പിന്തുണയ്ക്കുന്നു.

"നല്ല രണ്ടാമത്തെ സ്ഥാനം ചാരിയിരിക്കുന്നതാണ്" എന്ന് ഡൊണാൾഡ് കൂട്ടിച്ചേർക്കുന്നു. റെനെ ഡെസ്കാർട്ടസ്, മാർസെൽ പ്രൂസ്റ്റ്, എഡിത്ത് വാർട്ടൺ എന്നിവരുൾപ്പെടെ നിരവധി എഴുത്തുകാരും ചിന്തകരും കിടക്കയിൽ ജോലി ചെയ്തു. ഒരു ബസ് അപകടത്തിൽ നിന്ന് കിടപ്പിലായപ്പോൾ ഫ്രിഡ കഹ്‌ലോ ഗൗരവമായി വരയ്ക്കാൻ തുടങ്ങി. ട്രൂമാൻ കാപോട്ട് സ്വയം "പൂർണ്ണമായും തിരശ്ചീനമായ (ഹൊറിസോണ്ടൽ) ഒരു എഴുത്തുകാരൻ" ആണെന്ന് പ്രഖ്യാപിച്ചു, മൈക്കൽ ചാബൺ ഒരു ഈംസ് കസേരയിൽ (കാലുകൾ പൂർണ്ണമായും നീട്ടി വയ്ക്കാവുന്ന ചാരുകസേര) കിടന്ന് എഴുതുന്നു - ഒരു ആശുപത്രിയിൽ

നിങ്ങൾക്ക് കാണാൻ കഴിയുന്ന തരത്തിലുള്ള ഓവർബെഡ് ടേബിളിൽ ലാപ്ടോപ്പ് വയ്ക്കുന്നു.

എന്നാൽ നിങ്ങൾ ദിവസം മുഴുവൻ കിടക്കയിൽ തന്നെ തുടരേണ്ടതില്ല. ഡൊണാൾഡ് പറയുന്നു, "സർഗ്ഗാത്മകതയും ചലനവും പരസ്പരം കൈകോർക്കുന്നതായി തോന്നുന്നു.... നടത്തം, വ്യായാമം, രക്തയോട്ടത്തെ സഹായിക്കുന്ന ഇവയെല്ലാം സർഗ്ഗാത്മകമായ ഫലത്തിന്റെ കാര്യത്തിൽ എപ്പോഴും പോസിറ്റീവ് ആണ്." ചലനാത്മകമായ ഒരു പിടിമുറുക്കുന്ന ഉപകരണവും നിങ്ങൾക്ക് സംയോജിപ്പിക്കാം.

ഒരു ചുവരെഴുത്തിനെ വൈറ്റ്ബോർഡോ ചോക്ക്ബോർഡോ ആക്കി മാറ്റുന്നത് നിങ്ങളെ വിപുലമായ ചിന്താഗതിയിലേക്ക് നയിക്കുമെന്ന് ഡൊണാൾഡ് നിർദ്ദേശിക്കുന്നു. ഒരു ചുവരിൽ വരയ്ക്കുമ്പോൾ നിങ്ങളുടെ മുഴുവൻ ശരീരവും ഉപയോഗിക്കാം, അത് മുൻഗണന നൽകുക അല്ലെങ്കിൽ പര്യവേക്ഷണം ചെയ്യുക എന്നീ മാനസികാവസ്ഥകൾക്ക് നല്ലതായിരിക്കും. എന്റെ രാത്രികാല ഗവേഷണ-പര്യവേക്ഷണ സെഷനുകളിൽ തറയിൽ ഒരു വലിയ വൈറ്റ്ബോർഡ് ഉണ്ടായിരിക്കുന്നതിന്റെ മികച്ച കാര്യം ഇതാണ്. ഡൊണാൾഡ് പറയുന്നു, "നിങ്ങൾക്ക് വലുതായി ചിന്തിക്കണമെങ്കിൽ, വലുതായി വരയ്ക്കുക."

നിങ്ങൾക്ക് ആവശ്യമുള്ള മാനസികാവസ്ഥയ്ക്ക് അനുയോജ്യമായ രീതിയിൽ നിങ്ങളുടെ ക്രമീകരണം മാറ്റാൻ കഴിയുമെങ്കിൽ അത് വളരെ നല്ലതാണ്, പക്ഷേ നിങ്ങളുടെ പരിസ്ഥിതിയിൽ പൂർണ്ണ നിയന്ത്രണം ആവശ്യമില്ല. നിങ്ങളുടെ ഓഫീസിൽ നിന്ന് നിങ്ങളുടെ പ്രിയപ്പെട്ട കഫേയിലേക്ക് രക്ഷപ്പെടാൻ കഴിയുന്നില്ലെങ്കിൽ, നിങ്ങൾക്ക് ഒരു കോൺഫറൻസ് റൂം എടുക്കാം, അല്ലെങ്കിൽ നിങ്ങളുടെ മേശയിൽ നിന്ന് അകലെ ഇരിക്കാനോ നിൽക്കാനോ ഒരു സ്ഥലം കണ്ടെത്താം - നിങ്ങൾ പ്രോത്സാഹിപ്പിക്കാൻ ആഗ്രഹിക്കുന്ന മാനസികാവസ്ഥയെ ആശ്രയിച്ച്.

നിങ്ങളുടെ സ്ഥലത്ത് ഒട്ടും നീങ്ങാതെ തന്നെ മാറ്റങ്ങൾ വരുത്താനും കഴിയും. ഞാൻ ആദ്യമായി സ്വന്തമായി തുടങ്ങിയപ്പോൾ, സാൻ ഫ്രാൻസിസ്കോയിലെ ഒരു ഷോട്ട്ഗൺ വീടിന്റെ (വീതി കുറഞ്ഞ ദീർഘചതുരാകൃതിയിലുള്ള വീട്) അറ്റത്ത് എനിക്ക് ഒരു ചെറിയ കിടപ്പുമുറി ഉണ്ടായിരുന്നു. എന്റെ വീട്ടുവാതിൽക്കൽ ധാരാളം കഫേകൾ ഉണ്ടായിരുന്നു, പക്ഷേ അവ ദിവസവും അടച്ചതിനുശേഷവും ഞാൻ ജോലി ചെയ്യുകയായിരുന്നു, എന്റെ മേശയിൽ നിന്ന് കുറച്ച് അടി മാത്രം അകലം മാത്രമേ ഉണ്ടായിരുന്നുള്ളൂ. കിടക്കയിലായിരിക്കുമ്പോൾ ജോലിയെക്കുറിച്ച് ചിന്തിക്കാൻ എന്നെത്തന്നെ പരിശീലിപ്പിക്കാൻ ഞാൻ ആഗ്രഹിച്ചില്ല, എന്റെ മേശയിലായിരിക്കുമ്പോൾ

ഉറക്കത്തെക്കുറിച്ച് ചിന്തിക്കാൻ എന്നെത്തന്നെ പരിശീലിപ്പിക്കാൻ ഞാൻ ആഗ്രഹിച്ചില്ല.

അങ്ങനെ മാനസികാവസ്ഥകളെ ഉത്തരവുകളിലേക്ക് മാറ്റുന്നതിനുള്ള സൂചനകളുടെ ഒരു പരമ്പര ഞാൻ രൂപകൽപ്പന ചെയ്തു. ജോലി ചെയ്യാനുള്ള സമയമായപ്പോൾ, അർദ്ധസുതാര്യമായ പാനലുകളുള്ള മടക്കാവുന്ന റൂം ഡിവൈഡറുകളിൽ ഒന്നായ ഷോജി സ്ക്രീൻ ഞാൻ വിന്യസിച്ചു. ഒരു പ്രത്യേക രീതിയിൽ വെളിച്ചം വ്യതിചലിപ്പിക്കാൻ ഞാൻ അതിൽ ഒരു വിളക്ക് ഘടിപ്പിച്ചു, ഒരു കപ്പ് ചമോമൈൽ ചായ മുക്കി, ഒരു പ്രത്യേക ആൽബം പ്ലേ ചെയ്യാൻ തുടങ്ങി. എല്ലാം ശരിയായിക്കഴിഞ്ഞാൽ, ഞാൻ പെട്ടെന്ന് ഒരു ശ്രദ്ധയുടെ അവസ്ഥയിലേക്ക് വീണു. ജോലി കഴിഞ്ഞപ്പോൾ, ഞാൻ ലൈറ്റിംഗ് മാറ്റി ഷോജി സ്ക്രീൻ ഉപയോഗിച്ച് എന്റെ മേശ മറച്ചു. ഉറക്കത്തെയും ജോലിയെയും വേർതിരിക്കാൻ പരിസ്ഥിതിയിലെ ഒരു മാറ്റം മാത്രം മതിയായിരുന്നു അത്.

ചില മാനസികാവസ്ഥകളെ പ്രോത്സാഹിപ്പിക്കുന്ന അവസ്ഥകളെക്കുറിച്ച് ധാരാളം ശാസ്ത്രീയ ഗവേഷണങ്ങൾ നടക്കുന്നുണ്ടെങ്കിലും, ഈ വിവരങ്ങൾ ഒരു മാർഗ്ഗനിർദ്ദേശമായി മാത്രം ഉപയോഗിക്കുക. പരീക്ഷണാത്മക സാഹചര്യങ്ങളിൽ ഒരു തരം ചിന്തയ്ക്ക് പ്രവർത്തിക്കുന്ന ഒന്ന് നിങ്ങളുടെ യഥാർത്ഥ ലോകത്ത് ചെയ്യാൻ ശ്രമിക്കുന്ന കൃത്യമായ തരം ചിന്തയ്ക്ക് യോജിച്ചേക്കില്ല.

ഉദാഹരണത്തിന്, രാവിലെ ഒരു ശൂന്യമായ ഭിത്തിയിലേക്ക് മുഖം തിരിച്ചിരിക്കുന്ന എന്റെ ശീലം, തുറസ്സായ സ്ഥലങ്ങൾ മികച്ച സർഗ്ഗാത്മകമായ ചിന്തയിലേക്ക് നയിക്കുമെന്ന ധാരണയ്ക്ക് എതിരാണ്. എന്റെ മേശ ഒരു ചെറിയ ഇടുങ്ങിയ ഇടത്തിലാണ്, നീണ്ട തേറ്റ-പല്ലുള്ള കടുവകളുടെ പിൻ ആക്രമണത്തിന് ഞാൻ ഇരയാകാം, കൂടാതെ പശ്ചാത്തല ശബ്ദത്തെ മറയ്ക്കാൻ ഞാൻ ഇയർപ്ലഗുകൾ പോലും ധരിക്കുന്നു. അതെ, ഞാൻ എഴുതുകയും സർഗ്ഗാത്മകമായി ചിന്തിക്കാൻ ശ്രമിക്കുകയും ചെയ്യുന്നു, പക്ഷേ ഞാൻ കൂടുതൽ കർശനമായ ഒരു മാനസികാവസ്ഥയിലാണ്. ജോലി പൂർത്തിയാക്കാൻ ഞാൻ ശ്രമിക്കുന്നു. ഞാൻ ക്ഷീണിതനും അതിനാൽ ഉൾക്കാഴ്ചകൾ ഉള്ളവനുമാണെങ്കിലും, ഞാൻ വളരെ ശ്രദ്ധ വ്യതിചലിക്കുന്നവനുമാണ്. ഞാൻ ശ്രദ്ധ വ്യതിചലിക്കുന്നവനാണെങ്കിൽ, അത് ആശയങ്ങൾ നടപ്പിലാക്കുന്നത് ബുദ്ധിമുട്ടാക്കുന്നു. എന്റെ മാനസികാവസ്ഥയുടെ അഭികാമ്യമല്ലാത്ത വശങ്ങളെ നിയന്ത്രിക്കാൻ ഞാൻ എന്റെ പരിസ്ഥിതിയെ രൂപപ്പെടുത്തുന്നു.

നിങ്ങളുടെ സ്വന്തം വ്യക്തിഗത പ്ലാസിബോ

പരീക്ഷണാത്മക കണ്ടെത്തലുകൾ സഹായകരമാണെങ്കിൽപ്പോലും, ഏതാണ്ട് ഏത് സാഹചര്യങ്ങൾക്കും ശരിയായ അവസ്ഥയെ പ്രേരിപ്പിക്കാൻ കഴിയും. ചെസ്സ് ചാമ്പ്യനും പ്രകടന പരിശീലകനുമായ ജോഷ് വൈറ്റ്സ്കിൻ തന്റെ *'ദി ആർട്ട് ഓഫ് ലേണിംഗ്'* എന്ന പുസ്തകത്തിൽ, മീറ്റിംഗുകൾക്ക് ശരിയായ മാനസികാവസ്ഥയിലേക്ക് ഒരു എക്സിക്യൂട്ടീവിനെ എങ്ങനെ എത്തിക്കാൻ സഹായിച്ചുവെന്ന് വിവരിക്കുന്നു. മകനോടൊപ്പം ക്യാച്ച് കളിക്കുമ്പോൾ തനിക്ക് ഏറ്റവും കൂടുതൽ "ഒഴുക്ക്" (ഫ്ലോ) അനുഭവപ്പെട്ടുവെന്ന് എക്സിക്യൂട്ടീവ് പറഞ്ഞു. മീറ്റിംഗുകളിലും അങ്ങനെ തന്നെ തോന്നണമെന്ന് അദ്ദേഹം ആഗ്രഹിച്ചു - പകരം, അദ്ദേഹത്തിന് ശ്രദ്ധ വ്യതിചലിക്കുന്നതായി അനുഭവപ്പെട്ടു.

മീറ്റിംഗുകൾക്ക് ശരിയായ മാനസികാവസ്ഥ സൃഷ്ടിക്കുന്നതിനായി ഈ എക്സിക്യൂട്ടീവിന് പിന്തുടരാൻ ജോഷ് ഒരു സൂചനകളുടെ ഒരു പരമ്പര രൂപകൽപ്പന ചെയ്തു. ആ ഒഴുക്കിന്റെ അവസ്ഥയുമായി മറ്റ് സൂചനകളെ ബന്ധിപ്പിക്കാൻ ജോഷ് അദ്ദേഹത്തെ വ്യവസ്ഥ ചെയ്തു. എല്ലാ ദിവസവും മകനോടൊപ്പം ക്യാച്ച് കളിക്കാൻ അദ്ദേഹം എക്സിക്യൂട്ടീവിനോട് പറഞ്ഞു. എന്നാൽ മകനോടൊപ്പം ക്യാച്ച് കളിക്കാൻ തുടങ്ങുന്നതിനുമുമ്പ്, അദ്ദേഹം ഒരു പതിവ് പിന്തുടരണമായിരുന്നു. അദ്ദേഹം ഒരു ലഘുഭക്ഷണം കഴിച്ചു, ധ്യാനിച്ചു, ഒരു സ്ട്രെച്ചിംഗ് പതിവ് പിന്തുടർന്നു, തുടർന്ന് മകനോടൊപ്പം ക്യാച്ച് കളിച്ചു. മകനോടൊപ്പം ക്യാച്ച് കളിക്കുന്നതിനിടയിൽ, അദ്ദേഹം ഒരു ബോബ് ഡിലൻ ഗാനം കേട്ടു.

അദ്ദേഹം കുറച്ചുനേരം ഈ പതിവ് പിന്തുടർന്നു, തുടർന്ന് ഒരു മീറ്റിംഗിന് തൊട്ടുമുമ്പ് അത് അവതരിപ്പിക്കാൻ ശ്രമിച്ചു. അത് അദ്ദേഹത്തെ ശരിയായ അവസ്ഥയിലേക്ക് കൊണ്ടുവരാൻ സഹായിച്ചു. ക്രമേണ, അദ്ദേഹം ദിനചര്യ ചുരുക്കി, മീറ്റിംഗിനായി ശരിയായ അവസ്ഥയിലേക്ക് എത്താൻ ഒന്നും ചെയ്യേണ്ടതില്ലാത്തിടത്തോളം ഇടയിലുള്ള കാര്യങ്ങൾ നീക്കം ചെയ്തു. ബോബ് ഡിലൻ ഗാനത്തെക്കുറിച്ച് മാത്രമേ അദ്ദേഹത്തിന് ചിന്തിക്കാൻ കഴിയൂ, അങ്ങനെ അദ്ദേഹം തയ്യാറാകും.

ക്യാച്ച് കളിക്കുന്നത് എക്സിക്യൂട്ടീവിൽ ഒരു ഒഴുക്കിന്റെ അവസ്ഥയ്ക്ക് കാരണമായെങ്കിലും, എല്ലാവർക്കും ഒരേ രീതിയിൽ തോന്നില്ല. അദ്ദേഹത്തിന്റെ വ്യക്തിപരമായ അനുഭവവും മകനുമായുള്ള ബന്ധവുമാണ് ക്യാച്ച് കളിക്കുന്നത് ഫലപ്രദമായ ഒരു ക്യൂ ആക്കിയത്. മറ്റ് സൂചനകളുമായി ആ ക്യൂ ആവർത്തിച്ച് ബന്ധിപ്പിച്ചാണ് അയാൾക്ക് ആവശ്യമുള്ള അവസ്ഥയിലേക്ക് ഒരു ദിനചര്യ രൂപകൽപ്പന ചെയ്യാൻ കഴിഞ്ഞത്.

ട്വൈല താർപ്പിന് എല്ലാ ദിവസവും രാവിലെ ഒരു സ്ട്രെച്ചിംഗ്,

വെയിറ്റ് ട്രെയിനിങ് എന്നിവയുടെ ദിനചര്യയുണ്ട്. പക്ഷേ, അവൾക്ക്, ഈ ദിനചര്യ ജിമ്മിൽ ആരംഭിക്കുന്നില്ല. രാവിലെ 5:30-ന് കിടക്കയിൽ നിന്ന് എഴുന്നേൽക്കുമ്പോൾ, വസ്ത്രം ധരിച്ച്, ഒരു ക്യാബിൽ കയറുമ്പോഴാണ് ദിനചര്യ ആരംഭിക്കുന്നത്. ആ ക്യാബിൽ കയറാൻ കഴിയുമെങ്കിൽ, ഒരു വ്യായാമം ഒഴിവാക്കാൻ അവൾ പ്രലോഭിപ്പിക്കപ്പെടില്ലെന്ന് അവൾക്കറിയാം.

സർഗ്ഗാത്മകത പരിശീലകനായ മാർക്ക് മക്ഗിന്നസിന്റെ മേശപ്പുറത്ത് ഒരു ജാപ്പനീസ് സ്റ്റാർ വാർസ് മഗ്ഗ് ഉണ്ട്. ആ മഗ്ഗിൽ കാപ്പി നിറച്ച് മേശപ്പുറത്ത് വയ്ക്കുമ്പോൾ, അത് എഴുതാനുള്ള ഒരു മാനസികാവസ്ഥയിലേക്ക് അദ്ദേഹത്തെ എത്തിക്കുമെന്ന് അദ്ദേഹത്തിറിയാം.

നോവലിസ്റ്റ് നിക്കോൾസൺ ബേക്കർ പറഞ്ഞതുപോലെ, "നിങ്ങൾക്ക് സ്വയം ഇങ്ങനെ പറയാൻ കഴിയും, 'ഇനി മുതൽ, ഉച്ചകഴിഞ്ഞ് നാല് മണി മുതൽ ഹവായ് ചെരുപ്പിട്ട് പിൻവശത്തെ പോർച്ചിൽ ഇരുന്നു മാത്രമേ ഞാൻ എഴുതാൻ പോകൂ.' അത് പുതുമയുള്ളതും ഉൻമേഷകരവുമായി തോന്നുകയാണെങ്കിൽ, അതിന് ഒരു പ്ലാസിബോ ഇഫക്റ്റ് ഉണ്ടാകും അത് നിങ്ങളെ ജോലി ചെയ്യാൻ സഹായിക്കും.

നിങ്ങളുടെ ജോലി ചെയ്യാൻ ശരിയായ മാനസികാവസ്ഥയിലേക്ക് നിങ്ങളെ എത്തിക്കുന്ന അനുഷ്ഠാനങ്ങളോ ദിനചര്യകളോ എന്തുമാകാം. *ശരിയായ ദിനചര്യകൾ കെട്ടിപ്പടുക്കാൻ തുടങ്ങുന്നതിന്, മാനസികാവസ്ഥയെക്കുറിച്ച് ചിന്തിക്കാൻ തുടങ്ങുക. സ്വയം ചോദിക്കുക, ഈ ജോലി ചെയ്യാൻ ഞാൻ ഏത് അവസ്ഥയിലായിരിക്കണം?, എനിക്ക് അവസാനമായി അങ്ങനെ തോന്നിയത് എപ്പോഴാണ്?* സാഹചര്യങ്ങൾ പുനഃസൃഷ്ടിച്ചുകൊണ്ട് നിങ്ങൾക്ക് ആ അവസ്ഥയിലേക്ക് തിരികെ പോകാൻ കഴിയുമോ എന്ന് നോക്കുക. ഒരേ സ്ഥലത്തേക്ക് പോകുക, അതേ പാനീയം കുടിക്കുക, അതേ ദിനചര്യ ചെയ്യുക. നിങ്ങൾക്ക് അതേ ക്രമീകരണത്തിലേക്ക് മടങ്ങാൻ കഴിയുന്നില്ലെങ്കിൽ, നിങ്ങൾക്ക് മുൻപത്തെ പരിസ്ഥിതിയെ അനുകരിക്കാൻ കഴിയുമോ എന്ന് നോക്കുക. സ്ഥലം വിശാലമായിരുന്നോ അതോ അടച്ചിരുന്നോ? വെളിച്ചം തെളിച്ചമുള്ളതോ മങ്ങിയതോ ആയിരുന്നോ, കേന്ദ്രീകൃതമായിരുന്നോ അതോ ചിതറിക്കിടക്കുന്നതോ ആയിരുന്നോ? അത് ശബ്ദമയമായിരുന്നോ അതോ നിശബ്ദമായിരുന്നോ?

ശരിയായ മാനസികാവസ്ഥ പുനഃസൃഷ്ടിച്ചുകഴിഞ്ഞാൽ, മറ്റുള്ളവയിലേക്ക് മാറാതെ ആ അവസ്ഥയിൽ തന്നെ തുടരാൻ ശ്രമിക്കുക. കൈയിലുള്ള ജോലിയിൽ ശ്രദ്ധ കേന്ദ്രീകരിക്കുക. ജോലിയുടെ ചില വശങ്ങൾ നിങ്ങളെ മാനസികാവസ്ഥയിൽ നിന്ന് മാറ്റാൻ കാരണമാകുന്നത് നിങ്ങൾ ശ്രദ്ധിക്കുന്നുണ്ടോ? ആ

ഭാഗങ്ങൾ മറ്റൊരു സമയത്തേക്ക് മാറ്റിവയ്ക്കുക. ഉത്പാദനത്തിൽ നിന്ന് പര്യവേക്ഷണം വ്യത്യസ്തമാണെന്നും, പര്യവേക്ഷണം ഗവേഷണത്തിൽ നിന്ന് വ്യത്യസ്തമാണെന്നും നിങ്ങളുടെ ജോലി വളരെ നേരത്തെ മിനുസപ്പെടുത്തുന്നത് വിലപ്പെട്ട സർഗ്ഗാത്മകമായ ഊർജ്ജം പാഴാക്കുമെന്നും ഓർമ്മിക്കുക. മുൻഗണനകളെക്കുറിച്ച് ചിന്തിക്കാൻ പ്രത്യേക സമയം നീക്കിവച്ചാൽ നിങ്ങൾ കൂടുതൽ ശ്രദ്ധ കേന്ദ്രീകരിക്കുമെന്നും നിർവ്വഹണപരമായ വിശദാംശങ്ങൾ നിങ്ങളുടെ ഏറ്റവും മികച്ച സർഗ്ഗാത്മകമായ ഊർജ്ജം അർഹിക്കുന്നില്ലെന്നും ഊർജ്ജശേഖരണത്തിന് നിങ്ങൾ സമയമെടുക്കേണ്ടതുണ്ടെന്നും ഓർമ്മിക്കുക, അങ്ങനെ നിങ്ങൾക്ക് ആ സർഗ്ഗാത്മകമായ ഊർജ്ജം വീണ്ടും നിറയ്ക്കാൻ കഴിയും.

നിങ്ങളുടെ ഉപകരണങ്ങൾ തിരഞ്ഞെടുക്കുമ്പോൾ നിങ്ങളുടെ മാനസികാവസ്ഥയും നിങ്ങളുടെ ആശയങ്ങളുടെ വികാസത്തിന്റെ നിലവാരവും മനസ്സിൽ വയ്ക്കുക. നിങ്ങൾ ഇപ്പോഴും കഴിയുന്നത്ര സർഗ്ഗാത്മകമായി ചിന്തിക്കാൻ ശ്രമിക്കുകയാണെങ്കിൽ, ശ്രദ്ധ വ്യതിചലിപ്പിക്കാത്ത ഒരു ഗ്രിപ്പി ഉപകരണം തിരഞ്ഞെടുക്കുക. നടപ്പിലാക്കാൻ സമയമായാൽ, ഒരു സ്ലിപ്പി ഉപകരണം തിരഞ്ഞെടുക്കുക. മികച്ച ഫലങ്ങൾക്കായി, ആ സ്ലിപ്പി ഉപകരണം കൈയിലുള്ള ജോലിക്ക് മാത്രമായി ഗ്രിപ്പി തരത്തിൽ പരിഷ്കരിക്കുക.

നിങ്ങൾ മാനസികാവസ്ഥയ്ക്ക് അനുസൃതമായി സൃഷ്ടിക്കുമ്പോൾ, ഒരു പുതിയ ലോകം തുറക്കും. കാര്യങ്ങൾ സൃഷ്ടിക്കാൻ നിങ്ങൾക്ക് കൂടുതൽ ഊർജ്ജവും പിന്തുടരാനുള്ള നിങ്ങളുടെ കഴിവിൽ കൂടുതൽ ആത്മവിശ്വാസവും ലഭിക്കും. നിങ്ങളുടെ ക്രമരഹിതമായി മാനസികാവസ്ഥകൾ മാറ്റുന്നതിന് ഇനി നിങ്ങൾ സർഗ്ഗാത്മകമായ ഊർജ്ജം പാഴാക്കില്ല.

എന്നാൽ നിങ്ങളുടെ മാനസിക ഊർജ്ജം പരമാവധി പ്രയോജനപ്പെടുത്താൻ നിങ്ങൾക്ക് കൂടുതൽ ചെയ്യാൻ കഴിയും. നിങ്ങളുടെ പരിസ്ഥിതിയും ഉപകരണങ്ങളും ക്രമീകരിക്കുന്നതിനപ്പുറം നിങ്ങൾക്ക് പോകാം. അതെ, നിങ്ങൾ മാനസികാവസ്ഥയ്ക്ക് അനുസൃതമായി പ്രവർത്തിക്കുമ്പോൾ സർഗ്ഗാത്മകതയുടെ നാല് ഘട്ടങ്ങളിലൂടെ നിങ്ങളുടെ ജോലി കൂടുതൽ സുഗമമായി പുരോഗമിക്കുന്നു. എന്നാൽ കാലക്രമേണ മാനസികാവസ്ഥകൾ എങ്ങനെ ചക്രം ചവിട്ടുന്നുവെന്ന് നിങ്ങൾ കൈകാര്യം ചെയ്യുമ്പോൾ, നിങ്ങൾക്ക് നന്നായി എണ്ണയിട്ട് മയപ്പെടുത്തി ഒരു സർഗ്ഗാത്മകമായ യന്ത്രം ലഭിക്കും.

അധ്യായം 5

സർഗ്ഗാത്മക ചക്രങ്ങൾ

ഒരു ദിവസത്തിന്റെ വ്യത്യസ്ത സമയങ്ങളിൽ
മനസ്സിന്റെ ഊർജ്ജസ്വലതയിൽ വലിയ അസമത്വം
നിരീക്ഷിക്കാവുന്നതാണ്.

— തോമസ് ജെഫേഴ്സൺ

"ഞാൻ നിങ്ങളോട് ഒരു നിമിഷം സംസാരിക്കട്ടെ?" ജോനാഥൻ പറഞ്ഞു. ഞാൻ വാതിൽക്കൽ നിന്നു. "നിങ്ങൾക്ക് ഇതിനെക്കുറിച്ച് ഉറപ്പുണ്ടോ?" അദ്ദേഹം തുടർന്നു. "ഇത് ഒരു അശ്രദ്ധയായി തോന്നുന്നു. നിങ്ങൾ ഒരു വർഷമായി തൊഴിൽരഹിതനാണ്, എല്ലാ രാത്രിയും പുലർച്ചെ 4 മണി വരെ നിങ്ങളുടെ ബിസിനസ്സിൽ ജോലി ചെയ്യുന്നു, അത് അത്ര നന്നായി നടക്കുന്നില്ല. നിങ്ങൾ ശരിയായ തീരുമാനമെടുക്കുന്നുണ്ടെന്ന് എനിക്ക് ഉറപ്പില്ല."

എന്റെ റൂംമേറ്റ് ആശങ്കാകുലനായതിൽ തെറ്റില്ല. എന്റെ പെരുമാറ്റം അസാധാരണമായിരുന്നു. കഴിഞ്ഞ ഒരു വർഷം ഞാൻ പന്ത്രണ്ടും പതിനാറും മണിക്കൂർ ജോലി ചെയ്തിരുന്നു, ഒരു പൈസ പോലും സമ്പാദിച്ചില്ല. അതേസമയം, സ്റ്റാർട്ടപ്പുകൾ എന്നെ റിക്രൂട്ട് ചെയ്യുകയായിരുന്നു. എനിക്ക് ഡിസൈൻ, കോഡിംഗ് കഴിവുകൾ ഉണ്ടായിരുന്നു, ഞാൻ സാൻ ഫ്രാൻസിസ്കോയിൽ താമസിച്ചു, അത് 2008-ൽ ആയിരുന്നു. എനിക്ക് മുന്നിൽ അവിശ്വസനീയമായ അവസരങ്ങൾ ഉണ്ടായിരുന്നു, പക്ഷേ എനിക്ക് അവയിൽ താൽപ്പര്യമില്ലായിരുന്നു. പകരം, മുന്നറിയിപ്പില്ലാതെ, ഞാൻ താമസം മാറുകയാണെന്ന് പ്രഖ്യാപിച്ചു. "ആരാണ് സാൻ ഫ്രാൻസിസ്കോയിൽ നിന്ന് ചിക്കാഗോയിലേക്ക് മാറുന്നത്?" ജോനാഥൻ പറഞ്ഞു. "ഇത് നേരെ മറിച്ചാണ് നടക്കേണ്ടുന്നത്."

പക്ഷേ ഈ ഭ്രാന്തിന് ഒരു രീതി ഉണ്ടായിരുന്നു. ഒരു ഫലം ഉളവാക്കാൻ ഞാൻ ആഗ്രഹിച്ചു. ആ ഫലം കൈവരിക്കാൻ ഞാൻ ചുറ്റുമുള്ള ശക്തികളുമായി ചേർന്ന് പ്രവർത്തിക്കുകയായിരുന്നു. പിന്നീട് ഞാൻ ക്രിയേറ്റീവ് സൈക്കിളുകൾ അഥവാ സർഗ്ഗാത്മകമായ ചക്രങ്ങൾ എന്ന് വിളിക്കുന്ന രീതി ഞാൻ ഉപയോഗിക്കുകയായിരുന്നു.

രണ്ട് വർഷത്തിന് ശേഷം, എന്റെ പദ്ധതി ഫലം കണ്ടു. ജൂലൈയിലെ ഒരു സൗമ്യമായ ദിവസത്തിൽ, നോബിൾ ട്രീ കോഫി കടയുടെ പൂമുഖത്ത് ഒരു പിക്നിക് ടേബിളിൽ ഇരിക്കുമ്പോൾ എനിക്ക് അത് ലഭിച്ചു. ഇത് യഥാർത്ഥമാണോ? ഞാൻ സ്വയം ചോദിച്ചു. ഞാൻ ഇന്റർനെറ്റ് വെബിൽ ഒരു ദ്രുത തിരച്ചിൽ നടത്തി. ഒന്നുമില്ല. എനിക്ക് ആവശ്യമുള്ള വെബ്സൈറ്റ് ഡൊമെയ്ൻ ലഭ്യമാണോ എന്ന് ഞാൻ പരിശോധിച്ചു. അതെ. എന്റെ ശ്വാസം വേഗത്തിലായി. എന്റെ ഹൃദയമിടിപ്പ് വേഗത്തിലായി. എന്റെ കൈകൾ വിറച്ചു. ഞാൻ എന്നോട് തന്നെ പറഞ്ഞു, ഇതാണ് അത്. അത് എന്റെ വലിയ ആശയമായിരുന്നു.

അത് ഒരു വികാരത്തോടെയാണ് ആരംഭിച്ചത്. എന്റെ തലച്ചോറിൽ സൂക്ഷിക്കാൻ കഴിയുന്നതിനേക്കാൾ കൂടുതൽ ചിന്തകൾ എനിക്കുണ്ടെന്ന് എനിക്ക് തോന്നി. അതിൽ എന്തോ ഒന്ന് വിലപ്പെട്ടതാണെന്ന് എനിക്ക് തോന്നി. ആ ചിന്തകൾ പര്യവേക്ഷണം ചെയ്യാൻ ഞാൻ എനിക്ക് സമയവും സ്ഥലവും നൽകിയാൽ, എനിക്ക് സവിശേഷമായ എന്തെങ്കിലും കണ്ടെത്താനാകുമെന്ന് എനിക്ക് ഒരു സൂചന ലഭിച്ചു. എന്റെ വലിയ ആശയം.

ആദ്യം, എന്റെ റിട്ടയർമെന്റ് അക്കൗണ്ടിന്റെ നല്ലൊരു പങ്കും ഞാൻ മാറ്റിവച്ചു. അടുത്ത വർഷത്തേക്ക്, എല്ലാ ഫ്രീലാൻസ് ജോലികളും എല്ലാ ജോലി ഓഫറുകളും ഞാൻ നിരസിച്ചു. ഫേസ്ബുക്ക് റിക്രൂട്ടറിൽ നിന്ന് ലഭിച്ച ദശലക്ഷക്കണക്കിന് വിലമതിക്കുന്ന ഒരു അവസരം ഞാൻ ഒഴിവാക്കി. ശ്രദ്ധ തിരിക്കുന്ന ഒന്നും ഞാൻ ആഗ്രഹിച്ചില്ല. എന്റെ മനസ്സിലുള്ളത് ക്രമീകരിക്കേണ്ടതുണ്ടായിരുന്നു.

ഒടുവിൽ, സ്ഥലത്തിനും നിശബ്ദതയ്ക്കും വേണ്ടിയുള്ള ആ ആഗ്രഹം - വിലകുറഞ്ഞ വാടകയും - എന്നെ സാൻ ഫ്രാൻസിസ്കോയിൽ നിന്ന് പുറത്താക്കി. സ്റ്റാർട്ടപ്പുകളിലും സാങ്കേതികവിദ്യയിലുമുള്ള പുതിയ പ്രവണതകളിൽ നിന്ന് എനിക്ക് സ്വയം ഒറ്റപ്പെടേണ്ടി വന്നു. ഞാൻ തിരയുന്നത് കണ്ടെത്താൻ ഇതൊന്നും എന്നെ സഹായിച്ചില്ല.

ജോനാഥൻ പറഞ്ഞത് ശരിയാണ്. സാൻ ഫ്രാൻസിസ്കോയിൽ സ്വന്തമായി ജോലി ചെയ്ത ആദ്യ വർഷത്തിൽ ഭൂരിഭാഗം ദിവസങ്ങളിലും ഞാൻ പുലർച്ചെ 4 മണി വരെ ഉണർന്നിരുന്നു. പക്ഷേ, എനിക്ക് ഇപ്പോഴും ധാരാളം ഉറക്കം ലഭിക്കുകയായിരുന്നു. ഞാൻ എന്റെ ഷെഡ്യൂൾ മാറ്റി. അർദ്ധരാത്രി മുതൽ പുലർച്ചെ 4 മണി വരെ, ഞാൻ ശ്രദ്ധ കേന്ദ്രീകരിച്ചിരുന്ന ഒരു ജോലി ചെയ്തു. എനിക്ക് ശ്രദ്ധ നഷ്ടപ്പെട്ടപ്പോൾ,

എനിക്ക് രക്ഷപ്പെടുന്നതിൽ ഒരു ശ്രദ്ധയും ഉണ്ടായിരുന്നില്ല. എന്റെ ഇമെയിൽ ഇൻബോക്സിലോ സോഷ്യൽ മീഡിയ അക്കൗണ്ടുകളിലോ ഞാൻ റിഫ്രഷ് ബട്ടൺ അമർത്തി, ലോകത്തിന്റെ മറുവശത്തുള്ള ഒരാളിൽ നിന്നുള്ള ഇടയ്ക്കിടെയുള്ള ട്വീറ്റുകൾ ഒഴികെ - അപ്ഡേറ്റുകളൊന്നും ഉണ്ടായിരുന്നില്ല. അർദ്ധരാത്രിയിൽ, എല്ലാവരും ഉറങ്ങുകയായിരുന്നു - സിലിക്കൺ വാലിയിൽ പോലും.

പുലർച്ചെ 4 മണിക്ക്, എന്റെ ചെറിയ മുറി ജോലി ചെയ്യാനുള്ള സ്ഥലത്തിൽ നിന്ന് ഉറങ്ങാനുള്ള സ്ഥലമാക്കി മാറ്റും: വിളക്ക് ഓഫ് ചെയ്യുക, എന്റെ കസേര എന്റെ മേശയുടെ അടിയിൽ വയ്ക്കുക, ഷോജി സ്ക്രീൻ മേശയ്ക്ക് ചുറ്റും പൊതിയുക. ഉറങ്ങാൻ പോകുക, ഉച്ചവരെ ഉറങ്ങുക. നാളെ, അവയെല്ലാം അടയ്ക്കുന്നതുവരെ ഞാൻ ഒന്നിനുപുറകെ ഒന്നായി കഫേകളിൽ നിന്ന് ജോലി ചെയ്യും. പിന്നെ എന്റെ കിടപ്പുമുറി വീണ്ടും ഒരു ഓഫീസാക്കി മാറ്റും, അങ്ങനെ എല്ലാം വീണ്ടും ചെയ്യും.

ആ സമയത്ത് എനിക്ക് അതിന് ഒരു പേരില്ലായിരുന്നു, പക്ഷേ ഞാൻ ഒരു സർഗ്ഗാത്മക ചക്രങ്ങൾ അഥവാ സർഗ്ഗാത്മക ചക്രം നിർമ്മിക്കുകയായിരുന്നു. ഒരു സർഗ്ഗാത്മക ചക്രം എന്നത് ശ്രദ്ധയുടെയും ജ്ഞാനോദയത്തിന്റെയും ആവർത്തിക്കാവുന്ന ഒരു പുരോഗതിയാണ്. നിങ്ങൾ മനഃപൂർവ്വം തയ്യാറെടുപ്പ് നടത്തുകയും ഇൻകുബേഷൻ നൽകുകയും ചെയ്യുന്നു. ഈ മാതൃക ആവർത്തിക്കുന്നതിലൂടെ, നിങ്ങൾക്ക് ഒടുവിൽ ജ്ഞാനോദയം കൈവരിക്കാൻ കഴിയും. തുടർന്ന്, നിങ്ങളുടെ ജോലി ലോകത്തിലേക്ക് കൊണ്ടുവരാൻ ആവശ്യമായ സ്ഥിതീകരണം നിങ്ങൾക്ക് ചെയ്യാൻ കഴിയും.

നിങ്ങളുടെ ചുറ്റുമുള്ള താളങ്ങളിൽ ശ്രദ്ധ ചെലുത്തിയാൽ നിങ്ങൾക്ക് കൂടുതൽ ഫലപ്രദമായ സർഗ്ഗാത്മക ചക്രങ്ങൾ നിർമ്മിക്കാൻ കഴിയും. നിങ്ങൾക്ക് സൂര്യോദയങ്ങൾ, സൂര്യാസ്തമയങ്ങൾ, ഋതുക്കളുടെ മാറ്റം എന്നിവ പോലുള്ള പ്രകൃതിയുടെ ഈ താളങ്ങൾ കണ്ടെത്താനാകും. സാംസ്കാരിക സൂചനകളിലും, ഉദാഹരണത്തിന് ദിവസങ്ങൾ, ആഴ്ചകൾ, മാസങ്ങൾ എന്നിവയെക്കുറിച്ചുള്ള നമ്മൾ കല്പിച്ചുകൊടുത്തിട്ടുള്ള പേരുകളിലും, ഭക്ഷണം, ഉറക്കം, അവധിദിനങ്ങൾ ആഘോഷിക്കൽ എന്നിവയെക്കുറിച്ചുള്ള നമ്മുടെ ആചാരങ്ങളിലും നിങ്ങൾക്ക് ഈ താളങ്ങൾ കണ്ടെത്താനാകും. അവസാനമായി, നിങ്ങളുടെ സ്വന്തം ഊർജ്ജത്തിന്റെ ഏറ്റക്കുറച്ചിലുകളിലും ഈ താളങ്ങൾ നിങ്ങൾ കണ്ടെത്തും. നിങ്ങളുടെ ഊർജ്ജം സർഗ്ഗാത്മകതയ്ക്ക് വഴിയൊരുക്കുന്ന സമയങ്ങളുണ്ടാകും, മറ്റ് സമയങ്ങളിൽ നിങ്ങളുടെ ഊർജ്ജം വിശകലനാത്മകതയ്ക്ക് വഴിയൊരുക്കുന്ന സമയങ്ങളുണ്ടാകും.

നിങ്ങൾ ക്രിയേറ്റീവ് സൈക്കിളുകളിൽ വൈദഗ്ധ്യം നേടുമ്പോൾ, ഈ താളങ്ങൾ നൽകുന്ന ഊർജ്ജം നിങ്ങൾ ഉപയോഗപ്പെടുത്തുന്നു. നിങ്ങൾ നിങ്ങളുടെ സർഗ്ഗാത്മകമായ പദ്ധതികളെ മുന്നോട്ട് നയിക്കുന്നു,

ഓരോ പ്രവർത്തനവും മറ്റ് പ്രവർത്തനങ്ങൾക്ക് സാധ്യതയുള്ള ഊർജ്ജം സൃഷ്ടിക്കുന്നു. നിങ്ങൾ ഒരു ശാശ്വത സർഗ്ഗാത്മക യന്ത്രം പോലെ പ്രവർത്തിക്കുന്നു.

രാത്രിയുടെ മധ്യത്തിൽ പ്രവർത്തിക്കുന്നതിനായി ഞാൻ എന്റെ ഷെഡ്യൂൾ മാറ്റിയപ്പോൾ, സാംസ്കാരിക സൂചനകളുടെ താളങ്ങളിൽ നിന്ന് ശക്തി ഉപയോഗപ്പെടുത്തുന്ന ഒരു ചക്രം ഞാൻ സൃഷ്ടിച്ചു. എല്ലാവരും ഉറങ്ങുമ്പോൾ, എനിക്ക് കൂടുതൽ ജോലി ചെയ്യാൻ കഴിയും. എല്ലാവരും ഉണർന്നിരിക്കുമ്പോൾ - ശ്രദ്ധ തിരിക്കുന്ന ഇമെയിലുകളും സന്ദേശങ്ങളും അയയ്ക്കുകയും സോഷ്യൽ മീഡിയ അപ്ഡേറ്റുകൾ പോസ്റ്റ് ചെയ്യുകയും ചെയ്യുമ്പോൾ - ഞാൻ ഉറങ്ങുകയായിരുന്നു

ഞാൻ സാൻ ഫ്രാൻസിസ്കോയിൽ നിന്ന് ചിക്കാഗോയിലേക്ക് താമസം മാറിയപ്പോൾ, ഞാൻ വ്യത്യസ്തമായ ഒരു സർഗ്ഗാത്മക ചക്രങ്ങൾ സൃഷ്ടിച്ചു. ഇത്തവണ, ഋതുക്കളുടെ നാടകീയമായ മാറ്റത്തിന്റെ ശക്തി ഞാൻ ഉപയോഗപ്പെടുത്തി.

"ഇത് വിചിത്രമാണെന്ന് എനിക്കറിയാം," ഞാൻ ജോനാഥനോട് പറഞ്ഞു. "ഇത് പറയുമെന്ന് ഞാൻ ഒരിക്കലും കരുതിയിരുന്നില്ല, പക്ഷേ: എനിക്ക് ശൈത്യകാലം നഷ്ടമായി."

സർഗ്ഗാത്മക ചക്രഗതിയോടൊപ്പമുള്ള ഒഴുക്ക്

ഞാൻ ശൈത്യകാലത്തെ ഒരു ആവേശത്തോടെ വെറുത്തു. ഇപ്പോഴും എനിക്കത് അങ്ങനെ തന്നെയാണ്. കാലിഫോർണിയയിലേക്ക് ആദ്യമായി താമസം മാറിയപ്പോൾ, നെബ്രാസ്കയിലെ എന്റെ സുഹൃത്തുക്കൾക്ക് കാണാൻ വേണ്ടി, ആറ് ദിവസത്തെ കാലാവസ്ഥ പ്രവചനത്തിന്റെ ഒരു സ്ക്രീൻഷോട്ട് ഞാൻ എന്റെ ബ്ലോഗിൽ പോസ്റ്റ് ചെയ്തു. അതുകൊണ്ട് ശൈത്യകാലം എനിക്ക് നഷ്ടമാകാൻ തുടങ്ങിയപ്പോൾ ഞാൻ എന്നെത്തന്നെ അത്ഭുതപ്പെടുത്തി.

ജോലിക്ക് മുമ്പ് ഇരുട്ടിൽ എന്റെ കാറിൽ നിന്ന് ഐസും മഞ്ഞും ഉരയുന്നത് എനിക്ക് നഷ്ടമായില്ല. വർഷത്തിന്റെ പകുതിയും ധരിക്കാൻ കഴിയാത്ത ഒരു മുഴുവൻ വാർഡ്രോബും സ്വന്തമാക്കിയത് എനിക്ക് നഷ്ടമായില്ല. എന്റെ പ്രവേശന കവാടത്തിലെ പരവതാനിയിൽ നിന്ന് ഉപ്പും മണലും ഉരുകിയ മഞ്ഞും ചേർത്ത് ഉണങ്ങിയ ചെളി ഉരച്ചുകളയുന്നത് എനിക്ക് നഷ്ടമായില്ല.

എനിക്ക് നഷ്ടമായ ഒരു കാര്യം, മറ്റ് മാർഗ്ഗമില്ലെന്ന തോന്നലായിരുന്നു. ഞാൻ സ്വയം പറഞ്ഞ ആ ദിവസങ്ങൾ എനിക്ക് നഷ്ടമായി, ശരി, അത് പൂജ്യത്തിന് താഴെയാണ്, നിലത്ത് ആറ് ഇഞ്ച് മഞ്ഞുണ്ട്, അത് നിങ്ങൾക്ക് മുന്നിൽ മൂന്ന് അടി കാണാൻ കഴിയാത്തത്ര കഠിനമായി വീഴുന്നു, വൈകുന്നേരം 4 മുതൽ ഇരുട്ടാണ്. ഞാൻ അകത്തു

തന്നെയാണെന്നാണ് എനിക്ക് തോന്നുന്നത്. ടിവി കാണാനോ, വീഡിയോ ഗെയിമുകൾ കളിക്കാനോ, ജങ്ക് ഫുഡ് കഴിക്കാനോ വേണ്ടിയല്ല ഞാൻ അവിടെ താമസിച്ചത്. ഞാൻ പുസ്തകങ്ങൾ വായിക്കുകയും പ്രോജക്ടുകളിൽ പ്രവർത്തിക്കുകയും ചെയ്തു. ഞാൻ പഠിക്കുകയും പര്യവേക്ഷണം ചെയ്യുകയും ചെയ്തു.

അതിനാൽ ഞാൻ ചിക്കാഗോയിലേക്ക് മാറാൻ തീരുമാനിച്ചപ്പോൾ, അകത്തു തന്നെ താമസിച്ച് സൃഷ്ടിക്കുക എന്നല്ലാതെ മറ്റ് മാർഗ്ഗമൊന്നുമില്ലെന്ന് ഞാൻ ആഗ്രഹിച്ചു. പര്യവേഷണ മാനസികാവസ്ഥയിൽ വളരെ നീണ്ട ഒരു ചക്രം ഞാൻ ആഗ്രഹിച്ചു. ശൈത്യകാലം വേനൽക്കാലത്തിനും വഴിമാറി കൊടുക്കുകയും പിന്നെ വീണ്ടും വന്നപ്പോൾ, എന്റെ ബിഗ് ഐഡിയ തയ്യാറെടുപ്പ് ഘട്ടത്തിൽ നിന്ന് ഇൻകുബേഷൻ ഘട്ടത്തിലേക്കും വീണ്ടും ആവർത്തിച്ചാവർത്തിച്ച് പോയി. സ്വന്തമായി ആരംഭിക്കുന്നതിനും നോബിൾ ട്രീ കോഫി കടയുടെ പൂമുഖത്ത് എന്റെ ആദ്യ പുസ്തകത്തിനുള്ള ആശയം ഉണ്ടായ ദിവസത്തിനും ഇടയിലുള്ള സമയം മൂന്ന് വർഷമായിരുന്നു.

ക്രിയേറ്റീവ് സൈക്കിളുകൾക്ക് മൂന്ന് വർഷമെടുക്കേണ്ടതില്ല, നിങ്ങൾ എത്ര ദൈർഘ്യമേറിയ സൈക്കിളുകൾ ഉപയോഗിച്ചാലും, ചെറിയ സൈക്കിളുകൾ അവയെ പോഷിപ്പിക്കുന്നു. ഒരു ക്ലോക്കിലെ ചെറിയ ഗിയറുകൾ വലിയ ഗിയറുകളെ ചലിപ്പിക്കുന്നതുപോലെയാണിത്. ഞാൻ ഈ മൂന്ന് വർഷത്തെ സൈക്കിളിൽ ആയിരുന്നപ്പോൾ പോലും, മറ്റ് ചെറിയ സൈക്കിളുകൾ സംഭവിച്ചുകൊണ്ടിരുന്നു. ചിക്കാഗോയിലെ ഓരോ സീസണും എന്റെ പ്രോജക്റ്റിനെ സർഗ്ഗാത്മകതയുടെ നാല് ഘട്ടങ്ങളിലൂടെ നയിക്കാൻ സഹായിച്ചു.

ചിക്കാഗോയിലെ വേനൽക്കാലം ഒരു ഉന്മാദിയുടെ നില പോലെയാണ്. എല്ലാവരും കഴിയുന്നത്ര സമയം പുറത്ത് ചെലവഴിക്കാൻ ശ്രമിക്കുന്നു. നിങ്ങൾ നിങ്ങളുടെ ദിവസം വലുതും വിശാലവുമായ ഇടങ്ങളിൽ ചെലവഴിക്കുന്നു. നിങ്ങൾ ചുറ്റിനടക്കുന്നു, സൈക്കിൾ ഓടിക്കുന്നു, റൂഫ്ടോപ്പ് റെസ്റ്റോറന്റുകളിൽ ഭക്ഷണം കഴിക്കുന്നു, അല്ലെങ്കിൽ സംഗീതകച്ചേരികൾക്കും തെരുവ് ഉത്സവങ്ങൾക്കും പോകുന്നു. ഇത് വലിയ ആശയങ്ങൾ ഉണ്ടാകാൻ നല്ല സമയമാണ്.

വിപരീതമായി, ശൈത്യകാലത്ത്, നിങ്ങൾ അടച്ചിട്ട ഇടങ്ങളിലാണ്. ഇരുട്ടാണ്. പര്യവേഷണം, ഗവേഷണം, ഉത്പാദനം, മിനുക്കിയെടുക്കൽ എന്നീ മാനസികാവസ്ഥകളിൽ ചെലവഴിക്കുന്ന സമയത്തിന് ഈ സാഹചര്യങ്ങൾ അനുയോജ്യമാണ്. ഇത് ഒരു വലിയ പ്രോജക്റ്റിന്റെ തയ്യാറെടുപ്പ് അല്ലെങ്കിൽ സ്ഥിരീകരണ ഘട്ടങ്ങൾക്ക് നല്ല സമയമാണ്.

ചിക്കാഗോയിലെ ശൈത്യകാലം വളരെ സമ്മർദ്ദകരമാണ്, വേനൽക്കാലം വരുമ്പോഴേക്കും നിങ്ങൾക്ക് ഒരു ഇടവേള ആവശ്യമാണ്.

വേനൽക്കാലത്തിന്റെ പരമാവധി സമയം നിങ്ങൾ ഊർജ്ജശേഖരണ മാനസികാവസ്ഥയിൽ ചെലവഴിക്കുന്നു. നിങ്ങളുടെ വലിയ പ്രോജക്റ്റുകൾ ഇൻകുബേഷൻ ഘട്ടത്തിലാണ്. ജ്ഞാനോദയം ഏത് നിമിഷവും സംഭവിക്കാം. രണ്ട് നീണ്ട ശൈത്യകാല പര്യവേക്ഷണങ്ങൾക്ക് ശേഷം, മനോഹരമായ ഒരു വേനൽക്കാല ദിനത്തിൽ പുറത്ത് ഇരിക്കുമ്പോഴാണ് എന്റെ ആദ്യ പുസ്തകത്തിനുള്ള ആശയം എനിക്ക് ലഭിച്ചത് എന്നത് യാദൃശ്ചികമല്ല.

ഉയർന്ന ഗിയറിൽ സൈക്കിൾ ചവിട്ടുന്നത് പോലെ സർഗ്ഗാത്മക ചക്രങ്ങളെക്കുറിച്ച് ചിന്തിക്കുക. ഓരോ പെഡലിലും എല്ലായ്പ്പോഴും ഒരേ അളവിൽ ബലം പ്രയോഗിക്കാൻ ശ്രമിച്ചാൽ, നിങ്ങൾ ഊർജ്ജം പാഴാക്കുകയും സ്വയം ശക്തി ക്ഷയിപ്പിക്കുകയും ചെയ്യും. നിങ്ങൾ ഏറ്റവും കൂടുതൽ ബലം പ്രയോഗിക്കേണ്ടത് ഓരോ പെഡലിന്റെയും ഡൗൺസ്ട്രോക്കുകളിലാണ്. അപ്പോഴാണ് നിങ്ങളുടെ ഊർജ്ജം മുന്നോട്ടുള്ള ചലനത്തിലേക്ക് വിവർത്തനം ചെയ്യുന്നത്. പെഡൽ അതിന്റെ പാതയുടെ അഗ്രം കടന്നുപോയ ആ പ്രദേശത്തെ നിങ്ങൾക്ക് "സ്വീറ്റ് സ്പോട്ട്സ്" എന്ന് വിളിക്കാം. ഒരു പെഡൽ സ്വീറ്റ് സ്പോട്ടിൽ എത്തുമ്പോൾ, നിങ്ങൾ പെഡലുകളിൽ എഴുന്നേറ്റ് നിന്ന് കൂടുതൽ ശക്തി ലഭിക്കാൻ ഭൗതികശാസ്ത്ര നിയമങ്ങൾ ഉപയോഗിക്കുന്നു. നിങ്ങൾ നിങ്ങളുടെ ഭാരം ഒരു വശങ്ങളിൽ നിന്ന് മറുവശത്തേക്ക് മാറ്റുന്നു, അങ്ങനെ ഗുരുത്വാകർഷണം ഓരോ പെഡലിലും നിങ്ങളുടെ ശരീരഭാരം പ്രയോഗിക്കുന്നു, ഓരോ പെഡലും സ്വീറ്റ് സ്പോട്ടിൽ എത്തുന്നതുപോലെ.

എന്റെ ക്രിയേറ്റീവ് സ്വീറ്റ് സ്പോട്ട് കണ്ടെത്തുന്നത് എന്റെ സ്വന്തം ക്രിയേറ്റീവ് സൈക്കിളുകൾ നിർമ്മിക്കുന്നതിൽ ഒരു പ്രധാന ഭാഗമായിരുന്നു. ഒരു ഉത്പാദന മാനസികാവസ്ഥയിൽ ആയിരിക്കാൻ എനിക്ക് ഏറ്റവും അനുയോജ്യമായ ഒരു സമയമുണ്ടെന്ന് ഞാൻ കണ്ടെത്തി. പക്ഷേ, എന്റെ ദിവസത്തിനുള്ളിൽ മാത്രമല്ല, മറ്റ് പല ചക്രങ്ങളിലും ഒരു ക്രിയേറ്റീവ് സ്വീറ്റ് സ്പോട്ട് ഉണ്ടെന്ന് ഞാൻ ഒടുവിൽ കണ്ടെത്തി: ഒരു നിശ്ചിത ആഴ്ച, മാസം, വർഷം, അല്ലെങ്കിൽ അതിലും ദൈർഘ്യമേറിയ ചക്രങ്ങൾക്കുള്ളിൽ, എനിക്ക് പുതിയ ആശയങ്ങൾ കൂടുതൽ എളുപ്പത്തിൽ സൃഷ്ടിക്കാൻ കഴിയുന്ന സമയങ്ങളുണ്ട്. മാത്രമല്ല, സർഗ്ഗാത്മകമായ പ്രവർത്തനത്തിന്റെ ഏഴ് മാനസികാവസ്ഥകളിൽ ഓരോന്നിനും സ്വീറ്റ് സ്പോട്ട്സ് ഉണ്ട്.

നിങ്ങളുടെ ദിനചര്യ ഉപേക്ഷിക്കു. നിങ്ങളുടെ വാരാന്ത്യ ദിനചര്യ ആരംഭിക്കു

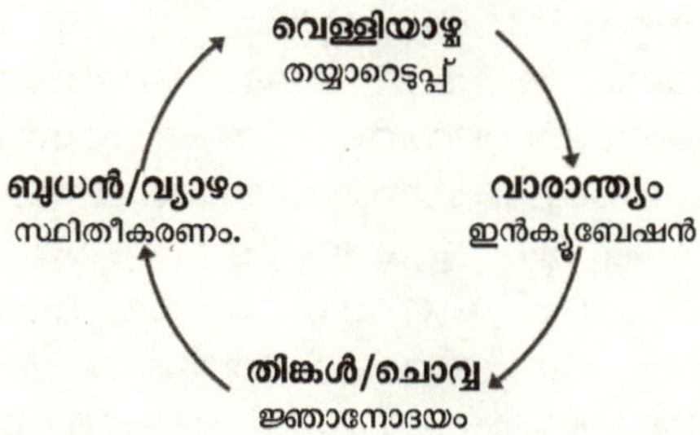

ദിവസത്തിന്റെ സമയം, ആഴ്ചയിലെ ദിവസം, അല്ലെങ്കിൽ വർഷത്തിലെ കാലം എന്നിവ അനുസരിച്ച് സർഗ്ഗാത്മക ചക്രങ്ങളുടെ ഉദാഹരണം - ഓരോ ചക്രത്തിന്റെയും ഓരോ ഘട്ടവും സർഗ്ഗാത്മകതയുടെ നാല് ഘട്ടങ്ങളുമായി എങ്ങനെ പൊരുത്തപ്പെടുമെന്ന് കാണിക്കുന്നു.

മിക്കവാറും നിങ്ങൾക്ക് ഒരു ദിനചര്യ ഉണ്ടായിരിക്കാം. എഴുന്നേൽക്കുക, പ്രഭാതഭക്ഷണം കഴിക്കുക, കുളിക്കുക, ജോലിക്ക് പോകുക, ഇമെയിൽ പരിശോധിക്കുക, നിങ്ങളുടെ ദിവസം ആസൂത്രണം ചെയ്യുക തുടങ്ങിയവ. നിങ്ങൾ എല്ലാ ദിവസവും ആ പതിവ് ആവർത്തിക്കുന്നു, വാരാന്ത്യങ്ങളിൽ വ്യത്യസ്തമായ ഒരു പതിവ് പിന്തുടരുന്നു. എന്നാൽ നിങ്ങൾ സൂക്ഷ്മമായി നോക്കിയാൽ, നമ്മളിൽ പലരും ഇതിനകം തന്നെ ദിനചര്യയ്ക്ക് അപ്പുറമുള്ള ദിനചര്യകൾ പിന്തുടരുന്നുണ്ട്, യഥാർത്ഥത്തിൽ അവ വാരാന്ത്യ ദിനചര്യകളാണ്. നമുക്ക് "തിങ്കളാഴ്ചകൾ" എന്നൊരു സംഭവം ലഭിക്കുന്നു. ബുധനാഴ്ചയുടെ "പ്രതിസന്ധിഘട്ടം" ആകുമ്പോഴേക്കും "ദൈവത്തിന് നന്ദി ഇത് വെള്ളിയാഴ്ചയാണ്" എന്ന് പറയാൻ കഴിഞ്ഞെങ്കിൽ എന്ന് നമ്മൾ ആഗ്രഹിക്കുന്നു.

ഈ താളങ്ങൾക്കൊപ്പം പെരുമാറ്റത്തിലും സൂക്ഷ്മമായ മാറ്റങ്ങൾ വരുന്നു. ഉദാഹരണത്തിന്, ചൊവ്വാഴ്ച എന്തും അരങ്ങേറാൻ ഒരു ചൂടുള്ള ദിവസമാണെന്ന് ഓൺലൈൻ മാർക്കറ്റർമാർക്ക് അറിയാം - ഒരു ബ്ലോഗ് പോസ്റ്റ്, ഒരു പുതിയ പുസ്തകം, അല്ലെങ്കിൽ ഒരു ആൽബം എന്നിവ. ചൊവ്വാഴ്ചകളിൽ ഇന്റർനെറ്റിൽ കൂടുതൽ പ്രവർത്തനങ്ങൾ ഉണ്ട്. എന്തുകൊണ്ട് അങ്ങനെ? ഒരുപക്ഷേ തിങ്കളാഴ്ച എല്ലാവരും ജോലിക്ക് പോകുമ്പോൾ, വാരാന്ത്യത്തിൽ എന്താണ് സംഭവിച്ചതെന്ന് അവർക്ക് മനസ്സിലാക്കേണ്ടി വന്നതുകൊണ്ടാകാം. അവർ ലേഖനങ്ങൾ വായിക്കുന്നില്ല, ഏറ്റവും പ്രധാനപ്പെട്ട ഇമെയിലുകൾ മാത്രമേ വായിച്ചിട്ടുള്ളൂ. ചൊവ്വാഴ്ച ആയതിനാൽ, തങ്ങൾക്ക് ഒരു ചെറിയ ഇടവേള അർഹമാണെന്ന് അവർക്ക് തോന്നുന്നു. അതിനാൽ, അവർ സോഷ്യൽ മീഡിയയിൽ കൂടുതൽ സമയം ചെലവഴിക്കുന്നു, അല്ലെങ്കിൽ അവരുടെ ഇൻബോക്സിൽ വരുന്ന മാർക്കറ്റിംഗ് ഇമെയിലിൽ കൂടുതൽ ശ്രദ്ധ ചെലുത്തുന്നു.

നേരെമറിച്ച്, ഞാൻ ഒരു ഓൺലൈൻ ഡേറ്റിംഗ് ബ്ലോഗ് നടത്തിയിരുന്നു, ഞായറാഴ്ചകളായിരുന്നു എപ്പോഴും ഞങ്ങളുടെ ഏറ്റവും വലിയ ദിവസം. അവിവാഹിതരായ യുവ പ്രൊഫഷണലുകൾക്ക് ആഴ്ചയിലുടനീളം ഡേറ്റുകൾക്കായി തിരയാൻ അത്രയും സമയവും ശ്രദ്ധയും ഇല്ല. വെള്ളി, ശനി രാത്രികളിൽ അവർ പുറത്തുപോകുന്നു. ഞായറാഴ്ച ആകുമ്പോഴേക്കും അവർക്ക് കുറച്ച് ഒഴിവു സമയമുണ്ട്, മറ്റ് പദ്ധതികളൊന്നുമില്ല, ഒരുപക്ഷേ ബാറുകളിലെ മറ്റൊരു വിരസമായ രാത്രിക്ക് ശേഷം അവർക്ക് പ്രത്യേക ആരെയെങ്കിലും കണ്ടെത്താൻ കൂടുതൽ പ്രചോദനം തോന്നാം.

നമ്മൾ ഓരോ ദിവസവും പിന്തുടരുന്ന ദിനചര്യകൾ നമ്മെ ചുറ്റിപ്പറ്റിയുള്ള സൂചനകളാൽ രൂപപ്പെടുത്തപ്പെടുന്നു. സൂര്യൻ ഉദിക്കുകയും അസ്തമിക്കുകയും ചെയ്യുന്നു, മിക്ക പ്രൊഫഷണൽ ലോകവും ഒമ്പത് മുതൽ അഞ്ച് വരെയുള്ള ഷെഡ്യൂൾ പിന്തുടരുന്നു, പകൽ സമയത്ത് ചില ഇടവേളകളിൽ ഭക്ഷണം കഴിക്കാൻ നമ്മൾ പ്രവണത

കാണിക്കുന്നു. ഡാനിയൽ പിങ്ക്, വെൻ: ദി സയന്റിഫിക് സീക്രട്സ് ഓഫ് പെർഫെക്റ്റ് ടൈമിംഗ് എന്ന പുസ്തകത്തിൽ വിവരിച്ചതുപോലെ, നമ്മൾ ജാഗ്രത പാലിക്കുമ്പോഴും ക്ഷീണിക്കുമ്പോഴും നമ്മുടെ മാനസികാവസ്ഥയെയും മറ്റ് നിരവധി ഘടകങ്ങളെയും സ്വാധീനിക്കുന്ന ജൈവ ഘടികാരങ്ങളുമായി ബന്ധപ്പെട്ടിരിക്കുന്നു.

എന്നാൽ ഈ സൂചനകളിൽ പലതും ദൈനംദിന ചക്രത്തിനപ്പുറം പ്രവർത്തിക്കുന്നു. ഏറ്റവും വിശ്വസനീയമായ ചക്രങ്ങളിലൊന്നാണ് ആഴ്ചതോറുമുള്ള ചക്രം. ഒരു ആഴ്ചതോറുമുള്ള ചക്രം പിന്തുടരുന്നതിലൂടെ, നിങ്ങൾക്ക് നിങ്ങളുടെ ശ്രദ്ധ വർദ്ധിപ്പിക്കാനും നീട്ടിവെക്കൽ കുറയ്ക്കാനും കഴിയും. അതിനാൽ, ഒരു ദിനചര്യയ്ക്ക് പകരം, ഒരു ആഴ്ചതോറുമുള്ള ദിനചര്യ നടത്തുക.

ഒരു ആഴ്ചതോറുമുള്ള ദിനചര്യ അനുസരിച്ച് സംഘടിപ്പിക്കുന്നതിനെക്കുറിച്ച് ഞാൻ ആദ്യം പഠിച്ചത് ഉൽപ്പാദനക്ഷമതാ കൺസൾട്ടന്റായ അരി മെയ്സലിൽ നിന്നാണ്. ഏത് തരം പ്രവർത്തനങ്ങൾ ഏത് സമയത്താണ് അദ്ദേഹം ചെയ്യുന്നത് എന്നതനുസരിച്ച് അദ്ദേഹം തന്റെ മുഴുവൻ ആഴ്ചയും ക്രമീകരിക്കുന്നു. ഉദാഹരണത്തിന്, അദ്ദേഹത്തിന് പേപ്പർ വർക്ക് ഉണ്ടെങ്കിൽ, വെള്ളിയാഴ്ച രാവിലെ 10 മണിക്ക് അത് ചെയ്യുന്നതിന് വേണ്ടി സമയം മാറ്റിവയ്ക്കണമെന്ന് അദ്ദേഹത്തിനറിയാം.

ആഴ്ചയിലെ ദിവസങ്ങളും ദിവസത്തിലെ സമയങ്ങളും ചില ജോലികൾ ചെയ്യുന്നതിനായി നിയുക്തമാക്കുന്നതിന്റെ നിരവധി ഗുണങ്ങൾ മനസ്സിലാക്കാൻ അരി എന്നെ സഹായിച്ചു. ഒന്ന്, മൾട്ടിടാസ്കിംഗിന് പകരം സിംഗിൾ ടാസ്കിംഗ് വഴി മാനസിക ഊർജ്ജം ലാഭിക്കാം എന്നതാണ്. അദ്ദേഹം പറഞ്ഞു, "ഒരു മണിക്കൂറിനുള്ളിൽ നമുക്ക് ഒരു ഫോൺ കോൾ ചെയ്യാൻ താൽപ്പര്യമില്ല, തുടർന്ന് രണ്ട് മിനിറ്റ് കഴിഞ്ഞ് എക്സലിൽ (Microsoft Excel) പോയി എന്തെങ്കിലും ചെയ്യാൻ ശ്രമിക്കുക, തുടർന്ന് ഫേസ്ബുക്ക് നോട്ടിഫിക്കേഷന് മറുപടി നൽകുക, തുടർന്ന് ഫോണിൽ തിരികെ വന്ന് ഒരു കപ്പ് കാപ്പി കുടിക്കാൻ പോകുക, തുടർന്ന് ഒരു സഹപ്രവർത്തകനോട് സംസാരിക്കുക. മണിക്കൂറിന്റെ അവസാനത്തോടെ നിങ്ങൾ അറുപത് കാര്യങ്ങൾ ചെയ്തുകഴിഞ്ഞു, പക്ഷേ യഥാർത്ഥത്തിൽ ഒന്നും ചെയ്തിട്ടില്ല."

നിങ്ങൾ ഒരു പ്രവർത്തനത്തിൽ നിന്ന് മറ്റൊന്നിലേക്ക് ക്രമരഹിതമായി മാറുമ്പോൾ, നിങ്ങളുടെ ഊർജ്ജം ചോർന്നൊലിക്കുന്നു. നിങ്ങൾ ഒരു മോട്ടോറിൽ ഗിയറുകൾ മാറ്റുമ്പോൾ, ആ ഗിയറുകൾ പരസ്പരം ബന്ധിപ്പിച്ചിട്ടില്ലാത്തപ്പോൾ അവ ചലിപ്പിക്കുന്നതിൽ ഊർജ്ജം പാഴാകുന്നു. നിങ്ങൾ എല്ലായ്പ്പോഴും അങ്ങനെ ചെയ്യുകയാണെങ്കിൽ, നിങ്ങളുടെ ഊർജ്ജത്തിന്റെ ഒരു ചെറിയ ഭാഗം ട്രാക്ഷനിലേക്ക് പോകുന്നു. നിർ ഇയാൽ തന്റെ "ഇൻഡിസ്ട്രാക്റ്റബിൾ"

എന്ന പുസ്തകത്തിൽ പറയുന്നതുപോലെ, ട്രാക്ഷന്റെ (traction) വിപരീതം "dis-traction (ഡിസ്ട്രാക്ഷൻ)" എന്നാണ്.

ചില പ്രത്യേക തരം ജോലികൾ ചെയ്യാൻ നിശ്ചിത സമയം ഉണ്ടായിരിക്കുന്നതിന്റെ മറ്റൊരു ഗുണം, അത് നിങ്ങളുടെ ഊർജ്ജം കൈയിലുള്ള ജോലിയിൽ കേന്ദ്രീകരിക്കുന്നു എന്നതാണ്. ഒരു ജോലിയിൽ നിന്ന് മറ്റൊന്നിലേക്ക് വേഗത്തിൽ മാറാതിരിക്കുന്നതിലൂടെ നിങ്ങൾ ഊർജ്ജ ചോർച്ച തടയുക മാത്രമല്ല, ആ നിമിഷത്തിൽ നിങ്ങൾ കൂടുതൽ ശ്രദ്ധ കേന്ദ്രീകരിക്കുകയും ചെയ്യുന്നു. "മാരത്തോണുകളിൽ ചെയ്യുന്നതിനേക്കാൾ സ്പ്രിന്റുകളിൽ നമ്മുടെ തലച്ചോർ നന്നായി പ്രവർത്തിക്കുന്നുവെന്ന് ശാസ്ത്രം നമ്മെ പഠിപ്പിക്കുന്നു," മെയ്സൽ പറഞ്ഞു.

ആഴ്ചയിലെ സമയത്തിനനുസരിച്ച് എന്റെ ജോലികൾ ക്രമീകരിക്കാൻ ഞാൻ ആദ്യമായി ശ്രമിച്ചപ്പോൾ, അത് ഒരു പോരാട്ടമായിരുന്നു. ചില ജോലികൾ സമയബന്ധിതം ആയിരുന്നു, അവയ്ക്ക് കാത്തിരിക്കാൻ കഴിയുമെന്ന് തോന്നിയില്ല. പരിശീലനത്തിലൂടെ, മറ്റൊരു സമയം വരെ കാത്തിരിക്കാവുന്ന ജോലികൾ ഒടുവിലേക്ക് എനിക്ക് മാറ്റിവയ്ക്കാൻ കഴിഞ്ഞു.

സാമ്പത്തിക പ്രസ്താവനകൾ അവലോകനം ചെയ്യാൻ ആവശ്യപ്പെട്ട് എന്റെ അക്കൗണ്ടന്റ് ഒരു ഇമെയിൽ അയച്ചാൽ, എന്റെ സ്വാഭാവിക പ്രതികരണം ഞാൻ ചെയ്യുന്നത് നിർത്തി സാമ്പത്തിക പ്രസ്താവനകൾ അവലോകനം ചെയ്യുക എന്നതായിരുന്നു. ഞാൻ അത് മറ്റൊരു സമയത്തേക്ക് മാറ്റിവയ്ക്കാൻ ശ്രമിക്കുമ്പോൾ, അതിന് കാത്തിരിക്കാൻ കഴിയാത്തതിന്റെ കാരണം ഞാൻ എന്നോട് തന്നെ ഒഴികഴിവുകൾ പറഞ്ഞു. പ്രതികരിക്കുന്നില്ലെന്ന് തോന്നാൻ ഞാൻ ആഗ്രഹിച്ചില്ല, അത് അടിയന്തിരമാണെന്ന് ഞാൻ എന്നെത്തന്നെ ബോധ്യപ്പെടുത്തി. ഒരു ജോലി മനഃപൂർവ്വം മാറ്റിവെച്ചാൽ മോശമായ ഒന്നും സംഭവിച്ചില്ല, പ്രതികരിക്കുന്നില്ലെന്ന് തോന്നുന്നുണ്ടെങ്കിൽ, അത് എപ്പോൾ പൂർത്തിയാക്കുമെന്ന് മറ്റൊരാൾക്ക് ഒരു ദ്രുത ഇമെയിൽ അയയ്ക്കാൻ എനിക്ക് കഴിഞ്ഞു.

ചില ജോലികൾ ചെയ്യാൻ ചില സമയങ്ങൾ നിശ്ചയിക്കുന്നത് അപ്രതീക്ഷിതമായ നിരവധി നേട്ടങ്ങൾ നൽകി. ഒന്നാമതായി, ഒരു ജോലി എപ്പോൾ ചെയ്യണമെന്ന് തീരുമാനിക്കുന്നത് കാലതാമസം കുറയ്ക്കുന്നു. അത് ശരിയാണ്: അടിസ്ഥാനപരമായി മനഃപൂർവ്വം കാലതാമസം വരുത്തുന്നത്, യഥാർത്ഥത്തിൽ കാലതാമസം കുറയ്ക്കുന്നതിന് സഹായകമായി. ഞാൻ മാനസികമായും വാക്കാലുള്ളതുമായ ഒരു പ്രതിബദ്ധത പുലർത്തിയിരുന്നു, ആ പ്രതിബദ്ധതയിൽ സ്ഥിരത പുലർത്താൻ ഞാൻ ആഗ്രഹിച്ചു. ഒരു ഇമെയിലിനോടുള്ള എന്റെ പതിവ് പ്രതികരണത്തിൽ നിന്ന് തികച്ചും

വ്യത്യസ്തമായിരുന്നു ഇത്, സാമ്പത്തിക പ്രസ്താവനകൾ അവലോകനം ചെയ്യാൻ ഉദ്ദേശിച്ചുകൊണ്ട്, ഞാൻ ആഗ്രഹിക്കുന്നതോ ചെയ്യേണ്ടതോ ആയ മറ്റ് കാര്യങ്ങളെക്കുറിച്ച് ചിന്തിക്കുമ്പോൾ, കുറച്ച് മിനിറ്റ് എന്റെ സ്ക്രീനിൽ ഉറ്റുനോക്കുക എന്നതായിരുന്നു അത്. എന്റെ സാമ്പത്തിക പ്രസ്താവനകൾ പിന്നീട് അവലോകനം ചെയ്യുമെന്ന് അറിയുന്നതിലൂടെ, എന്റെ ഇൻബോക്സിൽ ഇമെയിൽ പ്രത്യക്ഷപ്പെടുന്നതിന് മുമ്പ് ഞാൻ ചെയ്തുകൊണ്ടിരുന്ന ജോലിയിലേക്ക് എനിക്ക് തിരികെ പോകാൻ കഴിയും.

രണ്ടാമത്തെ നേട്ടം, ഒരു ജോലി എപ്പോൾ ചെയ്യണമെന്ന് തീരുമാനിക്കുന്നത് എന്നെ കൂടുതൽ സംഘടിതനാക്കുകയും പ്രതിസന്ധികൾ തടയാൻ എന്നെ പ്രചോദിപ്പിക്കുകയും ചെയ്തു എന്നതാണ്. എനിക്ക് മാറ്റിവയ്ക്കാൻ കഴിയാത്ത ഒരു ജോലി വന്നപ്പോൾ, ഞാൻ സ്വയം ചോദിച്ചു, ഈ ജോലി എങ്ങനെയാണ് അടിയന്തിരമായി മാറിയത്? ആ നിമിഷത്തിൽ ശ്രദ്ധ കേന്ദ്രീകരിക്കുന്നതിന്റെ സന്തോഷം അനുഭവിച്ചതിനുശേഷം, ആ നിമിഷങ്ങൾ പരമാവധിയാക്കാൻ ഞാൻ ആഗ്രഹിച്ചു. പ്രതിസന്ധികളെ തടയുന്ന സംവിധാനങ്ങൾ ഞാൻ സൃഷ്ടിച്ചു, അനിവാര്യമായപ്പോൾ പ്രതിസന്ധികൾ ഉയർന്നുവന്നപ്പോൾ അത് എന്റെ ബിസിനസ്സിനെ ബുള്ളറ്റ് പ്രൂഫ് ആക്കി. (അടുത്ത അധ്യായത്തിൽ ആ സംവിധാനങ്ങളെക്കുറിച്ച് ഞാൻ നിങ്ങളോട് കൂടുതൽ പറയും.)

ചില ജോലികൾ എപ്പോൾ ചെയ്യണമെന്ന് മുൻകൂട്ടി തീരുമാനിക്കുന്നതിന്റെ മൂന്നാമത്തെയും ഏറ്റവും ആഴത്തിലുള്ളതുമായ നേട്ടം, എന്റെ സർഗ്ഗാത്മകമായ ഊർജ്ജം നന്നായി ഉപയോഗിക്കുന്ന ഒരു താളം ഞാൻ കൈവരിക്കാൻ തുടങ്ങി എന്നതാണ്. ആദ്യം, ഒരു ജോലി എപ്പോൾ ചെയ്യണമെന്ന എന്റെ തിരഞ്ഞെടുപ്പുകൾ ഏകപക്ഷീയമായിരുന്നു. എന്നാൽ എന്റെ ആഴ്ചയിലുടനീളം ഞാൻ ശ്രദ്ധിച്ച ഊർജ്ജത്തിലെ ഏറ്റക്കുറച്ചിലുകളെ അടിസ്ഥാനമാക്കി, എന്റെ ഊർജ്ജം നന്നായി ഉപയോഗിക്കുന്നതിനായി ഞാൻ ഒടുവിൽ ആ തിരഞ്ഞെടുപ്പുകൾ മാറ്റി.

തിങ്കളാഴ്ച സാമ്പത്തിക പ്രസ്താവനകൾ അവലോകനം ചെയ്യാൻ ഞാൻ ആഗ്രഹിക്കുന്നില്ലെന്ന് അപ്പോഴേക്കും വ്യക്തമായി. അപ്പോൾ, സാമ്പത്തിക പ്രസ്താവനകൾ അവലോകനം ചെയ്യാൻ ഏറ്റവും നല്ല സമയം എപ്പോഴാണ്? എന്റെ ഊർജ്ജത്തിലെ ഏറ്റക്കുറച്ചിലുകളുമായി - അതുവഴി മാതൃകാപരമായ മാനസികാവസ്ഥയുമായി - എന്റെ ജോലികളെ പൊരുത്തപ്പെടുത്താൻ കഴിഞ്ഞത് ഒടുവിൽ ഉത്തരം വ്യക്തമാക്കി.

തിങ്കളാഴ്ചകളിൽ, ജോലിയിൽ നിന്ന് വിട്ടുനിൽക്കുന്ന ഒരു വാരാന്ത്യത്തിൽ നിന്നുള്ള പുതിയ സർഗ്ഗാത്മകമായ ഊർജ്ജം എനിക്കുണ്ട്. ഇൻകുബേഷൻ കാലഘട്ടത്തിലൂടെയാണ് ഞാൻ

കടന്നുപോയതത്, ഇപ്പോൾ ഞാൻ ജ്ഞാനോദയത്തിന്റെ നിമിഷങ്ങൾക്ക് തയ്യാറാണ്. സാമ്പത്തിക പ്രസ്താവനകൾക്കായി എന്റെ ഏറ്റവും മികച്ച സർഗ്ഗാത്മകമായ ഊർജ്ജം ഞാൻ എന്തിനാണ് പാഴാക്കുന്നത്? നിർവ്വഹണത്തിന്റെ മാനസികാവസ്ഥയിലല്ല, ഉത്പാദനത്തിന്റെ മാനസികാവസ്ഥയിലായിരിക്കാൻ 151ഞാൻ ആഗ്രഹിക്കുന്നു. ചൊവ്വാഴ്ചകളും നല്ലതല്ല. വാരാന്ത്യത്തിലെ ചിലന്തിവലകളെ ഞാൻ അടിച്ചുവാരി കളഞ്ഞു, ഞാൻ എന്റെ മുന്നേറ്റം നടത്തി. എന്റെ തിങ്കളാഴ്ച ഉത്പാദന സെഷനിൽ പ്രത്യക്ഷപ്പെട്ട അയഞ്ഞ വശങ്ങൾ പര്യവേക്ഷണം ചെയ്യാൻ ഞാൻ തയ്യാറാണ്. പര്യവേക്ഷണ അല്ലെങ്കിൽ ഗവേഷണ മാനസികാവസ്ഥകളിൽ ചെയ്യുന്ന കൂടുതൽ തയ്യാറെടുപ്പുകൾക്ക് എന്റെ പ്രോജക്റ്റുകൾ തയ്യാറാണ്.

ടൈംഫുളിൽ ഞാൻ ജോലി ചെയ്യുന്നതിനിടയിൽ, ജോലികൾ എപ്പോൾ ചെയ്യണമെന്ന് മുൻകൂട്ടി തീരുമാനിക്കാൻ എനിക്ക് കൂടുതൽ പരിശീലനം ലഭിച്ചു. ആ പരിശീലനത്തിൽ നിന്ന് ഞാൻ പഠിച്ച കാര്യങ്ങൾ പിന്നീട് എന്റെ മാനസികാവസ്ഥയുമായി സംയോജിപ്പിച്ച് എന്റെ സർഗ്ഗാത്മകമായ ഊർജ്ജം കൂടുതൽ മികച്ച രീതിയിൽ ഉപയോഗപ്പെടുത്തി, അടിസ്ഥാനപരമായി ഒരു ശാശ്വത സർഗ്ഗാത്മക യന്ത്രമായി എന്നെത്തന്നെ രൂപാന്തരപ്പെടുത്തി.

ഞാൻ ഗൂഗിൾ കലണ്ടറിൽ ജോലി ചെയ്യുമ്പോൾ ഉൽപ്പാദനക്ഷമതയെക്കുറിച്ച് എന്താണ് പഠിച്ചത്

നമ്മളിൽ മിക്കവരും ചെയ്യേണ്ട കാര്യങ്ങളുടെ പട്ടിക എങ്ങനെ ഉപയോഗിക്കുന്നു എന്ന് ചിന്തിക്കുക. നമുക്ക് ചെയ്യേണ്ട കാര്യങ്ങളുടെ പട്ടിക നമ്മുടെ കൈവശമുണ്ട്, പക്ഷേ അവ എപ്പോൾ ചെയ്യുമെന്നോ അവയ്ക്ക് എത്ര സമയമെടുക്കുമെന്നോ നമുക്കറിയില്ല. നമ്മുടെ സാരവത്തായ കണ്ണുകൾ നമ്മുടെ കലണ്ടറുകളേക്കാൾ വലുതാണ്.

ടൈംഫുൾ ടീം ഒരു മികച്ച സവിശേഷത കൊണ്ടുവന്നു, അതിൽ നിങ്ങൾ ചെയ്യേണ്ട കാര്യങ്ങളുടെ പട്ടിക ഉണ്ടാക്കുക മാത്രമല്ല ചെയ്യുന്നത്. ആ ചെയ്യേണ്ട കാര്യങ്ങളുടെ പട്ടികയിലെ ഓരോ ഇനങ്ങളും പൂർത്തിയാക്കാൻ എടുക്കുന്ന സമയം നിങ്ങൾക്ക് കണക്കാക്കാനും കഴിയും, തുടർന്ന് നിങ്ങൾക്ക് ഇനങ്ങൾ നിങ്ങളുടെ കലണ്ടറിലേക്ക് എടുത്തിടാനും കഴിയും. ഫലം ഒരു ടൈംലൈനിൽ ചെയ്യേണ്ട കാര്യങ്ങളും നിങ്ങളുടെ കലണ്ടറിലെ മറ്റ് എല്ലാ ഇവന്റുകളും ആയിരുന്നു. നിങ്ങളുടെ ചെയ്യേണ്ട കാര്യങ്ങളുടെ പട്ടികയിലെ എല്ലാം ചെയ്യാൻ നിങ്ങൾക്ക് യഥാർത്ഥത്തിൽ സമയമില്ലെന്ന് പെട്ടെന്ന് വ്യക്തമാകും. ഒരു ഡിസൈൻ ഉപദേഷ്ടാവ് എന്ന നിലയിൽ, ഈ സവിശേഷത ഉപയോഗിക്കുന്നതിന് ഞാൻ സ്വയം പ്രതിജ്ഞാബദ്ധനാകേണ്ടതുണ്ട്, ഈ പ്രക്രിയയിൽ

എന്റെ സമയം നന്നായി ഉപയോഗിക്കുന്നതിനെക്കുറിച്ച് ഞാൻ ധാരാളം കാര്യങ്ങൾ പഠിച്ചു.

എത്ര സമയമെടുക്കുമെന്ന് കണക്കാക്കുന്നതിൽ എനിക്ക് കഴിവില്ലെന്ന് ഞാൻ ആദ്യം മനസ്സിലാക്കി. കാര്യങ്ങൾ എത്ര സമയമെടുക്കുമെന്ന് കണക്കാക്കുന്നതിൽ മിക്കവാറും നമ്മളെല്ലാവരും മോശക്കാരാണെന്ന് ഇത് പറയുന്നു. ഡാനിയേൽ കാനെമാനും ആമോസ് ട്വെർസ്കിയും ഈ "ആസൂത്രണ വീഴ്ച" കണ്ടുപിടിച്ചു. ഇത് പ്രവർത്തനത്തിൽ കാണാൻ, ഒരു മണിക്കൂറിനുള്ളിൽ നിങ്ങൾ ചെയ്യാൻ ആഗ്രഹിക്കുന്ന ജോലികളുടെ ഒരു പട്ടിക ഉണ്ടാക്കുക, തുടർന്ന് ആ മണിക്കൂറിനുള്ളിൽ ആ ജോലികൾ പൂർത്തിയാക്കാൻ ശ്രമിക്കുക. ഇത് ഒരു കണ്ണ് തുറപ്പിക്കുന്ന അനുഭവമായിരിക്കും.

സാധാരണയായി, നിങ്ങൾ ആസൂത്രണം ചെയ്ത ജോലികൾ പൂർത്തിയാക്കാൻ എടുക്കുന്ന യഥാർത്ഥ സമയം നിങ്ങൾ കണക്കാക്കിയതിനേക്കാൾ വളരെ കൂടുതലായിരിക്കും. ഇത് നിരാശാജനകമായിരിക്കാം, പക്ഷേ ഇത് ഒരു പഠനാവസരം കൂടിയാണ്. കഴിഞ്ഞ ഒരു മണിക്കൂറിൽ സംഭവിച്ച എല്ലാ കാര്യങ്ങളും അല്പം സമയമെടുത്ത് ചിന്തിക്കുക. എന്തുകൊണ്ടാണ് നിങ്ങൾ നിങ്ങളുടെ ഉദ്ദേശിച്ച സമയത്തിനുള്ളിൽ ജോലി തീർക്കുന്നതിൽ പരാജയപ്പെട്ടത്?

എന്റെ ടൈംഫുൾ കലണ്ടറിൽ ചെയ്യേണ്ട ഇനങ്ങൾ ചേർക്കുമ്പോൾ ജോലികൾ എടുക്കുന്ന സമയം കണക്കാക്കുന്നതിനുള്ള ഈ വ്യായാമം ഞാൻ ചെയ്തു. മൂന്ന് കാരണങ്ങളിൽ ഒന്നിന് എനിക്ക് എന്റെ നിർണ്ണയിക്കുന്നത് നഷ്ടമായി: ഞാൻ ആ ജോലിക്ക് തയ്യാറല്ലായിരുന്നു, ഞാൻ തടസ്സപ്പെട്ടു, അല്ലെങ്കിൽ ഞാൻ അമിതമായി ശുഭാപ്തിവിശ്വാസിയായിരുന്നു.

ജോലിക്കായി ഞാൻ തയ്യാറാകാതിരുന്നപ്പോൾ, ആ ജോലി ചെയ്യാൻ എനിക്ക് ആവശ്യമായ എന്തോ ഒന്ന് ഉണ്ടായിരുന്നു - അത് അപ്പോൾ എനിക്ക് ഉണ്ടായിരുന്നില്ല. ഉദാഹരണത്തിന്, ഒരു ലേഖനത്തിന്റെ ഡ്രാഫ്റ്റ് എഴുതേണ്ടി വന്നാൽ, ആ ലേഖനം എഴുതാൻ സഹായിക്കുന്നതിന് ഒരു ഗവേഷണവും നടത്താത്തപ്പോൾ ഞാൻ തയ്യാറാകാതിരുന്നു. ഗെറ്റിംഗ് തിംഗ്സ് ഡൺ എന്ന പുസ്തകത്തിൽ ഡേവിഡ് അലൻ വിളിക്കുന്നതുപോലെ, "അടുത്ത പ്രവർത്തനം" തിരിച്ചറിയുന്നതിൽ ഇത് പലപ്പോഴും ഒരു പിശകായിരുന്നു. ക്രിയേറ്റീവ് പ്രോജക്ടുകളിൽ, സർഗ്ഗാത്മകതയുടെ നാല് ഘട്ടങ്ങളോടുള്ള ബഹുമാനക്കുറവ് ഇത് കാണിച്ചു തരുന്നു. എനിക്ക് ഒരു തയ്യാറെടുപ്പോ ഇൻകുബേഷനോ ഇല്ലായിരുന്നു, ഞാൻ മണ്ടത്തരമായി ജ്ഞാനോദയം പ്രതീക്ഷിച്ചിരുന്നു.

എനിക്ക് തടസ്സം നേരിട്ടപ്പോൾ, ആ തടസ്സത്തിന്റെ ഉറവിടം ആന്തരികമോ ബാഹ്യമോ അല്ലെങ്കിൽ രണ്ടിന്റെയും സംയോജനമോ

ആയിരുന്നു. എനിക്ക് ഒരു ആന്തരിക തടസ്സം ഉണ്ടായപ്പോൾ, എന്റെ മനസ്സിൽ ഒരു ചിന്ത വന്നു - അത് എന്നെ ആ ജോലിയിൽ നിന്ന് പുറത്താക്കി. സ്നൂപ്പ് ഡോഗ് (അമേരിക്കൻ റാപ്പർ - സംഗീതസംവിധായകൻ - നടൻ) ഏത് വർഷമാണ് ജനിച്ചതെന്ന് ഞാൻ പെട്ടെന്ന് ചിന്തിച്ചിരിക്കാം, അത് വിക്കിപീഡിയയിൽ (1971) എനിക്ക് നോക്കാതിരിക്കാൻ കഴിഞ്ഞില്ല. എനിക്ക് ഒരു ബാഹ്യ തടസ്സം ഉണ്ടായപ്പോൾ, എനിക്ക് പുറത്തുള്ള ചില ഉത്തേജനം എന്നെ ഞാൻ ചെയ്തുകൊണ്ടിരുന്ന ജോലിയിൽ നിന്ന് പുറത്താക്കി. ഒരുപക്ഷേ എന്റെ ഫോൺ ഒരു സന്ദേശം കൊണ്ട് മുഴങ്ങുന്നുണ്ടാകാം. ഞാൻ എന്റെ ഫോൺ നിശബ്ദമാക്കി മറ്റൊരു മുറിയിലാക്കിയാലും, ആ ജോലി തന്നെ ചിലപ്പോൾ എന്നെ ഒരു ബാഹ്യ തടസ്സത്തിലേക്ക് നയിക്കും. ഉദാഹരണത്തിന്, ഞാൻ സൈൻ ഇൻ ചെയ്തുകൊണ്ടിരുന്ന ഒരു വെബ് പോർട്ടൽ സുരക്ഷാ ആവശ്യങ്ങൾക്കായി എന്റെ ഫോണിൽ നിന്ന് അക്കങ്ങളുടെ ഒരു ഒടിപി നൽകേണ്ടതുണ്ട്. ഞാൻ എന്റെ ഫോൺ എടുക്കുമ്പോൾ, ഒരു സുഹൃത്തിൽ നിന്നുള്ള ഒരു ടെക്സ്റ്റ് സന്ദേശം ഞാൻ ശ്രദ്ധിക്കും. തുടർന്ന് ഞാൻ ടെക്സ്റ്റ് സന്ദേശത്തിൽ ശ്രദ്ധിക്കുകയും ജോലിയിൽ നിന്ന് പുറത്തുകടക്കുകയും ചെയ്യും.

സമയങ്ങൾ കണക്കാക്കാനും അതിൽ ഉറച്ചുനിൽക്കാനും ഞാൻ പരിശീലിച്ചപ്പോൾ, തടസ്സത്തിന്റെ ഉറവിടം എന്തുതന്നെയായാലും ജോലിയിൽ തുടരുന്നതിൽ ഞാൻ മികച്ചവനാണെന്ന് ഞാൻ കണ്ടെത്തി. ഞാൻ ക്ലോക്ക് സൂക്ഷ്മമായി നിരീക്ഷിച്ചിരുന്നതിനാൽ, തടസ്സപ്പെടുന്ന സമയത്ത് ഞാൻ ചെയ്യുന്നതെന്തും മനസ്സിൽ അടയാളപ്പെടുത്താൻ ഞാൻ ഓർമ്മിച്ചു. അപ്പോൾ എനിക്ക് തടസ്സം മാറ്റി എന്റെ ജോലിയിലേക്ക് മടങ്ങാൻ കഴിഞ്ഞു.

മറ്റു സമയങ്ങളിൽ, എന്റെ കണക്കാക്കിയ സമയത്ത് ജോലി പൂർത്തിയാക്കാനുള്ള എന്റെ കഴിവിനെക്കുറിച്ച് ഞാൻ അമിതമായി ശുഭാപ്തിവിശ്വാസിയായിരുന്നു. ഒരു കാര്യം എത്ര സമയമെടുക്കുമെന്ന് നമ്മളിൽ കുറച്ചുപേർ മാത്രമേ ചിന്തിക്കൂ. നമ്മുടെ സുഹൃത്ത് അഞ്ച് മിനിറ്റിനുള്ളിൽ റസ്റ്റോറന്റിൽ എത്തുമെന്നും പതിനഞ്ച് മിനിറ്റിനുള്ളിൽ അവർ വാതിൽക്കൽ എത്തുമെന്നും പറഞ്ഞുകൊണ്ട് മെസ്സേജ് അയയ്ക്കുമ്പോൾ നമുക്കെല്ലാവർക്കും അറിയാം. പക്ഷേ, വൈകി ഓടുമ്പോൾ, നമ്മൾ അതേ തെറ്റ് ചെയ്യുന്നു.

ജോലികൾ പൂർത്തിയാക്കാൻ എത്ര സമയമെടുക്കുമെന്ന് കണക്കാക്കുന്നതിൽ നമുക്ക് പരാജയമാണ്, കാരണം നമുക്ക് അതിൽ വളരെ കുറച്ച് പരിശീലനം മാത്രമേ ലഭിക്കുന്നുള്ളൂ. കലണ്ടർ ടൈംലൈനിൽ ചെയ്യേണ്ട കാര്യങ്ങൾ ഉൾപ്പെടുത്തുന്നതിൽ ഇത്ര ശക്തമായിരുന്നത് ഇതാണ്. നമ്മളിൽ മിക്കവർക്കും ഒരു ചെയ്യേണ്ട കാര്യങ്ങളുടെ പട്ടിക മാത്രമേയുള്ളൂ, പക്ഷേ പട്ടികയിലെ ഇനങ്ങൾ എപ്പോൾ ചെയ്യണമെന്ന് നമ്മൾ ചിന്തിക്കാറില്ല. നമുക്ക് സമയമുണ്ടോ?

ചെയ്യേണ്ട കാര്യങ്ങൾ ഒരു കലണ്ടർ ടൈംലൈനിലേക്ക് വലിച്ചിടുന്ന എന്റെ രീതി എന്നെന്നേക്കുമായി നിലനിന്നില്ല. ഗൂഗിൾ ടൈംഫുൾ വാങ്ങിയപ്പോൾ, അവർ കലണ്ടറിൽ ചില സവിശേഷതകൾ ഉൾപ്പെടുത്തിയിരുന്നു, പക്ഷേ കലണ്ടറിൽ ചെയ്യേണ്ട കാര്യങ്ങൾ ഇതുവരെ നടപ്പിലാക്കിയിട്ടില്ല.

പലർക്കും അത് വളരെ മോശമാണ്, പക്ഷേ എനിക്ക് ഇനി ആ സവിശേഷത ആവശ്യമില്ലെന്ന് തോന്നുന്നു. ഒരു വർഷത്തെ സമയനിഷ്ഠാ പ്രവൃത്തികൾ കണക്കാക്കുന്നതിൽ ഞാൻ സമയം കാണുന്ന രീതിയെ എന്നെന്നേക്കുമായി മാറ്റിമറിച്ചു. ദിവസം മുഴുവൻ എനിക്ക് ലഭിച്ച അനുഭവം, അപൂർവ്വമായി യാഥാർത്ഥ്യമാകുന്ന അപൂർണ്ണമായ ഉദ്ദേശ്യങ്ങളുടെ ഒരു രൂപരഹിതമായ മങ്ങലിൽ നിന്ന്, ഒരു നിശ്ചിതവും വ്യക്തവുമായ പുരോഗതിയിലേക്ക് മാറി.

ചെയ്യേണ്ട കാര്യങ്ങൾ നിങ്ങളുടെ ഷെഡ്യൂളിൽ ഉൾപ്പെടുത്താൻ ടൈംഫുൾ അല്ലെങ്കിൽ ഗൂഗിൾ കലണ്ടർ ഉപയോഗിക്കാൻ കഴിയില്ലെങ്കിലും, നിങ്ങളുടെ ജോലികൾക്ക് എത്ര സമയമെടുക്കുമെന്ന് കണക്കാക്കാൻ തുടങ്ങുമ്പോൾ എന്ത് സംഭവിക്കുമെന്ന് നിങ്ങൾക്ക് ഇപ്പോഴും അനുഭവിക്കാൻ കഴിയും. ഓരോ ജോലിക്കും നിങ്ങളുടെ കലണ്ടറിൽ ഇവന്റുകൾ സൃഷ്ടിക്കാൻ കഴിയും.

എന്തായാലും, പെർഫെക്റ്റ് ടൂൾ ഇല്ലാത്തത് ഈ ശക്തമായ വ്യായാമം പരീക്ഷിക്കുന്നതിൽ നിന്ന് നിങ്ങളെ തടയാൻ അനുവദിക്കരുത്. അടുത്ത തവണ നിങ്ങൾ എന്തെങ്കിലും ജോലി ചെയ്യാൻ ഇരിക്കുമ്പോൾ പേപ്പറിൽ ഒരു ടൈംലൈൻ വരയ്ക്കാം. ഇത് ഒരു തവണ ചെയ്യുന്നത് പോലും നിങ്ങളുടെ സമയം എങ്ങനെ ഉപയോഗിക്കുന്നുവെന്ന് നിങ്ങൾ കാണുന്ന രീതിയെ മാറ്റും.

ജോലിയിൽ ആവശ്യമായ സർഗ്ഗാത്മകതയുടെ നിലവാരത്തെ ആശ്രയിച്ച്, "ക്ലോക്ക്-ടൈമിൽ" കൂടുതൽ ശ്രദ്ധ കേന്ദ്രീകരിക്കാതിരിക്കാൻ ശ്രദ്ധിക്കുക. രണ്ടാം അധ്യായത്തിൽ നിന്ന് ഓർക്കുക, ഇവന്റ്-ടൈം ഉൾക്കാഴ്ചകൾ നേടുന്നതിന് ഏറ്റവും അനുയോജ്യമാണെന്ന്. സമയം കണക്കാക്കാൻ പരിശീലിക്കുക, നിങ്ങളുടെ സമയം ഉപയോഗിക്കുന്നതിൽ നിങ്ങൾ മികച്ചതായിരിക്കും - എന്നാൽ സർഗ്ഗാത്മകത പ്രധാനമാകുമ്പോൾ, വളരെ കർശനമായ ഒരു ഷെഡ്യൂളിൽ ഉറച്ചുനിൽക്കുന്നത് വിപരീതഫലം വരുത്തും.

ടൈംഫുളിൽ പ്രവർത്തിക്കുന്നത് ജോലികൾ എടുക്കുന്ന സമയം കണക്കാക്കുന്നതിനെക്കുറിച്ച് എനിക്ക് ധാരാളം കാര്യങ്ങൾ പഠിപ്പിച്ചു എന്ന് മാത്രമല്ല, ആഴ്ചയിലുടനീളം എന്റെ മാനസികാവസ്ഥകൾ എങ്ങനെ മാറുന്നു എന്നതിനെക്കുറിച്ച് വ്യക്തത വരുത്താനും സഹായിച്ചു. ടൈംഫുളിന്റെ മറ്റൊരു പ്രധാന സവിശേഷത, നിങ്ങൾ ഇതുവരെ നിങ്ങളുടെ കലണ്ടറിൽ ഉൾപ്പെടുത്തിയിട്ടില്ലാത്ത ജോലികൾ ചെയ്യേണ്ട

സമയങ്ങൾ അത് നിർദ്ദേശിച്ച എന്നതാണ്. നിങ്ങളുടെ കലണ്ടറിൽ ജോലി ദൃശ്യമാകും, നിങ്ങൾക്ക് നിർദ്ദിഷ്ട സമയം സ്വീകരിക്കാനോ നിരസിക്കാനോ കഴിയും.

ആഴ്ചയിൽ മൂന്ന് തവണ എഴുതാൻ പോകുന്നു എന്ന് പറയാൻ എളുപ്പമാണ്, പക്ഷേ അതിനായി ഒരു സമയം തിരഞ്ഞെടുക്കുന്നതിൽ പ്രതിജ്ഞാബദ്ധത പുലർത്തുന്നത് വളരെ ബുദ്ധിമുട്ടാണ്. ടീം ഈ നിർദ്ദേശങ്ങളുടെ സവിശേഷത അവതരിപ്പിച്ചപ്പോൾ, ആ ജോലികൾ ചെയ്യാൻ ആഴ്ചയിലെ ഏറ്റവും മികച്ച സമയത്തിനനുസരിച്ച് ഞാൻ എന്റെ ജോലികൾ ക്രമീകരിക്കാൻ തുടങ്ങിയിരുന്നു, എന്റെ മാനസികാവസ്ഥകളുടെ വേഗവും ഒഴുക്കും അനുസരിച്ച് ആ സമയങ്ങൾ തിരഞ്ഞെടുക്കാൻ ഞാൻ ഇതിനകം തന്നെ തുടങ്ങിയിരുന്നു. ഇപ്പോൾ ഞാൻ എന്റെ ആഴ്ച മാനസികാവസ്ഥയ്ക്കനുസരിച്ച് ക്രമീകരിക്കാൻ തുടങ്ങിയപ്പോൾ, നിർദ്ദേശങ്ങൾ സമയബന്ധിതമായി നൽകുന്നത് അനുഭവപ്പെട്ടതായി ഞാൻ ശ്രദ്ധിച്ചു.

അതെ, ജോലികൾ ഏൽപ്പിക്കേണ്ട സമയം നിങ്ങൾക്ക് ജോലി ചെയ്യുന്നതിനുള്ള സമയം നിശ്ചയിക്കാം, കൂടാതെ അർദ്ധരാത്രിയിൽ ജോലികൾ ചെയ്യുന്നതിനേക്കാൾ നിങ്ങൾ ഉറങ്ങുമ്പോൾ അൽഗരിതങ്ങൾക്ക് നന്നായി അറിയാം, പക്ഷേ എന്റെ മാനസികാവസ്ഥയിലെ ഏറ്റക്കുറച്ചിലുകൾ കണക്കിലെടുത്ത് ചില ജോലികൾ ചെയ്യാൻ നിർദ്ദേശിക്കുന്ന സമയങ്ങൾ തെറ്റായ സമയങ്ങളാണെന്നും ഞാൻ കണ്ടെത്തി.

ആഴ്ചയിലുടനീളമുള്ള മാനസികാവസ്ഥകൾ

ഈ സമയത്ത്, ആഴ്ചയിലെ ഒഴുക്കിനനുസരിച്ച് എന്റെ ജോലികൾ ക്രമീകരിക്കുന്നതിൽ ഞാൻ വളരെ ശീലിച്ചുകഴിഞ്ഞിരുന്നു, എന്റെ നിരീക്ഷണം ഡിസൈൻ ടീമിന് വ്യക്തമല്ലെന്ന് ഞാൻ അത്ഭുതപ്പെട്ടു. ഞാൻ പറഞ്ഞു, "ഈ ബ്ലോഗ് പോസ്റ്റ് ഉച്ചയ്ക്ക് 2 മണിക്ക് എഴുതണമെന്ന് ആപ്പ് നിർദ്ദേശിക്കുന്നു. ഉച്ചയ്ക്ക് 2 മണിക്ക്, എനിക്ക് ഒരു എഴുത്തും പൂർത്തിയാക്കാൻ സാധ്യതയില്ല. ഉച്ചയ്ക്ക് 2 മണിക്ക്, രാവിലെ മുഴുവൻ ജോലി ചെയ്തതിൽ ഞാൻ ക്ഷീണിതനാണ്. ഉച്ചകഴിഞ്ഞ് ഉണരുന്നതിന് മുമ്പ് ഞാൻ ഒരു ഉറക്കത്തിന് തയ്യാറാണ്. എന്നാൽ ഉച്ചകഴിഞ്ഞ് ഞാൻ കൂടുതൽ ജാഗ്രത പാലിക്കും. ബ്ലോഗ് പോസ്റ്റ് എഴുതുന്നതിനല്ല, മറിച്ച് അത് എഡിറ്റ് ചെയ്യുന്നതിനാണ് അത് ഏറ്റവും നല്ല സമയം. എന്റെ ദിവസത്തിന്റെ ബാക്കി ഭാഗങ്ങൾ തടസ്സമാകുന്നതിന് മുമ്പ്, രാവിലെ ആദ്യം എഴുതേണ്ടതുണ്ട്." അപ്പോൾ ടൈംഫുൾ ടീം അവരുടെ അൽഗോരിതങ്ങളിലെ ഊർജ്ജ ഏറ്റക്കുറച്ചിലുകൾ പരിഗണിക്കാൻ തുടങ്ങി.

(ഗൂഗിൾ ടൈംഫുൾ വാങ്ങിയതിനുശേഷം ഗൂഗിൾ കലണ്ടറിൽ ഇടം നേടിയ ഒരു സവിശേഷതയാണിത്. ഇത് "ലക്ഷ്യങ്ങൾ" (ഗോൾസ്) എന്ന് വിളിക്കപ്പെടുന്ന ഒരു സവിശേഷതയാണ്. നിങ്ങൾ എന്താണ് ചെയ്യാൻ ആഗ്രഹിക്കുന്നതെന്നും എത്ര തവണ ചെയ്യണമെന്നും മൊബൈൽ ആപ്പിനോട് പറയുകയും അത് ചെയ്യേണ്ട ശരിയായ സമയങ്ങൾ നിർദ്ദേശിക്കാൻ നിങ്ങളുടെ ഷെഡ്യൂളിലെ പാറ്റേണുകൾ ഉപയോഗിക്കുകയും ചെയ്യുന്നു.)

ട്രയൽ ആൻഡ് എറർ വഴി, മാനസികാവസ്ഥയ്ക്കനുസരിച്ച് എന്റെ ആഴ്ച ആസൂത്രണം ചെയ്യുന്നതിനെക്കുറിച്ച് ഞാൻ കൂടുതൽ ക്രമീകരിച്ചു. എന്റെ സ്വന്തം സർഗ്ഗാത്മകമായ ഊർജ്ജത്തിന്റെ ഉയർച്ചയുടെയും ആ ഊർജ്ജ ഏറ്റക്കുറച്ചിലുകൾ സ്റ്റാൻഡേർഡ് പ്രവൃത്തന ആഴ്ചയുടെ സാംസ്കാരിക സൂചനയുമായി എങ്ങനെ പൊരുത്തപ്പെടുന്നു എന്നതിന്റെയും സ്വാഭാവിക വിപുലീകരണമായിരുന്നു ഞാൻ സ്ഥിരസ്ഥിതിയിലെത്തിയ ആ താളം.

ഒരു ദിവസം മുഴുവനുമുള്ള എന്റെ സർഗ്ഗാത്മകമായ ഊർജ്ജത്തിന്റെ ഒരു ഗ്രാഫ് ഇതുപോലെ കാണപ്പെടുന്നു:

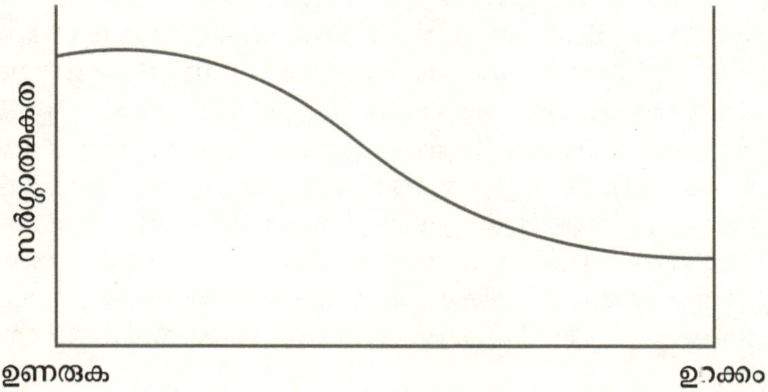

എന്റെ സർഗ്ഗാത്മക ഊർജ്ജം രാവിലെ, ഉണർന്നതിനു തൊട്ടുപിന്നാലെയാണ് ഏറ്റവും ഉയർന്ന നിലയിൽ എത്തുന്നത്. പിന്നീട് അത് ദിവസം മുന്നേറുംതോറും ക്ഷയിക്കുന്നു. അങ്ങനെ, എന്റെ ക്രീയേറ്റീവ് സ്വീറ്റ് സ്പോട്ട് രാവിലെയാണ്.

പക്ഷേ എന്റെ സർഗ്ഗാത്മക ഊർജ്ജവും ആഴ്ചയിലുടനീളം ചാഞ്ചാടുന്നു. ആഴ്ചയിലുടനീളം എന്റെ സർഗ്ഗാത്മക ഊർജ്ജത്തിന്റെ ഒരു ഗ്രാഫ് ഇങ്ങനെയാണ് കാണപ്പെടുന്നത്:

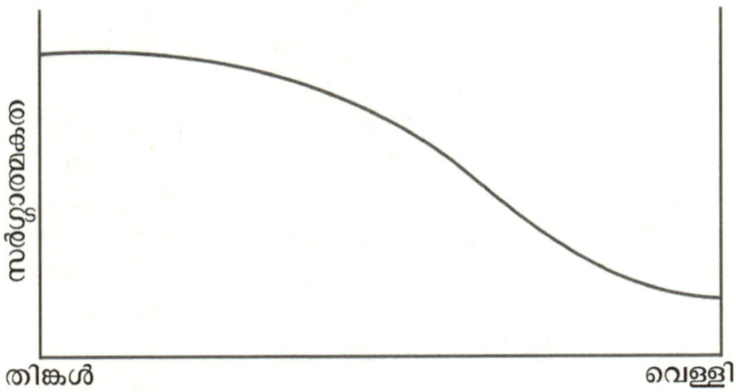

ആഴ്ചയുടെ തുടക്കത്തിൽ എന്റെ സർഗ്ഗാത്മകമായ ഊർജ്ജം ഏറ്റവും ഉയർന്ന നിലയിലെത്തും. ആഴ്ചയുടെ മധ്യത്തിൽ അത് കുത്തനെ കുറയുന്നു, ആഴ്ചയുടെ അവസാനത്തോടെ എന്റെ സർഗ്ഗാത്മകമായ ഊർജ്ജം പൂർണ്ണമായും ഉപയോഗിക്കപ്പെടുന്നു, വീണ്ടും നിറയ്ക്കേണ്ടതുണ്ട്.

സർഗ്ഗാത്മകമായ ഉൽപാദനം എനിക്ക് വളരെ ഉയർന്ന മുൻഗണനയായതിനാൽ, എന്റെ ഏറ്റവും മികച്ച സർഗ്ഗാത്മകമായ ഊർജ്ജം പ്രയോജനപ്പെടുത്തേണ്ടത് എനിക്ക് വളരെ പ്രധാനമാണ്. ആഴ്ചയുടെ തുടക്കത്തിലെ ഉയർന്ന സർഗ്ഗാത്മകമായ ഊർജ്ജവും അതിരാവിലെ ഉയർന്ന സർഗ്ഗാത്മകമായ ഊർജ്ജവും തമ്മിൽ കൂട്ടിമുട്ടുന്ന സമയമാണ് തിങ്കളാഴ്ച രാവിലെകൾ. അതിനാൽ, തിങ്കളാഴ്ച രാവിലെകളാണ് എന്റെ ഏറ്റവും പ്രധാനപ്പെട്ട ക്രീയേറ്റീവ് സ്വീറ്റ് സ്പോട്ട ആണ്.

സർഗ്ഗാത്മകതയുടെ നാല് ഘട്ടങ്ങൾ ആഴ്ചയിലുടനീളം എന്റെ സർഗ്ഗാത്മകമായ ഊർജ്ജം എങ്ങനെ മികച്ച രീതിയിൽ വിനിയോഗിക്കാമെന്നതിനെ സ്വാധീനിക്കുന്നു. വലിയ പ്രോജക്റ്റുകൾക്ക്, തിങ്കളാഴ്ച രാവിലെകൾ ജ്ഞാനോദയാ ഘട്ടത്തിന് നല്ലതാണ്, കാരണം തിങ്കളാഴ്ചകൾ വാരാന്ത്യത്തിന് ശേഷമാണ് വരുന്നത് - ഇത് ഇൻകുബേഷന്റെ ഒരു കാലഘട്ടമാണ്.

ആഴ്ചയിലുടനീളം, ഞാൻ ഒരു സർഗ്ഗാത്മകമായ പ്രശ്നത്തിൽ പ്രവർത്തിക്കുമ്പോൾ, അത് പലപ്പോഴും മറ്റ് സർഗ്ഗാത്മകമായ പ്രശ്നങ്ങൾക്കുള്ള തയ്യാറെടുപ്പായി വർത്തിക്കുന്നു. ഉദാഹരണത്തിന്, ഒരു പുസ്തകത്തിലെ ഒരു അധ്യായം എഴുതുന്നത് അതേ പുസ്തകത്തിൽ മറ്റൊരു അധ്യായം എഴുതാൻ എന്നെ സജ്ജമാക്കുന്നു. ഒരു അധ്യായത്തിൽ

അവതരിപ്പിച്ച വ്യക്തമല്ലാത്ത ഭാഗങ്ങൾ അടുത്ത അധ്യായത്തിൽ ആ അവയെ ഒരുമിച്ച് ബന്ധിപ്പിക്കാൻ ആവശ്യപ്പെടുന്നു.

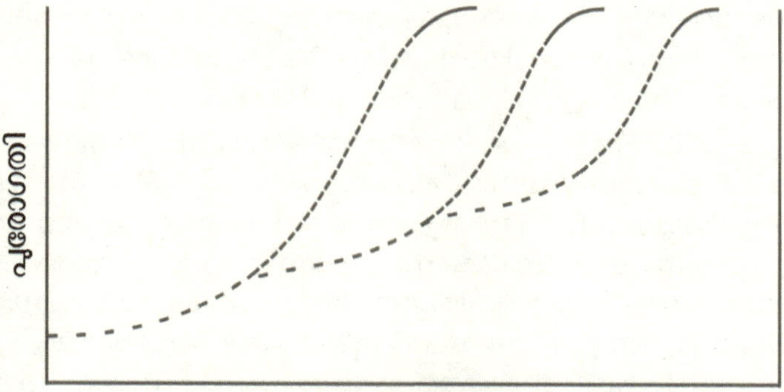

കൂടാതെ, ജ്ഞാനോദയത്തിനും ഉത്പാദന ജോലിയും ഞാൻ അനുഭവിച്ചുകഴിഞ്ഞാൽ, ആ ജോലിയിൽ എനിക്ക് സ്ഥിതീകരണം നടത്തേണ്ടതുണ്ട്. മിനുക്കിയെടുക്കലിന്റെ മാനസികാവസ്ഥയിൽ എനിക്ക് കുറച്ച് സമയം ചെലവഴിക്കേണ്ടതുണ്ട്, അത് ഞാൻ ഉച്ചകഴിഞ്ഞ്, പ്രത്യേകിച്ച് ആഴ്ചയുടെ അവസാനത്തിൽ ചെയ്യുന്നു.

സർഗ്ഗാത്മകമായ ജോലിയുടെ സ്വഭാവവും എന്റെ സർഗ്ഗാത്മകമായ ഊർജ്ജത്തിന്റെ സ്വഭാവവും ഒടുവിൽ ആഴ്ചയിലുടനീളം എന്റെ മാനസികാവസ്ഥയിൽ പ്രവചനാതീതമായ പാറ്റേണുകളിലേക്ക് നയിച്ചു. ആഴ്ചയിലെ അതിരാവിലെയും ആഴ്ച്ചയുടെ തുടക്കത്തിലും ഉത്പാദന മാനസികാവസ്ഥയ്ക്ക് മികച്ചതായിരുന്നു. ആഴ്ച കഴിയുന്തോറും രാവിലെകൾ ഉച്ചകഴിഞ്ഞ് മാറിയപ്പോൾ, ഞാൻ ഗവേഷണത്തിലും മിനുക്കിയെടുക്കലിന്റെ മാനസികാവസ്ഥകളിലും കൂടുതൽ സമയം ചെലവഴിക്കുകയായിരുന്നു, ഞാൻ നേരത്തെ സൃഷ്ടിച്ച ജോലി പരിഷ്കരിച്ചു. പുതിയ ആശയങ്ങൾക്കുള്ള തയ്യാറെടുപ്പായി വർത്തിച്ച പര്യവേഷണ മാനസികാവസ്ഥയിൽ സമയം ചെലവഴിക്കുന്നതിലൂടെ തിങ്കളാഴ്ച ഉച്ചതിരിഞ്ഞ് എന്റെ മനസ്സിന്റെ "ക്ലീൻ സ്ലേറ്റ്" ഞാൻ പ്രയോജനപ്പെടുത്തി. ആഴ്ചയുടെ അവസാനത്തിൽ, ഉദാഹരണത്തിന് വ്യാഴാഴ്ച ഉച്ചതിരിഞ്ഞ്, പര്യവേഷണ മാനസികാവസ്ഥയിലും ഞാൻ സമയം ചെലവഴിച്ചു. ആഴ്ചയിൽ ഉടലെടുത്ത അയഞ്ഞ ലക്ഷ്യങ്ങളെക്കുറിച്ച് ചിന്തിക്കാനുള്ള അവസരമായിരുന്നു ഇത്.

ഈ ഒഴിവാക്കൽ പ്രക്രിയയിലൂടെ, സാമ്പത്തിക പ്രസ്താവനകൾ അവലോകനം ചെയ്യുന്നതിനുള്ള ശരിയായ സമയം എപ്പോഴാണെന്ന് ഒടുവിൽ വ്യക്തമായി: വെള്ളിയാഴ്ച ഉച്ചകഴിഞ്ഞ്. വെള്ളിയാഴ്ച ഉച്ചയോടെ ഞാൻ എന്റെ ഏറ്റവും പ്രധാനപ്പെട്ട ജോലി ചെയ്യാൻ എന്റെ

ഏറ്റവും മികച്ച സർഗ്ഗാത്മകമായ ഊർജ്ജം ഉപയോഗിച്ചുകഴിഞ്ഞു. ഈ നിർണായകമല്ലാത്ത ജോലി ആഴ്ചയുടെ അവസാന ഭാഗത്തേക്ക് മാറ്റിവയ്ക്കുന്നത് എന്റെ കൂടുതൽ പ്രധാനപ്പെട്ട ജോലികളിൽ ഇടപെടുന്നതിൽ നിന്ന് ജോലിയെ തടയുന്നു, കൂടാതെ ആ ജോലികൾ ചെയ്യുമ്പോൾ തന്നെ ശരിയായ മാനസികാവസ്ഥയിലേക്ക് കൂടുതൽ ആഴത്തിൽ മുങ്ങാൻ ഇത് എന്നെ അനുവദിക്കുന്നു.

ഇപ്പോൾ, തിങ്കളാഴ്ച എന്റെ അക്കൗണ്ടന്റിൽ നിന്ന് എനിക്ക് ഒരു ഇമെയിൽ ലഭിക്കുകയാണെങ്കിൽ, ആഴ്ചയിലെ ശേഷിക്കുന്ന സമയം എന്റെ ഇൻബോക്സിൽ നിന്ന് ആ ഇമെയിൽ നീക്കം ചെയ്യാൻ ഞാൻ ഒരു ഉപകരണം ഉപയോഗിക്കുന്നു. തുടർന്ന് ഞാൻ നിയുക്തമാക്കിയ സമയത്ത്: വെള്ളിയാഴ്ച ഉച്ചതിരിഞ്ഞ്. ആ ഇമെയിലുമായി ബന്ധപ്പെട്ട ടാസ്ക് എന്റെ മനസ്സിൽ നിന്ന് പൂർണ്ണമായും അപ്രത്യക്ഷമായി. എന്റെ ആഴ്ചയിലുടനീളം കൂടുതൽ ആഴത്തിൽ ശ്രദ്ധ കേന്ദ്രീകരിക്കാൻ എനിക്ക് സ്വാതന്ത്ര്യമുണ്ട്.

ആഴ്ചയിലുടനീളം എന്റെ മാനസിക ഊർജ്ജം എങ്ങനെ ചാഞ്ചാടുന്നുവെന്ന് നിരീക്ഷിക്കുന്നതിലൂടെ, ഒരു പ്രവചനാതീതമായ താളം ഉയർന്നുവന്നു.

ഒരു സാധാരണ ആഴ്ചയിൽ എന്റെ മാനസികാവസ്ഥകൾ എങ്ങനെ ചാഞ്ചാടുന്നുവെന്ന് ഇതാ:

	തിങ്കൾ	ചൊവ്വ	ബുധൻ	വ്യാഴം	വെള്ളി
രാവിലെ	ഉത്പാദനം	ഉത്പാദനം	ഉത്പാദനം ഗവേഷണം	ഉത്പാദനം ഗവേഷണം	ഉത്പാദനം നിർവ്വഹണം
ഉച്ചയ്ക്ക് ശേഷം	ഉത്പാദനം മുൻഗണനാക്രമം പര്യവേഷണം	ഗവേഷണം മിനുക്കിയെടുക്കൽ	ഗവേഷണം മിനുക്കിയെടുക്കൽ	ഗവേഷണം പര്യവേഷണം	നിർവ്വഹണം

ആഴ്ചയുടെ തുടക്കത്തിൽ, എന്റെ സർഗ്ഗാത്മകമായ ഊർജ്ജം ഏറ്റവും ഉയർന്ന നിലയിൽ ആയിരിക്കുമ്പോൾ, ഞാൻ കൂടുതൽ സമയം ഉത്പാദന മാനസികാവസ്ഥയിൽ ചെലവഴിക്കുന്നു. ആഴ്ച കഴിയുന്തോറും, ഞാൻ മിനുക്കിയെടുക്കൽ മാനസികാവസ്ഥയിൽ കൂടുതൽ സമയം ചെലവഴിക്കുന്നു. വെള്ളിയാഴ്ചയോടെ, ആഴ്ചയുടെ തുടക്കത്തിൽ ഞാൻ മാറ്റിവെച്ച അസ്വസ്ഥമായ വിശദാംശങ്ങൾ എനിക്ക് മനസ്സിലാക്കാൻ കഴിയും. എന്റെ ഏറ്റവും മികച്ച സർഗ്ഗാത്മകമായ ഊർജ്ജം പുറത്തെടുക്കപ്പെടുന്നു, കൂടാതെ എനിക്ക് നിർവ്വഹണ മാനസികാവസ്ഥയിൽ കുറച്ച് സമയം ചെലവഴിക്കാൻ കഴിയും.

ശക്തമായ ഭരണം

ഇതുപോലുള്ള ഒരു ആഴ്ചതോറുമുള്ള പതിവ് നിങ്ങൾ പിന്തുടരുകയാണെങ്കിൽ, ചില ദിവസങ്ങളെക്കുറിച്ചുള്ള "നിയമങ്ങൾ" നിങ്ങൾക്ക് ലഭിക്കാൻ സാധ്യതയുണ്ട്. ഈ നിയമങ്ങൾ നിങ്ങളുടെ ഊർജ്ജം എങ്ങനെ ഉപയോഗിക്കുന്നു എന്നതിന് മുൻഗണന നൽകുന്നതിന്റെ സ്വാഭാവിക ഉപോൽപ്പന്നമാണ്, എന്നാൽ രണ്ടാം അധ്യായത്തിലെ ആദ്യ മണിക്കൂർ നിയമത്തിൽ നമ്മൾ കണ്ടതുപോലെ, നിയമങ്ങൾ ഒരു ശക്തമായ ഉപകരണമാണ്. നിയമങ്ങൾ നിങ്ങളെ കൂടുതൽ കാര്യക്ഷമമായി പ്രവർത്തിക്കാൻ സഹായിക്കുന്നു.

ഉദാഹരണത്തിന്, എന്റെ നിയമങ്ങളിലൊന്ന് ഇതാണ്: തിങ്കളാഴ്ചകളിലോ ചൊവ്വാഴ്ചകളിലോ എനിക്ക് മീറ്റിംഗുകൾ ഇല്ല. എനിക്ക് പൊതുവെ ഈ നിയമത്തിൽ ഉറച്ചുനിൽക്കാൻ കഴിയും. ഉയർന്ന മുൻഗണന നൽകാൻ എന്നെ സഹായിക്കുന്ന അവിശ്വസനീയമാംവിധം പ്രധാനപ്പെട്ട ഒരു മീറ്റിംഗ് വന്നാൽ, ഞാൻ ഒരു വ്യതിചലനം നടത്തും. പക്ഷേ ഞാൻ അത് വളരെ അപൂർവമായി മാത്രമേ ചെയ്യൂ.

ഈ നിയമത്തിന് ഞാൻ നേരത്തെ സംസാരിച്ച ഗുണങ്ങളുണ്ട്: ജോലികൾ മാറ്റുന്നതിലൂടെ ഊർജ്ജം ചോർത്തുന്നതിൽ നിന്ന് ഇത് എന്നെ തടയുന്നു, കൂടാതെ ദിവസം മുഴുവൻ എന്റെ ശ്രദ്ധ കേന്ദ്രീകരിക്കാൻ ഇത് സഹായിക്കുന്നു. എന്നാൽ ഇതിന് മൂന്നാമത്തെ ഒരു ഗുണമുണ്ട്, അതായത് ഞാൻ ക്ലോക്ക് കാണേണ്ടതില്ല എന്നാണ്. ഇത് എന്നെ ക്ലോക്ക്-ടൈമിൽ നിന്ന് മാറ്റി നിർത്തുകയും ഇവന്റ്-ടൈമിൽ തുടരാൻ എന്നെ അനുവദിക്കുകയും ചെയ്യുന്നു. തിങ്കളാഴ്ചകളിലും ചൊവ്വാഴ്ചകളിലും, ഒരു മീറ്റിംഗിന് തയ്യാറാകാൻ എന്തെങ്കിലും പൂർത്തിയാക്കേണ്ടതുണ്ടോ എന്നതിനെക്കുറിച്ച് എനിക്ക് വിഷമിക്കേണ്ടതില്ല. സർഗ്ഗാത്മകമായ ജോലികൾക്ക് ഇത് വളരെ വിലപ്പെട്ടതാണ്. അതായത്, മാനസികമായി ഒരു മുയൽ ദ്വാരത്തിലേക്ക് ഇറങ്ങി ഒരു പ്രോജക്റ്റിൽ പൂർണ്ണമായും മുഴുകണമെങ്കിൽ, തിങ്കളാഴ്ചയോ ചൊവ്വാഴ്ചയോ ആണെങ്കിൽ എനിക്ക് അത് ചെയ്യാൻ കഴിയും. എന്റെ ഷെഡ്യൂൾ മീറ്റിംഗ് സൗജന്യമായി സൂക്ഷിക്കുന്നത് എന്റെ ആഴ്ചയിലെ ഏറ്റവും മികച്ച സർഗ്ഗാത്മകമായ ഊർജ്ജം പരമാവധി പ്രയോജനപ്പെടുത്താൻ എന്നെ സഹായിക്കുന്നു.

ഈ നിയമത്തിന്റെ സ്വാഭാവിക ഉപോൽപ്പന്നമെന്ന നിലയിൽ, എനിക്ക് ഒരു മീറ്റിംഗ് ഉണ്ടെങ്കിൽ, അത് ആഴ്ചയുടെ അവസാനത്തിലായിരിക്കും. മിക്ക പോഡ്കാസ്റ്റ് അഭിമുഖങ്ങളും വ്യാഴാഴ്ചകളിൽ നടത്താൻ ഞാൻ ശ്രമിക്കുന്നു. കൂടാതെ, രാവിലെകൾ എന്റെ ക്രീയേറ്റീവ് സ്വീറ്റ് സ്പോട്ട്, ഉച്ചകഴിഞ്ഞ് മീറ്റിംഗുകൾക്കായി അവശേഷിക്കുന്നു. അതിനാൽ, വ്യാഴാഴ്ച പോഡ്കാസ്റ്റ് അഭിമുഖങ്ങൾ സാധാരണയായി ആഴ്ചയുടെ അവസാനത്തിലും വ്യാഴാഴ്ച ഉച്ചകഴിഞ്ഞും ആയിരിക്കും.

രാവിലെ ഞാൻ പതിവായി മീറ്റിംഗ് നടത്തുന്നത് എന്റെ മാസ്റ്റർമൈൻഡ് പങ്കാളിയുമായുള്ള എന്റെ ദ്വൈവാര മീറ്റിംഗിലാണ്. എനിക്ക് അത്തരം മീറ്റിംഗുകൾ രാവിലത്തെ മധ്യത്തിലുണ്ട് - കാരണം അത് ഞങ്ങൾക്ക് രണ്ടുപേർക്കും ഏറ്റവും യോജിച്ച സമയമാണ്, കൂടാതെ ആ മീറ്റിംഗുകൾ വിട്ടുവീഴ്ചയ്ക്ക് യോഗ്യമാകാൻ പറ്റാത്തത്ര വിലപ്പെട്ടതാണ്. പക്ഷേ, ആ മീറ്റിംഗിന് മുമ്പ് എനിക്ക് ഇപ്പോഴും ഒരു എഴുത്ത് സെഷൻ നടത്താൻ കഴിയും. മീറ്റിംഗ് വെള്ളിയാഴ്ചയാണ്, എനിക്ക് വളരെ കുറച്ച് മാത്രമേ ബാക്കിയുള്ളൂ, അതിനാൽ തിങ്കളാഴ്ചയോ ചൊവ്വാഴ്ചയോ എനിക്ക് കഴിയുന്നത്ര എഴുതാൻ കഴിയില്ല. രണ്ടാഴ്ചയായി ഞാൻ എന്റെ ജോലിയുടെ തിരക്കിലാണ്, മറ്റൊരാളിൽ നിന്ന് എന്തെങ്കിലും അഭിപ്രായം സ്വീകരിക്കാൻ ഞാൻ തയ്യാറാണ്.

പ്രീഫ്രോണ്ടൽ മൺഡേ

എന്റെ ബിസിനസ്സിൽ മുൻഗണനകൾ മാറുന്നതിനനുസരിച്ച് ഞാൻ എന്റെ ആഴ്ചയിലെ താളം മാറ്റുന്നു. ഉദാഹരണത്തിന്, എനിക്ക് ഇടയ്ക്കിടെ "പ്രീഫ്രോണ്ടൽ മൺഡേ" അഥവാ "മുൻവഴക്കത്തിനു മുമ്പുള്ള തിങ്കളാഴ്ച" എന്ന് വിളിക്കുന്ന ഒന്ന് ഉണ്ടാകാറുണ്ട്. "പ്രീഫ്രോണ്ടൽ" എന്നത് പ്രീഫ്രോണ്ടൽ കോർട്ടെക്സിനെ സൂചിപ്പിക്കുന്നു – ആവേശം അടിച്ചമർത്തൽ, ആസൂത്രണം, ദീർഘകാല ചിന്ത എന്നിവയ്ക്ക് കാരണമാകുന്ന തലച്ചോറിന്റെ ആ "സ്പ്പോയിൽസ്പ്പോർട്" മേഖല. പ്രീഫ്രോണ്ടൽ കോർട്ടെക്സ് ചെറുതാണ്, പക്ഷേ അത് അവിശ്വസനീയമാംവിധം ഊർജ്ജദായകമാണ്. അതുകൊണ്ട്, ആസൂത്രണത്തിനായി പ്രത്യേകമായി സമയം നീക്കിവയ്ക്കുമെന്ന് ഞാൻ ഉറപ്പാണ്, പ്രത്യേകിച്ച് പ്രധാന പദ്ധതികൾക്കിടയിൽ.

മുൻഗണനാക്രമത്തിന്റെ മാനസികാവസ്ഥയിൽ എനിക്ക് ധാരാളം ഊർജ്ജം ചെലവഴിക്കേണ്ടിവന്നാൽ, തിങ്കളാഴ്ചയേക്കാൾ മികച്ച ഒരു ദിവസമില്ല. വാരാന്ത്യത്തിൽ ഞാൻ എന്റെ ജോലിയിൽ നിന്ന് വിച്ഛേദിക്കപ്പെട്ടു. വെള്ളിയാഴ്ച ഞാൻ മനസ്സിൽ ഉറപ്പിച്ചിരുന്ന ഏതെങ്കിലും മോശം ആശയങ്ങൾ തിങ്കളാഴ്ചയോടെ ഞാൻ മറന്നുപോയി. കൂടാതെ, വാരാന്ത്യത്തിൽ വിശ്രമിക്കാൻ ഞാൻ തീരുമാനിച്ച - ഊർജ്ജശേഖരണ മാനസികാവസ്ഥയിൽ കുറച്ച് സമയം ചെലവഴിക്കാൻ. അതിനാൽ, ജോലി ആഴ്ചയിലെ എല്ലാ ദിവസങ്ങളിലും, തിങ്കളാഴ്ചകളിൽ എനിക്ക് ഏറ്റവും പുതിയ ഊർജ്ജം ലഭിക്കുന്നു, എന്റെ ബിസിനസ്സിൽ എന്താണ് പ്രധാനമെന്ന് എനിക്ക് വ്യക്തമായ ചിത്രം ലഭിക്കുന്നു.

സ്റ്റീവ് ജോബ്സ് ആപ്പിളിന്റെ സിഇഒ ആയിരുന്നപ്പോൾ, തിങ്കളാഴ്ച രാവിലെ അദ്ദേഹം തന്റെ എക്സിക്യൂട്ടീവ് ടീമുമായി ഒരു നീണ്ട

മീറ്റിംഗിൽ ചെലവഴിച്ചുവെന്നത് തെറ്റല്ല. വാൾട്ടർ ഐസക്സണിന്റെ ജോബ്സിന്റെ ജീവചരിത്രത്തിൽ നിന്ന്:

> തിങ്കളാഴ്ച രാവിലെ നടന്ന എക്സിക്യൂട്ടീവ് ടീം സമ്മേളനമായിരുന്നു ഫ്രീ വീലിംഗ് പ്രഭാഷണത്തിന്റെ പ്രധാന വേദി, അത് രാവിലെ 9 മണിക്ക് ആരംഭിച്ച് മൂന്നോ നാലോ മണിക്കൂർ നീണ്ടുനിന്നു. എപ്പോഴും ഭാവിയിൽ ശ്രദ്ധ കേന്ദ്രീകരിച്ചിരുന്നു: ഓരോ ഉൽപ്പന്നവും അടുത്തതായി എന്തുചെയ്യണം? പുതിയതായി എന്ത് കാര്യങ്ങൾ വികസിപ്പിക്കണം? ആപ്പിളിൽ പങ്കിട്ട ദൗത്യബോധം നടപ്പിലാക്കാൻ ജോബ്സ് ഈ മീറ്റിംഗ് ഉപയോഗിച്ചു. ഇത് നിയന്ത്രണം കേന്ദ്രീകരിക്കാൻ സഹായിച്ചു, ഇത് കമ്പനിയെ ഒരു നല്ല ആപ്പിൾ ഉൽപ്പന്നം പോലെ കർശനമായി സംയോജിപ്പിച്ചതായി കാണപ്പെട്ടു, വികേന്ദ്രീകൃത കമ്പനികളെ ബാധിച്ച ഡിപ്പാർട്ട്മെന്റുകൾ തമ്മിലുള്ള പോരാട്ടങ്ങൾ തടഞ്ഞു.

പ്രീഫ്രോണ്ടൽ കോർട്ടെക്സിനെ "തലച്ചോറിന്റെ എക്സിക്യൂട്ടീവ്" എന്ന് വിളിക്കുന്നു. ആപ്പിളിന്റെ വിഭവങ്ങൾ വിവേകപൂർവ്വം ഉപയോഗിക്കുന്നതിനായി ഈ എക്സിക്യൂട്ടീവ് മീറ്റിംഗുകളിലൂടെ നിയന്ത്രണം കേന്ദ്രീകരിക്കാൻ ജോബ്സ് ശ്രമിച്ചു. ജോബ്സ് ഒരിക്കൽ പറഞ്ഞു, "നമ്മൾ ചെയ്ത കാര്യങ്ങളുടെ അത്രയും തന്നെ, നമ്മൾ ഇതുവരെ ചെയ്തിട്ടില്ലാത്ത കാര്യങ്ങളിലും ഞാൻ അഭിമാനിക്കുന്നു." എന്ത് ചെയ്യണമെന്ന് തീരുമാനിക്കുന്നതിലൂടെ, നിങ്ങൾക്ക് എന്തുചെയ്യണമെന്ന് ശ്രദ്ധ കേന്ദ്രീകരിക്കാൻ കഴിയും, അത് ഒരു എക്സിക്യൂട്ടീവിന്റെ ജോലിയാണ്, കൂടാതെ പ്രീഫ്രോണ്ടൽ കോർട്ടെക്സിന്റെ ജോലിയും കൂടിയാണ്.

പ്രതിവാര അവലോകനത്തിനോടൊപ്പം മുൻഗണന നൽകേണ്ടുന്നതിന് മുൻഗണന നൽകുക

തിങ്കളാഴ്ചകൾ മുൻഗണനാക്രമത്തിന്റെ (പ്രയോറിറ്റൈസ്) മാനസികാവസ്ഥയിൽ ചെലവഴിക്കാൻ നല്ല സമയമാണ്. പക്ഷേ ഞായറാഴ്ചകളും അങ്ങനെ തന്നെ. ഡേവിഡ് അലന്റെ ഗെറ്റിംഗ് തിംഗ്സ് ഡൺ രീതി പിന്തുടരുന്ന പലരും ഞായറാഴ്ചകളിൽ മുൻഗണനാക്രമത്തിന്റെ (പ്രയോറിറ്റൈസ്) മാനസികാവസ്ഥയിൽ ഒരു ബ്ലോക്ക് സമയം ചെലവഴിക്കുന്നു. ഇതിനെ "വാരാന്ത്യ അവലോകനം" എന്ന് വിളിക്കുന്നു, കൂടാതെ ഒരു ആഴ്ചതോറുമുള്ള സർഗ്ഗാത്മകമായ ചക്രം

പിന്തുടരുന്നതിന് ഇത് നിർണായകമാണ്. നിങ്ങളുടെ ആഴ്ചതോറുമുള്ള അവലോകനത്തിനിടെ, നിങ്ങൾ ചെയ്യുന്നതെല്ലാം (നിങ്ങൾ) അവലോകനം ചെയ്യുകയും നിങ്ങളുടെ മുൻഗണനകൾ സജ്ജമാക്കുകയും ചെയ്യുന്നു.

എല്ലാ തിങ്കളാഴ്ചയും ഞാൻ മുൻഗണനാക്രമത്തിന്റെ (പ്രയോറിറ്റൈസ്) മാനസികാവസ്ഥയിൽ ചെലവഴിക്കാറില്ല, പക്ഷേ ഞാൻ ഒരിക്കലും ഒരു ആഴ്ചതോറുമുള്ള അവലോകനം ഒഴിവാക്കില്ല. എന്റെ ഞായറാഴ്ചതോറുമുള്ള അവലോകനവും ഒരു പ്രീഫ്രോണ്ടൽ തിങ്കളാഴ്ചയും തമ്മിലുള്ള പ്രധാന വ്യത്യാസം പ്രീഫ്രോണ്ടൽ തിങ്കളാഴ്ചകൾ എന്റെ ബിസിനസ്സിലെ മുൻഗണനകൾ വിലയിരുത്തുന്നതിനാണ് എന്നതാണ്. എന്നിരുന്നാലും, എന്റെ ഞായറാഴ്ചതോറുമുള്ള അവലോകനം പ്രധാനമായും എന്റെ പൊതുവായ ഷെഡ്യൂളിനെയും ജീവിതത്തെയും കുറിച്ചാണ്.

എന്റെ ആഴ്ചതോറുമുള്ള അവലോകനത്തിനായി ഞാൻ പിന്തുടരുന്ന ഇനങ്ങളുടെ ചെക്ക്‌ലിസ്റ്റ് ഇതാ:

» ഇൻബോക്സുകൾ നോക്കുക
» കലണ്ടർ അവലോകനം ചെയ്യുക
» അത്താഴ ക്ഷണങ്ങൾ നൽകുക
» അപ്പോയിന്റ്മെന്റുകൾ സ്ഥിരീകരിക്കുക
» വരാനിരിക്കുന്ന അവലോകനം
» വ്യായാമം ആസൂത്രണം ചെയ്യുക
» @thisweek ഇനങ്ങൾ ചെയ്യുക
» പച്ചക്കറികൾ മുറിക്കുക
» സപ്ലിമെന്റുകൾ എടുത്തു വയ്ക്കുക

ആ ഇനങ്ങളിൽ ഓരോന്നിനെക്കുറിച്ചും ഞാൻ വിശദമായി പറയുന്നില്ല, പക്ഷേ പൊതുവെ, ആഴ്ചയിലുടനീളം ഞാൻ പകർത്തിയതെല്ലാം പ്രോസസ്സ് ചെയ്യുകയും വരാനിരിക്കുന്ന ആഴ്ചയിലേക്ക് എല്ലാം സജ്ജീകരിച്ചിട്ടുണ്ടെന്ന് ഉറപ്പാക്കുകയും ചെയ്യുന്നു. ആഴ്ചയിലുടനീളം ഈ നിമിഷത്തിൽ ആയിരിക്കുന്നത് എളുപ്പമാക്കുക എന്നതാണ് ലക്ഷ്യം.

മുൻഗണനാക്രമത്തിന്റെ മാനസികാവസ്ഥയ്ക്കായി ഞാൻ സമയം ചെലവഴിക്കുന്നു, കൂടാതെ ആഴ്ചയിലുടനീളം മുൻഗണനാക്രമത്തിന്റെ മാനസികാവസ്ഥയിലേക്ക് മാറേണ്ടതില്ലെന്ന് ഞാൻ ഉറപ്പാക്കുന്നു.

ഉദാഹരണത്തിന്, എന്റെ ഇനങ്ങളിൽ ഒന്ന് എന്റെ കലണ്ടർ അവലോകനം ചെയ്യുക എന്നതാണ് എന്നത് ശ്രദ്ധിക്കുക. മിക്ക ആളുകളും രാവിലെ ഉണർന്ന് അവരുടെ കലണ്ടറുകൾ അവലോകനം ചെയ്യുന്നു. ഇത് മാനസിക ഊർജ്ജത്തിന്റെ ഒരു

പാഴാക്കലാണ്. നിങ്ങളുടെ കലണ്ടർ അവലോകനം ചെയ്യുമ്പോൾ നിങ്ങൾ മുൻഗണനാക്രമത്തിന്റെ മാനസികാവസ്ഥയിലേക്ക് മാറണം: ഈ മീറ്റിംഗിന് ഞാൻ തയ്യാറാണോ? ജെസ്സിക്ക് ഫുട്ബോൾ പരിശീലനത്തിന് ആവശ്യമായതെല്ലാം ഉണ്ടോ? എന്റെ സർഗ്ഗാത്മകമായ ഊർജ്ജത്തിന്റെ പ്രത്യേക താളങ്ങൾ ഉപയോഗിച്ച്, ഇത് ഒരു ദുരന്തമായിരിക്കും. ഞാൻ ഉണർന്നതിനുശേഷവും എന്റെ പ്രീഫ്രോണ്ടൽ കോർട്ടെക്സ് ഉറങ്ങുകയാണ്. അത് ആസൂത്രണത്തിന് നല്ലതല്ല, പക്ഷേ സൃഷ്ടിക്കുന്നതിന് നല്ലതാണ്. എന്റെ പ്രഭാത എഴുത്ത് ഉത്പാദനത്തിന്റെ മാനസികാവസ്ഥയിൽ ചെലവഴിക്കാൻ ഞാൻ ആഗ്രഹിക്കുന്നു.

നിങ്ങളുടെ കലണ്ടറിൽ എന്തൊക്കെയുണ്ടെങ്കിലും, നമ്മളിൽ മിക്കവരും അവസാന നിമിഷം വരെ ചിന്തിക്കാത്ത കാര്യങ്ങളുണ്ട്. ഈ കാര്യങ്ങളെക്കുറിച്ച് ചിന്തിക്കുമ്പോൾ, നമ്മൾ മുൻഗണനാക്രമത്തിലേക്ക് മാറണം. ഏറ്റവും നല്ല ഉദാഹരണം യാത്രാ പദ്ധതികളാണ്.

ഉച്ചയ്ക്ക് 2 മണിക്ക് എനിക്ക് വിമാനയാത്രയുണ്ടെങ്കിൽ, ആ രാവിലെ ഞാൻ നിരവധി തീരുമാനങ്ങൾ എടുക്കാറുണ്ടായിരുന്നു: എനിക്ക് എത്ര സമയത്തേക്ക് വിമാനത്താവളത്തിൽ എത്തണം? എനിക്ക് അവിടെ എത്താൻ എത്ര സമയമെടുക്കും? ആ സമയത്ത് എത്താൻ എനിക്ക് എത്ര സമയമെടുക്കും? എനിക്ക് എന്താണ് പായ്ക്ക് ചെയ്യേണ്ടത്? എന്റെ പതിവ് എഴുത്ത് ദിനചര്യയും എന്റെ പതിവ് ഭക്ഷണക്രമവും പിന്തുടരാൻ ശ്രമിക്കുന്നതിനിടയിൽ, എന്റെ മുഴുവൻ പ്രഭാതവും ഈ ചോദ്യങ്ങൾ പരിഗണിച്ചുകൊണ്ട് ചെലവഴിച്ചു.

അതിശയിക്കാനില്ല, യാത്രയെ ഉത്കണ്ഠയുമായി ബന്ധപ്പെടുത്താൻ ഞാൻ പഠിച്ചു. വിമാനത്താവളത്തിലേക്ക് എത്ര നേരത്തെ പോയാലും, തെറ്റ് സംഭവിക്കാവുന്ന എല്ലാ കാര്യങ്ങളെയും കുറിച്ച് എനിക്ക് ഉത്കണ്ഠ തോന്നി. എല്ലാം ശരിയായിരുന്നെങ്കിൽ പോലും, അത് ശരിയല്ലെന്ന് ഞാൻ ആശങ്കാകുലനായിരുന്നു. യാത്രയ്ക്ക് മുമ്പുള്ള മണിക്കൂറുകളിലും ദിവസങ്ങളിലും പോലും ഈ ഉത്കണ്ഠയുടെ അലർച്ച കടന്നുവന്നു. യാത്രയുടെ പ്രഭാതത്തിൽ എഴുതുന്നത് പോലും ബുദ്ധിമുട്ടാക്കി.

ഇപ്പോൾ, എന്റെ ആഴ്ചതോറുമുള്ള അവലോകനത്തിനിടെ എന്റെ കലണ്ടർ അവലോകനം ചെയ്യുമ്പോൾ, ഈ ചോദ്യങ്ങളെല്ലാം ഞാൻ മുൻകൂട്ടി എന്നോട് തന്നെ ചോദിക്കുന്നു. എപ്പോൾ ഉണരണം, എപ്പോൾ കുളിക്കണം, എപ്പോൾ വിമാനത്താവളത്തിലേക്ക് പോകണം എന്നിവ എനിക്കറിയാമെന്ന് ഉറപ്പാക്കാൻ ഞാൻ സമയമെടുക്കുന്നു. ഞാൻ എന്റെ യാത്ര മുൻകൂട്ടി ഷെഡ്യൂൾ ചെയ്യുന്നു. അതിനാൽ, ഇപ്പോൾ എനിക്ക് ഒരു സാധാരണ പ്രഭാത എഴുത്ത് സെഷൻ നടത്താം. എന്റെ ആഴ്ചതോറുമുള്ള അവലോകനത്തിന് എന്റെ മാനസികാവസ്ഥയ്ക്ക് മുൻഗണന നൽകുക എന്നതാണ് എന്റെ പുറമെ നിന്ന് ചെയ്തിരിക്കുന്നത്.

എന്റെ ആഴ്ചതോറുമുള്ള അവലോകനത്തിനിടെ എന്റെ കലണ്ടർ അവലോകനം ചെയ്യാൻ തുടങ്ങുന്നതിന്, ഞാൻ എന്റെ ഷെഡ്യൂൾ ഒരു ബുള്ളറ്റ് പോയിന്റ് ലിസ്റ്റിൽ ടൈപ്പ് ചെയ്യുന്നു. ആഴ്ചയിലെ ഓരോ ദിവസത്തിനും ഞാൻ ബുള്ളറ്റുകൾ സൃഷ്ടിക്കുന്നു, "പകൽ", "രാത്രി" എന്നിവയ്ക്കുള്ള ഉപ ബുള്ളറ്റുകൾ. ആ ഉപ ബുള്ളറ്റുകൾക്ക് കീഴിൽ, എന്റെ കലണ്ടറിലെ ഏത് ഇവന്റുകളും ഞാൻ ടൈപ്പ് ചെയ്യുന്നു.

എന്റെ ബുള്ളറ്റ് പോയിന്റ് കലണ്ടറിലെ ഒരു ദിവസം എങ്ങനെയിരിക്കുമെന്ന് ഇതാ:

- » തിങ്കൾ
  - » പകൽ
    - » രാവിലെ 5:00 മണി ഉണരുക
    - » രാവിലെ 6:00 മണിക്ക് വിമാനത്താവളത്തിലേക്കുള്ള ടാക്സി (16–26 മിനിറ്റ് ഡ്രൈവ്)
    - » രാവിലെ 6:30 മണിക്ക് PHX-ൽ എത്തിച്ചേരുന്നു
    - » രാവിലെ 7:35 മണിക്ക് ചിക്കാഗോയിലേക്കുള്ള ഫ്ലൈറ്റ്
    - » ഉച്ചയ്ക്ക് 1:05 മണിക്ക് ORD-യിൽ എത്തിച്ചേരുന്നു
    - » ഉച്ചയ്ക്ക് 2:30 മണിക്ക് ഫില്ലിന്റെ വീട്ടിൽ എത്തിച്ചേരുന്നു
      - » ടാക്സിയിലായിരിക്കുമ്പോൾ പലചരക്ക് സാധനങ്ങൾ ഓർഡർ ചെയ്യുക
- » രാത്രി
    - » രാത്രി 8 മണിക്ക് അത്താഴം, ഗാൽവേ ആംസ്
      - » ആന്റൺ, ആൻഡി, ജൂലി എന്നിവരെ ക്ഷണിക്കുക
    - » രാത്രി 10 മണിക്ക് നൃത്തം, റെവറി

തിരക്കേറിയ ഒരു ദിവസമാണെങ്കിലും അത് ഒരു ദിവസമാണ്. വരുന്ന ആഴ്ചയിലെ ഓരോ ദിവസത്തേക്കും ഇതുപോലുള്ള ഒരു ലിസ്റ്റ് ഞാൻ ടൈപ്പ് ചെയ്യും. എന്റെ പ്രഭാത എഴുത്ത് സെഷനുകൾ, കുളിക്കൽ, വീട്ടിൽ ഉച്ചഭക്ഷണം കഴിക്കൽ തുടങ്ങിയ മിക്ക പതിവ് കാര്യങ്ങളും ഞാൻ ടൈപ്പ് ചെയ്യാറില്ല. എന്നിരുന്നാലും, ഞാൻ ഒരു പുതിയ ദിനചര്യയിൽ പ്രവർത്തിക്കുകയാണെങ്കിൽ, ആ ഇവന്റുകൾ ഞാൻ എന്റെ ലിസ്റ്റിൽ ടൈപ്പ് ചെയ്യും.

എന്റെ കലണ്ടറിൽ ഇതിനകം ഉള്ളത് ടൈപ്പ് ചെയ്യുന്നത് അനാവശ്യമായി തോന്നാം, പക്ഷേ അത് രണ്ട് പ്രത്യേക ഉദ്ദേശ്യങ്ങൾ നിറവേറ്റുന്നു. ഒന്നാമതായി, ഒരു ഇവന്റ് ടൈപ്പ് ചെയ്യുന്നത് എന്റെ മനസ്സിൽ ആ ഇവന്റിനെ സജീവമാക്കുന്നു. എന്റെ ലിസ്റ്റിൽ ഒരു ഇവന്റ് ടൈപ്പ് ചെയ്യുമ്പോൾ, ആ ഇവന്റുമായി ബന്ധപ്പെട്ട കാര്യങ്ങളെക്കുറിച്ച്

എനിക്ക് ഇതുവരെ ചിന്തിച്ചിട്ടില്ലാത്ത ആശയങ്ങൾ ലഭിക്കും. ഇവന്റിന്റെ ഉപ ബുള്ളറ്റുകൾ എന്ന നിലയിൽ, ആ ഇവന്റിനായി തയ്യാറെടുക്കാൻ ഞാൻ ചെയ്യേണ്ട കാര്യങ്ങൾ ഞാൻ ടൈപ്പ് ചെയ്യും. വ്യാഴാഴ്ച രാത്രി ഞാൻ ഒരു അത്താഴം ആസൂത്രണം ചെയ്യുകയാണെങ്കിൽ, ഒരു സബ് ബുള്ളറ്റിൽ റിസർവേഷൻ ചെയ്യേണ്ട കാര്യങ്ങൾ ഞാൻ ടൈപ്പ് ചെയ്യും, കൂടാതെ മറ്റൊരു സബ് ബുള്ളറ്റിൽ ആരെയാണ് ക്ഷണിക്കേണ്ടതെന്ന് ഞാൻ ചിന്തിക്കും. അവിടെ നിന്ന്, എനിക്ക് എന്റെ ടാസ്ക് മാനേജ്മെന്റ് സോഫ്റ്റ്‌വെയറിൽ ഈ ടാസ്ക്കുകൾ ഉൾപ്പെടുത്താം, അല്ലെങ്കിൽ ലളിതമായി ഈ ടാസ്ക്കുകൾ ചെയ്യുക.

എന്റെ കലണ്ടറിൽ ഇതിനകം ഉള്ളത് ടൈപ്പ് ചെയ്യുന്നതിന്റെ രണ്ടാമത്തെ ഉദ്ദേശ്യം അത് ആഴ്ചയിലുടനീളം മാനസിക ഊർജ്ജം ലാഭിക്കുന്നു എന്നതാണ്. എന്റെ കലണ്ടറിലെ ഓരോ ഇവന്റിനെയും കുറിച്ച് ചിന്തിച്ച് ടൈപ്പ് ചെയ്യുന്നത് എന്റെ മനസ്സിൽ അത് പ്രോഗ്രാം ചെയ്യും. എന്റെ കലണ്ടറിൽ ഈ ആഴ്ച മുഴുവൻ എന്താണ് ഉള്ളതെന്ന് എനിക്ക് കൃത്യമായി പറയാൻ കഴിഞ്ഞേക്കില്ല, പക്ഷേ, ഇതുപോലുള്ള ഒരു വ്യായാമത്തിന് ശേഷം, എന്റെ കലണ്ടറിൽ പൂർണ്ണമായും ആശ്രയിക്കുന്നതിനേക്കാൾ കൂടുതൽ എന്റെ ഷെഡ്യൂളിനെക്കുറിച്ച് എനിക്ക് തീർച്ചയായും അറിയാൻ കഴിയും.

എന്റെ പ്രതിവാര അവലോകന ചെക്ക്‌ലിസ്റ്റിലെ മറ്റൊരു ഇനം പരാമർശിക്കേണ്ടതാണ് "@thisweek" ഇനങ്ങൾ ചെയ്യുക എന്നതാണ്. "@thisweek" എന്നത് എന്റെ പ്രതിവാര അവലോകനം നടത്തുന്ന കുറിപ്പിന്റെ യഥാർത്ഥ ഫയൽ നാമമാണ്, ഉദാഹരണത്തിന് എന്റെ ബുള്ളറ്റ്-പോയിന്റ് കലണ്ടർ അവലോകനം. ഓരോ പ്രവൃത്തിക്കും ഒരു സന്ദർഭം ഉണ്ടായിരിക്കുക എന്ന ഗേറ്റിങ് തിങ്സ് ഡൺ ആശയത്തിൽ നിന്ന് പ്രചോദനം ഉൾക്കൊണ്ടതാണ് "@". ഉദാഹരണത്തിന്, നിങ്ങൾക്ക് ചില ജോലികൾ @home, അല്ലെങ്കിൽ @office മാത്രമേ ചെയ്യാൻ കഴിയൂ. @thisweek ഒരു താൽക്കാലിക സന്ദർഭമാണ്. ഒരു നിശ്ചിത ആഴ്ചയിൽ ചെയ്യാൻ ഏറ്റവും അനുയോജ്യമായ ഇനങ്ങളാണിവ: ഈ ആഴ്ച.

ആഴ്ചയിലുടനീളം, എന്റെ പ്രതിവാര അവലോകനത്തിനിടെ എനിക്ക് അഭിസംബോധന ചെയ്യേണ്ട എന്തെങ്കിലും വരുമ്പോഴെല്ലാം, ഞാൻ അത് എന്റെ @thisweek കുറിപ്പിൽ ഇടുന്നു. ഒരു കുടുംബാംഗത്തിന്റെ ജന്മദിനം വരുന്നുണ്ടെന്ന് ഞാൻ ഓർക്കുന്നുവെങ്കിൽ, ഞാൻ @ thisweek-ൽ ഒരു കുറിപ്പ് ഇടുന്നു. എനിക്ക് ഒരു യാത്ര ആസൂത്രണം ചെയ്യേണ്ടി വന്നാൽ, ഞാൻ @thisweek-ൽ ഒരു കുറിപ്പ് ഇടുന്നു. അപ്പോൾ, എന്റെ ആഴ്ചതോറുമുള്ള അവലോകനത്തിൽ എന്റെ കുറിപ്പ് കാണാനും ശരിയായ നടപടി സ്വീകരിക്കാനും കഴിയുമെന്ന് എനിക്ക് ആത്മവിശ്വാസം തോന്നും.

എന്റെ ആഴ്ചതോറുമുള്ള ദിനചര്യയുടെ വിജയത്തിന് ഇത് പ്രധാനമാണ്: മനസ്സിൽ വരുന്നതെന്തും ഭാരമിറക്കാനും ശരിയായ സമയത്ത് അത് എനിക്ക് ലഭിക്കുമെന്ന് എനിക്കറിയാവുന്ന ഒരു സ്ഥലത്ത് സ്ഥാപിക്കാനും കഴിയുക. ഇത് ആഴ്ചയിലുടനീളം നിമിഷത്തിൽ തുടരാൻ എന്നെ സഹായിക്കുന്നു, കൂടാതെ എന്റെ തൊഴിൽപരമായ ടാസ്ക്കുകൾ മാറ്റിവയ്ക്കാൻ വ്യക്തിപരമായ ജോലികൾ ഉപയോഗിക്കുന്നതിൽ നിന്ന് എന്നെ തടയുന്നു.

എന്റെ @thisweek കുറിപ്പിലെ ഇനങ്ങൾ പലപ്പോഴും ദീർഘകാല അടിസ്ഥാനത്തിലുള്ള തുടർച്ചയായ പ്രോജക്റ്റുകളാണ്. ഒരു ക്രിയേറ്റീവ് പ്രോജക്റ്റ് പോലെ തന്നെ ഈ പ്രോജക്റ്റുകളെ പരിഗണിക്കാൻ ഇത് എന്നെ അനുവദിക്കുന്നു. അതിലേക്ക് ഞാൻ വളരെയധികം കടക്കുന്നതിന് മുമ്പ്, ക്രിയേറ്റീവ് സൈക്കിളുകളുടെ പ്രധാന ഘടകങ്ങളിലൊന്ന് സർഗ്ഗാത്മകതയുടെ നാല് ഘട്ടങ്ങളുടെ ഒരു പ്രത്യേക ഘട്ടം ഉപയോഗിക്കാനും കുറഞ്ഞ പരിശ്രമവും കുറഞ്ഞ സമ്മർദ്ദവും ഉപയോഗിച്ച് മികച്ച ആശയങ്ങൾ നേടാനുമുള്ള കഴിവാണെന്ന് ഞാൻ ഊന്നിപ്പറയേണ്ടതുണ്ട്. ഇൻകുബേഷന്റെ ശക്തി മനഃപൂർവ്വം പ്രയോജനപ്പെടുത്താൻ ക്രിയേറ്റീവ് സൈക്കിളുകൾ നിങ്ങളെ സഹായിക്കുന്നു.

നിങ്ങളിലെ നിഷ്ക്രിയ പ്രതിഭയെ നിയമിക്കുക

നിങ്ങളുടെ സർഗ്ഗാത്മക ചക്രങ്ങൾ നിങ്ങളുടെ ചുറ്റുമുള്ള ലോകത്തിന്റെ താളങ്ങൾക്കൊപ്പമോ നിങ്ങളുടെ സർഗ്ഗാത്മകമായ ഊർജ്ജത്തിന്റെ കുത്തൊഴുക്കിനോടോ പ്രവർത്തിക്കുന്നുണ്ടെങ്കിലും, ഇൻകുബേഷൻ സംഭവിക്കുന്നു. കേന്ദ്രീകൃത പരിശ്രമം ഒരു സൈക്കിൾ പെഡലിന്റെ അടി പോലെയാണെങ്കിൽ, ആ കേന്ദ്രീകൃത പരിശ്രമത്തിനുശേഷം നന്നായി മുന്നോട്ട് പോകാൻ നിങ്ങളെ അനുവദിക്കുന്ന ആക്കം പോലെയാണ് ഇൻകുബേഷൻ.

ഇൻകുബേഷന്റെ ശക്തി നാമെല്ലാവരും അനുഭവിച്ചിട്ടുണ്ട്. നിങ്ങൾ ഒരു പ്രശ്നത്തിൽ കുടുങ്ങി, അടുത്ത ദിവസം അതിലേക്ക് മടങ്ങിയെത്തുമ്പോൾ പുതിയ വ്യക്തതയോടെ. ഒരു വലിയ തീരുമാനം എടുക്കുന്നതിന് മുമ്പ്, നിങ്ങൾ "അതിൽ ഉറങ്ങണം" എന്ന് നമുക്കെല്ലാവർക്കും അറിയാം. ഒരു "നിഷ്ക്രിയ പ്രതിഭ" നമ്മുടെ ഉപബോധമനസ്സിൽ ഉണ്ടെന്നും, മറ്റെന്തെങ്കിലും ചെയ്യുമ്പോൾ നമ്മുടെ സർഗ്ഗാത്മകമായ പ്രശ്നങ്ങൾ പരിഹരിക്കാൻ പ്രവർത്തിക്കുന്നതുപോലെയുമാണ്. എന്നിരുന്നാലും, നമ്മളിൽ ചുരുക്കം ചിലർ മാത്രമേ നമ്മുടെ ദൈനംദിന സർഗ്ഗാത്മകമായ പ്രവർത്തനങ്ങളിൽ ഈ നിഷ്ക്രിയ പ്രതിഭയെ മനഃപൂർവ്വം ഉപയോഗിക്കുന്നുള്ളൂ. പുരോഗതിയിലും ഫലങ്ങളിലും എപ്പോഴും ശ്രദ്ധ കേന്ദ്രീകരിക്കുന്ന ഒരു

ലോകത്ത്, ഒരു പ്രോജക്റ്റിൽ പുരോഗതി കൈവരിക്കാൻ ചിലപ്പോൾ നമുക്ക് ചെയ്യാൻ കഴിയുന്ന ഏറ്റവും നല്ല കാര്യം: ഒന്നുമില്ല (നത്തിംഗ്) എന്നത് മറക്കാൻ എളുപ്പമാണ്.

നിങ്ങൾ ഒന്നും ചെയ്യുന്നില്ലെങ്കിലും, അല്ലെങ്കിൽ നിലവിലുള്ള പ്രശ്നവുമായി ബന്ധമില്ലാത്ത എന്തെങ്കിലും ചെയ്യുകയാണെങ്കിലും ഇൻകുബേഷൻ നടക്കുന്നു. നിങ്ങളുടെ ഹ്രസ്വകാല ഓർമ്മയിൽ നിന്ന്, നിങ്ങളുടെ ദീർഘകാല ഓർമ്മയിലേക്ക് വിവരങ്ങൾ കടന്നുപോകുന്നു. മോശം ആശയങ്ങളിലേക്ക് നയിക്കുന്ന ദുർബലമായ ബന്ധങ്ങളെ നിങ്ങൾ മറക്കുകയും നല്ല ആശയങ്ങളിലേക്ക് നയിക്കുന്ന ശക്തമായ ബന്ധങ്ങളെ ശക്തിപ്പെടുത്തുകയും ചെയ്യുന്നു.

തിങ്കളാഴ്ച രാവിലെ, ആഴ്ചയിലെ ഏറ്റവും പ്രധാനപ്പെട്ട തലമുറ സെഷൻ നടക്കുമ്പോൾ, ഞാൻ ഇൻകുബേഷന്റെ നേട്ടങ്ങൾ കൊയ്യുന്നു. വാരാന്ത്യത്തിൽ ഞാൻ എന്റെ ജോലിയിൽ നിന്ന് വിച്ഛേദിക്കപ്പെട്ടു, ഞാൻ തിരിച്ചെത്തുമ്പോഴേക്കും, എന്റെ നിഷ്ക്രിയ പ്രതിഭ ദുർബലമായ ബന്ധങ്ങളെ നീക്കം ചെയ്യുകയും ശക്തമായ ബന്ധങ്ങളെ ശക്തിപ്പെടുത്തുകയും ചെയ്തിരിക്കുന്നു. എന്റെ ആഴ്ചയുടെ ശേഷിക്കുന്ന സമയത്തിലുടനീളം, ഒരു ചെറിയ തലത്തിലും ഇതുതന്നെ സംഭവിക്കുന്നു. എല്ലാ ദിവസവും രാവിലെ ഞാൻ എന്റെ ഏറ്റവും പ്രധാനപ്പെട്ട സർഗ്ഗാത്മകമായ പ്രോജക്റ്റിൽ പ്രവർത്തിക്കുന്നു. പകൽ സമയത്തിന്റെ ബാക്കി സമയവും, ഞാൻ ഉറങ്ങുമ്പോൾ രാത്രിയും, ആ പ്രോജക്റ്റ് ഇൻകുബേഷനിലാണ് - എന്റെ നിഷ്ക്രിയ പ്രതിഭ അതിൽ പ്രവർത്തിക്കുന്നു.

ഒരു ചെറിയ തലത്തിൽ, ഞാൻ ആൾട്ടർനേറ്റിംഗ് ഇൻകുബേഷൻ മെത്തേഡ് (ഒന്നിടവിട്ടുള്ള ഇൻകുബേഷൻ രീതി) എന്ന് വിളിക്കുന്ന ഒരു സാങ്കേതികതയുണ്ട്. ഈ രീതി ഉപയോഗിച്ച്, ഇൻകുബേഷന്റെ ശക്തിയോടെ നിങ്ങൾക്ക് രണ്ട് പ്രോജക്റ്റുകൾ ഒരേസമയം പൂർത്തിയാക്കാൻ കഴിയും. ഉദാഹരണത്തിന്, എന്റെ പോഡ്കാസ്റ്റിനായി എനിക്ക് രണ്ട് ആമുഖ സ്ക്രിപ്റ്റുകൾ എഴുതേണ്ടതുണ്ടെന്ന് പറയാം. ആദ്യ സ്ക്രിപ്റ്റിന്റെ ഒരു പരുക്കൻ ഡ്രാഫ്റ്റ് എഴുതിക്കൊണ്ടാണ് ഞാൻ ആരംഭിക്കുന്നത്. തുടർന്ന് രണ്ടാമത്തെ സ്ക്രിപ്റ്റിനായി ഞാൻ പരുക്കൻ ഡ്രാഫ്റ്റ് എഴുതാൻ തുടങ്ങും. അതിനുശേഷം, എഡിറ്റ് ചെയ്യാൻ ഞാൻ ആദ്യ സ്ക്രിപ്റ്റിലേക്ക് മടങ്ങും. പെട്ടെന്ന്, ആദ്യത്തെ സ്ക്രിപ്റ്റ് എഴുതാൻ എളുപ്പമാണ്. രണ്ടാമത്തെ സ്ക്രിപ്റ്റിന്റെ ഡ്രാഫ്റ്റ് എഴുതുമ്പോൾ ഞാൻ ഒന്നാമത്തേത് ഇൻകുബേറ്റ് ചെയ്തുകൊണ്ടിരുന്നു. രണ്ടും പൂർത്തിയാകുന്നതുവരെ ഞാൻ രണ്ട് സ്ക്രിപ്റ്റുകൾക്കിടയിൽ മാറിമാറി ഉപയോഗിക്കുന്നു.

ആൾട്ടർനേറ്റിംഗ് ഇൻകുബേഷൻ രീതി ഉപയോഗിക്കുന്നതിന് മുമ്പ്, ഓരോ സ്ക്രിപ്റ്റിലൂടെയും ഓരോന്നായി ഊർജ്ജത്തോടെ ചെയ്യാൻ

ഞാൻ ശ്രമിച്ചു. ചില സമയങ്ങളിൽ, എനിക്ക് ഒരു ബ്ലോക്ക് ലഭിച്ചു. ആ ബ്ലോക്ക് ശ്രദ്ധ വ്യതിചലനങ്ങളിലേക്ക് രക്ഷപ്പെടാൻ എളുപ്പമാക്കി. എന്നിരുന്നാലും, ആൾട്ടർനേറ്റിംഗ് ഇൻകുബേഷൻ രീതി ഉപയോഗിച്ച്, ഞാൻ ബ്ലോക്കുകൾ ഒഴിവാക്കുന്നു. എന്റെ ആദ്യ ഡ്രാഫ്റ്റ് എഴുതുമ്പോൾ എനിക്ക് സ്വതന്ത്രമായും സ്വസ്ഥമായും ഇരിക്കാൻ കഴിയും, പുതിയ വ്യക്തതയോടെ ഞാൻ ഉടൻ തന്നെ അതിലേക്ക് മടങ്ങുമെന്ന് എനിക്കറിയാം. രണ്ട് സ്ക്രിപ്റ്റുകളിലും അഞ്ച് മിനിറ്റ് ഇടവേളകൾ മാറിമാറി ചെയ്തുകൊണ്ട്, സാധാരണയായി ഒരു മണിക്കൂർ എടുക്കുന്ന സമയം ഇരുപത് മിനിറ്റിനുള്ളിൽ പൂർത്തിയാക്കാൻ എനിക്ക് കഴിയും.

എല്ലാ പ്രോജക്റ്റുകളും ആൾട്ടർനേറ്റിംഗ് ഇൻകുബേഷൻ രീതിക്ക് അനുയോജ്യമല്ല. ഒരു പരിഹാരം നേടുന്നതിന് നിങ്ങൾക്ക് ആവശ്യമായ ഇൻകുബേഷന്റെ അളവ്, ആദ്യം തന്നെ ആ പരിഹാരം നേടുന്നതിന് എത്രത്തോളം ബുദ്ധിമുട്ടാണ് എന്നതിനെ ആശ്രയിച്ചിരിക്കുന്നു. നിങ്ങൾ മുമ്പ് പലതവണ ചെയ്തിട്ടുള്ള ഒരു കാര്യത്തിലാണ് നിങ്ങൾ പ്രവർത്തിക്കുന്നതെങ്കിൽ, നിങ്ങൾക്ക് ഒരു ഇടവേളയും ആവശ്യമില്ലായിരിക്കാം. നിങ്ങൾ പരിചിതമല്ലാത്ത ഒരു പ്രോജക്റ്റിലാണ് പ്രവർത്തിക്കുന്നതെങ്കിൽ, നിങ്ങൾക്ക് കൂടുതൽ കാലയളവുകൾ ഇൻകുബേഷൻ ആവശ്യമായി വരും. ആഴ്ചതോറുമുള്ള പതിവ് പോലുള്ള ക്രിയേറ്റീവ് സൈക്കിളുകൾ ഉപയോഗിക്കുമ്പോൾ, പ്രശ്നത്തിൽ നിന്ന് വളരെ ദൈർഘ്യമേറിയ കാലയളവിൽ ഇൻകുബേഷൻ സ്വാഭാവികമായി സംഭവിക്കും. അതിനാൽ, കൂടുതൽ കാലയളവുകളിൽ, ആൾട്ടർനേറ്റിംഗ് ഇൻകുബേഷൻ രീതി ആവശ്യമില്ല.

എന്റെ ആഴ്ചതോറുമുള്ള അവലോകനങ്ങൾക്കിടയിൽ ഇൻകുബേഷൻ സ്വാഭാവികമായി സംഭവിക്കുന്നതിനാൽ, ഞാൻ മാറ്റിവച്ചേക്കാവുന്ന വലിയ വ്യക്തിഗത പ്രോജക്റ്റുകളിൽ എനിക്ക് വ്യക്തത കൈവരിക്കാൻ കഴിയും. എന്റെ പ്രതിവാര അവലോകന വേളയിൽ ചെയ്യേണ്ട കാര്യങ്ങളുടെ പട്ടികയിൽ "@thisweek items" എന്താതാണെന്ന കാര്യം ശ്രദ്ധിക്കുക. ഒരു യാത്ര ആസൂത്രണം ചെയ്യുക, അല്ലെങ്കിൽ എന്റെ കൊളംബിയൻ നികുതികൾ എങ്ങനെ ഫയൽ ചെയ്യണമെന്ന് കണ്ടെത്തുക തുടങ്ങിയ ഒരു വലിയ പ്രോജക്റ്റിനെക്കുറിച്ച് ചിന്തിക്കുമ്പോഴെല്ലാം ഞാൻ എന്റെ @thisweek കുറിപ്പിൽ ആ ഇനം ഇടും.

എന്റെ @thisweek കുറിപ്പിലുള്ള ഇനം ഉദാഹരണത്തിന് "ബ്രെയിൻസ്റ്റോം സാൻ ഫ്രാൻസിസ്കോ ട്രിപ്പ്" എന്ന് പറഞ്ഞേക്കാം. ഞാൻ പതിവായി ആഴ്ചതോറുമുള്ള അവലോകനങ്ങൾ നടത്തുന്നതിന് മുമ്പ്, യാത്രാ ആസൂത്രണം ക്ഷീണിപ്പിക്കുന്നതായിരുന്നു. ഒറ്റയിരിപ്പിൽ ഒരു മുഴുവൻ യാത്രയും ആസൂത്രണം ചെയ്യുക എന്ന ഉദ്ദേശ്യത്തോടെ ഞാൻ ഇരുന്നു, ഒടുവിൽ നിരാശനും അനിശ്ചിതത്വത്തിലുമായി.

ഇപ്പോൾ, എന്റെ യാത്രാ ആസൂത്രണത്തെ ഞാൻ ആഴ്ചതോറുമുള്ള അവലോകനങ്ങളുടെ ഒരു പരമ്പരയായി വിഭജിക്കുന്നു. ആദ്യ അവലോകനത്തിൽ, ബജറ്റിനെയും ലോജിസ്റ്റിക്സിനെയും കുറിച്ചുള്ള പൊതുവായ ഒരു ആശയം ലഭിക്കുന്നതിന് മാത്രം സാധ്യതയുള്ള ലക്ഷ്യസ്ഥാനങ്ങൾ, തീയതികൾ, യാത്രാ പദ്ധതികൾ എന്നിവ ഞാൻ ബ്രെയിൻ സ്റ്റോം ചെയ്യുന്നു, ഫ്ലൈറ്റുകൾ, താമസ ഓപ്ഷനുകൾ എന്നിവ നോക്കുന്നു. എല്ലാം ബുക്ക് ചെയ്യുന്നതുവരെ ഞാൻ എല്ലാ ആഴ്ചയും എന്റെ പ്ലാൻ വീണ്ടും പരിശോധിക്കുന്നു.

വ്യക്തമായും, ഇത് മുൻകൂട്ടി ആസൂത്രണം ചെയ്യേണ്ടതുണ്ട്. അതുകൊണ്ടാണ് എന്റെ ആഴ്ചതോറുമുള്ള അവലോകന ഇനങ്ങളിൽ "വരാനിരിക്കുന്ന അവലോകനം" എന്ന് കാണുന്നത്. എന്റെ ആഴ്ചതോറുമുള്ള അവലോകനത്തിൽ എന്റെ കലണ്ടർ അവലോകനം ചെയ്യുമ്പോൾ, ഞാൻ നിരവധി ആഴ്ചകൾ മുന്നോട്ട് നോക്കുന്നു. സങ്കീർണ്ണമായ ആസൂത്രണം ആവശ്യമാണെന്ന് എനിക്കറിയാവുന്ന എന്തെങ്കിലും വലിയ കാര്യം വരുന്നതായി ഞാൻ കണ്ടാൽ, ഞാൻ നേരത്തെ തന്നെ ആരംഭിക്കുമെന്ന് ഉറപ്പാക്കുന്നു.

ഇൻകുബേഷന്റെ ശക്തി മനഃപൂർവ്വം ഉപയോഗിക്കുന്നതിന് എന്റെ നിഷ്ക്രിയ പ്രതിഭയെ ഉപയോഗിക്കുന്നതിലൂടെ, ആഴ്ചയിലുടനീളം എന്റെ ബോധമനസ്സിനെ ഭരിച്ചിരുന്ന വലിയ കാര്യങ്ങളിൽ കൂടുതൽ വ്യക്തതയും മികച്ച നിയന്ത്രണബോധവും എനിക്ക് ലഭിക്കുന്നു. പ്രോജക്റ്റുകളിൽ സജീവമായി പ്രവർത്തിക്കാൻ ഞാൻ കുറച്ച് സമയം മാത്രമേ ചെലവഴിക്കുന്നുള്ളൂ, കൂടാതെ - മാനസിക ഭാരത്തിന്റെ ഭൂരിഭാഗവും ഞാൻ കുറച്ചതിനാൽ - ആരംഭിക്കാൻ എനിക്ക് ഭയമില്ല, അതിനാൽ ഞാൻ നീട്ടിവെക്കാനുള്ള സാധ്യത കുറവാണ്.

“ഇപ്പോൾ" മാത്രം ഉള്ളപ്പോൾ നിങ്ങൾ നീട്ടിവെക്കില്ല

ഒരു ആഴ്ചയിലെ ചക്രം അനുസരിച്ച് പ്രവർത്തിക്കുന്നത് - ഒരു ആഴ്ചയിലെ അവലോകനത്തിന്റെ സഹായത്തോടെ - മാറ്റിവയ്ക്കൽ കുറയ്ക്കുന്നു. ഇത് കൈയിലുള്ള ജോലി ഇപ്പോൾ മാത്രമേ ചെയ്യാൻ കഴിയൂ എന്ന ഒരു തോന്നൽ സൃഷ്ടിക്കുന്നു. എന്റെ ആദ്യ പുസ്തകം എഴുതാൻ തുടങ്ങിയപ്പോൾ, മാറ്റിവയ്ക്കലിലേക്ക് രക്ഷപ്പെടാൻ എളുപ്പമായിരുന്നു. എനിക്ക് ആറ് മാസങ്ങൾ മാത്രമേ എന്റെ മുന്നിൽ ഉണ്ടായിരുന്നുള്ളൂ, ചെയ്യേണ്ട ഒരേയൊരു ഇനം: ഒരു പുസ്തകം എഴുതുക. ഇപ്പോൾ ഞാൻ സർഗ്ഗാത്മകതയുടെ നാല് ഘട്ടങ്ങൾക്കനുസരിച്ച് സർഗ്ഗാത്മകമായ പദ്ധതികൾ ചെയ്യുന്നു, മാനസികാവസ്ഥയിൽ എന്റെ താളത്തിനനുസരിച്ച് എന്റെ ആഴ്ച ക്രമീകരിക്കുന്നു, എനിക്ക് വളരെ ചെറിയ സമയമേയുള്ളൂ, വളരെ ചെറിയ ജോലികൾ കൈകാര്യം ചെയ്യാനുള്ളൂ.

നിങ്ങൾക്ക്ദിവസത്തിൽഎട്ട്മണിക്കൂർജോലിചെയ്യാനുണ്ടെങ്കിൽ, മാറ്റിവയ്ക്കാൻ ധാരാളം സമയമുണ്ട്. എന്നാൽ ദിവസത്തിലെ മറ്റേതൊരു സമയത്തേക്കാളും നിരവധി മടങ്ങ് കൂടുതൽ ഉൽപാദനക്ഷമതയുള്ള രണ്ട് മണിക്കൂർ ടൈം ബ്ലോക്ക് നിങ്ങൾ തിരിച്ചറിഞ്ഞിട്ടുണ്ടെങ്കിൽ, അത് ഒരു അടിയന്തിരതാബോധം സൃഷ്ടിക്കുന്നു.

കൂടാതെ, നിങ്ങൾ ക്രിയേറ്റീവ് സൈക്കിളുകളിൽ പ്രവർത്തിക്കുമ്പോൾ, നിങ്ങളുടെ ജോലികൾ മറ്റുവിധത്തിൽ ചെയ്യുന്നതിനേക്കാൾ ചെറുതായിരിക്കും. “ഒരു പുസ്തകം എഴുതുക” എന്നതിനുപകരം, നിങ്ങളുടെ ചെയ്യേണ്ട ഇനം ഇപ്പോൾ “ഏഴാം അധ്യായത്തെക്കുറിച്ച് 500 വാക്കുകൾ ചിന്തിപ്പിക്കുക” അല്ലെങ്കിൽ “ഇഗ്നാസ് സെമ്മൽവെയ്സിന്റെ ജീവിതത്തെക്കുറിച്ച് ഗവേഷണം നടത്തുക” എന്നതാണ്.

ചെറിയ ജോലികൾ കൈകാര്യം ചെയ്യാൻ എളുപ്പമാണ്. സമയത്തിന്റെ ചെറിയ യൂണിറ്റുകൾ പാഴാക്കാൻ പ്രയാസമാണ്. ഇപ്പോൾ മാത്രമേ ഉള്ളൂ എന്ന ഒരു ബോധം നിങ്ങൾ സൃഷ്ടിക്കുമ്പോൾ, നിങ്ങൾ മാറ്റിവയ്ക്കുന്നില്ല.

ലോകത്തിന്റെ താളങ്ങൾ ഒരു ആഴ്ചയിലെ പതിവ് രീതിയിലേക്ക് മാറുന്നു, എന്നാൽ നിങ്ങൾ സമയത്തിന്റെ ദൈർഘ്യമേറിയ യൂണിറ്റുകളുമായി പ്രവർത്തിക്കുമ്പോൾ, നിങ്ങൾക്ക് ഒരു പ്രത്യേക മാനസികാവസ്ഥയിൽ കൂടുതൽ ആഴത്തിൽ ശ്രദ്ധ കേന്ദ്രീകരിക്കാൻ കഴിയും. വാസ്തവത്തിൽ, ഈ പുസ്തകത്തിന് പിന്നിലെ ആശയങ്ങൾ ഞാൻ പര്യവേഷണ മാനസികാവസ്ഥയിൽ ചെലവഴിച്ച ഒരു ആഴ്ചയിൽ നിന്നാണ് വന്നത്. ഞാൻ പ്രോജക്റ്റുകൾക്കിടയിൽ ആയിരിക്കുമ്പോൾ, ഞാൻ ചിലപ്പോൾ “ആവശ്യകതയുടെ ആഴ്ച” (വീക്ക് ഓഫ് വാണ്ട്) എന്ന് വിളിക്കുന്നത് പ്രഖ്യാപിക്കുന്നു.

ആഗ്രഹത്തിന്റെ ആഴ്ച

ഒരു പ്രോജക്റ്റിന്റെ തിരക്കിലായിരിക്കുമ്പോൾ, നമ്മൾ ചെയ്യണമെന്ന് തോന്നുന്ന കാര്യങ്ങളിൽ ശ്രദ്ധ കേന്ദ്രീകരിക്കുന്നു. ആവശ്യകതയുടെ ആഴ്ചയുടെ ഉദ്ദേശ്യം നിങ്ങൾ ചെയ്യാൻ ആഗ്രഹിക്കുന്ന കാര്യങ്ങളുമായി വീണ്ടും ബന്ധപ്പെടുക എന്നതാണ്. ആവശ്യകതയുടെ ആഴ്ച ചെയ്യുമ്പോൾ, എന്റെ ഷെഡ്യൂളിൽ നിന്ന് കഴിയുന്നത്ര ബാധ്യതകൾ ഞാൻ ഒഴിവാക്കുന്നു. പ്രത്യേകിച്ച് എന്തെങ്കിലും നേടാൻ ശ്രമിക്കുന്നതിന്റെ ഏതൊരു വികാരവും ഞാൻ ഉപേക്ഷിക്കുന്നു. ഒരു ചോദ്യത്തിനുള്ള ഉത്തരം പിന്തുടരാൻ ഞാൻ ഒരു മുഴുവൻ ആഴ്ചയും നൽകുന്നു: "ഇപ്പോൾ ഞാൻ എന്താണ് ചെയ്യാൻ ആഗ്രഹിക്കുന്നത്?"

നമ്മളിൽ മിക്കവരും, സൈഡ് പ്രോജക്റ്റുകൾക്കായി ഇടം നൽകുമ്പോൾ, ഒരു ദിവസത്തിൽ രണ്ട് മണിക്കൂർ അല്ലെങ്കിൽ ഒരു

ആഴ്ചയിൽ ഒരു പ്രത്യേക ദിവസം ചെലവഴിക്കുന്നു. ഒരു സൈഡ് പ്രോജക്റ്റിൽ പ്രവർത്തിക്കാതിരിക്കുന്നതിനേക്കാൾ നല്ലത് ഇതാണ്, പക്ഷേ പര്യവേഷണ മാനസികാവസ്ഥയുടെ ആധിപത്യമുള്ള ഒരു ആഴ്ച മുഴുവൻ എടുക്കുന്നതിന് പ്രത്യേക നേട്ടങ്ങളുണ്ട്. ലക്ഷ്യബോധമുള്ള ചിന്തയിൽ നിന്ന് നിങ്ങൾ കൂടുതൽ സമയം ചെലവഴിക്കുന്തോറും നിങ്ങളുടെ ചിന്ത കൂടുതൽ വിശാലമാകും. നിങ്ങളുടെ ബോധത്തിന്റെ ഉപരിതലത്തിന് താഴെയായി മറഞ്ഞിരിക്കുന്ന ആശയങ്ങളിലേക്ക് നിങ്ങൾ എത്തിച്ചേരുന്നു, അല്ലാത്തപക്ഷം ചിന്തിക്കാൻ നിങ്ങൾക്ക് കഴിയില്ല.

കൂടാതെ, ആ ആശയങ്ങൾക്ക് ഇൻകുബേഷന് കൂടുതൽ ഇടം ലഭിക്കുന്നു. നിങ്ങൾ മറ്റ് കാര്യങ്ങളിൽ പ്രവർത്തിക്കുമ്പോൾ മാത്രം ഇൻകുബേറ്റ് ചെയ്യുന്നതിന് പകരം, ഉപരിതലത്തിന് താഴെയുള്ള ആ ആശയങ്ങൾ തുടർച്ചയായി നിരവധി രാത്രികളുടെ ഉറക്കത്തിനിടയിൽ ഇൻകുബേറ്റ് ചെയ്യപ്പെടും.

ഒരു മുഴുവൻ ആഴ്ച എടുക്കുന്നതിന്റെ ഗുണങ്ങളെക്കുറിച്ച് ഞാൻ ന്യൂറോശാസ്ത്രജ്ഞൻ ജോൺ കൂണിയോസിനോട് ചോദിച്ചപ്പോൾ, സർഗ്ഗാത്മകമായ ചിന്ത മെച്ചപ്പെടുത്താൻ രണ്ട് സാധ്യതയുള്ള വഴികളുണ്ടെന്ന് അദ്ദേഹം പറഞ്ഞു. ഒന്ന്, നിങ്ങൾ ചെയ്യാൻ ആഗ്രഹിക്കുന്നത് ചെയ്യുന്നത് നിങ്ങളുടെ മാനസികാവസ്ഥ മെച്ചപ്പെടുത്തുന്നു, അത് മികച്ച ആശയങ്ങളിലേക്ക് നയിക്കുന്നു. അദ്ദേഹം വിശദീകരിച്ചു, "നിങ്ങളുടെ ശ്രദ്ധ ആവശ്യമായ മറ്റ് എല്ലാ കാര്യങ്ങളെയും കുറിച്ച് നിങ്ങൾ ചിന്തിക്കാൻ പോകുന്നില്ല. നിങ്ങൾ അവയെ നിങ്ങളുടെ മനസ്സിൽ നിന്ന് മാറ്റുന്നു - നിങ്ങൾ ചെയ്യാൻ ആഗ്രഹിക്കുന്നത് നിങ്ങൾ ചെയ്യുന്നു. അത് നിങ്ങൾക്ക് സന്തോഷം നൽകുന്നു, നിങ്ങളെ ഒരു പോസിറ്റീവ് മാനസികാവസ്ഥയിലാക്കുന്നു, കൂടാതെ അത് നിങ്ങൾക്ക് ആഴ്ച മുഴുവൻ നിലനിർത്താൻ കഴിയുന്ന ഒന്നാണ് - തുടർന്ന് അത് സർഗ്ഗാത്മകമായ ചിന്തകളിലേക്ക് നയിക്കും."

കൂടാതെ,ഒരുമുഴുവൻആഴ്ചഎടുക്കുന്നത്നിങ്ങളെസർഗ്ഗാത്മകതയുടെ ആഴത്തിലുള്ള അവസ്ഥയിലേക്ക് പ്രവേശിക്കാൻ അനുവദിക്കുന്നു. "ഈ ഉൾക്കാഴ്ചയുള്ള മാനസികാവസ്ഥ വളരെ ദുർബലമാണ്, അത് ഇല്ലാതാക്കാൻ അധികം സമയമെടുക്കില്ല," ജോൺ എന്നോട് പറഞ്ഞു. "ഒരു വിശകലനാത്മക മാനസികാവസ്ഥയിലേക്ക് പ്രവേശിക്കുന്നത് സർഗ്ഗാത്മകവും ഉൾക്കാഴ്ചയുള്ളതുമായ ഒരു മാനസികാവസ്ഥയിലേക്ക് പ്രവേശിക്കുന്നതിനേക്കാൾ എളുപ്പമാണ്. അതിനാൽ നിങ്ങൾക്ക് ഒരു ആഴ്ചത്തേക്ക് ഈ മുഴുവൻ സമയവും സൃഷ്ടിക്കാൻ കഴിയുമെങ്കിൽ, അത് നിങ്ങളെ ആ അവസ്ഥയിലേക്ക് ആഴ്ന്നാൻ അനുവദിക്കുന്നു."

ആദ്യകാലത്ത്, എല്ലാ എഞ്ചിനീയർമാർക്കും "20% സമയം" നൽകുന്നതിൽ ഗൂഗിൾ പ്രശസ്തമായിരുന്നു. ഗൂഗിളിന് ഗുണം

ചെയ്യുമെന്ന് അവർ കരുതിയ ഏത് സൈഡ് പ്രോജക്റ്റിലും അവരുടെ എഞ്ചിനീയർമാർ അവരുടെ സമയത്തിന്റെ ഇരുപത് ശതമാനം വരെ ചെലവഴിക്കേണ്ടിവന്നു. ആവശ്യകതയുടെ ആഴ്ചയ്ക്ക് പിന്നിലെ തത്വചിന്ത പോലെ, ഗൂഗിളിന്റെ 20% സമയം രൂപകൽപ്പന ചെയ്തിരിക്കുന്നത് ലക്ഷ്യബോധമില്ലാത്ത പ്രവർത്തനം നവീകരണത്തെ തടയുന്നതിനാണ്. പ്രത്യേകിച്ചും, ന്യായബോധമില്ലാത്ത ജീവനക്കാരെ യുക്തിരഹിതമായ മാനേജർമാർ തടസ്സപ്പെടുത്താതിരിക്കാൻ ഇത് രൂപകൽപ്പന ചെയ്തിരിക്കുന്നു. മുൻ ഗൂഗിൾ സിഇഒ എറിക് ഷ്മിഡ്റ്റ് പറഞ്ഞു, “ഒരു ജീവനക്കാരൻ സമ്മർദ്ദത്തിലാണെങ്കിൽ, മാനേജർ പറയുന്ന ‘നിങ്ങൾ കൂടുതൽ കഠിനാധ്വാനം ചെയ്യണം!’ എന്ന്. "നിങ്ങൾക്കുള്ളതെല്ലാം എനിക്ക് തരണം!" എന്ന് ആ ജീവനക്കാരന് ന്യായമായും ആ ബോസിന്റെ കണ്ണിൽ നോക്കി പറയാൻ കഴിയും, "എന്റെ എൺപത് ശതമാനം സമയത്തിന്റെ നൂറ് ശതമാനവും ഞാൻ നിങ്ങൾക്ക് തരാം." എക്സിക്യൂട്ടീവ് ചിന്തയെ സർഗ്ഗാത്മകമായ ചിന്തയിൽ ഇടപെടുന്നതിൽ നിന്ന് തടയുന്നതിനുള്ള ഒരു മാർഗമായിരുന്നു 20% സമയം.

മൈക്രോസോഫ്റ്റ് നടത്തുമ്പോൾ, ബിൽ ഗേറ്റ്സ് "ചിന്താ ആഴ്ചകൾ" (തിങ്ക് വീക്സ്) എടുത്തു, അതിൽ അദ്ദേഹം ഒരു ആളൊഴിഞ്ഞ ക്യാബിനിലേക്ക് പോയി പുസ്തകങ്ങളുടെയും ലേഖനങ്ങളുടെയും കൂമ്പാരങ്ങളിൽ മുഴുകി കമ്പനിയുടെ ഭാവിയെക്കുറിച്ച് ചിന്തിച്ചു. 1995-ലെ ഒരു ചിന്താ ആഴ്ച ഗേറ്റ്സിനെ "ദി ഇന്റർനെറ്റ് ടൈഡൽ വേവ്" എന്ന പേരിൽ ഒരു മെമ്മോ അയയ്ക്കാൻ പ്രേരിപ്പിച്ചു, ഇത് മൈക്രോസോഫ്റ്റിനെ സ്വന്തമായി ഒരു വെബ് ബ്രൗസർ സൃഷ്ടിക്കാൻ പ്രേരിപ്പിച്ചു.

ആവശ്യകതയുടെ ആഴ്ച എനിക്ക് ഒരു ശക്തമായ ഉപകരണമാണ്. വാസ്തവത്തിൽ, മൈൻഡ് മാനേജ്മെന്റ് തന്നെ ഒരു ആവശ്യകതയുടെ ആഴ്ചയുടെ ഉൽപ്പന്നമായിരുന്നു. ബിഹേവിയറൽ ശാസ്ത്രജ്ഞനായ ഡാൻ ഏരിയലി ഈ ആശയത്തെക്കുറിച്ചുള്ള എന്റെ ആമുഖ ബ്ലോഗ് പോസ്റ്റ് വായിക്കാൻ ഇടയായി, ഇതാണ് ടൈംഫുളിൽ സഹകരിക്കാൻ എന്നെ സമീപിക്കാൻ അദ്ദേഹത്തെ പ്രേരിപ്പിച്ചത്. ഗൂഗിൾ ടൈംഫുൾ വാങ്ങിയപ്പോൾ, എനിക്ക് അപ്രതീക്ഷിതമായി ഒരു ശമ്പളം ലഭിച്ചു, ഏകദേശം നാല് വർഷങ്ങൾക്ക് മുമ്പ് ഞാൻ എടുത്ത ഒരു ആവശ്യകതയുടെ ആഴ്ചയ്ക്ക് നന്ദി.

പര്യവേഷണ മാനസികാവസ്ഥയുടെ ആധിപത്യമുള്ള ഒരു വലിയ സമയമാണ് ആവശ്യകതയുടെ ആഴ്ച, എന്നാൽ ഏത് മാനസികാവസ്ഥയായാലും, ഒരു പ്രത്യേക മാനസികാവസ്ഥയിൽ ദീർഘനേരം തുടരുന്നതിന്റെ ഗുണങ്ങൾ നിങ്ങൾക്ക് ലഭിക്കും. എന്റെ പോഡ്കാസ്റ്റിൽ പങ്കെടുക്കാൻ സംരംഭകയായ ലോറ റോഡറെ ഞാൻ ക്ഷണിച്ചപ്പോൾ, അവർ എനിക്ക് രണ്ട് ചോയ്സുകൾ നൽകി: ഒരു പ്രത്യേക ആഴ്ചയിൽ എനിക്ക് അവരെ അഭിമുഖം നടത്താം,

അല്ലെങ്കിൽ കൃത്യം ഒരു മാസം കഴിഞ്ഞ് മറ്റൊരു പ്രത്യേക ആഴ്ചയിൽ എനിക്ക് അവരെ അഭിമുഖം നടത്താം. ഞാൻ അവരെ അഭിമുഖം നടത്തിയപ്പോൾ, അതിനെക്കുറിച്ച് അവരോട് ചോദിക്കാൻ ഞാൻ ഉറപ്പാക്കി, എന്റെ സംശയം സ്ഥിരീകരിച്ചു: ലോറയ്ക്ക് ഒരു "പോഡ്കാസ്റ്റ് ആഴ്ച" ഉണ്ട്. ഓരോ മാസവും ഒരു ആഴ്ചയിൽ, അവൾക്ക് കഴിയുന്നത്ര പോഡ്കാസ്റ്റുകളിൽ അവൾ പ്രത്യക്ഷപ്പെടുന്നു.

സാംസ്കാരിക ഘടകങ്ങളിലെ ചക്രഗതികൾ

ഒരു ആഴ്ചയ്ക്ക് അപ്പുറത്തേക്ക് സർഗ്ഗാത്മക ചക്രങ്ങളെ പ്രോത്സാഹിപ്പിക്കുന്ന ബാഹ്യലോകത്തിൽ നിന്നുള്ള സൂചനകളുണ്ട്. ഞാൻ സൂചിപ്പിച്ചതുപോലെ, ചിക്കാഗോയിലേക്കുള്ള എന്റെ താമസത്തോടെ, ഋതുക്കളുടെ മാറ്റം വളരെ നീണ്ട ചക്രങ്ങളെ പ്രോത്സാഹിപ്പിച്ചു. ദേശീയ അവധി ദിനങ്ങൾ മാനസികാവസ്ഥയിൽ കുറച്ച് സമയം ചെലവഴിക്കാൻ നല്ലൊരു അവസരമാകാം. എഴുത്തുകാരൻ പോൾ ജാർവിസ് ശൈത്യകാല അവധിക്കാലത്ത് സോഷ്യൽ മീഡിയയിൽ നിന്ന് ഒരു മാസത്തെ ഇടവേള എടുക്കുന്നു. അദ്ദേഹം പറയുന്നു, "സർഗ്ഗാത്മകതയ്ക്ക് അഭിവൃദ്ധി പ്രാപിക്കാൻ സ്ഥലവും ശ്രദ്ധയും ആവശ്യമാണ്. അത് എന്റെ ബിസിനസ്സിൽ പ്രതികൂല സ്വാധീനം ചെലുത്തുന്നില്ല."

എന്റെ പുതുവത്സരം കൊണ്ട് ഞാൻ എന്താണ് നേടാൻ ആഗ്രഹിക്കുന്നതെന്ന് ചിന്തിക്കാൻ ഞാൻ പുതുവത്സര ദിനം വരെ കാത്തിരിക്കുമായിരുന്നു. ഇപ്പോൾ, ഞാൻ ആഴ്ചകൾക്ക് മുമ്പേ അതിനെക്കുറിച്ച് ചിന്തിക്കാൻ തുടങ്ങുന്നു. വർഷത്തിലെ അവസാന കുറച്ച് ആഴ്ചകളിൽ എന്നെ വിശകലനാത്മക മാനസികാവസ്ഥയിലാക്കുന്ന ഏതൊരു കാര്യത്തിൽ നിന്നും ഞാൻ മനഃപൂർവ്വം വിച്ഛേദിക്കുന്നു, അതിനാൽ എനിക്ക് ഒരു പുതിയ കാഴ്ചപ്പാടോടെ എന്റെ പുതുവത്സരത്തിലേക്ക് കടക്കാൻ കഴിയും

ശൈത്യകാല അവധി ദിനങ്ങളുമായും പുതുവത്സരവുമായും ബന്ധപ്പെട്ട അനൗപചാരിക സാംസ്കാരിക സൂചനകൾ ഞാൻ ശ്രദ്ധിച്ചിട്ടുണ്ട്. വർഷത്തിലെ ആദ്യ രണ്ട് മാസങ്ങളിൽ, എന്റെ പോഡ്കാസ്റ്റിനായി അതിഥികളെ ഷെഡ്യൂൾ ചെയ്യുന്നത് കൂടുതൽ ബുദ്ധിമുട്ടാണ്. ആളുകൾ ഒരു ഇടവേള എടുത്ത്, അവരുടെ മുൻഗണനകൾ പുനഃക്രമീകരിച്ചിട്ടുണ്ട്, പോഡ്കാസ്റ്റിൽ ആയിരിക്കുന്നത് ആ പട്ടികയിൽ ഉയർന്ന സ്ഥാനം നേടുന്നില്ല. ഒരു ഓൺലൈൻ ഡേറ്റിംഗ് ബ്ലോഗ് നടത്തുമ്പോൾ ഞാൻ ശ്രദ്ധിച്ച മറ്റൊരു രസകരമായ പെരുമാറ്റം - ഞായറാഴ്ചകൾ ഉയർന്ന പ്രവർത്തന ദിനമായതിനാൽ - ക്രിസ്മസിന് ശേഷമുള്ള ദിവസം ഓൺലൈൻ ഡേറ്റിംഗിലെ ഏറ്റവും വലിയ ദിവസമാണ്. വാലന്റൈൻസ് ദിനം വരെ നീണ്ടുനിൽക്കുന്ന ഒരു ചൂടുള്ള

സീസണിന് ഇത് തുടക്കമിടുന്നു. ശൈത്യകാല അവധിക്കാലത്ത് ആളുകൾ ഡേറ്റിംഗ് മാറ്റിവച്ചിരിക്കുന്നുവെന്നും, കുടുംബത്തോടൊപ്പം സമയം ചെലവഴിക്കുന്നത് ഒരു പങ്കാളിയെ കണ്ടെത്തുന്നതിനെക്കുറിച്ച് ചിന്തിക്കാൻ അവരെ പ്രേരിപ്പിക്കുന്നുവെന്നുമാണ് എന്റെ സിദ്ധാന്തം (ഒരുപക്ഷേ ബന്ധുക്കളിൽ നിന്നുള്ള അലട്ടുന്ന ചോദ്യങ്ങൾ ശരിക്കും പ്രവർത്തിക്കും).

പുറം ലോകത്തിൽ നിന്നുള്ള സൂചനകൾ മാറ്റിനിർത്തിയാൽ, നിങ്ങൾക്ക് സ്വന്തമായി ദൈർഘ്യമേറിയ സൈക്കിളുകൾ സൃഷ്ടിക്കാനും കഴിയും. സോഫ്റ്റ്‌വെയർ സ്ഥാപനമായ ബേസ്ക്യാമ്പ്, എട്ട് ആഴ്ചകളുടെ സൈക്കിളിൽ പ്രവർത്തിക്കുന്നു. ആറ് ആഴ്ചകളിൽ കൂടുതൽ എടുക്കാത്തവിധം അവർ പ്രോജക്റ്റുകൾ തീർക്കുന്നു. പിന്നെ, അവർ രണ്ടാഴ്ച "അവധി" എടുക്കുന്നു. ഈ ഇടവേളയിൽ അവർ ഒരു ജോലിയും ചെയ്യുന്നില്ല എന്നല്ല. പകരം, ഒരു പ്രോജക്റ്റ് പൂർത്തിയാക്കുക എന്ന ലക്ഷ്യത്തിലേക്ക് നീങ്ങുമ്പോൾ അവഗണിക്കപ്പെടുന്ന അയഞ്ഞ അറ്റങ്ങൾ അവർ ശ്രദ്ധിക്കുന്നു. തുടർന്ന് അവർ അവരുടെ അടുത്ത ആറ് ആഴ്ചത്തെ പ്രോജക്റ്റ് ഏറ്റെടുക്കാൻ തയ്യാറാകുന്നു. ബേസ്ക്യാമ്പ് സഹസ്ഥാപകനും ഇറ്റ് ഡസിന്റ് ഹാവ് ടു ബീ ക്രേസി അറ്റ് വർക്ക് എന്ന പുസ്തകത്തിന്റെ സഹ-എഴുത്തുകാരനുമായ ജേസൺ ഫ്രൈഡ് എന്നോട് പറഞ്ഞു, "ഇത് ഒരുതരം ഉപവാസം പോലെയാണ്.... നിങ്ങൾ ഭക്ഷണം കഴിക്കുമ്പോൾ നിങ്ങളുടെ ശരീരം കഠിനാധ്വാനം ചെയ്യുന്നു, ചിലപ്പോൾ നിങ്ങൾ ഒരു ഇടവേള നൽകി ഒരു ദിവസം ഉപവസിക്കുകയാണെങ്കിൽ, നിങ്ങളുടെ ശരീരം സ്വയം വൃത്തിയാക്കാൻ അവസരം ലഭിക്കും."

നിങ്ങൾ എന്ത് നേടാൻ ശ്രമിക്കുന്നു എന്നതിനെ ആശ്രയിച്ചിരിക്കും നിങ്ങൾ ഉപയോഗിക്കേണ്ട സൈക്കിളുകളുടെ ദൈർഘ്യം. ഞാൻ ചിക്കാഗോയിലേക്ക് താമസം മാറിയപ്പോൾ, ഒരു വർഷം നീണ്ടുനിൽക്കുന്ന ഒരു സൈക്കിൾ സൃഷ്ടിക്കാൻ ശ്രമിക്കുകയായിരുന്നു. കഠിനമായ ശൈത്യകാലം എന്നെ ആഴത്തിലുള്ള ഏകാഗ്രതയിലേക്ക് നയിക്കുമെന്ന് എനിക്കറിയാമായിരുന്നു, തുടർന്ന് വിശ്രമത്തിന്റെയും ആനന്ദത്തിന്റെയും വേനൽക്കാലം വരും.

മെഡെലിനിൽ വ്യത്യസ്ത ഗുണങ്ങളുണ്ട്, അവ ചെറിയ സർഗ്ഗാത്മകമായ സൈക്കിളുകൾക്ക് അനുയോജ്യമാണ്. മെഡെലിനിലെ കാലാവസ്ഥ നിങ്ങൾക്ക് ലഭിക്കാവുന്നത്രയും പ്രവചനാതീതമാണ്. വർഷം മുഴുവനും ഇവിടെ മുറിയിൽ ഒരേ താപനിലയാണ്. വാസ്തവത്തിൽ, മെഡെലിനെ "നിത്യ വസന്തത്തിന്റെ നഗരം" എന്ന് വിളിക്കുന്നു.

എന്നാൽ സുഖകരമായ താപനില മാത്രമല്ല മെഡെലിനെ ഒരു സർഗ്ഗാത്മകമായ ദിനചര്യ കെട്ടിപ്പടുക്കാൻ പറ്റിയ സ്ഥലമാക്കിയത്. വടക്കേ അമേരിക്കയിൽ താമസിക്കുന്ന ഞാൻ, ഒരു ദിവസത്തിന്റെ

ദൈർഘ്യം വർഷം മുഴുവനും വലിയ തോതിൽ വ്യത്യാസപ്പെട്ടുമെന്ന് കരുതിയിരുന്നു. ശൈത്യകാലത്ത്, വൈകുന്നേരം 5 മണിയോടെ ഇരുട്ടാകും, വേനൽക്കാലത്ത് രാത്രി 9 മണി വരെ വെളിച്ചമുണ്ടാകും. നിങ്ങൾ ഒരു നീണ്ട സൈക്കിളിൽ ജോലി ചെയ്യുകയാണെങ്കിൽ ഇത് ഒരു ഗുണം ചെയ്തേക്കാം, പക്ഷേ ഇത് ദിനചര്യയെ തകർക്കുന്നു. നിങ്ങളുടെ മാനസികാവസ്ഥയെ ബാധിക്കുന്നതിനൊപ്പം, സ്ഥിരമായ ഉറക്കത്തിന്റെ സമയം നിലനിർത്തുന്നത് ബുദ്ധിമുട്ടാക്കുന്നു.

അതൊരു വലിയ കാര്യമല്ലെന്ന് നിങ്ങൾ കരുതുന്നുണ്ടെങ്കിൽ, തെക്കൻ യുണൈറ്റഡ് സ്റ്റേറ്റ്സിലെ രണ്ട് വ്യത്യസ്ത പട്ടണങ്ങളിലെ നിവാസികളിൽ നടത്തിയ ഒരു പഠനം പരിഗണിക്കുക. രണ്ട് പട്ടണങ്ങളും ഒരേ ലാറ്റിറ്റ്യൂഡിലായതിനാൽ, രണ്ടിനും ഒരേ പകൽ ദൈർഘ്യമുണ്ട്. എന്നാൽ ഒരു പട്ടണം ഒരു സമയ മേഖലയുടെ ഒരു വശത്തും മറ്റേ പട്ടണം ഒരേ സമയ മേഖലയുടെ മറുവശത്തുമാണ്. ഈ രണ്ട് പട്ടണങ്ങളിലും ആളുകൾ ജോലിക്ക് പോകുന്ന സമയത്തെ ഇത് ബാധിക്കില്ല, പക്ഷേ സൂര്യൻ അസ്തമിക്കുമ്പോൾ ഇത് ബാധിക്കുന്നു. ഒരു മണിക്കൂർ മുമ്പ് സൂര്യൻ അസ്തമിക്കുന്ന പട്ടണത്തിൽ, താമസക്കാർ നേരത്തെ ഉറങ്ങാൻ പോകുന്നു, അതിനാൽ അവർക്ക് ഏകദേശം ഒരു മണിക്കൂർ കൂടുതൽ ഉറങ്ങാൻ കഴിയും. ഈ അധിക മണിക്കൂർ ഉറക്കം വേതനത്തിൽ 4.5% വർദ്ധനവിന് തുല്യമാണെന്ന് ഗവേഷകർ നിഗമനം ചെയ്തു. "ശരാശരി ദൈനംദിന ഉറക്കത്തിലെ ഒരു മണിക്കൂർ വർദ്ധനവ് ഉൽപാദനക്ഷമത വർദ്ധിപ്പിക്കുന്നു - വിദ്യാഭ്യാസത്തിൽ ഒരു വർഷത്തെ വർദ്ധനവ്." അവർ പറഞ്ഞു.

മെഡെലിനിൽ എന്റെ പതിവ് രീതി നിർമ്മിക്കുന്നതിന്റെ പ്രയോജനം മനസ്സിലാക്കാൻ എനിക്ക് കുറച്ച് സമയമെടുത്തു: വർഷം മുഴുവനും സൂര്യൻ ഉദിക്കുകയും അസ്തമിക്കുകയും ചെയ്യുന്നത് ഏകദേശം ഒരേ സമയത്താണ്. മെഡെലിൻ ഭൂമധ്യരേഖയോട് വളരെ അടുത്തായതിനാൽ, പകലിന്റെ ദൈർഘ്യത്തിൽ ചെറിയ ഏറ്റക്കുറച്ചിലുകൾ മാത്രമേ ഉണ്ടാകൂ, രാത്രിയുടെ ദൈർഘ്യം പകലിന്റെ ദൈർഘ്യത്തിന് തുല്യമാണ്. സൂര്യൻ രാവിലെ ഏകദേശം 6 മണിക്ക് ഉദിക്കുകയും വൈകുന്നേരം ഏകദേശം 6 മണിക്ക് അസ്തമിക്കുകയും ചെയ്യുന്നു.

ഇത് എല്ലാ ദിവസവും സ്ഥിരവും ആവർത്തിക്കാവുന്നതുമായ ഒരു പതിവ് രീതിയിലേക്ക് പ്രവേശിക്കുന്നത് എളുപ്പമാക്കുന്നു, ഇത് ആഴ്ചതോറും സ്ഥിരവും ആവർത്തിക്കാവുന്നതുമായ ഒരു ദിനചര്യയിലേക്ക് പ്രവേശിക്കുന്നത് എളുപ്പമാക്കുന്നു. പ്രവചനാതീതമായ കാലാവസ്ഥയ്ക്കൊപ്പം, സ്ഥിരമായ സർഗ്ഗാത്മകമായ ഉൽപാദനത്തിന് ഇത് ഏതാണ്ട് തികഞ്ഞ സ്ഥലമാക്കി മാറ്റുന്നു.

സാൻ ഫ്രാൻസിസ്കോയിൽ നിന്ന് ഷിക്കാഗോയിലേക്ക് താമസം മാറി പത്ത് വർഷങ്ങൾക്ക് ശേഷം, കൊളംബിയയിൽ എന്റെ കൃത്യമായ ആഴ്ചതോറുമുള്ള ദിനചര്യ ഞാൻ കെട്ടിപ്പടുത്തു. ഞാൻ എന്റെ പ്രതിവാര പോഡ്കാസ്റ്റ് നിരന്തരം തയ്യാറാക്കിക്കൊണ്ടിരുന്നു, പതിവായി പുതിയ ലേഖനങ്ങളും ചെറുപുസ്തകങ്ങളും അയച്ചുകൊണ്ടിരുന്നു, ഈ പുസ്തകത്തിൽ പുരോഗതി കൈവരിച്ചുകൊണ്ടിരുന്നു. വ്യത്യസ്ത പദ്ധതികളുടെ വ്യത്യസ്ത ഘട്ടങ്ങളിലായിരുന്നതിനു പുറമേ, ഓരോ ആഴ്ചയും കഴിഞ്ഞ ആഴ്ചയുടെ ഒരു കാർബൺ കോപ്പിയായിരുന്നു, ഒന്നും മാറ്റാൻ ഞാൻ ആഗ്രഹിച്ചില്ല.

എന്റെ കൃത്യമായ ക്രിയേറ്റീവ് സൈക്കിളുകൾ നിർമ്മിക്കാനുള്ള എന്റെ പരീക്ഷണം വളരെ നന്നായി പ്രവർത്തിച്ചു, ഏകദേശം മൂന്ന് വർഷത്തിന് ശേഷം കൊളംബിയയിൽ, താമസിക്കാൻ ഞാൻ ആകാംക്ഷയോടെ കാത്തിരിക്കുകയായിരുന്നു. തെരുവിന് അപ്പുറത്തുള്ള സഹപ്രവർത്തക സ്ഥലത്ത് നിന്ന് ഒരു രാത്രി വീട്ടിലേക്ക് നടക്കുമ്പോൾ, എന്റെ ഉള്ളിൽ ആവേശം നിറഞ്ഞു. വരും വർഷങ്ങളിൽ, പതിറ്റാണ്ടുകളിൽ പോലും എനിക്ക് സൃഷ്ടിക്കാൻ കഴിയുന്നതെല്ലാം ഞാൻ സങ്കൽപ്പിച്ചു. എനിക്ക് ഇത് എത്രനേരം നിലനിർത്താൻ കഴിയുമെന്ന് ആർക്കറിയാം? അന്തരീക്ഷത്തിലെ താപനില മികച്ചതായിരുന്നു, രാത്രി നിശബ്ദമായിരുന്നു, വർഷങ്ങളുടെ പോരാട്ടത്തിന് ശേഷം, ഞാൻ സർഗ്ഗാത്മകമായ ആനന്ദത്തിലായിരുന്നു.

പക്ഷേ, പ്രകൃതി ലോകത്തിന്റെ താളങ്ങൾ, നിങ്ങളുടെ പദ്ധതികൾ, നിങ്ങളുടെ സർഗ്ഗാത്മകമായ ഊർജ്ജം, ചുറ്റുമുള്ള സാംസ്കാരിക സൂചനകൾ എന്നിവയുമായി പ്രവർത്തിക്കുന്ന ചക്രങ്ങൾ നിങ്ങൾക്ക് സൃഷ്ടിക്കാൻ കഴിയുമെങ്കിലും, നിങ്ങൾ, ചിലപ്പോൾ, ലോകം സഹകരിക്കില്ല എന്നിവയൊക്കെ ഞാൻ ഉടൻ മനസ്സിലാക്കും. എന്റെ ജീവിതവും എന്റെ സർഗ്ഗാത്മകമായ സൈക്കിളുകളും ഒരു മിശ്രിതത്തിലേക്ക് വലിച്ചെറിയപ്പെടാൻ പോകുകയായിരുന്നു - അത് എന്റെ സർഗ്ഗാത്മകമായ ഉൽപാദനത്തെ ഗുരുതരമായ അപകടത്തിലാക്കാൻ പോകുകയായിരുന്നു.

അധ്യായം 6

സർഗ്ഗാത്മക സംവിധാനങ്ങൾ

എനിക്ക് ഒരു വ്യവസ്ഥിതി സൃഷ്ടിക്കണം, അല്ലെങ്കിൽ
മറ്റൊരാളുടെ വ്യവസ്ഥിതി അടിമയാകണം.
– വില്യം ബ്ലെയ്ക്ക്

ഒക്ടോബർ 31, 2018 – പനാമ സിറ്റി, പനാമ. എന്റെ ഭാഗ്യാ കൂടുതൽ വഷളായിക്കൊണ്ടിരിക്കുകയാണ്. എന്റെ കെട്ടിടത്തിനടുത്തായി ഒരു വലിയ മുള്ളൻ പന്നിയുണ്ട്. അത് ഒരു ജാക്ക്ഹാമറിന് (ഡ്രില്ലിങ് മെഷീൻ) ഒപ്റ്റിമസ് പ്രൈമിലുണ്ടായ (സാങ്കല്പിക കഥാപാത്രം) ഒരു കുട്ടിയെപോലെയായിരുന്നു, തന്നെയുമല്ല ആ കുട്ടിക്ക് അടുത്ത വീടിനോട് അടങ്ങാത്ത കോപം തോന്നുന്നു എന്നും കരുതുക. അതുപോലെയാണ് ഈ മുള്ളൻ പന്നിയും. എന്റെ അപാർട്‌മെന്റിന്റെ തറ കുലുങ്ങുന്നു. എന്റെ പിന്നിലെ അടുക്കള കാബിനറ്റിലെ പ്ലേറ്റുകൾ ചിലമ്പുന്നു. എനിക്ക് ഏത് ജോലിയും ചെയ്യാൻ കഴിയുന്ന ഏക മാർഗം ഇയർ പ്ലഗുകൾ വയ്ക്കുക, തുടർന്ന് ആ ഇയർ പ്ലഗുകൾക്ക് മുകളിൽ നോയ്സ്-കാൻസിലിംഗ് ഹെഡ്ഫോണുകൾ സ്ഥാപിക്കുക, ആ നോയ്സ്-കാൻസിലിംഗ് ഹെഡ്ഫോണുകൾ ഒരു വയിറ്റ് നോയ്സ് ആപ്പിൽ നിന്ന് ശബ്ദം പുറപ്പെടുവിക്കുക എന്നതാണ്.

ഈ സംയോജനത്തിലൂടെ, മെഡെലിനിലെ എന്റെ അപ്പാർട്ട്മെന്റിൽ ഞാൻ സാധാരണയായി ചെയ്യുന്ന മിക്ക കാര്യങ്ങളും എനിക്ക് ചെയ്യാൻ കഴിയും. പക്ഷേ നാളെ ഇത് ഒരു പ്രശ്നമാകും. കാരണം നാളെ, എന്റെ പോഡ്കാസ്റ്റിനായി എനിക്ക് ഡോ. ഡേവിഡ് റോക്കിനെ അഭിമുഖം നടത്തേണ്ടതുണ്ട്.

ഈ യാത്ര ആരംഭിച്ചപ്പോൾ ഞാൻ ആദ്യം വായിച്ച പുസ്തകം ഡേവിഡിന്റെ 'യുവർ ബ്രെയിൻ അറ്റ് വർക്ക്' ആയിരുന്നു. സർഗ്ഗാത്മകമായ സൃഷ്ടികൾ സൃഷ്ടിക്കുമ്പോൾ എന്റെ തലച്ചോറിൽ എന്താണ് സംഭവിക്കുന്നതെന്ന് മനസ്സിലാക്കാൻ യുവർ ബ്രെയിൻ അറ്റ് വർക്ക് എനിക്ക് ഒരു പദാവലി നൽകി. ഇത് എന്റെ ബാക്കി ജോലികളിൽ നിന്ന് വേറിട്ട് മുൻഗണനാക്രമീകരണവും ആസൂത്രണവും

ചെയ്യേണ്ടതിന്റെ ആവശ്യകത മനസ്സിലാക്കാൻ എന്നെ സഹായിച്ചു. ഇത് മാനസികാവസ്ഥകൾ മാറ്റുമ്പോൾ ഞാൻ ക്ഷീണിതനായത് എന്തുകൊണ്ടാണെന്ന് മനസ്സിലാക്കാൻ എന്നെ സഹായിച്ചു. മറ്റ് അറിവുകളുമായി ബന്ധിപ്പിക്കുന്നതിന് മുമ്പ്, എന്റെ ദീർഘകാല ഓർമ്മയിലേക്ക് - "സ്റ്റേജിൽ" നിന്ന് "പ്രേക്ഷകരിലേക്ക്" - വിവരങ്ങൾ എത്തിക്കേണ്ടതുണ്ടെന്ന് മനസ്സിലാക്കാൻ ഇത് എന്നെ സഹായിച്ചു.

അങ്ങനെ, യുവർ ബ്രെയിൻ അറ്റ് വർക്ക് വായിച്ച് ആറ് വർഷത്തിന് ശേഷം, പുസ്തകത്തിന്റെ രചയിതാവിനോട് ഒടുവിൽ സംസാരിക്കാനും അദ്ദേഹത്തിന്റെ അറിവ് എന്റെ ശ്രോതാക്കളുമായി പങ്കിടാനും എനിക്ക് ആവേശമായി. എന്റെ അരികിൽ ഒരു ഹോവിറ്റ്സർ സ്ഫോടനം ഉണ്ടായിരുന്നതിനാൽ എനിക്ക് അത് ചെയ്യാൻ കഴിഞ്ഞില്ല.

ഇന്ന് രാവിലെ 7 മണിക്ക് സ്ഫോടനം ആരംഭിച്ചു. ഇപ്പോൾ ഉച്ചയ്ക്ക് 2 മണി, അത് ഇപ്പോഴും തുടരുന്നു. നാളെ ഉച്ചയ്ക്ക് 2 മണിക്ക് ഇത് നാളെയും പ്രതീക്ഷിക്കാവുന്ന ഒന്നാണ് - ഡോ. റോക്കുമായി സംസാരിക്കാൻ ഞാൻ ഷെഡ്യൂൾ ചെയ്തിരിക്കുമ്പോൾ - ഈ മെഷീൻ എന്റെ കെട്ടിടത്തിനടുത്തുള്ള പാറയിൽ ആവർത്തിച്ച് സ്ഫോടനം നടത്തും.

ഞാൻ എന്തുചെയ്യണം? ഞാൻ സ്വയം ചോദിച്ചു. തലേദിവസം രാത്രി മാത്രമാണ് ഞാൻ എത്തിയതെന്നതിനാൽ, പനാമ സിറ്റിയെക്കുറിച്ച് എനിക്ക് ഒന്നും അറിയില്ലായിരുന്നു. എനിക്ക് പലചരക്ക് സാധനങ്ങൾ വാങ്ങാൻ പോലും കഴിഞ്ഞിരുന്നില്ല. അപ്പാർട്ട്മെന്റിന്റെ ഉടമയോട് ഇതിനെക്കുറിച്ച് സംസാരിക്കാൻ ഞാൻ പ്രലോഭിതനായി, പക്ഷേ ന്യായമായും, Airbnb ലിസ്റ്റിംഗ് നിർമ്മാണ ശബ്ദത്തെക്കുറിച്ച് മുന്നറിയിപ്പ് നൽകിയിരുന്നു. ചിത്രങ്ങൾ നോക്കുകയും ഭീമാകാരമായ വാക്ക്-ഇൻ ക്ലോസറ്റ് കാണുകയും ചെയ്തപ്പോൾ, വാക്ക്-ഇൻ ക്ലോസറ്റ് ഒരു പോഡ്കാസ്റ്റ് റെക്കോർഡുചെയ്യാൻ ആവശ്യമായ ശബ്ദ ഇൻസുലേഷൻ നൽകുമെന്ന് ഞാൻ കരുതി. അങ്ങനെ, ഈ വാക്ക്-ഇൻ ക്ലോസറ്റ് മുള്ളൻ പന്നിയുടെ വാസ സ്ഥലവുമായി ഒരു മതിൽ പങ്കിട്ടു.

അപ്പാർട്ട്മെന്റിന്റെ മറുവശത്ത് ക്ലോസറ്റ് ഉണ്ടായിരുന്നെങ്കിൽ പോലും അത് ഒരു വ്യത്യാസമുണ്ടാക്കുമായിരുന്നില്ല. മുള്ളൻ പന്നി മണ്ണ് തിരക്കുന്നതിന്റെ "ശബ്ദം" വളരെ കൂടുതലായിരുന്നു. "ശബ്ദം" എന്നത് നിങ്ങൾ കേട്ടിട്ടുള്ള ഒന്നാണ്. ഇത് ഭൂകമ്പ ഏതാണ്ട് ഒരു പ്രവർത്തനമായിരുന്നു.

Airbnb (എയർബിഎൻബി) ലിസ്റ്റിംഗ് "ശബ്ദം" എന്ന് മുന്നറിയിപ്പ് നൽകിയിരുന്നെങ്കിൽ പോലും, താമസിക്കാൻ ഒരു സ്ഥലം തിരഞ്ഞെടുക്കുന്നതിൽ ശ്രദ്ധാലുവായിരിക്കാനുള്ള ആഡംബരം എനിക്കുണ്ടായിരുന്നില്ല. യുഎസിലേക്കുള്ള ഒരു യാത്രയിൽ നിന്ന് കൊളംബിയയിലേക്ക് മടങ്ങിയ ശേഷം, ഒരു അത്ഭുതം എന്നെ

സ്വാഗതം ചെയ്തു: നിയമപരമായി രാജ്യത്ത് താമസിക്കാൻ എനിക്ക് ഉണ്ടായിരുന്നത്ര ദിവസങ്ങൾ ബാക്കിയില്ലായിരുന്നു. വർഷത്തിൽ ഒരു നിശ്ചിത എണ്ണം ദിവസങ്ങൾ അനുവദിക്കുന്ന ഒരു ടൂറിസ്റ്റ് പെർമിറ്റിലാണ് ഞാൻ താമസിച്ചിരുന്നത്. എന്റെ പാസ്പോർട്ടിലെ സ്റ്റാമ്പ് അനുസരിച്ച്, എനിക്ക് പതിനെട്ട് ദിവസം ബാക്കിയുണ്ടായിരുന്നു. കൊളംബിയയിലേക്ക് വീണ്ടും പ്രവേശിക്കുമ്പോൾ ഞാൻ കണ്ടുമുട്ടിയ ഇമിഗ്രേഷൻ ഓഫീസർ എനിക്ക് ഒമ്പത് മാത്രമേ ഉള്ളൂ എന്ന് തറപ്പിച്ചു പറഞ്ഞു.

നിർഭാഗ്യവശാൽ, അവൾ പറഞ്ഞത് ശരിയാണ്. മുമ്പത്തെ എൻട്രിയിൽ എന്റെ പാസ്പോർട്ടിൽ സ്റ്റാമ്പ് ചെയ്ത ഇമിഗ്രേഷൻ ഓഫീസർ തെറ്റായി എണ്ണിയിരുന്നു. അത് പ്രശ്നമല്ലെന്ന് നിങ്ങൾ കരുതിയേക്കാം - ഒരു ഉദ്യോഗസ്ഥൻ ഒരു തെറ്റ് ചെയ്താൽ, അത് അവരുടെ പ്രശ്നമാണ്, നിങ്ങളുടേതല്ല. തീർച്ചയായും, അത്തരം പിശകുകൾ തടയുന്ന ഒരു സാങ്കേതികവിദ്യ നിലവിലുണ്ടെന്ന് നിങ്ങൾ കരുതിയേക്കാം. ഒരുപക്ഷേ സംഖ്യകൾ കൂട്ടിച്ചേർക്കാനും കുറയ്ക്കാനും അതുവഴി മനുഷ്യ പിശക് തടയാനും കഴിയുന്ന ഒന്ന്. "കമ്പ്യൂട്ടുചെയ്യാൻ" കഴിയുന്ന ഒന്ന്. നിങ്ങൾക്ക് അതിനെ "കമ്പ്യൂട്ടർ" എന്ന് വിളിക്കാം. പ്രത്യക്ഷത്തിൽ അങ്ങനെയല്ല.

അതിനാൽ, കൊളംബിയയിലേക്ക് മടങ്ങി ഇരുപത്തിനാല് മണിക്കൂറിനുള്ളിൽ, എനിക്ക് കൊളംബിയയിൽ നിന്ന് മടങ്ങേണ്ടിവന്നു. ഉറങ്ങാനും, പായ്ക്ക് ചെയ്യാനും, ഞാൻ ഷെഡ്യൂൾ ചെയ്തിരുന്ന ഒരു ഓൺലൈൻ ക്ലാസ് നൽകാനും, എന്റെ കാമുകിയോട് വിട പറയാനും, ഏറ്റവും പ്രധാനമായി, ഒമ്പത് ദിവസം എനിക്ക് ഒളിച്ചിരിക്കാൻ കഴിയുന്ന മറ്റൊരു രാജ്യം കണ്ടെത്താനും എനിക്ക് ഇരുപത്തിനാല് മണിക്കൂർ സമയമുണ്ടായിരുന്നു.

ആ രാജ്യം പനാമയായി മാറി. സാഹചര്യത്തിന്റെ അടിയന്തിരാവസ്ഥ കണക്കിലെടുത്ത്, താമസിക്കാൻ ഒരു സ്ഥലം ഉറപ്പാക്കാൻ എനിക്ക് അധികം സമയമില്ലായിരുന്നു. വാസ്തവത്തിൽ, എന്റെ ബുക്കിംഗ് പോലും അവസാന നിമിഷമായിരുന്നു, ആ രാത്രി ഞാൻ പനാമ സിറ്റിയിൽ എവിടെയാണ് ഉറങ്ങുന്നതെന്ന് ഞാൻ അറിഞ്ഞിരുന്നില്ല.

അതിനാൽ, അവസാന നിമിഷത്തെ ഈ അപ്പാർട്ട്മെന്റിന്റെ കാര്യത്തിൽ ഞാൻ പകിട ഉരുട്ടി. പക്ഷേ, ഇവിടെ നിന്ന് ഒരു അഭിമുഖം റെക്കോർഡുചെയ്യാൻ എനിക്ക് കഴിയില്ലെന്ന് മനസ്സിലായി, മറ്റെവിടെ പോകണമെന്ന് എനിക്കറിയില്ലായിരുന്നു. ഞാൻ ഒരു ദീർഘനിശ്വാസം വിട്ടു. ഞാൻ ഞങ്ങളുടെ അഭിമുഖം റദ്ദാക്കണം. എനിക്ക് വീണ്ടും ഷെഡ്യൂൾ ചെയ്യാൻ ശ്രമിക്കാമെന്ന് ഞാൻ കരുതി, പക്ഷേ ഈ അഭിമുഖം ഷെഡ്യൂൾ ചെയ്യുന്നത് എത്ര ബുദ്ധിമുട്ടാണെങ്കിലും, അത് സാധ്യമല്ലെന്ന് തോന്നുന്നു.

ഞാൻ ഡേവിഡിന്റെ സഹായിക്ക് ഒരു ഇമെയിൽ ടൈപ്പ് ചെയ്യാൻ തുടങ്ങി: "നിർഭാഗ്യവശാൽ, നാളത്തെ അഭിമുഖം എനിക്ക് റദ്ദാക്കണം." ഞാൻ ആ വാക്കുകൾ ടൈപ്പ് ചെയ്യുമ്പോൾ, എന്റെ ഉള്ളിൽ എന്തോ മാറ്റം വന്നു.

ഞാൻ ഇത് എങ്ങനെ വിശദീകരിക്കും? ഞാൻ സ്വയം ചിന്തിച്ചു. അവ്യക്തമായ "എന്തോ വന്നു" എന്ന് അയയ്ക്കാൻ ഞാൻ ആഗ്രഹിച്ചില്ല. അത് പരുഷമായിരിക്കും.

സത്യം വളരെ സങ്കീർണ്ണമായിരുന്നു. സത്യം എന്തെന്നാൽ, ആറ് മാസം മുമ്പ്, എന്റെ കൊളംബിയൻ വിസ നിരസിക്കപ്പെട്ടു. ഇത് ലളിതമായിരിക്കേണ്ടതായിരുന്നു: രാജ്യങ്ങൾക്ക് വിദേശ നിക്ഷേപകരെ വേണം. ഒരു വിദേശ നിക്ഷേപകൻ ആവശ്യകതകൾ നിറവേറ്റുമ്പോൾ, നിങ്ങൾ അവർക്ക് ഒരു വിസ നൽകുക. ഞാൻ ഒരു കൊളംബിയൻ കമ്പനിയിൽ നിക്ഷേപം നടത്തിയിരുന്നു. ഞാൻ യോഗ്യതകൾ പാലിച്ചു, പക്ഷേ എന്റെ വിസ അപേക്ഷ നിരസിക്കപ്പെട്ടു.

ഇപ്പോൾ ഞാൻ പനാമയിൽ കുടുങ്ങി. എട്ട് ദിവസത്തിനുള്ളിൽ, ഞാൻ കൊളംബിയയിലേക്ക് തിരികെ പറന്ന് അടുത്ത ദിവസം വീണ്ടും അപേക്ഷിക്കും - ആദ്യ ദിവസം തന്നെ. എനിക്ക് യോഗ്യതയുണ്ട്. അവർ ഒരു തെറ്റ് ചെയ്തുവെന്ന് അവർ മനസ്സിലാക്കും, അവർ എനിക്ക് വിസ തരും, ഈ അഗ്നിപരീക്ഷ എന്നെ വിട്ടുപോകും.

പക്ഷേ ഇപ്പോൾ, ഞാൻ ഈ തകർന്ന സ്ലോട്ട് മെഷീനിൽ കുടുങ്ങിക്കിടക്കുകയാണ്, അത് നിരന്തരം തകരാറിലാകുന്നു. നിയമപരമായി തുടരാൻ, കഴിഞ്ഞ ആറ് മാസത്തിനിടെ ഞാൻ നടത്തിയ അഞ്ചാമത്തെ യാത്രയാണിത്. എന്റെ ടൂറിസ്റ്റ് പെർമിറ്റിൽ ശേഷിച്ച ദിവസങ്ങൾ ഒരു മാസം വെട്ടിക്കുറച്ച നിയമത്തിന്റെ അപ്രതീക്ഷിത വ്യാഖ്യാനം ഇല്ലായിരുന്നെങ്കിൽ ഇത് കൂടുതൽ എളുപ്പമാകുമായിരുന്നു. ആ ഇമിഗ്രേഷൻ ഓഫീസർ എന്റെ പാസ്പോർട്ടിൽ തെറ്റായ ദിവസങ്ങളുടെ എണ്ണം എഴുതിയില്ലായിരുന്നെങ്കിൽ ഇത് കൂടുതൽ എളുപ്പമാകുമായിരുന്നു. ഒരു അപ്രതീക്ഷിത നിരസിക്കൽ ലഭിച്ചയാളായിരുന്നില്ലെങ്കിൽ ഇതൊന്നും പ്രശ്നമാകുമായിരുന്നില്ല, എന്തുകൊണ്ടാണ്, എനിക്ക് ഒരിക്കലും അറിയാൻ കഴിയില്ല. ആരെങ്കിലും നിരസിക്കൽ ക്വാട്ട പൂരിപ്പിക്കേണ്ടതുണ്ടോ? എന്റെ രേഖകൾ വ്യാജമാണെന്ന് ആരെങ്കിലും കരുതുന്നുണ്ടോ? ഞാൻ പുഞ്ചിരിച്ച രീതി ആരെങ്കിലും ഇഷ്ടപ്പെട്ടില്ലേ? എന്റെ നിരസിക്കലിന്റെ യഥാർത്ഥ കാരണം "വിശേഷാധികാരത്തിൽ ഉള്ള വിവരങ്ങൾ" ആയിരുന്നു - അതിനർത്ഥം "ഞങ്ങൾക്ക് അങ്ങനെ തോന്നിയതിനാൽ" എന്നാണ്. അഭിഭാഷകർ ഒന്നിനു പുറകെ ഒന്നായി എന്നോട് പറഞ്ഞു, "നിങ്ങൾ ലോട്ടറി നേടി. ക്ഷമിക്കണം."

അതിനാൽ ഇപ്പോൾ, ഞാൻ തുടർച്ചയായി പരാജയത്തിലാണ്. മാസങ്ങളോളം നീണ്ടുനിന്ന, ഉറച്ച മണ്ണ് കണ്ടെത്താൻ ശ്രമിച്ചതിനു

ശേഷം, ഒരു ഭീമാകാരമായ ഇരുമ്പ് ദണ്ഡ് മിനിറ്റിൽ നൂറ് തവണ അടിച്ചുവീഴ്ത്തിയ മണ്ണിൽ വീണതും ആ പരാജയങ്ങളിൽ ഉൾപ്പെടുന്നു.

പക്ഷേ, എന്റെ റദ്ദാക്കൽ ഇമെയിൽ ടൈപ്പ് ചെയ്തപ്പോൾ, ഈ തോൽവി എന്റെ ചിന്തയെ മൂടാൻ ഞാൻ അനുവദിക്കുകയാണെന്ന് എനിക്ക് മനസ്സിലായി. ഇതിന് ഒരു പരിഹാരം കാണണമെന്ന് ഞാൻ കരുതി. എന്റെ നിയന്ത്രണത്തിന് അതീതമായ സാഹചര്യങ്ങൾ എന്നെ അലട്ടുന്നു എന്നതുകൊണ്ട് എനിക്ക് ഒന്നിനും നിയന്ത്രണമില്ലെന്ന് അർത്ഥമാക്കുന്നില്ല. എനിക്ക് ഇതിൽ നിയന്ത്രണമുണ്ട്. ആറ് മാസം മുമ്പ് ഒരു ഇമിഗ്രേഷൻ ഏജന്റിന് മോശം ദിവസമുണ്ടായിരുന്നതിന്റെ ആഗ്രഹങ്ങൾ ഈ നിമിഷത്തെ ബാധിക്കാൻ ഞാൻ അനുവദിക്കില്ല.

ഞാൻ എന്റെ ഇമെയിൽ ഡ്രാഫ്റ്റ് ഇല്ലാതാക്കി.

ഡേവിഡ് റോക്കുമായുള്ള എന്റെ അഭിമുഖത്തിന് ലഭിച്ച നല്ല പ്രതികരണം എന്നെ അത്ഭുതപ്പെടുത്തി. എന്റെ പോഡ്കാസ്റ്റിന്റെ ഒരു അവലോകകൻ ഇത് പ്രത്യേകം ശുപാർശ ചെയ്തു, "എനിക്ക് ഡേവിഡ് റോക്ക് എപ്പിസോഡ് വളരെ ഇഷ്ടപ്പെട്ടു. അതിൽ വളരെയധികം അറിവുണ്ട്."

എനിക്ക് അത്ഭുതം തോന്നി, കാരണം അത് എന്റെ ഏറ്റവും ബുദ്ധിമുട്ടുള്ള അഭിമുഖമായിരുന്നു. അത് ഡേവിഡുമായി ഒരു ബന്ധവുമില്ല, എന്റെ സാഹചര്യങ്ങളുമായി എല്ലാത്തിനും ബന്ധമില്ല. പനാമ സിറ്റിയിലെ ഒരു കോവർക്കിംഗ് സ്പെയ്സിലെ വാടകയ്ക്കെടുത്ത ഒരു കോൺഫറൻസ് മുറിയിലായിരുന്നു ഞാൻ. ഞാൻ ഒന്നിനുപുറകെ ഒന്നായി അഭ്യർത്ഥിച്ചപ്പോൾ ഓഫീസ് മാനേജർ എന്നെ ഒരു തിരിഞ്ഞുനോട്ടം നടത്തി. *പ്രതിധ്വനി കുറയ്ക്കാൻ ഈ മേശപ്പുറത്ത് അടുക്കി വയ്ക്കാൻ നിങ്ങളുടെ പക്കൽ കൂടുതൽ തലയിണകൾ ഉണ്ടോ? ഈ ശബ്ദായമാനമായ എയർ കണ്ടീഷണറിനെക്കുറിച്ച് നമുക്ക് എന്തെങ്കിലും ചെയ്യാൻ കഴിയുമോ? വൈഫൈയ്ക്ക് പകരം ഇതർനെറ്റ് വഴി കണക്റ്റുചെയ്യാൻ കഴിയുമോ?*

മെഡെലിനിലെ എന്റെ ഹോം സ്റ്റുഡിയോയിൽ നിന്നാണ് ഞാൻ എന്റെ എല്ലാ റിമോട്ട് അഭിമുഖങ്ങളും നടത്തിയത്. ഈ അഭിമുഖം നടത്താൻ വേണ്ടതെല്ലാം ചെയ്യുമെന്ന് ഞാൻ തീരുമാനിച്ചതിനാൽ, ഒന്നും തെറ്റില്ലെന്ന് ഉറപ്പാക്കാൻ ഞാൻ ആഗ്രഹിച്ചു. എന്നിരുന്നാലും, പരിസ്ഥിതിയിലെ മാറ്റവും എന്റെ വിസ പ്രശ്നങ്ങളുടെ ഇരുണ്ട മേഘവും എന്റെ തലയിൽ തൂങ്ങിക്കിടക്കുമ്പോൾ, സംഭാഷണത്തിൽ ശ്രദ്ധ കേന്ദ്രീകരിക്കേണ്ടിയിരുന്ന ഓരോ തുള്ളി ഊർജ്ജവും അത് ഏറ്റെടുത്തു.

അഭിമുഖം തുടരാനുള്ള തീരുമാനം ഒരു മിന്നൽപ്പിണരിലൂടെയാണ് വന്നത്. എന്നാൽ ആ ഊർജ്ജസ്വലത സാധ്യമായത് ആ

ഊർജ്ജസ്വലതയ്ക്ക് ഇന്ധനം നൽകാൻ എനിക്ക് മാനസിക ഊർജ്ജം അവശേഷിച്ചിരുന്നതുകൊണ്ടാണ്. കാര്യങ്ങൾ ആസൂത്രണം ചെയ്തതുപോലെ നടക്കാത്തപ്പോഴും അത് കൈകാര്യം ചെയ്യാനുള്ള വഴികൾ എനിക്കുണ്ടായിരുന്നതിനാൽ എനിക്ക് ആ മാനസിക ഊർജ്ജം ഉണ്ടായിരുന്നു. എനിക്ക് ക്രിയേറ്റീവ് സിസ്റ്റങ്ങൾ അഥവാ സർഗ്ഗാത്മക സംവിധാനങ്ങൾ ഉണ്ടായിരുന്നു.

ആശയത്തിൽ നിന്ന് സർഗ്ഗാത്മകമായ സൃഷ്ടികളെ നിർവ്വഹണത്തിലൂടെ കൊണ്ടുവരാൻ നിങ്ങളെ സഹായിക്കുന്ന ആവർത്തിക്കാവുന്ന പ്രക്രിയകളാണ് സർഗ്ഗാത്മക സംവിധാനങ്ങൾ. സർഗ്ഗാത്മകമായ പ്രക്രിയയുടെ ഭാഗങ്ങൾ ഔപചാരികമാക്കുന്നതിലൂടെയും അവയെ പ്രവർത്തനക്ഷമമായ ഘട്ടങ്ങളാക്കി മാറ്റുന്നതിലൂടെയും സർഗ്ഗാത്മക സംവിധാനങ്ങൾ മാനസിക ഊർജ്ജം ലാഭിക്കുന്നു. ആവർത്തനത്തിലൂടെ, കുറഞ്ഞ സമയത്തിനുള്ളിൽ, കുറഞ്ഞ ഊർജ്ജം ഉപയോഗിച്ച് കൂടുതൽ ജോലിയും ഉയർന്ന നിലവാരമുള്ള ജോലിയും നൽകാൻ സർഗ്ഗാത്മക സംവിധാനങ്ങൾ നിങ്ങളെ സഹായിക്കുന്നു.

സർഗ്ഗാത്മക സംവിധാനങ്ങൾ എന്ന ആശയം തന്നെ ഒരു വൈരുദ്ധ്യമായി തോന്നിയേക്കാം. ഈ പുസ്തകത്തിലുടനീളം നമ്മൾ പര്യവേക്ഷണം ചെയ്തതുപോലെ, സർഗ്ഗാത്മകമായ പ്രക്രിയ പ്രവചനാതീതമാണ്. സർഗ്ഗാത്മകമായ പ്രക്രിയയിൽ നിങ്ങൾക്ക് എന്ത് കണ്ടെത്താനാകുമെന്ന് പ്രവചിക്കാൻ കഴിയില്ല എന്നത് ശരിയാണ്. എന്നാൽ പരിശീലനത്തിലൂടെ, അന്തിമ പരിഹാരത്തിൽ നിങ്ങൾ എങ്ങനെ എത്തിച്ചേരുമെന്ന് നിങ്ങൾക്ക് പ്രവചിക്കാൻ കഴിയും.

ഒന്നിലധികം കപ്പ് കേക്കുകൾ

ഒരു കൂട്ടം കപ്പ്കേക്കുകൾ ബേക്ക് ചെയ്യുന്നത് പോലുള്ള സംവിധാനങ്ങളെക്കുറിച്ച് ചിന്തിക്കുക. നിങ്ങൾ നിങ്ങളുടെ മാവ് കപ്പ്കേക്ക് ടിന്നിലേക്ക് ഒഴിക്കുക. കപ്പ്കേക്ക് ടിന്നിൽ മാവിനായി നിരവധി അച്ചുകൾ ഉണ്ട്. ചില കപ്പ്കേക്ക് മാവിൽ കളറിംഗ് അല്ലെങ്കിൽ പോപ്പി വിത്തുകൾ അല്ലെങ്കിൽ ബ്ലൂബെറി പോലുള്ള വ്യത്യസ്ത ചേരുവകൾ ഉണ്ട്. കപ്പ്കേക്കുകൾ ബേക്ക് ചെയ്തുകഴിഞ്ഞാൽ, നിങ്ങൾ വ്യത്യസ്ത തരം ഫ്രോസ്റ്റിംഗ് അല്ലെങ്കിൽ നിറമുള്ള സ്പ്രിംഗിൾസ് പോലുള്ള ടോപ്പിംഗുകൾ ചേർക്കുന്നു. നിങ്ങൾ ഓരോ കപ്പ്കേക്കിലും ഒരേ ഫ്രോസ്റ്റിംഗ് ഉപയോഗിക്കുന്നു, അതേസമയം വ്യത്യസ്ത ഡിസൈനിൽ ആ ഫ്രോസ്റ്റിംഗ് പ്രയോഗിക്കുന്നു.

കപ്പ്കേക്ക് ടിന്നിലെ ഓരോ അച്ചിനും ഒരേ വലുപ്പവും ആകൃതിയും ഉണ്ട്. ഓരോ കപ്പ്കേക്കും ഒരേ സമയത്തും ഒരേ താപനിലയിലും ബേക്ക്

ചെയ്യുന്നു. എന്നിരുന്നാലും ഇപ്പോൾ നിങ്ങൾക്ക് വൈവിധ്യമാർന്ന കപ്പ്കേക്കുകൾ ഉണ്ട്, ഓരോന്നിനും അതിന്റേതായ നിറങ്ങൾ, രുചികൾ, കൂട്ടുകൾ എന്നിവയുണ്ട്.

ഡേവിഡ് റോക്കുമായുള്ള എന്റെ അഭിമുഖം സാധ്യമാക്കാനുള്ള ഒരു വഴി കണ്ടെത്താൻ എനിക്ക് കഴിഞ്ഞു, കാരണം ആ അഭിമുഖം നഷ്ടപ്പെടുത്തുന്നതിന്റെ അർത്ഥമെന്താണെന്ന് എനിക്ക് കൃത്യമായി അറിയാമായിരുന്നു: മൂന്ന് വർഷം മുമ്പ് എന്റെ പോഡ്കാസ്റ്റ് ആരംഭിച്ചതുമുതൽ ഞാൻ നേടാൻ ശ്രമിച്ചിരുന്ന ഒരു അഭിമുഖം നഷ്ടപ്പെടുത്തുമോ എന്ന് മാത്രമല്ല, ഈ അഭിമുഖം നഷ്ടപ്പെടുത്തിയാൽ, എന്റെ പോഡ്കാസ്റ്റിന്റെ ഒരു ആഴ്ച നഷ്ടപ്പെടുത്തുമെന്നും എനിക്കറിയാമായിരുന്നു.

അത് ചെയ്യാൻ എളുപ്പമുള്ള ഒരു കണക്കുകൂട്ടലായിരുന്നില്ല. എട്ട് ദിവസം കൂടി ഈ മെഷീൻ എന്റെ അടുത്തായി പ്രവർത്തിക്കുമ്പോൾ, പനാമ സിറ്റിയിലായിരിക്കുമെന്ന് എനിക്കറിയാമായിരുന്നു. പനാമ സിറ്റിയിൽ നിന്ന്, എന്റെ വിസ അഭിമുഖത്തിനായി ഞാൻ ബൊഗോട്ടയിലേക്ക് പറക്കുമെന്നും, പിന്നീട് മെഡെല്ലിനിലേക്ക് മടങ്ങുമെന്നും എനിക്കറിയാമായിരുന്നു. എന്റെ വിസ അപേക്ഷ ഒടുവിൽ സ്വീകരിക്കപ്പെടുമെന്ന് എനിക്ക് ഉറപ്പുണ്ടായിരുന്നെങ്കിലും, എനിക്ക് ആശങ്കയുണ്ടായിരുന്നു. എന്റെ വിസ അപേക്ഷ നിരസിക്കപ്പെട്ടാൽ, നിൽക്കാൻ മണ്ണും തലയ്ക്ക് മുകളിൽ വയ്ക്കാൻ ഒരു മേൽക്കൂരയും കണ്ടെത്താൻ ഞാൻ വീണ്ടും പാടുപെടേണ്ടിവരും. ഇതെല്ലാം കാരണം, അഭിമുഖം വീണ്ടും ഷെഡ്യൂൾ ചെയ്യാൻ കഴിഞ്ഞാലും, എപ്പിസോഡ് അതിന്റെ ഷെഡ്യൂൾ ചെയ്ത റിലീസ് തീയതിക്കായി തയ്യാറാക്കാൻ കഴിയില്ല.

ആ അഭിമുഖം നഷ്ടപ്പെട്ടാൽ എന്ത് സംഭവിക്കുമെന്ന് എനിക്ക് കാണാൻ കഴിഞ്ഞു, എന്റെ ജോലി നിർവഹണ ക്രമീകരണ സംവിധാനത്തിൽ സിസ്റ്റത്തിൽ നോക്കാൻ ഒരു ഷെഡ്യൂളും വിശ്വസനീയമായ ചെയ്യേണ്ട കാര്യങ്ങളും ഉണ്ടായിരുന്നതിനാൽ, ഒരു പരിഹാരം കണ്ടെത്താനുള്ള മാനസിക ഊർജ്ജവും പ്രതിരോധശേഷിയും എനിക്ക് കണ്ടെത്താൻ കഴിഞ്ഞു.

സർഗ്ഗാത്മക സംവിധാനങ്ങൾ ഉണ്ടാകുന്നതിനുമുമ്പ്, ഓരോ എപ്പിസോഡും ഞാൻ അത് വരുന്നതുപോലെ നിർമ്മിച്ചു. എത്ര ഗവേഷണം നടത്തണമെന്നും എന്ത് ചോദ്യങ്ങൾ ചോദിക്കണമെന്നും ഞാൻ വീണ്ടും വീണ്ടും ചിന്തിച്ചു. എനിക്ക് പിന്തുടരാൻ ഒരു പ്രക്രിയ ഉണ്ടായിരുന്നില്ല. മുൻഗണനാക്രമീകരണ മാനസികാവസ്ഥയിലേക്ക് എനിക്ക് വീണ്ടും വീണ്ടും മാറേണ്ടിവന്നു. ഞാൻ ഒരു സമയത്ത് ഒരു കപ്പ്കേക്ക് ഉണ്ടാക്കുകയായിരുന്നു: എന്റെ സിംഗിൾ-കപ്പ്കേക്ക് ടിൻ അടുപ്പിൽ വയ്ക്കുന്നു, അത് ചുടേണ്ട താപനില ഊഹിക്കുന്നു, തുടർന്ന്

അത് ഇതുവരെ പൂർത്തിയായോ എന്ന് കാണാൻ വീണ്ടും വീണ്ടും പരിശോധിക്കുന്നു.

പനാമ സിറ്റിയിലായിരുന്ന സമയത്ത് ഞാൻ എന്റെ "ഒരു-സമയം-ഒരു കപ്പ്കേക്ക്" എന്ന രീതിയിൽ പോഡ്കാസ്റ്റ് നിർമ്മിച്ചിരുന്നെങ്കിൽ, എനിക്ക് വളരെയധികം സർഗ്ഗാത്മകമായ ഊർജ്ജം ചോർന്നൊലിക്കുമായിരുന്നു. എന്റെ ജീവിതത്തിൽ ഉണ്ടായിരുന്ന മറ്റെല്ലാ സമ്മർദ്ദങ്ങളും കാരണം, അഭിമുഖം ഉപേക്ഷിക്കുമായിരുന്നു, കൂടാതെ എല്ലാ വ്യാഴാഴ്ച രാവിലെയും ഒരു പോഡ്കാസ്റ്റ് എപ്പിസോഡ് അവതരിപ്പിക്കുന്ന എന്റെ മൂന്ന് വർഷത്തെ പരമ്പര തകർന്നു.

ഭാഗ്യവശാൽ, എന്റെ വിസ പ്രശ്നങ്ങൾ ആറ് മാസം മുമ്പ് ആരംഭിച്ചതുപോലെ, ഞാൻ എന്റെ പ്രൊഡക്ഷൻ പ്രക്രിയയിൽ സർഗ്ഗാത്മക സംവിധാനങ്ങൾ നടപ്പിലാക്കാൻ തുടങ്ങിയിരുന്നു. ആ ആറ് മാസത്തെ കുഴപ്പങ്ങൾ ആ സിസ്റ്റങ്ങളെ ബുള്ളറ്റ് പ്രൂഫ് ആക്കാൻ എന്നെ സമ്മർദ്ദത്തിലാക്കി.

സർഗ്ഗാത്മക സംവിധാനങ്ങൾ സർഗ്ഗാത്മക ചക്രങ്ങളുടെ ശക്തി ഉപയോഗപ്പെടുത്തുന്നു. സർഗ്ഗാത്മക ചക്രങ്ങൾ നിങ്ങളുടെ സർഗ്ഗാത്മക സൃഷ്ടികൾ സർഗ്ഗാത്മകതയുടെ നാല് ഘട്ടങ്ങളിലൂടെ നടത്തുന്ന യാത്രകളാണ്. ആ യാത്രകൾ നടത്തുന്നതിനുള്ള യാത്രാ പരിപാടിയാണ് സർഗ്ഗാത്മക സംവിധാനങ്ങൾ. ഓരോ ലക്ഷ്യസ്ഥാനത്തും നിങ്ങൾ എപ്പോൾ എത്തും, നിങ്ങൾ എത്ര സമയം താമസിക്കും, അടുത്ത ലക്ഷ്യസ്ഥാനത്തേക്ക് എത്താൻ നിങ്ങൾ ഏത് ഗതാഗത രീതിയാണ് സ്വീകരിക്കുക? ഈ ചോദ്യങ്ങൾക്കെല്ലാം സർഗ്ഗാത്മക സംവിധാനം ഉത്തരം നൽകുന്നു.

സർഗാത്മകതയുടെ കുറഞ്ഞ അളവ്

സർഗ്ഗാത്മക സംവിധാനങ്ങളുടെ അടിസ്ഥാന നിർമ്മാണ ഘടകം മിനിമം ക്രിയേറ്റീവ് ഡോസ് അഥവാ സർഗാത്മകതയുടെ കുറഞ്ഞ അളവ് എന്ന് ഞാൻ വിളിക്കുന്നതാണ്. സർഗാത്മകതയുടെ കുറഞ്ഞ അളവ് വൈദ്യശാസ്ത്രത്തിലെ ഒരു ആശയത്തിൽ നിന്ന് പ്രചോദനം ഉൾക്കൊണ്ടതാണ് - ഏറ്റവും കുറഞ്ഞ ഫലപ്രദമായ ഡോസ്. പേര് സൂചിപ്പിക്കുന്നത് പോലെ, ഏറ്റവും കുറഞ്ഞ ഫലപ്രദമായ അളവ് - ആ മരുന്നിൽ നിന്ന് നിങ്ങൾക്ക് എടുക്കാൻ കഴിയുന്ന ഏറ്റവും ചെറിയ അളവ് - ആ മരുന്നിൻ്റെ ഏറ്റവും കുറഞ്ഞ ഡോസ് - ആ മരുന്നിൽ നിന്ന് ഫലം ലഭിക്കുന്നതിന്. അതിനാൽ, സർഗാത്മകതയുടെ കുറഞ്ഞ അളവ് എന്നത് ഒരു ക്രിയേറ്റീവ് പ്രോജക്റ്റിൽ നിങ്ങൾക്ക് എടുക്കാൻ കഴിയുന്ന ഏറ്റവും ചെറിയ പ്രവർത്തനമാണ് - ആ പ്രോജക്റ്റിൽ പുരോഗതി കൈവരിക്കാൻ.

ഇൻകുബേഷന്റെ ശക്തിയെക്കുറിച്ച് ഈ പുസ്തകത്തിൽ നമ്മൾ ഇതിനകം ധാരാളം കാര്യങ്ങൾ പഠിച്ചിട്ടുണ്ട്. നിങ്ങൾ ഒരു ക്രിയേറ്റീവ് പ്രോജക്റ്റിൽ സജീവമായി പ്രവർത്തിക്കാത്തപ്പോൾ പോലും, നിങ്ങൾ ഇപ്പോഴും ഒരു ക്രിയേറ്റീവ് പ്രോജക്റ്റിൽ പുരോഗതി കൈവരിക്കുന്നു. നിങ്ങളുടെ നിഷ്ക്രിയ പ്രതിഭ ഓർമ്മകൾ ഏകീകരിക്കുകയും, മോശം ആശയങ്ങൾ മറക്കുകയും, നല്ല ആശയങ്ങൾ കണ്ടെത്താൻ ശ്രമിക്കുകയും ചെയ്യുന്നു. നിങ്ങൾ ഉറങ്ങുകയാണെങ്കിലും, മറ്റൊരു പ്രോജക്റ്റിൽ പ്രവർത്തിക്കുകയാണെങ്കിലും, അല്ലെങ്കിൽ ചുവരിൽ നോക്കുകയാണെങ്കിലും ഇതെല്ലാം സംഭവിക്കുന്നു.

പക്ഷേ നിങ്ങളുടെ നിഷ്ക്രിയ പ്രതിഭയ്ക്ക് അസംസ്കൃത വസ്തുക്കൾ ആദ്യം നൽകിയില്ലെങ്കിൽ അതിൽ പ്രവർത്തിക്കാൻ ഒന്നുമില്ല - മനനം ചെയ്യാൻ ഒന്നുമില്ല. ഇവിടെയാണ് സർഗാത്മകതയുടെ കുറഞ്ഞ അളവ് പ്രസക്തമാകുന്നത്.

സാധാരണ ഉൽപ്പാദനക്ഷമതയിൽ നിന്ന് സർഗ്ഗാത്മകമായ ഉൽപ്പാദനക്ഷമത വ്യത്യസ്തമാണെന്ന് സർഗാത്മകതയുടെ കുറഞ്ഞ അളവിന്റെ ശക്തി എടുത്തുകാണിക്കുന്നു. അത് തുറന്ന കണ്ണികളുമായി ബന്ധപ്പെട്ടിരിക്കുന്നു.

നിങ്ങൾ കാര്യങ്ങൾ ചെയ്യാൻ ശ്രമിക്കുമ്പോൾ, തുറന്ന കണ്ണികൾ നിങ്ങളുടെ ശത്രുവാണ്. പരമ്പരാഗത ഉൽപ്പാദനക്ഷമത വർദ്ധിപ്പിക്കുന്ന ഉൽപ്പാദനക്ഷമതാ സംവിധാനങ്ങളുടെ ഭംഗി - അക്ഷരാർത്ഥത്തിൽ ഗെറ്റിംഗ് തിംഗ്സ് ഡൺ എന്ന് വിളിക്കപ്പെടുന്ന സിസ്റ്റം പോലുള്ളവ - അവ തുറന്ന കണ്ണികളെ തടയുന്നു എന്നതാണ്.

ഉദാഹരണത്തിന്, നിങ്ങൾ പലചരക്ക് കടയിൽ ഇല്ലാത്തപ്പോൾ പൂച്ചയുടെ ഭക്ഷണം വാങ്ങുന്നതിനെക്കുറിച്ച് ചിന്തിക്കാൻ നിങ്ങൾ ആഗ്രഹിക്കുന്നില്ല. അത് ഒരു തുറന്ന കണ്ണി ആയിരിക്കും. പകരം, ഗെറ്റിംഗ് തിംഗ്സ് ഡൺ എന്ന രചയിതാവ് ഡേവിഡ് അലൻ വിളിക്കുന്നതുപോലെ, ആ ആശയം ഒരു "വിശ്വസനീയ സംവിധാനത്തിൽ" സൂക്ഷിക്കാൻ നിങ്ങൾ ആഗ്രഹിക്കുന്നു. നിങ്ങൾ പലചരക്ക് കടയിൽ ആയിരിക്കുമ്പോൾ, പൂച്ചയുടെ ഭക്ഷണം വാങ്ങാൻ നിങ്ങൾ ഓർമ്മിക്കുമെന്ന് നിങ്ങൾ വിശ്വസിക്കേണ്ടതുണ്ട്. പൂച്ചയുടെ ഭക്ഷണം വാങ്ങുന്നതിനെക്കുറിച്ച് ചിന്തിക്കുന്ന നിമിഷം, അത് നിങ്ങളുടെ ഷോപ്പിംഗ് ലിസ്റ്റിൽ ഇടം നേടുന്നു, നിങ്ങൾ പലചരക്ക് കടയിൽ ആയിരിക്കുമ്പോൾ, പൂച്ചയുടെ ഭക്ഷണം വാങ്ങാൻ ഓർമ്മിക്കുമെന്ന് നിങ്ങൾക്ക് വിശ്വസിക്കാം.

പൂച്ചയുടെ ഭക്ഷണം നിങ്ങളുടെ പലചരക്ക് പട്ടികയിൽ ഇടം നേടുമ്പോൾ, പൂച്ചയുടെ ഭക്ഷണം വാങ്ങുന്നതിനെക്കുറിച്ച് ചിന്തിക്കുന്ന തുറന്ന കണ്ണി അടഞ്ഞുപോകും. നിങ്ങളുടെ മാനസിക വിഭവങ്ങൾ ഇപ്പോൾ മറ്റ് കാര്യങ്ങളിൽ ശ്രദ്ധ കേന്ദ്രീകരിക്കാൻ സ്വാതന്ത്ര്യമുണ്ട്.

പരമ്പരാഗത ഉൽപാദനക്ഷമതയുടെ കാര്യത്തിൽ തുറന്ന കണ്ണികൾ നിങ്ങളുടെ ശത്രുവാണ്. നിങ്ങൾക്ക് നിലവിൽ ചെയ്യാൻ കഴിയാത്ത കാര്യങ്ങൾ ചെയ്യാൻ തുറന്ന കണ്ണികൾ നിങ്ങളെ ഓർമ്മിപ്പിക്കുന്നു. എന്നാൽ സർഗ്ഗാത്മകമായ ഉൽപാദനക്ഷമതയുടെ കാര്യത്തിൽ, തുറന്ന കണ്ണികൾ ഒരു സമ്മാനമാണ്. തുറന്ന കണ്ണികൾ നിങ്ങളുടെ നിഷ്ക്രിയ പ്രതിഭയുമായി പ്രവർത്തിക്കാൻ എന്തെങ്കിലും നൽകുന്നു. കുറഞ്ഞ ബോധപൂർവമായ പരിശ്രമത്തോടെ ഇൻകുബേഷൻ പരമാവധി പ്രയോജനപ്പെടുത്താനുള്ള മാർഗ്ഗം സർഗ്ഗാത്മകതയുടെ കുറഞ്ഞ അളവ് ഉപയോഗിക്കുക എന്നതാണ്.

പ്രവർത്തനത്തിൽ സർഗ്ഗാത്മകതയുടെ കുറഞ്ഞ അളവ് കാണാൻ, ഈ പരീക്ഷണം പരീക്ഷിക്കുക: അടുത്ത തവണ നിങ്ങൾക്ക് എന്തെങ്കിലും ആശയം ഉണ്ടാകുമ്പോൾ - അത് ഒരു ചെറുകഥയായാലും, ഒരു പെയിന്റിംഗായാലും, ഒരു ഗാനമായാലും - നിങ്ങളുടെ നിഷ്ക്രിയ പ്രതിഭയ്ക്ക് സർഗ്ഗാത്മകതയുടെ കുറഞ്ഞ അളവ് നൽകുക. കുറച്ച് കാര്യങ്ങൾ മാത്രം കുറിക്കുക, ഒരു രേഖാചിത്രം ഉണ്ടാക്കുക, അല്ലെങ്കിൽ ഒരു റെക്കോർഡറിൽ കുറച്ച് ബാറുകൾ മുഴക്കുക. സഹായകരമാണെങ്കിൽ രണ്ട് മിനിറ്റ് നേരത്തേക്ക് ഒരു ടൈമർ സജ്ജമാക്കുക. പിന്നെ, അത് മറക്കുക. നിങ്ങൾ എന്തു ചെയ്തുകൊണ്ടിരുന്നുവോ അതിനെക്കുറിച്ച് ചിന്തിക്കുക.

ഇപ്പോൾ, ഒരു ഓർമ്മപ്പെടുത്തൽ സജ്ജമാക്കുക. അടുത്ത ദിവസം ഈ ആശയം വീണ്ടും ചെയ്യാൻ സ്വയം ഓർമ്മിപ്പിക്കുക. കുറച്ച് മിനിറ്റ് മാത്രം അതിൽ വീണ്ടും പ്രവർത്തിക്കുക. കഴിഞ്ഞ ദിവസത്തേക്കാൾ പുരോഗതി കൈവരിക്കാൻ എളുപ്പമായിരിക്കും.

ഒരു വലിയ പ്രോജക്റ്റിന്റെ ഒരു ചെറിയ ഭാഗത്ത് മാത്രം ഞാൻ പ്രവർത്തിക്കുമ്പോൾ, മുൻ അധ്യായത്തിൽ നമ്മൾ സംസാരിച്ചതുപോലെ, എന്റെ പ്രതിവാര അവലോകനത്തിൽ, ഞാൻ സർഗ്ഗാത്മകതയുടെ കുറഞ്ഞ അളവ് ഉപയോഗിക്കുന്നു. കഠിനമായ സർഗ്ഗാത്മകമായ പ്രശ്നങ്ങളിൽ പ്രവർത്തിക്കുമ്പോൾ സർഗ്ഗാത്മകതയുടെ കുറഞ്ഞ അളവ് പ്രത്യേകിച്ചും ശക്തമാണെന്ന് ഞാൻ അങ്ങനെ ചെയ്യുന്നു. കഠിനമായ സർഗ്ഗാത്മകമായ പ്രശ്നങ്ങൾ മാറ്റിവയ്ക്കാൻ എളുപ്പമാണ്, പക്ഷേ നിങ്ങൾ സർഗ്ഗാത്മകതയുടെ കുറഞ്ഞ അളവിൽ പ്രതിജ്ഞാബദ്ധമാകുമ്പോൾ അങ്ങനെയല്ല. കുറച്ച് മിനിറ്റ് മാത്രം എടുക്കുന്ന ഒരു കാര്യം മാറ്റിവയ്ക്കുന്നത് നിങ്ങൾക്ക് ന്യായീകരിക്കാൻ കഴിയില്ല. ഒരു പ്രശ്നത്തിൽ ഒരു രണ്ടു മിനിറ്റ് മാത്രം പ്രവർത്തിക്കാൻ നിങ്ങൾ പ്രതിജ്ഞാബദ്ധരാകുമ്പോൾ, അത് - ദി ഹാർട്ട് ടു സ്റ്റാർട്ടിൽ ഞാൻ പറഞ്ഞതുപോലെ - "മുതൽമുടക്ക് ഊതിവീർപ്പിക്കുൽ" തടയുന്നു. നിങ്ങൾക്ക് സമയമില്ലെന്ന് ഒഴികഴിവ് പറഞ്ഞുകൊണ്ട് പുരോഗതി കൈവരിക്കുന്നതിനെക്കുറിച്ച് നിങ്ങൾക്ക് സ്വയം വാചാലനാകാൻ കഴിയില്ല.

നിങ്ങളുടെ ഏറ്റവും കഠിനമായ സർഗ്ഗാത്മകമായ പ്രശ്നങ്ങളിൽ നിങ്ങൾപ്രവർത്തിക്കുമ്പോൾ,നിങ്ങൾക്ക്ഏറ്റവുംകൂടുതൽഇൻകുബേഷൻ ആവശ്യമുള്ള സമയമാണിത്. പരിഗണിക്കാൻ വളരെയധികം അയഞ്ഞ കണ്ണികൾ ഉണ്ട്, നിങ്ങൾ പ്രശ്നം ഒറ്റയടിക്ക് പരിഹരിക്കാൻ ശ്രമിച്ചാൽ നിങ്ങൾ ഒരു പ്രതിസന്ധി സൃഷ്ടിക്കും. സർഗ്ഗാത്മകതയുടെ കുറഞ്ഞ അളവ് ആ അയഞ്ഞ കണ്ണികൾ സജീവമാക്കാൻ നിങ്ങളെ സഹായിക്കുന്നു. ഇത് തുറന്ന കണ്ണികൾ സൃഷ്ടിക്കാൻ നിങ്ങളെ സഹായിക്കുന്നു. ദിവസം മുഴുവൻ നീങ്ങുന്നതിനനുസരിച്ച്, നിങ്ങൾ മറ്റ് പ്രോജക്റ്റുകളിൽ പ്രവർത്തിക്കുമ്പോൾ, അല്ലെങ്കിൽ ഉറങ്ങുമ്പോൾ പോലും, നിങ്ങൾ നൽകിയ സർഗ്ഗാത്മകതയുടെ കുറഞ്ഞ അളവുമായി നിങ്ങളുടെ ഉപബോധമനസ്സ് പ്രവർത്തിക്കുന്നു.

കൂടാതെ, നിങ്ങളുടെ ക്രിയേറ്റീവ് പ്രോജക്റ്റുകളിൽ തുറന്ന കണ്ണികൾ ഉണ്ടായിരിക്കുന്നത് - നിങ്ങളുടെ ദിവസം മുഴുവൻ നിങ്ങൾ നേരിടുന്ന ക്രമരഹിതമായ സ്രോതസ്സുകളിലേക്ക് നിങ്ങളെ തുറക്കുന്നു. എന്റെ പോഡ്കാസ്റ്റിൽ ഡോ. റോബർട്ട് മൗറർ എന്നോട് പറഞ്ഞ കഥ പരിഗണിക്കുക. വളരെ ചെറിയ ഘട്ടങ്ങളിലൂടെ തന്റെ തെറാപ്പി രോഗികളെ പുരോഗതി കൈവരിക്കാൻ സഹായിക്കുന്നതിൽ ഡോ. മൗറർ വൈദഗ്ധ്യം നേടിയിട്ടുണ്ട്. വാസ്തവത്തിൽ, അദ്ദേഹം വൺ സ്മാൾ സ്റ്റെപ്പ് എന്ന പേരിൽ ഒരു പുസ്തകം എഴുതി.

തന്റെ ഒരു സെമിനാറിൽ, ഡോ. മൗറർ തന്റെ വിദ്യാർത്ഥികളോട് ഒരു ചോദ്യം ചോദിച്ചു: ഇന്ന് രാവിലെ നിങ്ങൾ പാർക്ക് ചെയ്തിരുന്നത്തിനടുത്തു ഉണ്ടായിരുന്ന രണ്ട് കാറുകളുടെ കാറിന്റെ നിറമെന്തായിരുന്നു? തീർച്ചയായും, ആർക്കും ഉത്തരം അറിയില്ലായിരുന്നു. അടുത്ത ദിവസം അദ്ദേഹം വീണ്ടും അവരോട് ചോദിച്ചു, കുറച്ച് ആളുകൾക്ക് ഉത്തരം അറിയാമായിരുന്നു. മൂന്നാം ദിവസമായപ്പോഴേക്കും എല്ലാവർക്കും ഉത്തരം അറിയാമായിരുന്നു. ചോദ്യം ചോദിക്കുന്നതിലൂടെ, അദ്ദേഹം ഒരു തുറന്ന കണ്ണി സൃഷ്ടിച്ചു. രണ്ട് കാറുകൾക്ക് മുകളിലുള്ള കാറിന്റെ നിറം അവർ ശ്രദ്ധിക്കാതിരിക്കാൻ കഴിഞ്ഞില്ല.

ഇത് ബാഡർ-മെയിൻഹോഫ് (Baader-Meinhof) പ്രതിഭാസം പോലെയാണ്: നിങ്ങൾ ഒരു പുതിയ വാക്ക് പഠിക്കുമ്പോൾ, പെട്ടെന്ന്, നിങ്ങൾ അത് എല്ലായിടത്തും ശ്രദ്ധിക്കാൻ തുടങ്ങും. നിങ്ങളുടെ ഉപബോധമനസ്സിൽ ആ വാക്ക് നട്ടുപിടിപ്പിച്ചാൽ, നിങ്ങൾ സാധാരണയായി അത് അവഗണിക്കുന്ന സ്ഥലങ്ങളിൽ അത് ശ്രദ്ധിക്കാൻ തുടങ്ങും. നിങ്ങളുടെ ഉപബോധമനസ്സിൽ ഒരു സർഗ്ഗാത്മകമായ പ്രശ്നം നട്ടുപിടിപ്പിച്ചാൽ, നിങ്ങൾ അത് കണ്ടെത്തുമ്പോൾ പരിഹാരം കൂടുതൽ എളുപ്പത്തിൽ ശ്രദ്ധിക്കും.

(1970-കളിലും 80-കളിലും 90-കളിലും സജീവമായിരുന്ന തീവ്ര ഇടതുപക്ഷ ജർമ്മൻ വിപ്ലവ ഭീകര സംഘടനയായ ബാഡർ-

മെയിൻഹോഫ് സംഘത്തിന്റെ പേരിലാണ് ബാഡർ-മെയിൻഹോഫ് പ്രതിഭാസം അറിയപ്പെടുന്നത്. അവരെക്കുറിച്ച് ഒരിക്കലും കേട്ടിട്ടില്ലേ? ഇപ്പോൾ നിങ്ങൾ അവരെ എല്ലായിടത്തും കാണും.)

റബ്ബർ വൾക്കനൈസുചെയ്യുന്നതിനുള്ള പ്രക്രിയ ചാൾസ് ഗുഡ്ഇയർ എങ്ങനെ കണ്ടെത്തിയെന്ന് ചിന്തിക്കുക. സൾഫറുമായി കലർത്തിയ റബ്ബർ ചൂടുള്ള സ്റ്റൗവിൽ അബദ്ധവശാൽ ഒഴിച്ചപ്പോൾ, ചൂടും സൾഫറും കൂടിച്ചേർന്ന് റബ്ബറിന്റെ ഗുണനിലവാരം മാറ്റിയതായി അദ്ദേഹം ശ്രദ്ധിച്ചു. ഈ അവസരം അദ്ദേഹത്തിന് തിരിച്ചറിയാൻ കഴിഞ്ഞത്, അദ്ദേഹത്തിന്റെ മനസ്സിൽ ഇതിനകം തന്നെ ആ പ്രശ്നം ഉണ്ടായിരുന്നു. അദ്ദേഹത്തിന് ഒരു തുറന്ന കണ്ണ് ഉണ്ടായിരുന്നു. തണുത്ത കാലാവസ്ഥയിൽ പൊട്ടാത്തതും ചൂടുള്ള കാലാവസ്ഥയിൽ പറ്റിപ്പിടിക്കാത്തതുമായ ഒരു റബ്ബർ സൃഷ്ടിക്കാൻ അദ്ദേഹം അഞ്ച് വർഷം ചെലവഴിച്ചു.

ഞാൻ ആദ്യമായി സ്പാനിഷ് പഠിക്കുമ്പോൾ സർഗ്ഗാത്മകതയുടെ കുറഞ്ഞ അളവിന്റെ ശക്തി ഉപയോഗിച്ചു. ഒരു ആശയപരമായ കലാകാരനും ന്യൂറോശാസ്ത്രജ്ഞനായ ഡാനിയേൽ ജെ. വിൽസൺ എല്ലാ ദിവസവും ഒരു സ്പാനിഷ് സിനിമയുടെ ആദ്യത്തെ ഇരുപത് മിനിറ്റ് കാണാൻ എന്നെ പ്രോത്സാഹിപ്പിച്ചു. എല്ലാ ദിവസവും രാവിലെ അതേ സിനിമയുടെ ഇരുപത് മിനിറ്റ് ഞാൻ പ്രഭാതഭക്ഷണത്തോടൊപ്പം കണ്ടു.

ആദ്യ ആഴ്ച, ഒന്നും സംഭവിച്ചില്ല. പ്രഭാതഭക്ഷണം കഴിക്കുമ്പോൾ ഞാൻ കൂടുതൽ അസംബന്ധ പ്രസംഗം കേട്ടു. ഇടയ്ക്കിടെ, ഞാൻ തലയുയർത്തി നോക്കുകയും ഞാൻ കേൾക്കുന്ന ശബ്ദങ്ങൾക്കൊപ്പമുള്ള ഇംഗ്ലീഷ് സബ്ടൈറ്റിലുകൾ വായിക്കുകയും ചെയ്യുമായിരുന്നു.

എന്നാൽ ഒടുവിൽ, ശരിക്കും അത്ഭുതകരമായ കാര്യങ്ങൾ സംഭവിച്ചു. സിനിമയിലെ അസംബന്ധ ശബ്ദങ്ങൾ എന്റെ തലയിൽ കുടുങ്ങി, ഒരു മെലഡി എന്റെ തലയിൽ കുടുങ്ങിയതുപോലെ. ആ അസംബന്ധ ശബ്ദങ്ങൾ അർത്ഥവത്താക്കാൻ തുടങ്ങി. കൊളംബിയയിൽ താമസിക്കുന്ന എന്റെ ദിവസം ഞാൻ കടന്നുപോകുമ്പോൾ, ആ ശബ്ദങ്ങൾ പരാമർശിക്കുന്നത് ഞാൻ കണ്ടെത്തി. ഞാൻ സ്വയം പറയുമായിരുന്നു, സിനിമയിൽ, അവർ അത് ഇങ്ങനെയാണ് പറയുന്നത്, അതിനാൽ ഒരുപക്ഷേ ഞാൻ അത് അങ്ങനെ പറഞ്ഞേക്കാം. ഒടുവിൽ, ഞാൻ എന്റെ ശീലം മാറ്റി, അങ്ങനെ ഇംഗ്ലീഷ് സബ്ടൈറ്റിലുകൾക്ക് പകരം, സിനിമയിൽ സ്പാനിഷ് അടിക്കുറിപ്പുകൾ പ്രദർശിപ്പിക്കും. ആ അസംബന്ധ ശബ്ദങ്ങൾ എനിക്ക് എഴുതിയ വാക്കുകളുമായി ബന്ധിപ്പിക്കാൻ മതിയായ അർത്ഥം നൽകിയിരുന്നു.

പലരും സിനിമകൾ കണ്ട് ഭാഷകൾ പഠിക്കാൻ ശ്രമിച്ചിട്ടുണ്ട്. എന്നാൽ നിങ്ങൾ ഭാഷയുടെ ഉയർന്ന തലത്തിലല്ലെങ്കിൽ, നിങ്ങൾക്ക്

പുരോഗതി കൈവരിക്കാൻ കഴിയില്ല. ഒന്നിനുപുറകെ ഒന്നായി സിനിമ കാണുന്നതിലൂടെ മൂല്യം ലഭിക്കാൻ തക്കവിധം നിങ്ങൾക്ക് ശബ്ദ പാറ്റേണുകൾ തിരിച്ചറിയാൻ കഴിയില്ല. എന്നാൽ ഒരേ സിനിമയുടെ ഒരേ ഭാഗം നിങ്ങൾ വീണ്ടും വീണ്ടും കാണുമ്പോൾ, നിങ്ങളുടെ നിഷ്ക്രിയ പ്രതിഭയ്ക്ക് ആ പാറ്റേണുകൾ തിരിച്ചറിയാനുള്ള അവസരം ലഭിക്കുന്നു. നിങ്ങൾ അതിന് സർഗ്ഗാത്മകതയുടെ ഏറ്റവും കുറഞ്ഞ അളവ് നൽകിയാൽ, ആ ഡോസുകൾക്കിടയിലുള്ള സമയം ഉൽപ്പാദനക്ഷമമാകും.

സംവിധാനങ്ങളിലെ ചക്രഗതികൾ

പനാമ സിറ്റിയിലായിരുന്നപ്പോഴേക്കും, എന്റെ പോഡ്കാസ്റ്റ് നിർമ്മിക്കുന്നതിനുള്ള പ്രക്രിയകൾ സർഗ്ഗാത്മക സംവിധാനങ്ങളായി വിഭജിച്ചിരുന്നു. എന്റെ ടാസ്ക് മാനേജ്മെന്റ് സിസ്റ്റത്തിലെ ടാസ്ക്കുകൾ പിന്തുടരുന്നിടത്തോളം, ഓരോ എപ്പിസോഡും സർഗ്ഗാത്മകതയുടെ നാല് ഘട്ടങ്ങളിലൂടെ പുരോഗമിക്കുകയും പൂർത്തീകരണത്തിലെത്തുകയും ചെയ്യുമെന്ന് എനിക്കറിയാമായിരുന്നു. കൂടാതെ, ആ ടാസ്ക്കുകൾ സർഗ്ഗാത്മകതയുടെ കുറഞ്ഞ അളവിലേക്ക് ചുരുക്കി, അതിനാൽ അവ എളുപ്പത്തിൽ കൈകാര്യം ചെയ്യാൻ കഴിയും.

കൂടാതെ, എന്റെ സർഗ്ഗാത്മക സംവിധാനങ്ങൾ സർഗ്ഗാത്മക ചക്രങ്ങളുടെ താളങ്ങൾക്കൊപ്പമാണ് നിർമ്മിച്ചിരിക്കുന്നത്, അതിനാൽ എനിക്ക് കുറഞ്ഞ പരിശ്രമത്തിൽ പരമാവധി സർഗ്ഗാത്മക ഫലം നേടാൻ കഴിയും.

ഞാൻ എന്റെ അഭിമുഖങ്ങൾ ഒരു സൈക്കിളിൽ നടത്തി. മുൻ അധ്യായത്തിൽ ഞാൻ സൂചിപ്പിച്ചതുപോലെ, വർഷത്തിൽ അതിഥികൾ അഭിമുഖങ്ങൾക്ക് ലഭ്യമാകാത്ത സമയങ്ങളുണ്ട്. വർഷത്തിന്റെ തുടക്കത്തിൽ, ആളുകൾ വർഷത്തേക്കുള്ള അവരുടെ പുതിയ ലക്ഷ്യങ്ങളിൽ കൂടുതൽ ശ്രദ്ധ കേന്ദ്രീകരിക്കുന്നു, കൂടാതെ പോഡ്കാസ്റ്റുകളിൽ ആയിരിക്കുന്നത് സാധാരണയായി ആ ലക്ഷ്യങ്ങളിൽ ഒന്നല്ല. കൂടാതെ, വേനൽക്കാലത്ത്, പലരും യാത്ര ചെയ്യുന്നു അല്ലെങ്കിൽ അവധിക്കാലത്താണ്.

മൂന്ന് മാസത്തെ രണ്ട് വ്യത്യസ്ത "സീസണുകളിൽ", ആഴ്ചയിൽ ഒരു അഭിമുഖം നടത്താൻ ഞാൻ ലക്ഷ്യമിട്ടാൽ, വർഷം മുഴുവൻ നീണ്ടുനിൽക്കാൻ മതിയായ അഭിമുഖങ്ങൾ എനിക്ക് ഉണ്ടാകുമെന്ന് ഞാൻ മനസ്സിലാക്കി (അഭിമുഖ എപ്പിസോഡുകൾ രണ്ടാഴ്ച കൂടുമ്പോൾ തത്സമയം വരുന്നു). അതിനാൽ, മാർച്ച്, ഏപ്രിൽ, മെയ് മാസങ്ങളിൽ ആഴ്ചയിൽ ഒരു അഭിമുഖം നടത്താൻ ഞാൻ ശ്രമിക്കുന്നു; വീണ്ടും സെപ്റ്റംബർ, ഒക്ടോബർ, നവംബർ മാസങ്ങളിൽ ആഴ്ചയിൽ ഒരു അഭിമുഖം നടത്താൻ ഞാൻ ശ്രമിക്കുന്നു. (അഭിമുഖങ്ങൾ ഷെഡ്യൂൾ

ചെയ്യാൻ ബുദ്ധിമുട്ടുള്ള മറ്റൊരു മാസമാണ് ഡിസംബർ. കൂടാതെ, ഡിസംബറിൽ ഇടം സൃഷ്ടിക്കാൻ ഞാൻ ഇഷ്ടപ്പെടുന്നു. മുൻ അധ്യായത്തിൽ ജോൺ കൊനിയസ് സംസാരിച്ച ആ ദുർബലമായ ഉൾക്കാഴ്ചയുള്ള അവസ്ഥയിലേക്ക് കൂടുതൽ ആഴത്തിൽ എത്താൻ, വാർഷിക സർഗ്ഗാത്മക ചക്രത്തെ അടയാളപ്പെടുത്തുന്ന ശൈത്യകാല അവധിക്കാലത്തിന്റെ സാംസ്കാരിക സൂചന പ്രയോജനപ്പെടുത്താൻ ഞാൻ ഇഷ്ടപ്പെടുന്നു. ഇത് എന്റെ ദിശയെ പുനർമൂല്യനിർണ്ണയം ചെയ്യാനും പുതുവർഷത്തിനായി തയ്യാറെടുക്കാനും എന്നെ സഹായിക്കുന്നു.)

അതിനാൽ, വാർഷിക സൈക്കിളിൽ, എന്റെ പോഡ്കാസ്റ്റിനായുള്ള സർഗ്ഗാത്മക സംവിധാനം ഇതുപോലെ കാണപ്പെടുന്നു:

ഇന്റർവ്യൂ കാലങ്ങൾ

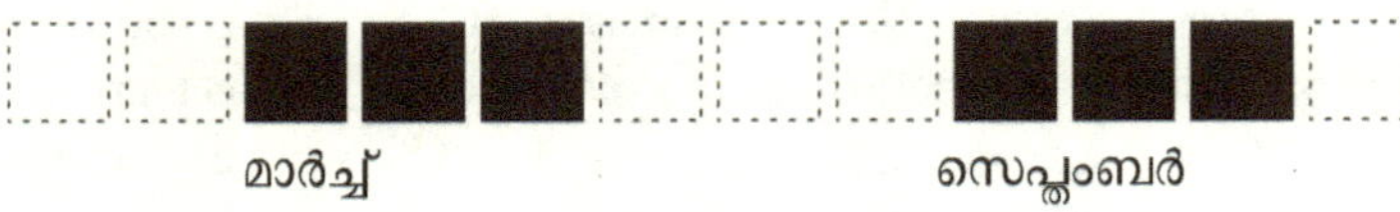

പോഡ്കാസ്റ്റ് നിർമ്മാണത്തിനായുള്ള എന്റെ സർഗ്ഗാത്മക സംവിധാനം ഒരു പ്രതിമാസ സൈക്കിളിലും പ്രവർത്തിക്കുന്നു. ഓരോ മാസത്തിന്റെയും അവസാന ആഴ്ച, അടുത്ത മാസത്തേക്കുള്ള എല്ലാ എപ്പിസോഡുകളും ഞാൻ തയ്യാറാക്കുന്നു. എന്നാൽ ആ എപ്പിസോഡുകൾ നിർമ്മാണത്തിന് തയ്യാറാകുന്നതിന് മുമ്പ്, ഞാൻ ആമുഖങ്ങൾ റെക്കോർഡുചെയ്യേണ്ടതുണ്ട്. ആ മാസത്തിന് മുൻപുള്ള ആഴ്ചയിൽ - മാസത്തിലെ രണ്ടാമത്തെ മുതൽ അവസാന ആഴ്ച വരെയുള്ള ആമുഖങ്ങൾ ഞാൻ റെക്കോർഡുചെയ്യുന്നു. അതിനു മുമ്പുള്ള ആഴ്ച, ഞാൻ ആമുഖങ്ങൾക്കായി ഡ്രാഫ്റ്റ് സ്ക്രിപ്റ്റുകൾ എഴുതുന്നു.

അതിനാൽ, പ്രതിമാസ സൈക്കിളിൽ, എന്റെ പോഡ്കാസ്റ്റ് നിർമ്മിക്കുന്നതിനുള്ള ക്രിയേറ്റീവ് സിസ്റ്റം ഇതുപോലെ കാണപ്പെടുന്നു:

പോഡ്കാസ്റ്റ് ജോലി

മാസത്തിലെ ആഴ്ചകൾ പ്രകാരം

പോഡ്കാറ്സ് ഇല്ല

പ്രോഗ്രാമിങ്

ഡിംഗ്

പ്രൊഡക്ഷൻ.

ആ പ്രതിമാസ സൈക്കിളിൽ എന്റെ ആഴ്ചതോറുമുള്ള സൈക്കിളുകൾ ഉൾപ്പെടുന്നു. തിങ്കളാഴ്ചകളിൽ പോഡ്കാസ്റ്റിൽ പ്രവർത്തിക്കാതിരിക്കാൻ ഞാൻ ശ്രമിക്കുമെന്ന് ഞാൻ ഇതിനകം പറഞ്ഞിട്ടുണ്ട്. പോഡ്കാസ്റ്റിൽ ഞാൻ ഏറ്റവും കൂടുതൽ സമയം ചെലവഴിക്കുന്ന ദിവസം വ്യാഴാഴ്ചയാണ്. പ്രത്യേകിച്ച് വ്യാഴാഴ്ചകളിൽ എല്ലാ അഭിമുഖങ്ങളും ഷെഡ്യൂൾ ചെയ്യാൻ ഞാൻ ശ്രമിക്കുന്നു.

അതിനാൽ, ആഴ്ചതോറുമുള്ള സൈക്കിളിൽ, പോഡ്കാസ്റ്റ് നിർമ്മിക്കുന്നതിനുള്ള എന്റെ സർഗ്ഗാത്മക സംവിധാനം ഇതുപോലെയാണ് കാണപ്പെടുന്നത്:

പോഡ്കാസ്റ്റ് ജോലി

ആ ആഴ്ചയിലെ ഓരോ ദിവസങ്ങളും ആ ആഴ്ചയിലാണ്. പോഡ്കാസ്റ്റിൽ ജോലി ചെയ്യാൻ പോകുന്ന ദിവസങ്ങളിൽ, ഉച്ചകഴിഞ്ഞാണ് ഞാൻ അങ്ങനെ ചെയ്യുന്നത്.

അതിനാൽ, ഞാൻ ഒരു അഭിമുഖം ഷെഡ്യൂൾ ചെയ്യുകയാണെങ്കിൽ, വ്യാഴാഴ്ച ഉച്ചകഴിഞ്ഞ് ഷെഡ്യൂൾ ചെയ്യാൻ ഞാൻ എപ്പോഴും ശ്രമിക്കാറുണ്ട്. സാധാരണയായി, ഇത് എന്റെ അതിഥികൾക്ക് അനുയോജ്യമാണ്, പക്ഷേ ചിലപ്പോൾ ബുധനാഴ്ചയോ വെള്ളിയാഴ്ചയോ ഉച്ചകഴിഞ്ഞ് ഞാൻ അഭിമുഖങ്ങൾ നടത്താറുണ്ട്. ഷെഡ്യൂളിൽ അങ്ങേയറ്റം പൊരുത്തക്കേടുണ്ടെങ്കിൽ - ഉദാഹരണത്തിന് എന്റെ അതിഥി യൂറോപ്പിലാണെങ്കിൽ - ചിലപ്പോൾ രാവിലെ, ഒരു അഭിമുഖം നേരത്തെ നടത്തേണ്ടി വരും.

ഒരു മാസത്തെ മുഴുവൻ എപ്പിസോഡുകളും ഒരു ഉച്ചകഴിഞ്ഞ് തയ്യാറാക്കുമ്പോൾ, ഞാൻ "ബാച്ചിംഗ്" (സ്വരൂപിക്കൽ) എന്ന് വിളിക്കുന്നു. ഒരു കപ്പ്കേക്ക് ഉണ്ടാക്കുന്നതിനുപകരം, ഞാൻ ഒരു ട്രേ മുഴുവൻ കപ്പ്കേക്ക് ബേക്ക് ചെയ്യുന്നു. ബാച്ചിംഗ് എന്നത് ഒരു പുതിയ കാര്യമല്ല. ഒരു സമയം ഒരു ഉൽപ്പന്നം ധാരാളം ഉത്പാദിപ്പിക്കുക എന്ന ആശയം പലർക്കും പരിചിതമാണ്. വ്യവസായം ബാച്ചിംഗിനെ അടിസ്ഥാനമാക്കിയുള്ളതാണ് - വളരെ കുറഞ്ഞ ചെലവിൽ കാറുകൾ അല്ലെങ്കിൽ സ്മാർട്ട്ഫോണുകൾ പോലുള്ള അവിശ്വസനീയമായ ഇനങ്ങൾ നിർമ്മിക്കാൻ നമുക്ക് കഴിയുന്നത് ഇങ്ങനെയാണ്.

കൃത്യമായി സമാനമായ നിരവധി ഇനങ്ങൾ നിർമ്മിക്കുമ്പോൾ ബാച്ചിംഗ് ചെയ്യാൻ എളുപ്പമാണ്. എന്നാൽ നിങ്ങൾ സർഗ്ഗാത്മകമായ സൃഷ്ടികൾ നിർമ്മിക്കുമ്പോൾ, ബാച്ചിംഗ് വളരെ ബുദ്ധിമുട്ടാണ്. വർഷങ്ങളായി, ബാച്ചിംഗ് എന്ന ആശയം എനിക്ക് മനസ്സിലായി, പക്ഷേ അത് ചെയ്യാൻ എനിക്ക് ഒരിക്കലും ഊർജ്ജം ഉണ്ടായിരുന്നില്ല. ഒരു ബ്ലോഗ് പോസ്റ്റ് അല്ലെങ്കിൽ ഒരു പോഡ്കാസ്റ്റ് എപ്പിസോഡ് മാത്രം നിർമ്മിക്കുന്ന പ്രക്രിയയിലൂടെ ബുദ്ധിമുട്ടുമ്പോൾ, അടുത്ത തവണ എന്ന് ഞാൻ എന്നോട് തന്നെ പറയും.

സർഗ്ഗാത്മക ജോലി നടപടിക്രമപരമായ ജോലിയിൽ നിന്ന് വ്യത്യസ്തമാണ് - കാരണം അത് സർഗ്ഗാത്മകതയുടെ നാല് ഘട്ടങ്ങളോടുള്ള ബഹുമാനം ആവശ്യപ്പെടുന്നു. സർഗ്ഗാത്മക സംവിധാനങ്ങൾ മറ്റ് പ്രക്രിയകളിൽ നിന്ന് വ്യത്യസ്തമാണ്, കാരണം സർഗ്ഗാത്മക സംവിധാനങ്ങളും നാല് ഘട്ടങ്ങളോടുള്ള ബഹുമാനം ആവശ്യപ്പെടുന്നു. അതിനാൽ, സർഗ്ഗാത്മക സംവിധാനങ്ങൾ നിർമ്മിക്കുന്നതിന് ബാച്ചിംഗിനെക്കുറിച്ചുള്ള വ്യത്യസ്തമായ ഒരു മനോഭാവം ആവശ്യമാണ്.

എന്റെ പോഡ്കാസ്റ്റ് നിർമ്മിക്കാൻ ഉപയോഗിച്ചിരുന്ന സർഗ്ഗാത്മക സംവിധാനങ്ങളെക്കുറിച്ച് ഒരിക്കൽ ഞാൻ ഒരു സുഹൃത്തിനോട് സംസാരിക്കുകയായിരുന്നു. പിന്തുടരേണ്ട ഘട്ടങ്ങളുടെ ചെക്ക്‌ലിസ്റ്റുകളുള്ള പ്രോസസ് ഡോക്യുമെന്റുകൾ എന്റെ പക്കലുണ്ടെന്ന് ഞാൻ അദ്ദേഹത്തോട് പറഞ്ഞു. അദ്ദേഹം പറഞ്ഞു, "ഓ, നിങ്ങൾ അർത്ഥമാക്കുന്നത് SOP-കൾ എന്നതിനെയാണ് - സ്റ്റാൻഡേർഡ് ഓപ്പറേറ്റിംഗ് നടപടിക്രമങ്ങൾ (സ്റ്റാൻഡേർഡ് ഓപ്പറേറ്റിംഗ് പ്രൊസിജേഴ്സ്) എന്നാണ്."

എന്റെ പ്രക്രിയകളെ സ്റ്റാൻഡേർഡ് ഓപ്പറേറ്റിംഗ് നടപടിക്രമങ്ങൾ എന്ന് വിളിക്കുന്നതിനെക്കുറിച്ച് ഞാൻ ചിന്തിച്ചു. അവ എനിക്ക് വ്യത്യസ്തമായ ഒന്നായിരുന്നു. "അതെ, SOP-കൾ" ഞാൻ പറഞ്ഞു, പുഞ്ചിരിച്ചു. "സ്ലോപ്പി (അലസമായ) ഓപ്പറേറ്റിംഗ് നടപടിക്രമങ്ങൾ."

എസ്ഒപി: സ്ലോപ്പി ഓപ്പറേറ്റിംഗ് പ്രോസിജിയർ

സ്ലോപ്പി ഓപ്പറേറ്റിംഗ് നടപടിക്രമങ്ങൾ ജീവനുള്ള രേഖകളാണ്. അവ എപ്പോഴും മാറിക്കൊണ്ടിരിക്കുന്നു എന്ന മനോഭാവത്തോടെയാണ് നിങ്ങൾ അവയെ സമീപിക്കുന്നത് - അതിനാൽ അവ ഒരിക്കലും പൂർത്തിയാകില്ല. അതിനാൽ, അവ "സ്റ്റാൻഡേർഡ്" അല്ല.

എനിക്ക് എപ്പോഴെങ്കിലും ഉറങ്ങാൻ ബുദ്ധിമുട്ട് തോന്നിയാൽ, ഞാൻ ഒരു സ്റ്റാൻഡേർഡ് ഓപ്പറേറ്റിംഗ് നടപടിക്രമം എഴുതാൻ പോകുകയാണെന്ന് ഞാൻ തീർച്ചയായും എന്നോട് തന്നെ പറയും.

ഈ ജോലിയെക്കുറിച്ചുള്ള ആശയം തന്നെ വളരെ ഭയാനകമാണ്. സർഗ്ഗാത്മകത ആവശ്യമുള്ള എന്തെങ്കിലും ഘട്ടം ഘട്ടമായി നിർമ്മിക്കുന്നതിനുള്ള ഒരു ശരിയായ രീതി ഞാൻ കൊണ്ടുവരണം? അത് അസാധ്യമാണെന്ന് തോന്നുന്നു.

സ്റ്റാൻഡേർഡ് ഓപ്പറേറ്റിംഗ് നടപടിക്രമങ്ങൾ സർഗ്ഗാത്മകമായ ജോലിയുമായി വിരുദ്ധമാണ്, പക്ഷേ സ്ലോപ്പി ഓപ്പറേറ്റിംഗ് നടപടിക്രമങ്ങൾ സർഗ്ഗാത്മകമായ പ്രക്രിയയുമായി യോജിച്ച് പ്രവർത്തിക്കുന്നു. അവ സൃഷ്ടിക്കാൻ യഥാർത്ഥത്തിൽ രസകരമാണ്, കൂടാതെ സർഗ്ഗാത്മകമായ ഊർജ്ജം ലാഭിക്കുകയും ചെയ്യുന്നു.

ഞാൻ എന്തെങ്കിലും സൃഷ്ടിക്കുമ്പോഴെല്ലാം, ഞാൻ ഒരു സ്ലോപ്പി ഓപ്പറേറ്റിംഗ് നടപടിക്രമ പ്രമാണം തുറക്കുന്നു. ഞാൻ ആദ്യമായി സൃഷ്ടിക്കുമ്പോൾ, എന്റെ SOP ഞാൻ എഴുതുന്ന ദ്രുത കുറിപ്പുകളല്ലാതെ മറ്റൊന്നുമല്ല. ചില കുറിപ്പുകൾ ഞാൻ എന്നോട് തന്നെ ചോദിക്കുന്ന വെറും ചോദ്യങ്ങളാണ്. മറ്റ് കുറിപ്പുകൾ ഭാവിയിൽ എനിക്ക് ആവർത്തിക്കാൻ കഴിഞ്ഞേക്കാവുന്ന ഘട്ടങ്ങളാണ്. മറ്റ് കുറിപ്പുകൾ സർഗ്ഗാത്മകമായ സൃഷ്ടിയുടെ നിർമ്മാണ ബ്ലോക്കുകൾ ഔപചാരികമാക്കാനുള്ള ശ്രമമാണ്. എന്റെ SOP അക്ഷരത്തെറ്റുകളും അപൂർണ്ണമായ വാക്യങ്ങളും കൊണ്ട് നിറഞ്ഞിരിക്കുന്നു. എന്റെ സ്ലോപ്പി ഓപ്പറേറ്റിംഗ് നടപടിക്രമം - ശരിക്കും പറഞ്ഞാൽ - അലസമാണ്.

ഉദാഹരണത്തിന്, എന്റെ പോഡ്കാസ്റ്റ് അഭിമുഖങ്ങൾക്കായി ആമുഖ സ്ക്രിപ്റ്റുകൾ എഴുതാൻ എന്റെ സ്ലോപ്പി ഓപ്പറേറ്റിംഗ് നടപടിക്രമം എന്നെ സഹായിക്കുന്നു. ഈ ആമുഖങ്ങൾ ഓരോ എപ്പിസോഡിന്റെയും തുടക്കത്തിൽ തന്നെ, സംഭാഷണം എന്തിനെക്കുറിച്ചായിരിക്കുമെന്ന് ഞാൻ ശ്രോതാക്കളോട് പറയുകയും അത് കേൾക്കാൻ അവരെ ആവേശഭരിതരാക്കുകയും ചെയ്യുന്നു. ഞാൻ ചില പ്രഖ്യാപനങ്ങളും നടത്തുകയും എന്റെ സ്പോൺസർമാരുടെ സന്ദേശങ്ങൾ ഉൾപ്പെടുത്തുകയും ചെയ്യുന്നു.

സ്റ്റാൻഡേർഡ് ഓപ്പറേറ്റിംഗ് നടപടിക്രമ സമീപനം ഇതുപോലെയായിരിക്കും: ഞാൻ അതിഥിയുടെ വെബ്സൈറ്റിൽ നിന്ന് ബയോ പകർത്തി എടുക്കും, തുടർന്ന് ഞാൻ ആ ബയോ, പദാനുപദം വായിക്കും. ഉദാഹരണത്തിന് - "ഇന്ന് നമ്മുടെ അതിഥിയെ വരാൻ എനിക്ക് ആവേശമുണ്ട്", "നമുക്ക് ആ സംഭാഷണത്തിലേക്ക് മുഴുകാം!" എന്നിങ്ങനെയുള്ള ചില സ്റ്റാൻഡേർഡ് വാക്യങ്ങൾ ഞാൻ ഉപയോഗിച്ചേക്കാം - അവ ഞാൻ അർത്ഥശൂന്യമായി അമിതമായി ഉപയോഗിക്കുന്നു.

എനിക്ക് കുറച്ചുകൂടി പ്രചോദനമുണ്ടെങ്കിൽ, അഭിമുഖത്തെക്കുറിച്ച് കുറച്ച് കാര്യങ്ങൾ പറയാം. സ്റ്റാൻഡേർഡ് ഓപ്പറേറ്റിംഗ് നടപടിക്രമം ഞാൻ പിന്തുടരുന്നതിനാൽ, കാര്യങ്ങൾ എളുപ്പമാക്കുന്നതിന്, ഓരോ

അഭിമുഖത്തിലും ഓരോ അതിഥിയോടും ഞാൻ ഒരേ ചോദ്യങ്ങൾ ചോദിക്കും. എന്റെ ആമുഖത്തിൽ ചില ടീസറുകൾ എഴുതണമെങ്കിൽ, ആ ചോദ്യങ്ങൾക്കുള്ള അതിഥിയുടെ ചില ഉത്തരങ്ങൾ എനിക്ക് എടുക്കാൻ കഴിയും.

ഇത് പോഡ്കാസ്റ്റ് ആമുഖങ്ങൾ എഴുതുന്നതും അഭിമുഖങ്ങൾക്ക് തയ്യാറെടുക്കുന്നതും എളുപ്പമാക്കും, ചില പോഡ്കാസ്റ്റുകൾ യഥാർത്ഥത്തിൽ ഈ രീതിയിൽ പ്രവർത്തിക്കുന്നു. ആമുഖങ്ങൾ എഴുതുന്നതിന് ഇതുപോലുള്ള ഒരു ഫോർമാറ്റ് പിന്തുടരുന്നത് ആമുഖം ഇല്ലാത്തതിൽ നിന്ന് ഒരു പടി മുന്നിലാണ്, പക്ഷേ ഇത് വിരസമാണ്, ഇത് ഒരു വിരസമായ പോഡ്കാസ്റ്റായി മാറുന്നു. വാനില ഫ്രോസ്റ്റിംഗ് ഉപയോഗിച്ച് ഒരു വലിയ ബാച്ച് വാനില കപ്പ്കേക്കുകൾ ഉണ്ടാക്കുന്നത് പോലെയാണ് ഇത്.

പക്ഷേ ഇത് എന്റെ ശ്രോതാക്കൾക്ക് നല്ലതല്ല, സത്യം പറഞ്ഞാൽ, ഒരു പോഡ്കാസ്റ്റ് പ്രൊഡ്യൂസർ എന്ന നിലയിൽ എനിക്ക് നല്ലതല്ല. എന്റെ അതിഥികളിൽ നിന്ന് പഠിക്കാൻ ഞാൻ ആഗ്രഹിക്കുന്നു, ഞാൻ പഠിച്ച കാര്യങ്ങൾ എന്റെ ശ്രോതാക്കളുമായി പങ്കിടാൻ ഞാൻ ആഗ്രഹിക്കുന്നു. സംഭാഷണം എന്തിനെക്കുറിച്ചാണെന്ന് എനിക്ക് ആന്തരികമാക്കേണ്ടതുണ്ട്, ആ പാഠങ്ങൾ പുറത്തെടുക്കേണ്ടതുണ്ട്. എന്റെ ശ്രോതാക്കൾക്ക് മണിക്കൂറുകൾ എടുത്തു, നിരവധി തവണ കേട്ടുനോക്കി, എത്ര തയ്യാറെടുപ്പുകൾ എടുത്തു എന്ന് മനസ്സിലാക്കാൻ കഴിയുന്ന തരത്തിൽ അവ തയ്യാറാക്കി എടുക്കേണ്ടതുണ്ട്. ഓരോ കപ്പ്കേക്കും മുമ്പത്തെ കപ്പ്കേക്കിൽ നിന്ന് വ്യത്യസ്തമാണ്.

തുടക്കത്തിൽ പല തവണ ഞാൻ ഒരു ആമുഖം എഴുതിയപ്പോൾ, എന്റെ അലസമായ പ്രവർത്തന നടപടിക്രമം ഇങ്ങനെയായിരുന്നു:

[പോഡ്കാസ്റ്റിനായി എനിക്ക് എങ്ങനെ മികച്ച രീതിയിൽ ആമുഖങ്ങൾ എഴുതാൻ കഴിയും? അഭിമുഖത്തിൽ എന്താണ് ചർച്ച ചെയ്യുന്നതെന്ന് എനിക്ക് നല്ല ധാരണ ഉണ്ടായിരിക്കണം. പ്രധാന ഉൾക്കാഴ്ചകൾ എന്തൊക്കെയാണ്? സോഷ്യൽ മീഡിയ ക്ലിപ്പുകളായി പുനർനിർമ്മിക്കാവുന്നതോ എപ്പിസോഡിന്റെ തുടക്കത്തിൽ ഒരു ടീസറായി ഉപയോഗിക്കാവുന്നതോ ആയ നല്ല ശബ്ദ ബൈറ്റുകൾ എന്തൊക്കെയാണ്?]

ബ്രാക്കറ്റുകൾ അക്ഷരാർത്ഥത്തിൽ SOP-യിലാണ്. ഓർമ്മിക്കുക, SOP മങ്ങിയതാണ്, അപൂർണ്ണമായ ചിന്തകൾ എഴുതാൻ ബ്രാക്കറ്റുകൾ എനിക്ക് അനുമതി നൽകുന്നു.

ആവർത്തനത്തിന്റെ പ്രബലമായ ശക്തി

തുടക്കത്തിൽ, ഞാൻ എന്റെ ആമുഖ സ്ക്രിപ്റ്റുകൾ ഒറ്റയിരിപ്പിൽ എഴുതാൻ ശ്രമിച്ചു. എന്റെ കമ്പ്യൂട്ടറിൽ ഇരുന്ന് എപ്പിസോഡ്

ശ്രദ്ധിച്ചു, അതിനെക്കുറിച്ച് എന്താണ് പറയേണ്ടതെന്ന് ചിന്തിക്കാൻ ശ്രമിച്ചു. ഒടുവിൽ, എനിക്ക് സർഗ്ഗാത്മകതയുടെ ഏറ്റവും കുറഞ്ഞ അളവ് നൽകുകയും എന്റെ നിഷ്ക്രിയ പ്രതിഭയെ എനിക്ക് വേണ്ടി മിക്ക ജോലികളും ചെയ്യാൻ അനുവദിക്കുകയും ചെയ്താൽ പ്രക്രിയ എളുപ്പമാകുമെന്ന് ഞാൻ മനസ്സിലാക്കി.

ഇപ്പോൾ, ആമുഖം എഴുതുന്നതിന് മുമ്പ് ഞാൻ നിരവധി തവണ ഒരു അഭിമുഖം കേൾക്കുന്നു. എന്നാൽ ഇപ്പോൾ പ്രക്രിയയിൽ വളരെ കുറച്ച് ബുദ്ധിമുട്ടുകൾ മാത്രമേ ഉള്ളൂ. എന്റെ കമ്പ്യൂട്ടറിൽ ഇരുന്ന് അഭിമുഖം കേൾക്കേണ്ടതില്ല. പകരം, ഞാൻ അത് ഒരു മൊബൈൽ ആപ്പിൽ ലോഡ് ചെയ്യുന്നു, മറ്റ് കാര്യങ്ങൾ ചെയ്യുമ്പോൾ ഞാൻ അത് കേൾക്കുന്നു. മൾട്ടിടാസ്കിംഗ് സാധാരണയായി പ്രവർത്തിക്കില്ല. എന്നാൽ അഭിമുഖം പ്ലേ ചെയ്യുമ്പോൾ, കൂടുതൽ ബോധപൂർവ്വമായ ശ്രമം ആവശ്യമില്ലാത്ത ജോലികൾ ഞാൻ ചെയ്യുന്നു. ഇൻഡിസ്ട്രക്റ്റബിൾ എന്ന തന്റെ പുസ്തകത്തിൽ, നിർ ഇയൽ ഇതിനെ "മൾട്ടിചാനൽ മൾട്ടിടാസ്കിംഗ്" എന്ന് വിളിക്കുന്നു, കാരണം ഇത് വ്യത്യസ്ത മാനസിക വിഭവങ്ങൾ അല്ലെങ്കിൽ "ചാനലുകൾ" ഉപയോഗിക്കുന്നു. പാചകം ചെയ്യുമ്പോഴും, ഭക്ഷണം കഴിക്കുമ്പോഴും, കുളിക്കുമ്പോഴും, നടക്കാൻ പോകുമ്പോഴും ഞാൻ ശ്രദ്ധിക്കുന്നു. ഓരോ അഭിമുഖവും ഏകദേശം മൂന്ന് തവണ ഞാൻ കേൾക്കുന്നു.

സ്പാനിഷ് പഠിക്കുമ്പോൾ ഞാൻ ആവർത്തിച്ച് കണ്ട സിനിമാ ക്ലിപ്പിലെന്നപോലെ, അഭിമുഖത്തിൽ ശ്രദ്ധിക്കാൻ ഞാൻ എന്നെത്തന്നെ നിർബന്ധിക്കുന്നില്ല. കുറച്ച് തവണ കേൾക്കുമ്പോൾ, ശരിയായ ഉൾക്കാഴ്ചകൾ എനിക്ക് ലഭിക്കുമെന്ന് എനിക്കറിയാം. മൂന്നാം തവണ കേൾക്കുമ്പോൾ, സംഭാഷണത്തിന്റെ ഏതൊക്കെ ഭാഗങ്ങളാണ് രസകരമെന്നോ ഏതൊക്കെ ഭാഗങ്ങൾ മുറിക്കേണ്ടതുണ്ടെന്നോ എനിക്ക് അവബോധജന്യമായ ധാരണ ലഭിക്കും. കൂടാതെ, ഓരോ തവണയും എനിക്ക് അഭിമുഖം കൂടുതൽ വേഗത്തിൽ കേൾക്കാനും എന്താണ് പറയുന്നതെന്ന് ഇപ്പോഴും മനസ്സിലാക്കാനും കഴിയും. ഇൻകുബേഷൻ പ്രക്രിയയിലൂടെ, ശബ്ദ പാറ്റേണുകൾ എന്റെ ദീർഘകാല ഓർമ്മയിലേക്ക് തുളച്ചുകയറി.

അഭിമുഖം ഒന്നിലധികം തവണ കേൾക്കുന്ന പ്രക്രിയയിലുടനീളം, ആമുഖ സ്ക്രിപ്റ്റ് എഴുതുന്നതിൽ ഞാൻ പുരോഗതി കൈവരിക്കുന്നു. ആദ്യമായി അവ കേൾക്കുമ്പോൾ, ഞാൻ മനഃപൂർവ്വം കുറിപ്പുകൾ എടുക്കുന്നില്ല, പക്ഷേ രണ്ടാമത്തെയോ മൂന്നാമത്തെയോ തവണ കേൾക്കുമ്പോൾ, ഒരു പ്രധാനപ്പെട്ട ഉൾക്കാഴ്ച ലഭിക്കുമ്പോഴെല്ലാം, ഞാൻ അതിനെക്കുറിച്ച് ഒരു ചെറിയ കുറിപ്പ് എഴുതുന്നു.

ഒരു ആമുഖ സ്ക്രിപ്റ്റ് എഴുതാൻ ഞാൻ ഇരിക്കുമ്പോഴേക്കും, ജോലിയുടെ ഏറ്റവും പ്രയാസകരമായ ഭാഗം അങ്ങനെ

പൂർത്തിയായിരിക്കും - മറ്റ് കാര്യങ്ങൾ ചെയ്യുമ്പോൾ തന്നെ ഞാൻ അത് ചെയ്യു! ഇപ്പോൾ ആ സംഭാഷണത്തിൽ നിന്നുള്ള രസകരമായ ഉൾക്കാഴ്ചകളുടെ ഒരു ലിസ്റ്റ് എന്റെ പക്കലുണ്ട്. ഇപ്പോൾ, ആ ഉൾക്കാഴ്ചകളെ നിർമ്മാണ ബ്ലോക്കുകളായി ഉപയോഗിച്ച് എനിക്ക് ഒരു പ്രാഥമിക ഡ്രാഫ്റ്റ് വേഗം എഴുതാൻ കഴിയും.

സർഗ്ഗാത്മകതയുടെ കുറഞ്ഞ അളവ് എടുക്കുന്നത് എന്റെ ആമുഖ സ്ക്രിപ്റ്റുകൾ എഴുതുന്ന പ്രക്രിയയെ വളരെ എളുപ്പമാക്കുന്നു. കൂടാതെ, സർഗ്ഗാത്മകതയുടെ കുറഞ്ഞ അളവ് അനുസരിച്ച് ചിന്തിക്കുന്നത് സർഗ്ഗാത്മകതയുടെ നാല് ഘട്ടങ്ങളെ ബഹുമാനിക്കാനും മാനസികാവസ്ഥ അനുസരിച്ച് പ്രവർത്തിക്കാനും എന്നെ സഹായിക്കുന്നു.

സർഗ്ഗാത്മക സംവിധാനങ്ങൾ ഉപയോഗിക്കാൻ തുടങ്ങുന്നതിനുമുമ്പ്, ഞാൻ ഇരുന്ന് ആമുഖം എഴുതാൻ ശ്രമിച്ചപ്പോൾ, എനിക്ക് കൂടുതൽ തയ്യാറെടുപ്പ് ലഭിച്ചിരുന്നില്ല. എന്റെ സ്ക്രിപ്റ്റിൽ പരാമർശിക്കാൻ ഞാൻ ആഗ്രഹിച്ച ഉൾക്കാഴ്ചകൾ കണ്ടെത്തിയപ്പോഴും, അവ സ്ക്രിപ്റ്റിലേക്ക് എളുപ്പത്തിൽ എഴുതാൻ ആവശ്യമായ ഇൻകുബേഷൻ ലഭിച്ചില്ല. കൂടാതെ, ഞാൻ വളരെ വേഗത്തിൽ മാനസികാവസ്ഥകൾ മാറ്റുകയായിരുന്നു. ഞാൻ എപ്പിസോഡ് കേൾക്കുകയായിരുന്നു, 'പര്യവേക്ഷണ മാനസികാവസ്ഥ' എന്നതിൽ, അതിനും 'ഉത്പാദന മാനസികാവസ്ഥ' എന്നതിനും ഇടയിൽ മുന്നോട്ടും പിന്നോട്ടും മാറാൻ ശ്രമിക്കുകയായിരുന്നു.

എന്റെ പോഡ്കാസ്റ്റ് സംഭാഷണങ്ങളിൽ നിന്നുള്ള ഉൾക്കാഴ്ചകൾ കണ്ടെത്തുന്നതിന് മാത്രമല്ല, ആമുഖ സ്ക്രിപ്റ്റുകൾ സ്വയം എഴുതുന്നതിനും ഞാൻ സർഗ്ഗാത്മകതയുടെ കുറഞ്ഞ അളവ് ഉപയോഗിക്കുന്നു. എന്റെ ടാസ്ക് മാനേജ്മെന്റ് സംവിധാനത്തിൽ, ഓരോ ആമുഖ സ്ക്രിപ്റ്റിനും എനിക്ക് നിരവധി ചെയ്യേണ്ട കാര്യങ്ങളുണ്ട്: ഒന്ന് ഡ്രാഫ്റ്റ് എഴുതുന്നതിന്, മറ്റൊന്ന് ഡ്രാഫ്റ്റ് പരിഷ്കരിക്കുന്നതിന്, മൂന്നാമത്തേത് സ്ക്രിപ്റ്റ് അന്തിമമാക്കുന്നതിന്, നാലാമത്തേത് അത് റെക്കോർഡുചെയ്യുന്നതിന്. ഇൻകുബേഷൻ അനുവദിക്കുന്നതിനായി ഈ ഇനങ്ങൾ തന്ത്രപരമായി അകലത്തിൽ തിരിച്ചിരിക്കുന്നു.

ഇൻകുബേഷന് ഞാൻ മതിയായ ഇടം നൽകുന്നതിനാൽ, ഈ ഇനങ്ങളിൽ ഓരോന്നും വളരെ വേഗത്തിലുള്ള ജോലിയാണ്. വാസ്തവത്തിൽ, ആദ്യ ഡ്രാഫ്റ്റ് എഴുതുന്നതിനുള്ള എന്റെ ചെയ്യേണ്ട കാര്യങ്ങളിൽ അക്ഷരാർത്ഥത്തിൽ പറയുന്നത്, "ആമുഖം ഡ്രാഫ്റ്റിംഗ് ചെയ്യാൻ 5 മിനിറ്റ് ചെലവഴിക്കുക" എന്നാണ്. ഒരു സ്ക്രിപ്റ്റ് നിർബന്ധപൂർവ്വം പുറത്തെടുക്കാൻ ശ്രമിക്കുമ്പോൾ എപ്പിസോഡ് ഇരുന്ന് കേൾക്കുന്നതിനുപകരം, ഇൻകുബേഷൻ അനുവദിക്കുന്നതിനായി മൂന്ന് 5 മിനിറ്റ് ഇടവേളകളിലാണ് ഞാൻ സ്ക്രിപ്റ്റ് എഴുതുന്നത്. എന്റെ

ദിവസം മുഴുവൻ സ്ക്രിപ്റ്റുകൾക്ക് ബിൽഡിംഗ് ബ്ലോക്കുകൾ നൽകുന്ന ശ്രുവണമാണ് അങ്ങനെ ഞാൻ ചെയ്യുന്നത്. ഒരു മാനസികാവസ്ഥയിൽ നിന്ന് മറ്റൊന്നിലേക്ക് മാറുമ്പോൾ ഒരു മണിക്കൂർ എടുത്തിരുന്ന ജോലി ഇപ്പോൾ ആകെ പതിനഞ്ച് മിനിറ്റ് ശ്രദ്ധ കേന്ദ്രീകരിച്ചുള്ള ജോലി മാത്രമാണ് ചെയ്യുന്നത്.

ഈ പ്രക്രിയ ആവർത്തിക്കുന്നതിലൂടെ, ആമുഖ സ്ക്രിപ്റ്റുകൾ എഴുതുന്നത് എളുപ്പമാകുന്നു. നിങ്ങൾ ആവർത്തിച്ച് ചെയ്യുന്ന ഏതൊരു കാര്യത്തിനും ഇത് ബാധകമാണ്. ലോങ്ഫോം (ദൈർഘ്യമേറിയ) പോഡ്കാസ്റ്റിനായി അഭിമുഖം നടത്തുമ്പോൾ പോഡ്കാസ്റ്റ് അഗ്രഗണ്യയായ ഇറ ഗ്ലാസ് പറഞ്ഞത് പരിഗണിക്കുക. അഭിമുഖത്തിന്റെ അവസാനത്തിൽ, അവതാരകയായ മാക്സ് ലിൻസ്കി ഗ്ലാസിനോട് തുടരാൻ ആഗ്രഹിക്കുന്നുണ്ടോ എന്ന് ചോദിച്ചു. ഗ്ലാസ് പറഞ്ഞു, "ഞാൻ നിങ്ങൾക്ക് ഒരു മികച്ച അവസാനം നൽകി," അദ്ദേഹം ഇപ്പോൾ നടത്തിയ ഒരു അഭിപ്രായത്തെ പരാമർശിച്ചു. സംഭാഷണം തന്റെ തലയിൽ സംഭവിച്ചതുപോലെ എഡിറ്റ് ചെയ്യുകയായിരുന്നുവെന്ന് ഗ്ലാസ് സമ്മതിച്ചു. മാക്സിന്റെ അഭ്യർത്ഥനപ്രകാരം, സംഭാഷണത്തിന്റെ പ്രധാന പോയിന്റുകൾ ഇറ ഓർമ്മിപ്പിച്ചു, അത് എവിടെ മന്ദഗതിയിലായി, എവിടെ അപ്രസക്തമായ വിശദാംശങ്ങൾ ഉണ്ടായിരുന്നു, സംഭാഷണത്തിന്റെ ഏതൊക്കെ ഭാഗങ്ങൾ നീക്കേണ്ടതുണ്ട്, ഏതൊക്കെ ഭാഗങ്ങൾ പൂർണ്ണമായും മുറിക്കേണ്ടതുണ്ട് എന്നിങ്ങനെയുള്ള കാര്യങ്ങൾ വിവരിച്ചു. വർഷങ്ങളോളം ഓഡിയോയ്ക്കായി സ്റ്റോറികൾ എഡിറ്റ് ചെയ്തതിന് ശേഷം, ഗ്ലാസിന് അത് വളരെ യാന്ത്രികമായി മാറുന്നതിനാൽ എഡിറ്റിംഗ് നടത്തുന്നത് അദ്ദേഹമല്ലെങ്കിൽ പോലും അദ്ദേഹത്തിന് അത് ഓഫ് ചെയ്യാൻ കഴിയില്ല.

എന്റെ പോഡ്കാസ്റ്റ് നിർമ്മിക്കുന്നതിലൂടെ ഞാൻ പഠിച്ച എല്ലാ കാര്യങ്ങളിലും, സർഗ്ഗാത്മക സംവിധാനങ്ങൾ എങ്ങനെ ഉപയോഗിക്കാമെന്ന് ഞാൻ പഠിച്ചതാണ് ഏറ്റവും മൂല്യവത്തായ കാര്യം. എന്റെ ആദ്യ പുസ്തകമോ, ഞാൻ എഴുതിയ ഏതെങ്കിലും ബ്ലോഗ് പോസ്റ്റുകളോ, ഞാൻ ചെയ്ത ഏതെങ്കിലും ഡിസൈൻ വർക്കുകളോ എഴുതാൻ ഞാൻ സർഗ്ഗാത്മക സംവിധാനങ്ങൾ ഉപയോഗിച്ചിട്ടില്ല. കാരണം, നിങ്ങൾ ഒരു ഷെഡ്യൂളിൽ എന്തെങ്കിലും വീണ്ടും വീണ്ടും ചെയ്യുകയാണെങ്കിൽ സർഗ്ഗാത്മക സംവിധാനങ്ങൾ വികസിപ്പിക്കുന്നത് വളരെ എളുപ്പമാണ്.

ഞാൻ എല്ലാ ആഴ്ചയും ഒരു പുതിയ പോഡ്കാസ്റ്റ് എപ്പിസോഡ് നിർമ്മിക്കുന്നതിനാൽ, സർഗ്ഗാത്മക സംവിധാനങ്ങൾ വികസിപ്പിക്കാനും പിന്തുടരാനും എനിക്ക് കഴിഞ്ഞു. ഒരു സ്ലോപ്പി ഓപ്പറേറ്റിംഗ് നടപടിക്രമത്തിൽ നിന്ന് ആരംഭിക്കാനും, ഓരോ ആഴ്ചയും ആ നടപടിക്രമം മെച്ചപ്പെടുത്താനും എനിക്ക് കഴിഞ്ഞു. പ്രക്രിയയെ സർഗ്ഗാത്മകതയുടെ കുറഞ്ഞ അളവുകളായി വിഭജിക്കാനും,

അഭിമുഖങ്ങൾക്കും സ്ക്രിപ്റ്റുകൾ എഴുതുന്നതിനും എനിക്ക് എത്ര ഇൻകുബേഷൻ ആവശ്യമാണെന്ന് പരീക്ഷിക്കാനും എനിക്ക് കഴിഞ്ഞു.

ക്രിയേറ്റീവ് സൈക്കിളുകളുമായി പ്രവർത്തിക്കാനും സർഗ്ഗാത്മക സംവിധാനങ്ങൾ നിർമ്മിക്കാനുമുള്ള ഏറ്റവും നല്ല മാർഗം തിരിച്ചറിയാനും എനിക്ക് കഴിഞ്ഞത് ഈ ആവർത്തനത്തിലൂടെ മാത്രമാണ്, അങ്ങനെ എനിക്ക് എന്റെ പ്രൊഡക്ഷൻ പ്രതിമാസം ബാച്ച് ചെയ്യാൻ കഴിയും.

പോഡ്കാസ്റ്റ് നിർമ്മിക്കുന്നതിനുള്ള എന്റെ സർഗ്ഗാത്മക സംവിധാനങ്ങൾ വളരെ പരിഷ്കൃതമാണ്, ഓരോ എപ്പിസോഡിനും ടാസ്ക്കുകൾ സൃഷ്ടിക്കുന്നതിനുള്ള ഒരു യാന്ത്രികപ്രവർത്തനം എനിക്കുണ്ട്. എന്റെ പ്രൊഡക്ഷൻ സ്പ്രെഡ്ഷീറ്റിൽ എന്റെ സംപ്രേക്ഷണ തീയതിയും റെക്കോർഡിംഗ് തീയതിയും നൽകിയാലുടൻ, ഒരു ഓട്ടോമേഷൻ എന്റെ ടാസ്ക് മാനേജ്മെന്റ് സോഫ്റ്റ്വെയറിൽ ടാസ്ക്കുകൾ സൃഷ്ടിക്കുന്നു.

എന്റെ ടാസ്ക് മാനേജ്മെന്റ് സിസ്റ്റത്തിലെ നിശ്ചിത തീയതികൾ ഞാൻ പാലിക്കുന്നിടത്തോളം, ഒരു പരിഹാരത്തിലെത്താൻ എന്റെ പാസീവ് ജീനിയസ് ടാസ്ക്കുകൾക്കിടയിൽ മതിയായ പുരോഗതി കൈവരിക്കുമെന്ന് എനിക്കറിയാം. എന്റെ ഷെഡ്യൂൾ മാറ്റിവെച്ച് മുൻഗണനാക്രമത്തിലേക്ക് മാറേണ്ടതില്ല. ഒരു പ്രതിസന്ധി വരുമ്പോൾ, പൊരുത്തപ്പെടാനോ മുന്നോട്ട് പോകാനുള്ള മാനസിക ശക്തി കണ്ടെത്താനോ എനിക്ക് കൂടുതൽ മാനസിക ഊർജ്ജം ശേഷിക്കും.

നിങ്ങൾ പതിവായി ആവർത്തിക്കുന്ന ചെറിയ സർഗ്ഗാത്മകമായ സൃഷ്ടികളിൽ സർഗ്ഗാത്മക സംവിധാനങ്ങൾ വികസിപ്പിക്കാനും നടപ്പിലാക്കാനും എളുപ്പമാണ്. എന്നാൽ ഇപ്പോൾ സർഗ്ഗാത്മക സംവിധാനങ്ങൾ ഉപയോഗിക്കുന്നതിൽ എനിക്ക് നല്ല പരിചയമുള്ളതിനാൽ, വളരെ വലിയ പ്രോജക്റ്റുകളിൽ അതേ ചിന്താഗതി പ്രയോഗിക്കാൻ എനിക്ക് കഴിയും. ഉദാഹരണത്തിന്, ഞാൻ ഒരു പുസ്തകം എഴുതുന്ന ഓരോ തവണയും, എന്റെ സ്ലോപ്പി ഓപ്പറേറ്റിംഗ് നടപടിക്രമം ഞാൻ തുറക്കുകയും പ്രക്രിയ എങ്ങനെ ഔപചാരികമാക്കാമെന്ന് ചിന്തിക്കുകയും ചെയ്യുന്നു. കർശനമായ ഒരു സംവിധാനം ഉണ്ടായിരിക്കാൻ ഞാൻ പ്രക്രിയ മതിയായ തവണ ആവർത്തിച്ചിട്ടില്ല, പക്ഷേ അത് എന്റെ കഠിനാധ്വാനം തടയുന്നു. ഉദാഹരണത്തിന്, പ്രസിദ്ധീകരണത്തിനായി ഒരു പുസ്തകം എങ്ങനെ മികച്ച രീതിയിൽ ഫോർമാറ്റ് ചെയ്യാമെന്ന് ഞാൻ വീണ്ടും കണ്ടെത്തേണ്ടതില്ല.

ഒരു പ്രത്യേക തരം സർഗ്ഗാത്മകമായ സൃഷ്ടി നിർമ്മിക്കുന്നതിനായി സർഗ്ഗാത്മക സംവിധാനം ഔപചാരികമാക്കിക്കഴിഞ്ഞാൽ, കുറഞ്ഞ ഊർജ്ജത്തോടെ ഉയർന്ന നിലവാരത്തിൽ കൂടുതൽ സർഗ്ഗാത്മകമായ സൃഷ്ടികൾ നിർമ്മിക്കാൻ എനിക്ക് കഴിയും. മറ്റ് സർഗ്ഗാത്മകമായ

സൃഷ്ടികൾ സൃഷ്ടിക്കുന്നതിന് എനിക്ക് കൂടുതൽ ഊർജ്ജം ശേഷിക്കും. സർഗ്ഗാത്മക സംവിധാനങ്ങൾ വഴി, ഞാൻ ഈ പ്രക്രിയയെ "ഫ്രണ്ട് ബർണറിൽ" നിന്ന് "ബാക്ക് ബർണറിലേക്ക്" മാറ്റി. അതായത് ജോലികളുടെ മുൻഗണനാക്രമം അനുസരിച്ച അതിനുള്ള മുൻഗണ കുറയ്ക്കാൻ സാധിച്ചു.

ഫ്രണ്ട്-ബർണർ/ബാക്ക്-ബർണർ

ഒരു പ്രോജക്റ്റ് "ബാക്ക് ബർണറിൽ" വയ്ക്കുന്നതിനെക്കുറിച്ച് ആളുകൾ സംസാരിക്കുന്നത് നിങ്ങൾ പലപ്പോഴും കേൾക്കാറുണ്ട്. അവർ ഉദ്ദേശിക്കുന്നത്, ഇനിയൊരു അറിയിപ്പ് ഉണ്ടാകുന്നതുവരെ അവർ പ്രോജക്റ്റ് ഉപേക്ഷിച്ചു എന്നാണ്. അവർ അതിൽ പുരോഗതി കൈവരിക്കുന്നില്ല - അവർ ഒരു ഇടവേള എടുക്കുമ്പോൾ സംഭവിക്കാവുന്ന ഇൻകുബേഷൻ ഒഴികെ - ഒരുപക്ഷെ അവർ പ്രോജക്റ്റിലേക്ക് മടങ്ങിയെത്തിയാൽ.

എന്നാൽ നിങ്ങൾ എന്തെങ്കിലും പാചകം ചെയ്യുകയാണെങ്കിൽ, നിങ്ങൾ അത് ബാക്ക് ബർണറിൽ ഇടുകയാണെങ്കിൽ, നിങ്ങൾ അത് ഉപേക്ഷിച്ചിട്ടില്ല. ചെറിയ സജീവ ഇടപെടലുകൾ ഉപയോഗിച്ച് നിങ്ങൾക്ക് അത് പാചകം ചെയ്യാൻ കഴിയുന്ന ഒരു സ്ഥിതിയിൽ നിങ്ങൾ എത്തിയിരിക്കുന്നു. ഉദാഹരണത്തിന്, നിങ്ങൾ പാസ്ത തിളപ്പിക്കുകയാണെങ്കിൽ, നിങ്ങൾക്ക് അത് ബാക്ക് ബർണറിൽ വയ്ക്കാം. ഇടയ്ക്കിടെ അത് ഇളക്കാൻ നിങ്ങൾക്കറിയാം, കൂടാതെ ഏഴ് മിനിറ്റിനുള്ളിൽ അത് പരിശോധിക്കാൻ തുടങ്ങാമെന്ന് നിങ്ങൾക്കറിയാം, അത് അൽ ഡെന്റിൽ (പാസ്ത കഴിക്കാൻ പാകത്തിന്) ലഭിക്കാൻ.

നിങ്ങൾ ഒരു സർഗ്ഗാത്മകമായ സൃഷ്ടി നിർമ്മിക്കുമ്പോൾ, നിങ്ങൾ അത് ഫ്രണ്ട് ബർണറിൽ സൂക്ഷിക്കേണ്ടതുണ്ട്. അതിന് നിങ്ങളുടെ ഏറ്റവും മികച്ച സർഗ്ഗാത്മകമായ ഊർജ്ജം ആവശ്യമാണ്. നിങ്ങൾ പച്ചക്കറികൾ വറുത്തെടുക്കുന്നത് പോലെയാണ്, അവ ശരിയായി ലഭിക്കാൻ നിങ്ങൾ ആഗ്രഹിക്കുന്നു. പക്ഷേ, നിങ്ങളുടെ സർഗ്ഗാത്മക സംവിധാനങ്ങൾ സജ്ജീകരിച്ചുകഴിഞ്ഞാൽ, നിങ്ങൾക്ക് ആ പ്രോജക്റ്റ് പിന്നിലേക്ക് മാറ്റാം.

നിങ്ങളുടെ ഏറ്റവും മികച്ച സർഗ്ഗാത്മകമായ ഊർജ്ജം ഇതിന് ആവശ്യമില്ല. നിങ്ങൾ ഇപ്പോഴും പാചകം ചെയ്യുകയാണ്, പക്ഷേ നിങ്ങളുടെ സജീവ ശ്രദ്ധ എത്രത്തോളം - അല്ലെങ്കിൽ വളരെ കുറച്ച് - ആവശ്യമാണെന്ന് നിങ്ങൾക്ക് കൃത്യമായി അറിയാം. ഞാൻ എന്റെ പോഡ്കാസ്റ്റ് ആരംഭിച്ചപ്പോൾ, അത് വളരെ ഫ്രണ്ട്-ബർണർ പ്രോജക്റ്റ് ആയിരുന്നു. ഓരോ എപ്പിസോഡും നിർമ്മിക്കാൻ എനിക്ക് ഏറ്റവും മികച്ച സർഗ്ഗാത്മകമായ ഊർജ്ജം ആവശ്യമായി വന്നു. അഭിമുഖങ്ങൾക്കായി

തയ്യാറെടുക്കുന്നതിനോ ആമുഖ സ്ക്രിപ്റ്റുകൾ എഴുതുന്നതിനോ എനിക്ക് വലിയ വൈദഗ്ധ്യമോ പരിചയമോ ഉണ്ടായിരുന്നില്ല. തീം മ്യൂസിക് എവിടെ വയ്ക്കണമെന്നോ, ഷോയ്ക്ക് ശരിയായ മൂഡ് നൽകുന്ന തീം മ്യൂസിക് ഏതാണെന്ന് എനിക്കറിയില്ലായിരുന്നു. വിവിധ പോഡ്കാസ്റ്റ് ഡയറക്ടറികളിലേക്ക് എപ്പിസോഡ് പ്രസിദ്ധീകരിക്കുന്നതിനുള്ള ഏറ്റവും നല്ല പ്രക്രിയയോ ബ്ലോഗ് പോസ്റ്റുകൾ എങ്ങനെ ഫോർമാറ്റ് ചെയ്യാമെന്നോ ഞാൻ നിർണ്ണയിച്ചിരുന്നില്ല. ഓരോ എപ്പിസോഡിനും എനിക്ക് ഈ തീരുമാനങ്ങളെല്ലാം എടുക്കേണ്ടി വന്നു, ഞാൻ അവ തത്സമയം എടുത്തിരുന്നു.

ഇപ്പോൾ എന്റെ പോഡ്കാസ്റ്റിനായി സർഗ്ഗാത്മക സംവിധാനങ്ങൾ ഉള്ളതിനാൽ, ഇത് ഒരു ബാക്ക്-ബർണർ പ്രോജക്റ്റാണ്. എന്റെ ടാസ്ക് മാനേജ്മെന്റ് സിസ്റ്റത്തിലെ ടാസ്ക്കുകൾ ഞാൻ പിന്തുടരുകയാണെങ്കിൽ, ഉയർന്ന നിലവാരത്തിൽ എപ്പിസോഡ് കൃത്യസമയത്ത് നിർമ്മിക്കുമെന്ന് എനിക്കറിയാം. എന്റെ റെക്കോർഡിംഗ് ഉപകരണങ്ങൾ സജ്ജീകരിക്കുന്നതിനുള്ള ചെക്ക്ലിസ്റ്റുകൾ എനിക്കുണ്ട്, എപ്പിസോഡുകൾ പ്രസിദ്ധീകരിക്കുന്നതിന് എന്റെ പ്രൊഡക്ഷൻ ടീമിനായി പിന്തുടരേണ്ട ചെക്ക്ലിസ്റ്റുകൾ എനിക്കുണ്ട്, ഷോ ലൈവ് ചെയ്യാൻ എന്റെ ടീമിന് ആവശ്യമായതെല്ലാം നൽകാൻ എനിക്ക് ഒരു സ്പ്രെഡ്ഷീറ്റ് ഉണ്ട്, സോഷ്യൽ മീഡിയ അപ്ഡേറ്റുകൾ സൃഷ്ടിക്കുന്നതിനും ഷെഡ്യൂൾ ചെയ്യുന്നതിനുമുള്ള ഒരു സ്പ്രെഡ്ഷീറ്റ് എനിക്കുണ്ട്, എന്റെ ഇമെയിൽ സബ്സ്ക്രൈബർമാരെ അറിയിക്കുന്നതിനുള്ള ഒരു ഇമെയിൽ ഓട്ടോമേഷൻ എനിക്കുണ്ട്.

എന്റെ ഫ്രണ്ട്-ബർണർ സർഗ്ഗാത്മക ഊർജ്ജത്തെ ഉപയോഗിച്ച് എനിക്ക് എന്തുചെയ്യാൻ കഴിയും എന്നതിനെ ഇത് ആഴത്തിൽ സ്വാധീനിക്കുന്നു. എന്റെ പോഡ്കാസ്റ്റ് ഒരു ഫ്രണ്ട്-ബർണർ പ്രോജക്റ്റ് ആയിരുന്നപ്പോൾ, എന്റെ പോഡ്കാസ്റ്റ് ലൈവ് ആയപ്പോൾ, എന്റെ ഫ്രണ്ട്-ബർണർ ഊർജ്ജം പോഡ്കാസ്റ്റ് ഉപയോഗിച്ചു. എപ്പിസോഡ് പ്രസിദ്ധീകരിക്കുന്നതിലും, സോഷ്യൽ മീഡിയയിൽ അത് പ്രൊമോട്ട് ചെയ്യുന്നതിലും, എല്ലാ പോഡ്കാസ്റ്റ് ഡയറക്ടറികളിലും അത് കാണിക്കുന്നുണ്ടെന്ന് ഉറപ്പാക്കുന്നതിലും ഞാൻ തിരക്കിലായിരുന്നു.

ഇപ്പോൾ എന്റെ പോഡ്കാസ്റ്റ് ഒരു ബാക്ക്-ബർണർ പ്രോജക്റ്റ് ആയതിനാൽ, മറ്റ് പ്രോജക്റ്റുകളിൽ പ്രവർത്തിക്കാൻ എന്റെ ഫ്രണ്ട്-ബർണർ ഊർജ്ജം ലഭ്യമാണ്. എന്റെ പോഡ്കാസ്റ്റ് ലൈവ് ആകുന്ന ദിവസങ്ങളിൽ, ഞാൻ അതിനെക്കുറിച്ച് ഒട്ടും ചിന്തിക്കുന്നില്ല. പലപ്പോഴും ഉച്ചകഴിഞ്ഞാണ് ഞാൻ സ്വയം പറയുന്നത്, ഓ, അതെ! ആ എപ്പിസോഡ് ഇന്ന് ലൈവ് ആയി, അല്ലേ? ഒരു എപ്പിസോഡ് ലൈവ് ചെയ്യാൻ പാടുപെടുന്നതിനുപകരം, എന്റെ ക്രിയേറ്റീവ് സ്വീറ്റ് സ്പോട്ട് - ഒരു ഫ്രണ്ട്-ബർണർ പ്രോജക്റ്റിൽ ഞാൻ എന്റെ മുഴുവൻ പ്രഭാതവും ചെലവഴിച്ചു.

സമാനമായ സർഗ്ഗാത്മകമായ സൃഷ്ടികളുടെ വ്യത്യസ്ത പതിപ്പുകൾ നിർമ്മിക്കുന്നതിനുള്ള ഘട്ടങ്ങൾ ആവർത്തിക്കുന്നത് സർഗ്ഗാത്മകമായ ഊർജ്ജം ലാഭിക്കുന്നതും, കാരണം പ്രവർത്തനങ്ങളുടെ ക്രമം നിങ്ങളുടെ ഓർമ്മയിൽ സംഭരിക്കപ്പെടുന്നു. യുവർ ബ്രെയിൻ അറ്റ് വർക്ക് എന്ന പുസ്തകത്തിൽ, ഡേവിഡ് റോക്ക് വിശദീകരിക്കുന്നത്, "നിങ്ങളുടെ ബേസൽ ഗാംഗ്ലിയ നിങ്ങളുടെ പരിസ്ഥിതിയിലെ പാറ്റേണുകളെ തിരിച്ചറിയുകയും, സംഭരിക്കുകയും, ആവർത്തിക്കുകയും ചെയ്യുന്നു" എന്നാണ്. എന്തെങ്കിലും ഉൽപ്പാദിപ്പിക്കാൻ നിങ്ങൾ പിന്തുടരുന്ന ഒരു ദിനചര്യ അടിസ്ഥാനപരമായി ഒരു പാറ്റേണാണ്. ഞാൻ എന്നോട് തന്നെ പറയുമ്പോൾ, പര്യവേഷണ മാനസികാവസ്ഥയിലായിരിക്കുമ്പോൾ അഭിമുഖം ശ്രദ്ധിക്കുകയും രസകരമായ എന്തെങ്കിലും കേൾക്കുമ്പോൾ ഒരു കുറിപ്പ് എഴുതുകയും ചെയ്യുക, കാലക്രമേണ, എന്റെ ചിന്തയിൽ ഞാൻ നൽകിയ മാർഗ്ഗനിർദ്ദേശങ്ങൾ ആവർത്തിക്കാൻ എളുപ്പമാകും. നിങ്ങൾ ഒരു ദിനചര്യ ആവർത്തിക്കുമ്പോൾ നിങ്ങളുടെ മസ്തിഷ്കം മൂന്ന് ആവർത്തനങ്ങളിൽ "ദീർഘകാല ശക്തിവൽക്കരണ" (ലോംഗ്-ടേം പൊട്ടൻറ്റിയേഷൻ) പ്രക്രിയ ആരംഭിക്കുന്നു. റോക്ക് ഈ പ്രക്രിയയെ "ഹാർഡ്‌വയറിംഗ്" എന്ന് വിളിക്കുന്നു.

ഈ പാറ്റേണുകൾ തിരിച്ചറിയുന്നതിൽ നിങ്ങളുടെ മസ്തിഷ്കം വളരെ മികച്ചതാണ്, നിങ്ങളുടെ ബോധപൂർവ്വമായ അവബോധമില്ലാതെ തന്നെ ഇത് സംഭവിക്കാം. ക്രമരഹിതമായ ക്രമത്തിൽ പ്രതികരിക്കേണ്ടവരേക്കാൾ പത്ത് ശതമാനം വേഗത്തിൽ പാറ്റേൺ ചെയ്ത ശ്രേണിയിൽ ബട്ടണുകൾ അമർത്താൻ നിർദ്ദേശിച്ച പഠന പങ്കാളികൾ. പാറ്റേൺ വളരെ സങ്കീർണ്ണമായിരുന്നു എന്നതാണ് ഏറ്റവും അതിശയിപ്പിക്കുന്ന കാര്യം, പങ്കെടുക്കുന്നവർക്ക് പാറ്റേൺ ഉണ്ടെന്ന് അറിയില്ലായിരുന്നു. പരീക്ഷണത്തിനിടെ ആവർത്തിച്ച ഒരു ശ്രേണി അവർക്ക് ബോധപൂർവ്വം ഓർമ്മിക്കാൻ കഴിഞ്ഞില്ല, എന്നിട്ടും അവർ ബട്ടണുകൾ വേഗത്തിൽ അമർത്തി. റോക്ക് വിശദീകരിച്ചതുപോലെ, "അവരുടെ അടിസ്ഥാന ഗാംഗ്ലിയ പാറ്റേണുകൾ പരോക്ഷമായി ശ്രദ്ധിച്ചിരുന്നു, പക്ഷേ സന്നദ്ധപ്രവർത്തകർക്ക് അവ വ്യക്തമായി തിരിച്ചറിയാൻ കഴിഞ്ഞില്ല."

നിങ്ങൾ സർഗ്ഗാത്മക സംവിധാനങ്ങൾ ഉപയോഗിക്കുമ്പോൾ, നിങ്ങൾ സമാനമായ കപ്പ്കേക്കുകൾ നിർമ്മിക്കുന്നില്ല, പക്ഷേ വിപുലമായ, ശിൽപവിദ്യാപരമായ, പല അടുക്കുകൾ ഉള്ള വിവാഹ കേക്കുകൾ നിർമ്മിക്കുന്നില്ല. സർഗ്ഗാത്മക സംവിധാനങ്ങൾ നിർമ്മിക്കുന്നതിന്, ഓരോ സൃഷ്ടിയും തികച്ചും ഇഷ്ടാനുസൃതമാക്കാനുള്ള പ്രേരണയെ നിങ്ങൾ ചെറുക്കേണ്ടതുണ്ട്. നിങ്ങൾ സർഗ്ഗാത്മക നിയന്ത്രണങ്ങൾ സൃഷ്ടിക്കേണ്ടതുണ്ട്.

സർഗ്ഗാത്മക നിയന്ത്രണങ്ങൾ

മിക്ക ആളുകൾക്കും നിയന്ത്രണങ്ങളുടെ ശബ്ദം ഇഷ്ടമല്ല. നിങ്ങൾക്ക് വേണ്ടത് ലഭിക്കുന്നില്ലെന്ന് തോന്നുന്നു. പക്ഷേ നിങ്ങൾക്ക് വേണ്ടത് ലഭിക്കുന്നു. നല്ല നിയന്ത്രണങ്ങൾ നിങ്ങൾ ആഗ്രഹിക്കുന്ന ഒന്നിനെ നിങ്ങൾക്ക് ശരിക്കും ആവശ്യമുള്ള ഒന്നിന് പകരം വയ്ക്കുന്നു.

നിങ്ങൾ സർഗ്ഗാത്മക സംവിധാനങ്ങൾ നിർമ്മിക്കുമ്പോൾ, നിങ്ങളുടെ സർഗ്ഗാത്മകമായ പ്രക്രിയയുടെ ഭാഗങ്ങൾ ക്രമപ്പെടുത്തേണ്ടതുണ്ട്. പ്രക്രിയയുടെ ആ ഭാഗങ്ങൾ ഒരിക്കലും മാറില്ല. നിങ്ങൾ അത് അനുവദിച്ചാൽ ആ നിയന്ത്രണത്തിന് ശ്വാസംമുട്ടൽ അനുഭവപ്പെടാം.

നിങ്ങൾ ആ നിയന്ത്രണത്തെ സ്വീകരിക്കുകയാണെങ്കിൽ, അത് ജോലിയിൽ ശ്രദ്ധ കേന്ദ്രീകരിക്കുന്നതിന് നിങ്ങളുടെ ഊർജ്ജം സ്വതന്ത്രമാക്കും.

കാറുകൾ ആദ്യം നിർമ്മിക്കാൻ തുടങ്ങിയപ്പോൾ, ഓരോ കാറും കൈകൊണ്ട് നിർമ്മിച്ചതാണ്. ഒരു കാർ അടുത്ത കാർ പോലെ കാണപ്പെടാം, പക്ഷേ അവ യഥാർത്ഥത്തിൽ വളരെ വ്യത്യസ്തമായിരുന്നു. ഭാഗങ്ങൾ കൈകൊണ്ട് നിർമ്മിച്ചതിനാൽ, ഒരു കാറിൽ നിന്ന് ഒരു ഭാഗം മറ്റൊരു കാറിൽ നിന്ന് അതേ ഭാഗവുമായി മാറ്റാൻ നിങ്ങൾക്ക് കഴിയില്ല. ഭാഗങ്ങളുടെ അളവുകളിൽ ചെറിയ വ്യത്യാസങ്ങൾ ഉണ്ടായിരുന്നു. ഭാഗങ്ങൾ താരതമ്യം ചെയ്യുമ്പോൾ ഈ വ്യത്യാസങ്ങൾ അധികമൊന്നും ആയിരുന്നില്ല, പക്ഷേ കാറുകൾ താരതമ്യം ചെയ്യുമ്പോൾ, അവ വലിയ വ്യത്യാസമുണ്ടാക്കി. ഒരേ മോഡലിലുള്ള ഒരു കാർ അതേ മോഡലിലുള്ള മറ്റൊരു കാറിനേക്കാൾ വലുതോ ചെറുതോ ആയിരിക്കും. ഒരു കാറിൽ ഒരു ഭാഗം ചെറുതാണെങ്കിൽ, ബാക്കിയുള്ള ഭാഗങ്ങളും ചെറുതായിരിക്കണം - അതിനാൽ മുഴുവൻ കാറും ചെറുതായിരുന്നു.

ഇപ്പോൾ, കാറുകളിലെ ഭാഗങ്ങൾ പരസ്പരം മാറ്റാവുന്നതാണ്. ഉൽപാദന പ്രക്രിയ ക്രമപ്പെടുത്തിയിരിക്കുന്നു, അതിനാൽ കാറുകൾ രൂപകൽപ്പന ചെയ്യുന്ന ആളുകൾ അന്തിമ ഉൽപ്പന്നത്തെ സ്പർശിക്കുന്നില്ല. അവർ ഉൽപാദന പ്രക്രിയയെ അവരുടെ ഡിസൈൻ പരിഗണനകളുടെ ഭാഗമാക്കണം. ഓരോ വ്യക്തിഗത കാറിനും ഒരു കൈകൊണ്ട് നിർമ്മിക്കുന്നതിന്റെ സ്പർശം ഇല്ലായിരിക്കാം, പക്ഷേ കാറുകൾ കൂടുതൽ താങ്ങാനാവുന്ന വിലയിലാണ്.

എന്റെ പോഡ്കാസ്റ്റ് പ്രൊഡക്ഷൻ ഫ്രണ്ട് ബർണറിൽ നിന്ന് ബാക്ക് ബർണറിലേക്ക് മാറ്റുമ്പോൾ, എനിക്ക് ധാരാളം വിട്ടുവീഴ്ചകൾ ചെയ്യേണ്ടിവന്നു. ആദ്യം, ഓരോ എപ്പിസോഡും അനുഭവം അനുസരിച്ച് ക്രമീകരിക്കാൻ ഞാൻ ആഗ്രഹിച്ചു - ഒരുപക്ഷേ ആമുഖ സംഗീതം ഒരു

എപ്പിസോഡിൽ ഒരിടത്ത് നിന്നും മറ്റൊരു എപ്പിസോഡിൽ മറ്റൊരിടത്ത് നിന്നും ആരംഭിക്കും. എന്നാൽ നിർമ്മാണം കാര്യക്ഷമമാക്കാൻ, ഒടുവിൽ ആമുഖ സംഗീതത്തിന്റെ സ്ഥാനം എനിക്ക് ക്രമീകരിക്കേണ്ടി വന്നു.

എപ്പിസോഡുകൾ പ്രസിദ്ധീകരിക്കുമ്പോൾ ആമുഖങ്ങൾ റെക്കോർഡുചെയ്യാൻ കഴിയുക എന്നതായിരുന്നു ഉപേക്ഷിക്കാൻ ഏറ്റവും ബുദ്ധിമുട്ടുള്ള കാര്യം. എന്റെ ബിസിനസ്സിൽ ഒരു വ്യക്തിഗത അപ്ഡേറ്റോ പ്രൊമോട്ട് ചെയ്യേണ്ട എന്തെങ്കിലും ഉണ്ടായിരുന്നെങ്കിൽ, ഞാൻ ഓരോ ആഴ്ചയും ഒരു പുതിയ ആമുഖം റെക്കോർഡുചെയ്യുമ്പോൾ, ആ ആഴ്ചയിലെ ആമുഖത്തിലേക്ക് എന്റെ പ്രഖ്യാപനം ഉൾപ്പെടുത്താമായിരുന്നു. ഇപ്പോൾ ഞാൻ എപ്പിസോഡുകൾ പ്രതിമാസ അടിസ്ഥാനത്തിൽ ബാച്ച് ചെയ്യുന്നതിനാൽ, എനിക്ക് അത് ചെയ്യാൻ കഴിയില്ല. ഞാൻ ഒരു ആമുഖം റെക്കോർഡുചെയ്യുമ്പോൾ, അത് യഥാർത്ഥത്തിൽ പ്രസിദ്ധീകരിക്കുന്നതിന് ഒരു മാസം മുഴുവൻ എടുത്തേക്കാം.

ആ വിട്ടുവീഴ്ചയ്ക്ക് ചിലവുണ്ട്, പക്ഷേ ആ വിട്ടുവീഴ്ച വിലമതിക്കുന്നു. കുറഞ്ഞ ഊർജ്ജം ഉപയോഗിച്ച് എനിക്ക് കൂടുതൽ ജോലികൾ ചെയ്യാൻ കഴിയും. അത് ഗുണനിലവാരം കുറയ്ക്കുമെന്ന് ഒരാൾക്ക് വാദിക്കാം, പക്ഷേ ചില തരത്തിൽ അത് ഗുണനിലവാരം മെച്ചപ്പെടുത്തിയിട്ടുണ്ട്. അത് എന്നെ കൂടുതൽ സംഘടിതനാക്കാൻ പ്രേരിപ്പിക്കുന്നു. മുന്നാലോചനയില്ലാതെ തീരുമാനം എടുക്കുന്നതിന് പകരം, ചില പ്രഖ്യാപനങ്ങൾ നടത്തിയതിന് മാസത്തിലെ ചില ആഴ്ചകളിലെ ആമുഖങ്ങൾക്കുള്ളിൽ എനിക്ക് ഇപ്പോൾ വ്യക്തമായ സ്ലോട്ടുകൾ ഉണ്ട്. ചില ആഴ്ചകളിൽ, ഷോയുടെ പിന്തുണക്കാരോട് ഞാൻ നന്ദി പറയുന്നു, മറ്റ് ആഴ്ചകളിൽ, സോഷ്യൽ മീഡിയയിൽ ഷോ പങ്കിടുന്ന ശ്രോതാക്കളോട് ഞാൻ നന്ദി പറയുന്നു, മറ്റ് ആഴ്ചകളിൽ, ശ്രോതാക്കൾ എന്താണ് സൃഷ്ടിക്കുന്നതെന്ന് ഞാൻ പ്രദർശിപ്പിക്കുന്നു.

നിങ്ങൾ എന്ത് ചെയ്യുന്നു എന്നതിന്റെ ലക്ഷ്യത്തെ ആശ്രയിച്ചിരിക്കും നിങ്ങൾ വിട്ടുവീഴ്ചകൾ ചെയ്യുന്നത്. ഞാൻ ഒരു വ്യവസായ വാർത്താ പോഡ്കാസ്റ്റ് സൃഷ്ടിക്കുകയാണെങ്കിൽ, പ്രതിമാസ അടിസ്ഥാനത്തിൽ ബാച്ച് പ്രൊഡക്ഷൻ ചെയ്യുന്നത് എനിക്ക് അർത്ഥവത്താകില്ല. ഏത് വാർത്തയാണ് ഉൾപ്പെടുത്തേണ്ടതെന്ന് തീരുമാനിക്കുന്നതിനുള്ള എന്റെ പ്രക്രിയ ക്രമപ്പെടുത്തുന്നത് പോലുള്ള മറ്റ് വഴികളിലൂടെ ഞാൻ വിട്ടുവീഴ്ചകൾ ചെയ്യും. ഞാൻ പറയുന്ന വാർത്തകൾ ആഴ്ചതോറുമുള്ള പ്രൊഡക്ഷൻ സൈക്കിളിൽ കാലഹരണപ്പെടാതിരിക്കാൻ ഞാൻ ആ മാനദണ്ഡങ്ങൾ പോലും തിരഞ്ഞെടുത്തേക്കാം.

ക്രമപ്പെടുത്തുന്നത് ചിലപ്പോൾ അതിരുകടന്നേക്കാം. തീർച്ചയായും നിങ്ങൾ LEGO (ഗെയിം) ഇഷ്ടികകളിൽ നിന്ന് എന്തെങ്കിലും നിർമ്മിക്കാൻ ശ്രമിച്ചിട്ടുണ്ട്, പക്ഷേ നിങ്ങളുടെ കാഴ്ചപ്പാട് നേടാൻ കഴിയുന്നില്ലെന്ന്

കണ്ടെത്തി. വളരെ വ്യത്യസ്ത ബ്ലോക്കുകൾ മാത്രമേയുള്ളൂ, അതിനാൽ നിങ്ങൾക്ക് നിശ്ചിതമായ കാര്യങ്ങൾ മാത്രമേ ചെയ്യാൻ കഴിയൂ. നിങ്ങൾ നേടാൻ ശ്രമിക്കുന്നതിന്റെ സത്തയിൽ വിട്ടുവീഴ്ച ചെയ്യാതെ, നിങ്ങളുടെ ഉൽപാദന പ്രക്രിയയെ സുഗമമാക്കുന്ന നിയന്ത്രണങ്ങൾ സൃഷ്ടിക്കുക എന്നതാണ് ക്രമപ്പെടുത്തുന്നതിന്റെ താക്കോൽ. നിങ്ങൾ നിങ്ങളുടെ നിയന്ത്രണങ്ങൾ വിവേകപൂർവ്വം തിരഞ്ഞെടുക്കുകയാണെങ്കിൽ, അവ യഥാർത്ഥത്തിൽ സർഗ്ഗാത്മകത വർദ്ധിപ്പിക്കും. ചട്ടങ്ങളില്ലാതെ സ്വതന്ത്രമായ വരികളിൽ കവിത എഴുതുന്നത് നെറ്റ് ഇല്ലാതെ ടെന്നീസ് കളിക്കുന്നത് പോലെയാണെന്ന് കവി റോബർട്ട് ഫ്രോസ്റ്റ് പറഞ്ഞു. കവിതയുടെ നിയന്ത്രണങ്ങൾ അദ്ദേഹം പിന്തുടരുന്നതിനാൽ അദ്ദേഹത്തിന് മികച്ച ആശയങ്ങളുണ്ടായിരുന്നു.

നിങ്ങളുടെ പ്രക്രിയ ക്രമപ്പെടുത്താൻ നിങ്ങൾ ഒരു സ്ലോപ്പി ഓപ്പറേറ്റിംഗ് നടപടിക്രമം ഉപയോഗിക്കുന്നതിനാൽ, എന്ത് വിട്ടുവീഴ്ചകൾ ചെയ്യണമെന്ന് ഒറ്റയടിക്ക് തീരുമാനിക്കേണ്ടതില്ല. സമാനമായ സർഗ്ഗാത്മകമായ സൃഷ്ടികൾ വീണ്ടും വീണ്ടും ചെയ്യുന്നിടത്തോളം, നിങ്ങളുടെ ലക്ഷ്യങ്ങൾക്ക് ഏറ്റവും അനുയോജ്യമായ കൈമാറ്റയിടപാടുകൾ ഏതെന്ന് തീരുമാനിക്കാൻ നിങ്ങൾക്ക് പുതിയ അവസരങ്ങൾ ലഭിക്കും.

എന്റെ പോഡ്കാസ്റ്റ് നിർമ്മിക്കുന്നതിനുള്ള സംവിധാനങ്ങൾ ഞാൻ നന്നായി സജ്ജീകരിച്ചുകഴിഞ്ഞാൽ, ബാക്ക്-ബർണർ ഊർജ്ജംഉപയോഗിച്ച് എനിക്ക് അത് കഴിയുന്നത്ര നന്നായി നിർമ്മിക്കാനും, എന്റെ ശേഷിച്ച ഫ്രണ്ട്-ബർണർ ഊർജ്ജം ഉപയോഗിച്ച് ഒരു ആഴ്ചതോറുമുള്ള ഇമെയിൽ വാർത്താക്കുറിപ്പ് സൃഷ്ടിക്കാനും ഞാൻ ശ്രമിച്ചു. ഇമെയിൽ ലിസ്റ്റുകളുള്ള പല എഴുത്തുകാരെയും പോലെ, എന്റെ സബ്സ്ക്രൈബർമാർക്ക് സ്ഥിരമായ ഉള്ളടക്കം എങ്ങനെ വിതരണം ചെയ്യുന്നുവെന്നത് നിലനിർത്താൻ ഞാൻ പാടുപെട്ടു. എന്റെ പോഡ്കാസ്റ്റ് നിർമ്മിക്കുന്നതിൽ, സർഗ്ഗാത്മക സംവിധാനങ്ങൾ എങ്ങനെയാണ് സ്ഥിരമായി ഉള്ളടക്കം നിർമ്മിക്കാൻ എന്നെ സഹായിച്ചതെന്ന് ഞാൻ പഠിച്ചിരുന്നു, അതിനാൽ ഞാൻ പഠിച്ചതെല്ലാം സ്ഥിരമായ ഒരു വാർത്താക്കുറിപ്പ് നിർമ്മിക്കാൻ ഞാൻ പ്രയോഗിച്ചു.

എന്നാൽ പൂർണ്ണമായും ആവർത്തിക്കാവുന്ന ഒരു വാർത്താക്കുറിപ്പ് സംവിധാനത്തെക്കുറിച്ചുള്ള എന്റെ കാഴ്ചപ്പാട് പുരോഗതിക്ക് തടസ്സമാകാൻ ഞാൻ ആഗ്രഹിച്ചില്ല. എനിക്ക് തീരുമാനിക്കാൻ ധാരാളം കാര്യങ്ങളുണ്ട്, എല്ലാം പൂർണമാക്കാൻ ശ്രമിക്കുമ്പോൾ സർഗ്ഗാത്മകമായി തടസ്സപ്പെടാൻ ഞാൻ ആഗ്രഹിച്ചില്ല.

പൈലറ്റുകളോടൊപ്പം ഉയരത്തിൽ പറക്കുക

അപ്പോൾ, എന്റെ ലവ് മണ്ടേയ്സ് വാർത്താക്കുറിപ്പ് "പൈലറ്റുകൾ" എന്നതിലാണ് ആരംഭിച്ചത്. ടെലിവിഷൻ നിർമ്മാണത്തിൽ പൈലറ്റുകൾ ഉപയോഗിക്കുന്നതിനെക്കുറിച്ച് നിങ്ങൾ കേട്ടിട്ടുണ്ടാകും. ടെലിവിഷനിൽ, കൂടുതൽ എപ്പിസോഡുകൾ നിർമ്മിക്കണോ വേണ്ടയോ എന്ന് തീരുമാനിക്കുന്നതിനായി സൃഷ്ടിച്ച ഒരു ഷോയുടെ പരീക്ഷണ എപ്പിസോഡാണ് പൈലറ്റ്. സർഗ്ഗാത്മക സംവിധാനങ്ങൾ നിർമ്മിക്കാൻ തുടങ്ങുന്നതിന് അതേ രീതിയിൽ നിങ്ങൾക്ക് പൈലറ്റുകൾ ഉപയോഗിക്കാം.

ലവ് മണ്ടേയ്സിന്റെ ആദ്യ പതിപ്പുകൾ പൈലറ്റുകളാണെന്ന് എന്റെ വാർത്താക്കുറിപ്പ് സബ്സ്ക്രൈബർമാരിൽ ആർക്കും അറിയില്ലായിരുന്നു. വാസ്തവത്തിൽ, ആ ആദ്യ പതിപ്പുകളെ ലവ് മണ്ടേയ്സ് എന്ന് വിളിച്ചിരുന്നില്ല. ഒരു സർഗ്ഗാത്മക സംവിധാനം നിർമ്മിക്കാൻ ആരംഭിക്കുന്നതിന്, എനിക്ക് പരീക്ഷിക്കേണ്ട വേരിയബിളുകൾ (മാറ്റം വരുന്ന കാര്യങ്ങൾ) ഉണ്ടെന്ന് എനിക്കറിയാമായിരുന്നു: ആഴ്ചയിലെ ഒരു ദിവസം എനിക്ക് തിരഞ്ഞെടുക്കേണ്ടതുണ്ട്, എനിക്ക് വിശ്വസനീയമായ ഉള്ളടക്ക സ്രോതസ്സ് ആവശ്യമാണ്, ആ ഉള്ളടക്കം വികസിപ്പിക്കുന്നതിന് എനിക്ക് ഉപയോഗിക്കാൻ കഴിയുന്ന ഒരു ആവർത്തിക്കാവുന്ന ഫോർമാറ്റ് എനിക്ക് ആവശ്യമാണ്.

ഒഴിവാക്കൽ പ്രക്രിയയിലൂടെ ഞാൻ ആഴ്ചയിലെ ദിവസം തിരഞ്ഞെടുത്തു. എന്റെ പോഡ്കാസ്റ്റ് എപ്പിസോഡുകൾ ഇതിനകം വ്യാഴാഴ്ചകളിൽ പുറത്തിറങ്ങിക്കൊണ്ടിരുന്നു, ഉൽപ്പന്ന ലോഞ്ചുകൾക്കിടയിൽ ഇമെയിലുകൾ അയയ്ക്കുന്നതിനായി ആഴ്ചയുടെ മധ്യഭാഗം - ചൊവ്വ, ബുധൻ ദിവസങ്ങൾ - മാറ്റിവയ്ക്കാൻ ഞാൻ ആഗ്രഹിച്ചു, കാരണം മുൻ അധ്യായത്തിൽ നമ്മൾ സംസാരിച്ചതുപോലെ, ഏറ്റവും കൂടുതൽ ഇടപെടൽ നടക്കുന്ന ദിവസങ്ങളാണിവ. ആഴ്ചയിലെ ചില ദിവസങ്ങളുമായി ബന്ധപ്പെട്ട രണ്ട് അറിയപ്പെടുന്ന വാർത്താക്കുറിപ്പുകൾ എന്റെ സ്പെയ്സിൽ ഇതിനകം ഉണ്ടായിരുന്നു: ഉദാഹരണത്തിന്, ടിം ഫെറിസിന് ഫൈവ്-ബുള്ളറ്റ് ഫ്രൈഡേയ്സും, പോൾ ജാർവിസിന് ദി സൺഡേ ഡിസ്പാച്ചസും ഉണ്ട്.

ആന്തരികമായി, എന്റെ പ്രതിവാര വാർത്താക്കുറിപ്പിന്റെ നിരവധി പ്രാഥമിക പൈലറ്റുകളെ ഞാൻ ഫ്രൈഡേ നൈറ്റ് ഹൈലൈറ്റുകൾ എന്ന് വിളിച്ചു. നൂറുകണക്കിന് പുസ്തകങ്ങൾ വായിച്ച വർഷങ്ങളിൽ നിന്ന്, 15,000-ത്തിലധികം ഹൈലൈറ്റുകൾ ഇലക്ട്രോണിക് ആയി സംഭരിച്ചിട്ടുണ്ട്. എന്റെ പ്രതിവാര വാർത്താക്കുറിപ്പിന്റെ ആദ്യ നിരവധി പതിപ്പുകൾക്കായി, ഹൈലൈറ്റിനെക്കുറിച്ചുള്ള എന്റെ ചിന്തകൾക്കൊപ്പം ഒരു രസകരമായ ഹൈലൈറ്റ് പങ്കിടുന്നതിൽ

ഞാൻ പരീക്ഷണം നടത്തി. ഫ്രൈഡേ നൈറ്റ് ഹൈലൈറ്റുകളുടെ എന്റെ ആന്തരിക പൈലറ്റ് നാമത്തിൽ സൂചിപ്പിച്ചതുപോലെ, വെള്ളിയാഴ്ച വൈകുന്നേരങ്ങളിൽ ഞാൻ ഈ ആദ്യ പതിപ്പുകൾ അയച്ചു. വീണ്ടും, എന്റെ ഇമെയിൽ സബ്സ്ക്രൈബർമാരിൽ ആർക്കും എന്താണ് സംഭവിക്കുന്നതെന്ന് അറിയില്ലായിരുന്നു. ഇമെയിലുകൾ ലഭിക്കുന്നതിനായി അവർ സൈൻ അപ്പ് ചെയ്തിരുന്നു, പക്ഷേ ഇതുവരെ എനിക്ക് ഒരു സ്ഥിരമായ ഷെഡ്യൂൾ ഉണ്ടായിരുന്നില്ല.

ഈ പൈലറ്റ് ഇമെയിലുകൾ തയ്യാറാക്കുമ്പോൾ, ഞാൻ ഒരു സ്ലോപ്പി ഓപ്പറേറ്റിംഗ് നടപടിക്രമ രേഖ സൂക്ഷിക്കുകയും അതിൽ എന്റെ ചിന്തകൾ നിറയ്ക്കുകയും ചെയ്തു. ഓരോ ആഴ്ചയും രസകരമായ ഒരു ഹൈലൈറ്റ് കൊണ്ടുവരാൻ എനിക്ക് കഴിയുമോ?, ഹൈലൈറ്റുകൾ മാത്രം പങ്കിടാൻ ഞാൻ ആഗ്രഹിക്കുന്നുണ്ടോ?, ഒരു സ്പ്രെഡ്ഷീറ്റിൽ യോജിക്കുന്ന തരത്തിൽ ഓരോ വാർത്താക്കുറിപ്പിന്റെയും ഘടകങ്ങൾ എങ്ങനെ വേർതിരിക്കാം? എന്നിങ്ങനെയുള്ള ചോദ്യങ്ങൾ ഞാൻ സ്വയം ചോദിച്ചുകൊണ്ടിരുന്നു.

ഈ ചോദ്യങ്ങൾ ചോദിക്കുന്നതിലൂടെ, "ഹൈലൈറ്റുകൾ" ഉൾപ്പെടുന്ന ഒരു പേര് വളരെ പരിമിതമാണെന്ന് ഞാൻ തീരുമാനിച്ചു. ഉദാഹരണത്തിന്, ചിലപ്പോൾ ഒരു പുസ്തകത്തിൽ വായിച്ച ഒന്നല്ല, എന്റെ സ്വന്തം ചിന്തകൾ പങ്കിടാൻ ഞാൻ ആഗ്രഹിച്ചു. പൈലറ്റുകളെ നിർമ്മിക്കുന്നതിന്റെ വഴക്കം കാരണം, എന്റെ വാർത്താക്കുറിപ്പിന്റെ ഫോർമാറ്റ് മാറ്റാൻ എനിക്ക് കഴിഞ്ഞു.

ഇപ്പോൾ, എന്റെ വാർത്താക്കുറിപ്പിന്റെ നിർമ്മാണം ഒരു "ബാക്ക് ബർണർ" സർഗ്ഗാത്മക സംവിധാനത്തിലാണ്. പ്രതിമാസ അടിസ്ഥാനത്തിൽ, ഞാൻ പങ്കിടാൻ ആഗ്രഹിക്കുന്ന ഹൈലൈറ്റുകളോ മറ്റ് ചിന്തകളോ ഒരുമിച്ച് ശേഖരിക്കുകയും പ്രസക്തമായ എല്ലാ വിവരങ്ങളും ഉൾപ്പെടുത്തി ഒരു സ്പ്രെഡ്ഷീറ്റ് പൂരിപ്പിക്കുകയും ചെയ്യുന്നു. എന്റെ ടീം ആ സ്പ്രെഡ്ഷീറ്റിലെ വിവരങ്ങൾ പ്രോസസ്സ്, ഫോർമാറ്റിംഗ് മാനദണ്ഡങ്ങൾക്കൊപ്പം, ന്യൂസ്ലെറ്റർ നിർമ്മിക്കുന്നതിനും ഷെഡ്യൂൾ ചെയ്യുന്നതിനും ഉപയോഗിക്കുന്നു.

എനിക്ക് ഫ്രണ്ട്-ബർണർ ഊർജ്ജം ശേഷിക്കുമ്പോൾ, എന്റെ വാർത്താക്കുറിപ്പ് മാറ്റാൻ ഞാൻ അത് ഉപയോഗിക്കുന്നു. സർഗ്ഗാത്മക സംവിധാനം പുതുക്കുന്നതിനും വാർത്താക്കുറിപ്പ് മെച്ചപ്പെടുത്തുന്നതിനുമുള്ള എന്റെ സ്ലോപ്പി ഓപ്പറേറ്റിംഗ് നടപടിക്രമത്തിലെ മാറ്റങ്ങൾ ഞാൻ രേഖപ്പെടുത്തുന്നു. നിങ്ങൾ ഇത് വായിക്കുമ്പോഴേക്കും എന്റെ വാർത്താക്കുറിപ്പ് വ്യത്യസ്തമായിരിക്കും. കണ്ടെത്താൻ kdv.co/newsletter -ൽ സൈൻ അപ്പ് ചെയ്യുക.

എന്റെ പോഡ്കാസ്റ്റ് പ്രൊഡക്ഷൻ പ്രക്രിയ പോലെ, എന്റെ വാർത്താക്കുറിപ്പ് പ്രൊഡക്ഷൻ പ്രക്രിയയിൽ ആവർത്തിക്കാവുന്ന

ജോലികളുണ്ട്, സർഗ്ഗാത്മകതയുടെ കുറഞ്ഞ അളവ് അനുസരിച്ച് വേർതിരിച്ചിരിക്കുന്നു. ഞാൻ ആ എളുപ്പമുള്ള ജോലികൾ ചെയ്യുകയാണെങ്കിൽ, ഒരു മാസത്തെ മുഴുവൻ വാർത്താക്കുറിപ്പുകളും ചെറിയ അളവിൽ ശ്രദ്ധ കേന്ദ്രീകരിച്ച് ഞാൻ നിർമ്മിക്കുമെന്ന് എനിക്കറിയാം.

ഡേവിഡ് റോക്കുമായുള്ള അഭിമുഖം നടത്താൻ ധൈര്യം കണ്ടെത്തിയിട്ട് രണ്ടാഴ്ച കഴിഞ്ഞപ്പോൾ, ഞാൻ സ്വയം ചോദിച്ചു, ഞാൻ എങ്ങനെ ഇവിടെ എത്തി?! ഷിക്കാഗോയിലെ ഒരു അലക്കുശാലയുടെ വൃത്തികെട്ട കുളിമുറിയിൽ ഞാൻ വസ്ത്രം മാറുകയായിരുന്നു.

ഒരു വൃത്തികെട്ട ലോൺഡ്രോമാറ്റിലെ കുളിമുറിയിൽ ഞാൻ എന്തിനാണ് എന്റെ വസ്ത്രങ്ങൾ മാറ്റുന്നത്?

എനിക്ക് എങ്ങനെ അവിടെ എത്താൻ കഴിഞ്ഞു എന്നതിനുള്ള ഉടനടി ഉത്തരം ലളിതമായിരുന്നു: പനാമ സിറ്റിയിൽ ഒമ്പത് ദിവസവും, ബൊഗോട്ടയിൽ രണ്ട് ദിവസവും, എന്റെ വിസ അപേക്ഷയിൽ തീരുമാനത്തിനായി കാത്തിരുന്ന ഒരു നീണ്ട വാരാന്ത്യത്തിനും ശേഷം, എന്റെ അഭിഭാഷകൻ എന്നെ വിളിച്ചു. "നിങ്ങളുടെ അപേക്ഷ നിരസിക്കപ്പെട്ടു," അദ്ദേഹം ഒരു നെടുവീർപ്പോടെ പറഞ്ഞു. വീണ്ടും, എന്തുകൊണ്ടെന്ന് അറിയാൻ ഞങ്ങൾക്ക് രണ്ടുപേർക്കും ഒരു മാർഗ്ഗവുമില്ലായിരുന്നു.

വർഷത്തിലെ നാലാമത്തെ അടിയന്തര യാത്രയ്ക്കായി ഞാൻ വീണ്ടും എന്റെ കാമുകിയോട് വിട പറഞ്ഞു. വർഷത്തിലെ ശേഷിക്കുന്ന ഏഴ് ആഴ്ചകൾ കൊളംബിയയ്ക്ക് പുറത്ത് ചെലവഴിക്കേണ്ടതുണ്ടായിരുന്നു, നാളെ ഞാൻ പോകേണ്ടതുണ്ടായിരുന്നു.

ഞാൻ ചിക്കാഗോയിലേക്ക് പറന്നു, അവിടെ ഞാൻ റിസർവ് ചെയ്ത അപ്പാർട്ട്മെന്റിൽ – സ്വീകരണമുറിയുടെ മധ്യത്തിൽ ഒരു ജാക്ക്ഹാമർ ഇടിക്കുന്നത് എനിക്ക് നന്നായിരിക്കും. പകരം, ആ സ്വീകരണമുറിയിൽ സോഫയിൽ ഇരുന്ന ശേഷം, സോഫയിൽ മൂട്ടകൾ ഇഴയുന്നത് ഞാൻ എന്റെ കണ്ണുകൾകൊണ്ട് കണ്ടു.

എന്റെ കൈവശമുള്ളതെല്ലാം - എന്റെ ലൗകിക സ്വത്തുക്കളുടെ ഭൂരിഭാഗവും - അണുവിമുക്തമാക്കാൻ ഞാൻ അടുത്ത ഇരുപത്തിനാല് മണിക്കൂർ ചെലവഴിച്ചു. ഇതിനർത്ഥം എന്റെ എല്ലാ വസ്ത്രങ്ങളും ഒരു ഇൻഡസ്ട്രിയൽ ലോൺഡ്രോമാറ്റിന്റെ ഡ്രയറിൽ ഇടേണ്ടി വന്നു - വൃത്തികെട്ട കുളിമുറികളുള്ള അലക്കുശാലകളിൽ മാത്രം കാണുന്ന തരത്തിലുള്ള ഉയർന്ന താപനിലയുള്ള ഡ്രയർ. ഒരു തവണകൊണ്ടു തന്നെ എന്റെ ആവശ്യം പൂർത്തിയാക്കിയപ്പോൾ, ഒരു പ്രാണിയെയോ ഒരു

മുട്ടയെയോ എവിടെയും ട്രാക്ക് ചെയ്യാൻ എനിക്ക് കഴിയാത്തതിനാൽ, ഞാൻ ധരിച്ച വസ്ത്രങ്ങൾ അണുവിമുക്തമാക്കാൻ രണ്ടാമത്തെ തവണ ഇടേണ്ടി വന്നു.

അപ്പോൾ ചോദ്യത്തിനുള്ള ഉടനടി ഉത്തരം അതായിരുന്നു, ഞാൻ എങ്ങനെ ഇവിടെ എത്തി?! എന്നാൽ തറയിലെ തിരിച്ചറിയാത്ത ദ്രാവകം കൊണ്ട് എന്റെ സോക്സ് നനയാതിരിക്കാൻ ഞാൻ എന്റെ പാന്റ് മാറ്റുമ്പോൾ എന്റെ സ്വന്തം ഷൂസിൽ നിൽക്കുമ്പോൾ, ആ കുളിമുറിയിലെ കോറിയതും ഗ്രാഫിറ്റി ചെയ്തതുമായ കണ്ണാടിയിൽ നോക്കി, ആഴത്തിലുള്ള ഉത്തരത്തിനായി എന്നോട് തന്നെ ചോദിക്കേണ്ടി വന്നു, ഞാൻ എങ്ങനെ ഇവിടെ എത്തി?! ദൈവമോ പ്രപഞ്ചമോ യാദൃശ്ചികതയോ എന്നെ കൊല്ലാൻ ശ്രമിക്കുന്നതായി തോന്നിയ ഈ സാഹചര്യത്തിൽ ഏത് തീരുമാനങ്ങളുടെ ശൃംഖലയാണ് എന്നെ ഇവിടെ എത്തിച്ചത്? ഏത് മൂല്യങ്ങളാണ് ആ തീരുമാനങ്ങളെ നയിച്ചത്?

ഇതെല്ലാം വിലമതിക്കുന്നതാണെന്ന് നിഗമനത്തിൽ ഞാനെത്തി. ഈ സാഹചര്യം എത്ര ഭീകരമാണെങ്കിലും, ഒരു തീരുമാനവും ഞാൻ മാറ്റില്ല - തീർച്ചയായും ചിക്കാഗോയിൽ മറ്റൊരു അപ്പാർട്ട്മെന്റ് തിരഞ്ഞെടുക്കുന്നത് ഒഴികെ. എല്ലാത്തിനുമുപരി, എനിക്ക് സൃഷ്ടിക്കാനുള്ള ആഗ്രഹം ഉണ്ടായിരുന്നു. എന്റെ ഉള്ളിൽ വളരെയധികം യാഥാർത്ഥ്യമാക്കാത്ത ആശയങ്ങൾ ഉണ്ടായിരുന്നു, ഞാൻ കെട്ടിപ്പടുക്കുന്ന ഈ ജീവിതം മാത്രമാണ് ആ ആശയങ്ങളെ സ്ഥിരമായി യാഥാർത്ഥ്യമാക്കാനുള്ള ഏക മാർഗ്ഗം. എനിക്ക് അത് ചെയ്യാൻ കഴിയാത്ത ഒരു ജീവിതം, അതിൽ ഞാൻ ജീവിക്കാൻ ഒട്ടും ആഗ്രഹിക്കാത്ത ഒരു ജീവിതമായിരുന്നു.

ഞാൻ സൃഷ്ടിച്ച താളത്തിലേക്ക് തിരിച്ചുവന്ന ദിവസം എനിക്ക് ഇപ്പോഴും ഓർമ്മയുണ്ട് - അവിടെ ഞാൻ തുടർച്ചയായി ഒരു തടസ്സമില്ലാത്ത ആഴ്ചതോറുമുള്ള ദിനചര്യയിൽ ഏർപ്പെട്ടിരുന്നു. ഒരു മാനസികാവസ്ഥയിൽ നിന്ന് മറ്റൊന്നിലേക്ക് ഞാൻ സമർത്ഥമായി മാറുകയും, സർഗ്ഗാത്മക ചക്രങ്ങൾക്കുള്ളിൽ ജോലി മുന്നോട്ട് കൊണ്ടുപോകുകയും, നന്നായി നിർമ്മിച്ച സർഗ്ഗാത്മകമായ സംവിധാനങ്ങൾ ഉപയോഗിച്ച് എന്റെ ഊർജ്ജം പരമാവധി പ്രയോജനപ്പെടുത്തുകയും ചെയ്തു.

ആ രാത്രി ഉറങ്ങാൻ കിടക്കുമ്പോൾ, സർഗ്ഗാത്മകമായ ആനന്ദത്തിന്റെ ഈ ഘട്ടത്തിലെത്താൻ ഞാൻ അനുഭവിച്ച എല്ലാ കാര്യങ്ങളും ഞാൻ ആലോചിച്ചു: എന്റെ ആദ്യ പുസ്തകമായ എഴുതുന്നതിലൂടെ അനുഭവിച്ച കഷ്ടപ്പാടുകൾ, സർഗ്ഗാത്മകമായ പ്രക്രിയയെ നന്നായി മനസ്സിലാക്കാൻ ഞാൻ ചെയ്ത ഗവേഷണം, രണ്ട് വർഷം കൊണ്ട് ഒരു ജീവിതം കെട്ടിപ്പടുക്കുകയും കൊളംബിയയിൽ സ്ഥിരതാമസമാക്കുകയും ചെയ്തു, തുടർന്ന് ഒരു വർഷത്തെ വിസ

അവലോകനസമയം.

ചിക്കാഗോയിലെ ആ അലക്കുശാലയിലെ വൃത്തികെട്ട കുളിമുറിയിൽ ഞാൻ വസ്ത്രങ്ങൾ മാറ്റുമ്പോൾ, ഞാൻ ജീവിതത്തിലെ ഏറ്റവും താഴെയുള്ള അടിത്തട്ടിലേക്ക് വീണുവെന്ന് ഞാൻ കരുതി. എന്നാൽ അടിത്തട്ടിന്റെ ആഴം മറ്റൊരു ആഴത്തിലായി. മുപ്പത്തിയൊമ്പതാം വയസ്സിൽ, വർഷത്തിലെ ശേഷിച്ച ആറ് ആഴ്ചകൾ ഞാൻ ഫീനിക്സിൽ എന്റെ മാതാപിതാക്കളോടൊപ്പം - ഒരു വിരമിച്ചവരുടെ സമൂഹത്തിൽ - താമസിച്ചു.

എന്നാൽ ഇപ്പോൾ, ഞാൻ എന്റെ കട്ടിലിന്റെ അരികിൽ ഇരിക്കുമ്പോൾ, എന്റെ യാത്രയിൽ ഒരു "എല്ലാം നഷ്ടപ്പെട്ട" നിമിഷം മാത്രം - അത് എന്റെ പിന്നിലായിരുന്നു. വില്ലൻ എന്നെ അവൻ ആഗ്രഹിക്കുന്നിടത്ത്, ഒരു അംബരചുംബി കെട്ടിടത്തിന്റെ തലയ്ക്കൽ നിന്നും തൂങ്ങിക്കിടക്കുന്ന നിമിഷം.

എന്നിട്ടും ഞാൻ അതിജീവിച്ചു. ഞാൻ വികസിപ്പിച്ചെടുത്ത മൈൻഡ് മാനേജ്മെന്റ് തന്ത്രങ്ങൾക്കും, ഞാൻ നിർമ്മിച്ച സർഗ്ഗാത്മക സംവിധാനങ്ങൾക്കും നന്ദി, ഞാൻ ഇപ്പോഴും സ്ഥിരമായി സൃഷ്ടിച്ചു. ഇതെല്ലാം നടക്കുമ്പോഴും, എന്റെ പ്രതിവാര പോഡ്കാസ്റ്റിന്റെ ഒരു എപ്പിസോഡ് പോലും ഞാൻ നഷ്ടപ്പെടുത്തിയില്ല.

ഇപ്പോൾ, കൊളംബിയയിൽ താമസിക്കാൻ എനിക്ക് മൂന്ന് വർഷത്തെ വിസ ലഭിച്ചു. എന്റെ വീട് എന്ന് വിളിക്കുന്ന സ്ഥലത്ത് തുടരാൻ കഴിയുമോ എന്ന ആശങ്ക എനിക്ക് ഒടുവിൽ നിർത്താൻ കഴിഞ്ഞു. ഞാൻ നിർമ്മിച്ച ഈ ജീവിതം ഉപയോഗിച്ച്, അടുത്ത മൂന്ന് വർഷത്തിലും അടുത്ത മുപ്പത് വർഷത്തിലും എനിക്ക് എന്ത് നേടാൻ കഴിയുമെന്നതിനെക്കുറിച്ചുള്ള ദർശനങ്ങളുമായി എന്റെ മനസ്സ് നൃത്തം ചെയ്തു. എന്റെ സർഗ്ഗാത്മകതയിൽ ഞാൻ വൈദഗ്ധ്യം നേടി, സ്ഥിരമായ സർഗ്ഗാത്മകമായ ഫലത്തോടെ ഞാൻ സ്ഥിരതയുള്ള ഒരു ജീവിതം നയിക്കുകയായിരുന്നു.

വിശ്വസിച്ചാലും ഇല്ലെങ്കിലും, ആ രാത്രി ഉറങ്ങാൻ കിടക്കുമ്പോൾ - ജൂലൈ 3, 2019 – ഞാൻ ഉറക്കെ പറഞ്ഞു, "എനിക്ക് ഈ ജീവിതം ഇഷ്ടമാണ്." ഞാൻ അത് രണ്ടുതവണ പറഞ്ഞു: "എനിക്ക് ഈ ജീവിതം ഇഷ്ടമാണ്." കിടക്കയിൽ വീണപ്പോൾ എന്റെ താടിയെല്ലിലും മുഖത്തും കഴുത്തിലും പേശികളുടെ പിരിമുറുക്കത്തിന്റെ കെട്ടുകൾ അയഞ്ഞു. ഒരു വർഷത്തിലേറെയായി ഞാൻ ഉറങ്ങിയതിനേക്കാൾ നന്നായി ഞാൻ ഉറങ്ങി.

"വിശ്വസിച്ചാലും ഇല്ലെങ്കിലും" എന്ന് ഞാൻ പറയും, കാരണം ആ സമയം വളരെ ദാരുണമായിരുന്നു, കെട്ടിച്ചമച്ചതായി തോന്നുന്നു. കാര്യങ്ങൾ മുമ്പത്തേക്കാൾ മോശമാകാൻ പോകുകയായിരുന്നു. അടുത്ത ദിവസം തന്നെ അത് ആരംഭിക്കാൻ പോകുകയായിരുന്നു.

അധ്യായം 7

അവ്യവസ്ഥയിൽ സൃഷ്ടിക്കുന്നു

കണ്ടുപിടുത്തം, ശൂന്യതയിൽ നിന്നല്ല, മറിച്ച് കുഴപ്പങ്ങളിൽ നിന്നാണെന്ന് വിനയപൂർവ്വം സമ്മതിക്കണം.

— മേരി ഷെല്ലി

ജൂലൈ 4, 2019 – മെഡെലിനിൽ ഇത് മറ്റൊരു മനോഹരമായ ദിവസമാണ്.

ഞാൻ ഉണർന്നു, എന്റെ ആൽഫസ്മാർട്ടിൽ എന്റെ നൂറു വാക്കുകളുടെ ദിനചര്യ ചെയ്യുന്നു, ധ്യാനിക്കുന്നു, എഴുതാൻ തുടങ്ങുന്നു. നാല് മണിക്കൂറിനുശേഷം, ഞാൻ വാക്കുകളിൽ മുഴുകിയിരിക്കുന്നു, പക്ഷേ എന്നെത്തന്നെ ലോകത്തിലേക്ക് വലിച്ചെടുക്കാൻ തയ്യാറാണ്.

ദീർഘവും ശ്രദ്ധ കേന്ദ്രീകരിച്ചതുമായ എഴുത്ത് സെഷനുകൾ ഒരു ഇന്ദ്രിയ ദാരിദ്ര്യ ടാങ്കിൽ പൊങ്ങിക്കിടക്കുന്നത് പോലെയാണ്. നിങ്ങൾ ഒന്നും കേൾക്കുന്നില്ല, നിങ്ങൾ ഒന്നും കാണുന്നില്ല, നിങ്ങൾക്ക് ഒന്നും അനുഭവപ്പെടുന്നില്ല. നിങ്ങളുടെ മുഴുവൻ അനുഭവത്തിലും നിങ്ങളുടെ സ്വന്തം ചിന്തകൾ അടങ്ങിയിരിക്കുന്നു, അവ പേജിൽ അനായാസമായി രേഖപ്പെടുത്തുന്നു. ഒരു വർഷത്തിലേറെ മുമ്പ് എന്റെ വിസ പ്രശ്നങ്ങൾ ആരംഭിച്ചതിനുശേഷം എനിക്ക് ഇങ്ങനെ തോന്നുന്നത് ഇതാദ്യമായാണ്.

ഒടുവിൽ ഞാൻ നിങ്ങൾ വായിക്കുന്ന ഈ പുസ്തക, ഒരു പുസ്തകത്തിന്റെ രൂപത്തിലേക്കുള്ള അവസാനഘട്ട പണിയിലേക്ക് കൊണ്ടുപോകാൻ തയ്യാറാണ് - സർഗ്ഗാത്മകമായ ഊർജ്ജത്തിന്റെ കുറ്റമറ്റ നിർവ്വഹണത്തിനായി ഒരു "എല്ലാത്തിന്റെയും സിദ്ധാന്തം" (theory of everything). തടസ്സമില്ലാത്ത ഒരു സർഗ്ഗാത്മകമായ ജീവിതം നയിക്കുന്നതിനുള്ള - ജീവിതത്തിലെ അസ്വസ്ഥമായ വിശദാംശങ്ങളുടെ പരുക്കൻ ഗ്രിറ്റ് (അസ്ഥിരത) കുറയ്ക്കുന്നതിനുള്ള - എന്റെ സ്വന്തം കൈപ്പുസ്തകം. നിങ്ങളുടെ സർഗ്ഗാത്മകമായ വിധിയിലേക്ക് നിങ്ങളെ നയിക്കുന്ന വെറും സ്ലൈഡുകൾ.

ഒരു നല്ല സെഷനു ശേഷമുള്ള ഈ ആദ്യ നിമിഷങ്ങൾ രാവിലെ ബോധത്തിന്റെ ആദ്യ നിമിഷങ്ങളിൽ നിന്ന് വ്യത്യസ്തമല്ല. എന്റെ നഗ്നമായ കാലുകളിലെ തണുത്ത ടൈലുകൾ എനിക്ക് അനുഭവപ്പെടുന്നു, എന്റെ കൈത്തണ്ടയിലെ രോമങ്ങളിൽ കാറ്റ് തഴുകുന്നത് എനിക്ക് അനുഭവപ്പെടുന്നു, പുറത്ത് തെരുവിലെ എഞ്ചിനുകളുടെ മുഴക്കവും മങ്ങിയ ഹോണുകളും വിൽപ്പനക്കാരുടെ നേർത്ത ലൗഡ് സ്പീക്കറുകളും ഞാൻ കേൾക്കുന്നു, ഞാൻ ഉണർന്നിരിക്കുന്നു.

എനിക്ക് ഇതിനകം ഉച്ചഭക്ഷണം ആസ്വദിക്കാൻ കഴിയും. ദിവസത്തിലെ ആദ്യത്തെ ഭക്ഷണം പാകം ചെയ്യാൻ ഞാൻ എന്റെ അടുക്കളയിലേക്ക് നടക്കുമ്പോൾ എന്റെ വായിൽ വെള്ളമൂറുന്നു.

ഇന്ന്, ഞാൻ പലപ്പോഴും ഈ അടുത്ത നിമിഷത്തെക്കുറിച്ച് ചിന്തിക്കാറുണ്ട്. അടുക്കള കൗണ്ടറിൽ നിന്ന് ഫോൺ എടുത്തതിന് തൊട്ടുപിന്നാലെയുള്ള നിമിഷമായിരുന്നു അത്. എന്റെ ഫോണിന്റെ സ്ക്രീനിലേക്ക് നോക്കുന്നതിന് തൊട്ടുമുമ്പുള്ള നിമിഷമായിരുന്നു അത്.

ആ നിമിഷം എന്റെ ആനന്ദകരമായ അജ്ഞതയുടെ അവസാന നിമിഷമായിരുന്നു.

അടുത്തതായി എനിക്ക് മനസ്സിലായത്, ആൻഡിയൻ താഴ്‌വരകളിലൂടെയുള്ള വളഞ്ഞുപുളഞ്ഞ റോഡുകളിലൂടെ ഞാൻ ഓടിക്കൊണ്ടിരുന്നു. ഞാൻ ടാക്സി ഡ്രൈവറോട് കഴിയുന്നത്ര മാന്യമായി വിശദീകരിച്ചു, അതെ, അദ്ദേഹത്തിന്റെ ഡ്രൈവിംഗ് മികച്ചതായിരുന്നു - സാധാരണയായി (അതൊരു പ്രശ്നമാകില്ല) പക്ഷേ ദയവായി വേഗത കൂട്ടാമോ? അയാൾ ബസുകളും ട്രക്കുകളും വേഗത കുറഞ്ഞ കാറുകളും വെട്ടിച്ച് വെട്ടിച്ച് കാറോടിച്ചു. ഒരു അന്ധമായ വളവുള്ള രണ്ട് വരി റോഡിൽ അയാൾ ഒരു ട്രാക്ടറിനെ കടന്നുപോയി. എതിരെ വരുന്ന ഒരു വാഹനവുമായി നേരിയ കൂട്ടിയിടിയിൽ നിന്ന് രക്ഷപെട്ടപ്പോൾ, അയാൾ നിശബ്ദമായി ഒരു മുഷ്ടി വായുവിലേക്ക് നീട്ടി സ്വയം ആഘോഷിച്ചു. ആ ദിവസം എന്റെ ലക്ഷ്യസ്ഥാനത്ത് എത്തിച്ചേരുന്ന അവസാന വിമാനത്തിനുള്ള കൗണ്ടറിൽ ഒരു ടിക്കറ്റ് വാങ്ങാൻ എനിക്ക് കഷ്ടിച്ച് സമയമെടുക്കുമ്പോൾ ഞാൻ വിമാനത്താവളത്തിലെത്തി.

ഫീനിക്സിൽ എത്തിയപ്പോഴേക്കും അമ്മ ഐസിയുവിൽ ആയിരുന്നു. ഞാൻ പതുക്കെ അവളുടെ കിടക്കയ്ക്കരികിലേക്ക് ചെന്നു, പന്ത്രണ്ട് മണിക്കൂർ നീണ്ട യാത്രയിൽ ഞാൻ പകർത്തിയ ദൃശ്യം ഒടുവിൽ കണ്ടു. അവളുടെ തൊണ്ടയിൽ നിന്നും കൈകളിൽ നിന്നും ട്യൂബുകൾ പുറത്തേക്ക് ഒഴുകുന്നുണ്ടായിരുന്നു. ഒരു സ്ക്രീനിൽ അക്കങ്ങൾ മിന്നിമറയുമ്പോൾ ഒരു റെസ്പിറേറ്റർ താളാത്മകമായി ഉയർന്നു. അർദ്ധസുതാര്യമായ ചുവന്ന ദ്രാവകത്തിന്റെ ഒരു ബാഗുമായി ബന്ധിപ്പിച്ചിരിക്കുന്ന ഒരു നേർത്ത ട്യൂബ് അവളുടെ തലയുടെ മുകളിൽ നിന്ന് പുറത്തേക്ക് നീണ്ടുനിൽക്കുന്നുണ്ടായിരുന്നു.

എന്റെ അമ്മയ്ക്ക് തലച്ചോറിൽ സ്വയമേവയായി രക്തസ്രാവം ഉണ്ടായി. അമ്മ ഉടൻ തന്നെ ആഴത്തിലുള്ളഗഹനമായ കോമയിലേക്ക് വീണു. ഏറ്റവും നല്ല സാഹചര്യത്തിൽ - അമ്മ എപ്പോഴെങ്കിലും ഉണർന്നാൽ - രണ്ട് വർഷത്തിനുള്ളിൽ അമ്മ ഒരു വടിയുമായി നടക്കുന്നുണ്ടാകാമെന്ന് ന്യൂറോസർജൻ ഞങ്ങളോട് പറഞ്ഞു.

ഫീനിക്സ് ചൂടാണ്. സാധാരണയായി മൂന്ന് മുതൽ അഞ്ച് വർഷം വരെ നീണ്ടുനിൽക്കുന്ന കാർ ബാറ്ററികൾ ഇവിടെ പക്ഷെ പകരം രണ്ട് വർഷം മാത്രമേ നിലനിൽക്കൂ. ഗ്യാസ് പമ്പുകളിലെ എൽസിഡി സ്ക്രീനുകൾക്ക് സൂര്യപ്രകാശത്തിൽ നിന്ന് സംരക്ഷിക്കാൻ ഫ്ലാപ്പുകൾ ഉണ്ട്. ചിലപ്പോൾ വിമാനങ്ങൾക്ക് പറന്നുയരാൻ കഴിയാത്തത്ര ചൂടാണ്. ഭാരം വഹിക്കാൻ അവർക്ക് ആളുകളെയും ബാഗുകളെയും ഇറക്കേണ്ടി വരും.

പോപ്പ് കത്തോലിക്കനാണ്, ഫീനിക്സ് ചൂടുള്ളതാണ്, ആ ചൂടിന്റെ പാരമ്യത ജൂലൈയിലാണ്. അതിനാൽ, എന്റെ വിശുദ്ധ പ്രഭാത ദിനചര്യയിൽ ഞാൻ ഒരു അനിശ്ചിതത്വത്തിലാണ്. എന്റെ അമ്മയുടെ അവസ്ഥയല്ലാതെ മറ്റൊന്നും ചിന്തിക്കാൻ പ്രയാസമാണെന്നതിനാൽ ഞാൻ വളരെയധികം ആശങ്കാകുലനാകുന്നു, മാത്രമല്ല, പെട്ടെന്ന് രാവിലെ എഴുതുന്നതിനേക്കാളും ധ്യാനിക്കുന്നതിനേക്കാളും മറ്റെന്തെങ്കിലുമായും ഞാൻ ചെയ്യേണ്ട ഒരു കാര്യമുണ്ട്.

കഴിഞ്ഞ വർഷത്തെ അവസാന ആറ് ആഴ്ചകൾ എന്റെ മാതാപിതാക്കളുടെ വീട്ടിൽ ചെലവഴിച്ചതിൽ നിന്ന്, എന്റെ മാതാപിതാക്കൾ സ്വന്തം ദിനചര്യയിൽ സമർപ്പിതരാണെന്ന് എനിക്കറിയാം: നടക്കാൻ പോകുന്നു. എന്നാൽ ആ നടത്തത്തിന്റെ സമയം കാലാവസ്ഥയെ ആശ്രയിച്ചിരിക്കുന്നു. തണുപ്പുള്ള ദിവസമാണെങ്കിൽ, ഉച്ചകഴിഞ്ഞാണ് നടത്തം. ചൂടുള്ള ദിവസമാണെങ്കിൽ, കഴിയുന്നത്ര രാവിലെയാണ് നടത്തം. ഫീനിക്സിൽ, ജൂലൈയിൽ, അവയെല്ലാം ചൂടുള്ള ദിവസങ്ങളാണ്.

അങ്ങനെ, ഫീനിക്സിലെ ആ ആദ്യ പ്രഭാതത്തിൽ, ഞാൻ കിടക്കയിൽ കിടന്നു, സീലിംഗിലേക്ക് ഉറ്റുനോക്കി, ഈ സംഘർഷത്തെക്കുറിച്ച് വേദനിച്ചു. ഒരു വശത്ത്, നിങ്ങളുടെ അമ്മ മരണത്തിന്റെ വക്കിൽ ആയിരിക്കുമ്പോൾ, നിങ്ങളുടെ പ്രഭാത എഴുത്ത് ദിനചര്യ നഷ്ടപ്പെടുത്താൻ നിങ്ങൾക്ക് ലോകത്തിലെ എല്ലാ ഒഴികഴിവുകളും ഉണ്ടെന്ന് ഞാൻ തിരിച്ചറിഞ്ഞു. മറുവശത്ത്, ഒഴികഴിവുകൾ ഒരു വഴുക്കലുള്ള പ്രവണതയാണ്. ഒരു ദിവസം എന്റെ അമ്മ കോമയിലാണ്. അടുത്ത ദിവസം എനിക്ക് നന്നായി ഉറങ്ങാൻ കഴിഞ്ഞില്ല, വിശന്നു ഉണർന്നു, അല്ലെങ്കിൽ രാവിലെ എന്റെ ഫോണിൽ വരുന്ന ഒരു ടെക്സ്റ്റ് സന്ദേശത്തിന് മറുപടി നൽകേണ്ടി വന്നു.

എന്നിരുന്നാലും, ദിവസം മുഴുവൻ കോമയിലായ അമ്മയുടെ കിടക്കയ്ക്കരികിൽ ഇരിക്കേണ്ടി വരുമെന്ന് അറിയുമ്പോൾ - വരാനിരിക്കുന്ന ഭാവിയെ ഓർത്ത് കരയുകയല്ലാതെ മറ്റൊന്നും ചെയ്യാൻ നിങ്ങൾ പാടുപെടേണ്ടി വരുമെന്ന് അറിയുമ്പോൾ - നിങ്ങൾക്ക് ലഭിക്കുന്ന എല്ലാ വ്യായാമവും ശുദ്ധവായുവും ആവശ്യമാണ്. നിങ്ങളുടെ എഴുപത്തിയൊന്ന് വയസ്സുള്ള അച്ഛൻ താഴെ ഹാളിൽ ഉണ്ട് - മനസ്സിലാക്കാവുന്നതേയുള്ളൂ - മക്ഡോവൽ പർവതത്തിന് മുകളിലൂടെ സൂര്യൻ എത്തിനോക്കുന്നതിനും തൽക്ഷണം താപ സൂചികയെ നൂറ് ഡിഗ്രിക്ക് മുകളിൽ കൊണ്ടുവരുന്നതിനും മുമ്പ് ആ പ്രഭാത നടത്തത്തിന് പോകുമ്പോൾ, അത് സാധാരണയിലും കൂടുതൽ പ്രധാനമുള്ളതായി മാറുന്നു. അത് ജീവിതത്തിന്റെയും മരണത്തിന്റെയും പ്രശ്നമായി മാറുമെന്ന് ഒരാൾക്ക് വാദിക്കാം.

അങ്ങനെ, എന്റെ കിടപ്പുമുറിയിലെ ജനാലയിലൂടെ പകൽ വെളിച്ചം ഇഴഞ്ഞു കയറാൻ തുടങ്ങിയപ്പോൾ, വർഷങ്ങളായി ചെയ്യാത്ത ഒരു കാര്യം ഞാൻ ചെയ്തു. എന്റെ ആൽഫാസ്മാർട്ടിൽ ഞാൻ എന്റെ നൂറ് വാക്കുകളുടെ എഴുത്ത് ശീലം ചെയ്തിരുന്നില്ല. ഞാൻ ധ്യാനിച്ചിരുന്നില്ല, അപ്പോൾ ഞാൻ ഉടനെ എന്റെ ഏറ്റവും പ്രധാനപ്പെട്ട സർഗ്ഗാത്മകമായ പ്രോജക്റ്റിൽ - ഈ പുസ്തകത്തിൽ - പ്രവർത്തിക്കാൻ തുടങ്ങിയില്ല.

പകരം, ഞാൻ കിടക്കയിൽ നിന്ന് എഴുന്നേറ്റു, എന്റെ വ്യായാമ വസ്ത്രങ്ങൾ ധരിച്ചു, എന്റെ ഷൂസ് ധരിച്ച്, സ്വീകരണമുറിയിലേക്ക് നടന്നു. എന്റെ അച്ഛൻ തന്റെ പതിവ് കസേരയിൽ ഇരിക്കുകയായിരുന്നു, കൈയിൽ കോഫി മഗ്ഗും, നെറ്റിയിൽ ലോകത്തിന്റെ ഭാരവും.

ഞാൻ അദ്ദേഹത്തെ നടക്കാൻ ക്ഷണിച്ചു.

ആ രാത്രിയിൽ, അച്ഛൻ ഉറങ്ങാൻ കിടന്നപ്പോൾ, വീട്ടിലെ നിശബ്ദതയിൽ ഞാൻ ഒറ്റയ്ക്കായപ്പോൾ, എനിക്ക് ഒരു കാര്യം മനസ്സിലായി. വിസ അവലോകനത്തിന് കൊടുത്തിരുന്ന എന്റെ വർഷത്തിൽ അത് വ്യക്തമായിരിക്കേണ്ടതായിരുന്നു, പക്ഷേ ഇപ്പോൾ അത് നിഷേധിക്കാൻ കഴിയില്ല.

എന്റെ മാതാപിതാക്കളുടെ സ്വപ്നഭവനത്തിലായിരുന്നു ഞാൻ - അത് മൂന്ന് ആഴ്ച മുമ്പ് ആദ്യമായി സന്ദർശിച്ചപ്പോഴുള്ളതിൽ നിന്ന് എത്ര വ്യത്യസ്തമായിരുന്നു. മൂന്ന് മാസം മുമ്പ് അവർ താമസം മാറിയിരുന്നു. പായ്ക്ക് ചെയ്യാത്ത പെട്ടികൾ, എങ്ങനെ സജ്ജീകരിക്കണമെന്ന് ഇതുവരെ തീരുമാനിച്ചിട്ടില്ലാത്ത വിചിത്രമായ ഒഴിഞ്ഞ ഇടങ്ങൾ, ചുവരുകളിൽ ചാരി വച്ചിരിക്കുന്ന ചിത്ര ഫ്രെയിമുകൾ എന്നിവ ഇപ്പോഴും ഉണ്ടായിരുന്നു. പിങ്ക് ഗ്രാനൈറ്റ് കൗണ്ടർടോപ്പിന് മുകളിലൂടെ ഞാൻ കൈപ്പത്തി വച്ചു, അതിന്റെ ഉപരിതലത്തിൽ ചിതറിക്കിടക്കുന്ന രേഖകൾ ഞാൻ മറിച്ചു നോക്കി.

തുറന്ന ഫോൾഡറിന്റെ പോക്കറ്റുകളിൽ നിന്ന് നോക്കിയപ്പോൾ അവർ ആസൂത്രണം ചെയ്യുന്ന പിൻമുറ്റത്തെ നവീകരണത്തിന്റെ വർണ്ണ ചിത്രീകരണങ്ങൾ ഉണ്ടായിരുന്നു. ദിവസം മുഴുവൻ ഞാൻ കണ്ടതിൽ വച്ച് ഏറ്റവും സങ്കടകരമായ ചിത്രം ഞാൻ എന്റെ മനസ്സിൽ ആവർത്തിച്ചു: പിൻമുറ്റത്ത് ഒരു നേർത്ത മഞ്ഞ ചരട്, കാറ്റിൽ പറന്നുപോകും, പക്ഷേ മരുഭൂമിയിലെ ചരലിന് മുകളിൽ അത് നീട്ടിയിരിക്കുന്ന പിന്നുകൾ. കുളം കുഴിക്കേണ്ട സ്ഥലം അതിൽ അടയാളപ്പെടുത്തിയിരുന്നു.

എന്നാൽ ഇപ്പോൾ ആ നവീകരണം റദ്ദാക്കി. നവീകരണ പദ്ധതികൾക്ക് അടുത്തായി ഒരു അലാസ്കൻ ക്രൂയിസിനുള്ള ഒരു ബ്രോഷർ ഉണ്ടായിരുന്നു. അടുത്തതായി, ക്രൂയിസ് റദ്ദാക്കാനുള്ള യാത്രാ ഇൻഷുറൻസ് ക്ലെയിം ഫോമുകൾ, അടുത്ത മാസത്തേക്ക് അവർ പ്ലാൻ ചെയ്തിരുന്നു.

എല്ലാം അനിശ്ചിതത്വത്തിലായിരുന്നു. അടുത്തതായി എന്ത് സംഭവിക്കുമെന്ന് കാത്തിരുന്ന് ഞങ്ങൾ ഓരോരുത്തരും ശ്വാസം പിടിച്ചിരിക്കുകയായിരുന്നു. അമ്മ ഉണരുമോ? സുഖം പ്രാപിക്കാൻ നമ്മൾ ഒരു നീണ്ട യാത്രയ്ക്കായി ഒന്നിക്കേണ്ടിവരുമോ? അതോ അമ്മ പെട്ടെന്ന് എന്നെന്നേക്കുമായി ഇല്ലാതാകുമോ? ഈ നിമിഷം, അറിയാൻ ഒരു വഴിയുമില്ലായിരുന്നു.

എനിക്ക് മനസ്സിലായത് ഇതാണ്: കാര്യങ്ങൾ ആസൂത്രണം ചെയ്തതുപോലെ നടക്കുന്നില്ല. എന്റെ മാതാപിതാക്കൾക്ക് അവരുടെ വിരമിക്കൽ ആസ്വദിക്കാൻ പദ്ധതിയിടാം. ഞാൻ വളരെയധികം ആഗ്രഹിച്ചിരുന്ന അനായാസമായ സർഗ്ഗാത്മകമായ ഉൽപ്പാദനക്ഷമതയെ ചുറ്റിപ്പറ്റി എന്റെ ജീവിതം രൂപകൽപ്പന ചെയ്യാൻ എനിക്ക് ശ്രമിക്കാം, പക്ഷേ അവസാനം, പദ്ധതികൾ പദ്ധതികൾ മാത്രമാണ്.

എഴുത്തുകാരനായ നാസിം നിക്കോളാസ് തലേബ്, കുഴപ്പത്തിൽ നിന്ന് പ്രയോജനം നേടുന്ന സംവിധാനങ്ങളെക്കുറിച്ച് സംസാരിക്കുന്നു. എന്തെങ്കിലും വളരെ കർക്കശമായിരിക്കുമ്പോൾ, അത് ദുർബലമാകും. നിങ്ങൾ ഒരു സെറാമിക് കോഫി മഗ്ഗ് ഒരു ഗ്രാനൈറ്റ് കൗണ്ടർടോപ്പിൽ അടിച്ചാൽ, മഗ്ഗ് തകരും. കുഴപ്പത്തിൽ നിന്ന് എന്തെങ്കിലും പ്രയോജനം ലഭിക്കുമ്പോൾ, അത് സമ്മർദ്ദങ്ങളെ നേരിടാൻ മാത്രം വഴക്കമുള്ളതായിരിക്കും - ആ സമ്മർദ്ദങ്ങൾ വളർച്ചയെ പ്രേരിപ്പിക്കുന്നു. നിങ്ങൾ ഭാരം ഉയർത്തുമ്പോൾ, നിങ്ങളുടെ പേശികളിൽ ചെറിയ കണ്ണുനീർ ഉണ്ടാക്കുന്നു, ആ കണ്ണുനീർ സുഖപ്പെടുമ്പോൾ, നിങ്ങളുടെ പേശികൾ ശക്തമാകും. കോഫി കപ്പിൽ നിന്ന് വ്യത്യസ്തമായി, നിങ്ങളുടെ പേശികൾ കുഴപ്പത്തിൽ നിന്ന് പ്രയോജനം നേടുന്നു.

സർഗ്ഗാത്മകമായ ഊർജ്ജം കൈകാര്യം ചെയ്യുന്നതിനുള്ള എന്റെ സംവിധാനം നിർമ്മിക്കുന്നതിൽ ഞാൻ വളരെ കർക്കശക്കാരനായിരുന്നു.

എന്റെ ജീവിതത്തിലെ ഓരോ ചെറിയ വശങ്ങളും നിയന്ത്രിക്കാൻ ഞാൻ ശ്രമിച്ചിരുന്നു. ചിലപ്പോൾ അത് പ്രവർത്തിച്ചു, പക്ഷേ പ്രപഞ്ചം എല്ലായ്പ്പോഴും എന്റെ "സംവിധാനവുമായി" സഹകരിക്കുന്നില്ലെന്ന് ഞാൻ കഠിനമായ രീതിയിൽ പഠിക്കുകയായിരുന്നു.

എന്റെ അമ്മ ഇപ്പോൾ മരിച്ചില്ലെങ്കിൽ, ഭാവിയിൽ എപ്പോഴെങ്കിലും അവർ മരിക്കും. എന്റെ അച്ഛനും അങ്ങനെ തന്നെ. അപ്പോൾ, ഒടുവിൽ, ഞാൻ. ആ വിനാശകരവും പ്രവചനാതീതവുമായ അനിവാര്യതകൾക്കിടയിൽ എണ്ണമറ്റ ചെറുതും അപ്രതീക്ഷിതവുമായ അസൗകര്യങ്ങൾ ഉണ്ടാകും. കമ്പ്യൂട്ടറുകൾ തകരാറിലാകുകയും, ചായയുണ്ടാകുന്ന ആൾ എന്റെ ചായ വളരെ നേരം തിളപ്പിക്കുകയും, വിസ അപേക്ഷകൾ നിരസിക്കപ്പെടുകയും ചെയ്യും.

എന്റെ പ്രഭാത ദിനചര്യകൾ പാലിക്കാൻ കഴിയുന്നില്ലെങ്കിൽ എന്ത് സംഭവിക്കുമെന്ന് ഞാൻ ഭയപ്പെട്ടു, പക്ഷേ ഒടുവിൽ, എനിക്ക് വഴക്കമുള്ളതായിരിക്കേണ്ടതുണ്ട്. ഒരു സർഗ്ഗാത്മകമായ ജീവിതം നയിക്കാൻ ഞാൻ പ്രതീക്ഷിച്ചു, ആ ആശയത്തിൽ അന്തർലീനമായിരിക്കുന്നത് ജീവിതം എന്ന വാക്കാണ്. അലൻ സോണ്ടേഴ്സ് പറയുന്നതുപോലെ, "മറ്റ് പദ്ധതികൾ തയ്യാറാക്കുന്ന തിരക്കിലായിരിക്കുമ്പോൾ സംഭവിക്കുന്നതാണ് ജീവിതം." മറ്റു വാക്കുകളിൽ പറഞ്ഞാൽ, കാര്യങ്ങൾ ആസൂത്രണം ചെയ്തതുപോലെ നടക്കില്ല. അതാണ് പദ്ധതി.

ഒരു സർഗ്ഗാത്മകമായ ജീവിതം നയിക്കാൻ ഞാൻ ആഗ്രഹിക്കുന്നുവെങ്കിൽ, അത്ര കർക്കശമായി പോകാൻ വിധം എനിക്ക് ദുർബലമാകാൻ കഴിയില്ല. തലേബിന്റെ ഒരു പുസ്തകത്തിന്റെ തലക്കെട്ടിൽ വിവരിക്കുന്നതുപോലെ, എന്റെ സംവിധാനം ദൃഢതയുള്ളത് (ആന്റിഫ്രെജയിൽ) ആയിരിക്കണം.

കുഴപ്പങ്ങൾ ഉണ്ടാകുമ്പോൾ പോലും എനിക്ക് സൃഷ്ടിക്കാൻ കഴിയണം. അതിലും നല്ലത്, ആ കുഴപ്പങ്ങൾ പ്രക്രിയയുടെ ഒരു ഭാഗമാകാൻ ഞാൻ അനുവദിക്കേണ്ടതുണ്ടായിരുന്നു. കാരണം - ഇപ്പോൾ വ്യക്തമായതുപോലെ - എപ്പോഴും കുഴപ്പങ്ങൾ ഉണ്ടാകും.

നിങ്ങളുടെ ജീവിതം ഒരു കുപ്പത്തൊട്ടിയിലെ തീ പോലെയായിരിക്കുമ്പോൾ എങ്ങനെ മുന്നോട്ട് പോകാം

തുടർന്നുള്ള ദിവസങ്ങളിൽ, എനിക്ക് കഴിയുന്നത്ര സർഗ്ഗാത്മകമായ ഊർജ്ജം ശേഖരിക്കാൻ ഞാൻ തീരുമാനിച്ചു. ദുഃഖവും ആശങ്കയും എന്റെ ഊർജ്ജത്തിന്റെ ഭൂരിഭാഗവും ചോർത്തിക്കളഞ്ഞു. എന്റെ അമ്മയ്ക്ക് എന്ത് സംഭവിക്കും, ഒരു കുടുംബം എന്ന നിലയിൽ ഞങ്ങൾ എങ്ങനെ നേരിടും എന്നതിന്റെ തുറന്ന കണ്ണി നിർത്താതെ ഓടിക്കൊണ്ടിരുന്നു.

ഈ സാഹചര്യത്തിൽ, ആ തുറന്ന കണ്ണിയെക്കുറിച്ച് എനിക്ക് കൂടുതലൊന്നും ചെയ്യാൻ കഴിഞ്ഞില്ല. ദുഃഖം ശ്രദ്ധയെയും വൈജ്ഞാനിക പ്രവർത്തനത്തെയും തടസ്സപ്പെടുത്തുന്നു. അതെ, എന്റെ അമ്മയുടെ കിടക്കയ്ക്കരികിലിരുന്ന് എനിക്ക് ധാരാളം സമയം ഉണ്ടായിരുന്നു, പക്ഷേ കളിപ്പിക്കാനും ഭക്ഷണം നൽകാനും സജീവമായിരിക്കാനും എനിക്ക് ഊർജ്ജം ഉണ്ടായിരുന്നില്ല. എന്റെ അച്ഛനും സ്വയം കളിക്കുന്നതിനും ഭക്ഷണം നൽകുന്നതിലും സജീവമായിരിക്കാനും വേണ്ടുന്ന എനിക്ക് ഊർജ്ജം ഉണ്ടായിരുന്നില്ല.

എനിക്ക് ചെയ്യാൻ കഴിയുന്ന ഏറ്റവും നല്ല കാര്യം, എനിക്ക് സാധാരണ ചെയ്യുന്നതിനേക്കാൾ വളരെ കുറച്ച് മാത്രമേ ചെയ്യാൻ കഴിയൂ എന്ന് അംഗീകരിക്കുക എന്നതായിരുന്നു. അവശേഷിക്കുന്ന ചെറിയ സർഗ്ഗാത്മകമായ ഊർജ്ജം എങ്ങനെ ഉപയോഗിക്കണമെന്നതിന് ഞാൻ നിഷ്കരുണം മുൻഗണന നൽകേണ്ടിവന്നു.

എന്റെ മുൻനിര ഊർജ്ജം ആവശ്യമുള്ള എന്തും ഞാൻ നീക്കം ചെയ്തുകൊണ്ട് ആരംഭിച്ചു. ഭാവിയിൽ, ഒറ്റത്തവണ മാത്രമുള്ള ഒരു പ്രോജക്റ്റ് ആയിരുന്നെങ്കിൽ, അത് പുതിയ എന്തെങ്കിലും ചെയ്യാനുള്ള എന്റെ ആദ്യ ശ്രമമായിരുന്നു, അല്ലെങ്കിൽ ഒരു നിശ്ചിത സമയത്ത് ആളുകളോട് സംസാരിക്കാൻ എന്നെ നിർബന്ധിച്ചാൽ അത് പൂർത്തിയാക്കാൻ കഴിയുമായിരുന്നില്ല. ഒരു കോച്ചിംഗ് ക്ലയന്റിനെ ഞാൻ മാറ്റിവച്ചു, മീറ്റിംഗുകൾ റദ്ദാക്കി, എന്നെ എന്തെങ്കിലും ചെയ്യുന്നതിന് ആവശ്യപ്പെടുന്ന ഇമെയിലുകൾ അവഗണിച്ചതിന് ഞാൻ എന്നോട് തന്നെ ക്ഷമിക്കുകയായിരുന്നു.

അത് എന്റെ പഴയകാല പദ്ധതികളെ, പ്രത്യേകിച്ച്, മൂന്ന് വർഷത്തിലേറെയായി ഞാൻ എല്ലാ ആഴ്ചയും ഒരു പുതിയ എപ്പിസോഡ് നൽകിയിരുന്ന എന്റെ പോഡ്കാസ്റ്റിനെ, അങ്ങനെയാണ് ഞാൻ അവസാനിപ്പിച്ചത്. ഒരു വശത്ത്, നിങ്ങളുടെ അമ്മ മരിക്കുമ്പോൾ നിങ്ങളുടെ പോഡ്കാസ്റ്റിനെക്കുറിച്ച് ആരാണ് ശ്രദ്ധിക്കുന്നത്? എപ്പിസോഡുകൾ നിർമ്മിക്കുന്നത് ഞാൻ നിർത്തണോ, അതോ എനിക്ക് ഒരു ഇടവേള എടുക്കണമെന്ന് എന്റെ ശ്രോതാക്കളോട് ഒരു പ്രഖ്യാപനം നടത്തണോ? ഞാൻ അവരോട് എന്ത് പറയും? ഹായ്, എന്റെ അമ്മ കോമയിലാണ്, മരിച്ചേക്കാം, അതിനാൽ കുറച്ച് കാലത്തേക്ക് ഇനി എപ്പിസോഡുകൾ ഉണ്ടാകില്ല. ബൈ. മറുവശത്ത്, നിങ്ങളുടെ ലോകത്തിന്റെ ഒരു പ്രധാന ഭാഗം തകരുമ്പോൾ, ബാക്കിയുള്ളവയും തകരാൻ നിങ്ങൾക്ക് എങ്ങനെ അനുവദിക്കാൻ കഴിയും? പ്രപഞ്ചത്തിൽ നിന്നുള്ള ഒരു വെല്ലുവിളിയായി ഞാൻ അതിനെ ഏറ്റെടുത്തു: വിസ പ്രശ്നങ്ങളും മുട്ടകളും എന്റെ നേരെ എറിഞ്ഞുകൊണ്ട് എന്റെ പരമ്പര തകർക്കാൻ കഴിയുമെന്ന് പ്രപഞ്ചം കരുതി. അത് തെറ്റായിരുന്നു. ഇനി ഈ വിഡ്ഢിത്തമോ? ഒരു തരത്തിലും

ഞാൻ ഉപേക്ഷിക്കുന്നില്ല. ഞാൻ എപ്പിസോഡുകൾ നിർമ്മിക്കുന്നത് തുടരും.

ആദ്യം, കോമയിലായ എന്റെ അമ്മയെ ചുറ്റിപ്പറ്റിയുള്ള രംഗം ഏതാണ്ട് ഒരു ഉത്സവാന്തരീക്ഷമായിരുന്നു. ഞങ്ങൾ അവളുടെ പ്രിയപ്പെട്ട സംഗീതം പ്ലേ ചെയ്തു, സിനിമ കണ്ടു, അവളുടെ കൈകളിലും കാലുകളിലും ലോഷൻ തേച്ചു. അത് ഒരു സ്വതസിദ്ധമായ കുടുംബ സംഗമമായി മാറി. പക്ഷേ നഴ്സുമാരുടെ മുഖങ്ങൾ വ്യത്യസ്തമായ ഒരു കഥ പറഞ്ഞു. "ഇതാ നമ്മൾ വീണ്ടും തുടങ്ങുന്നു. യാഥാർത്ഥ്യം ആരംഭിക്കുന്നതിന് മുമ്പുള്ള ഉത്സവ ഘട്ടം" എന്ന് സ്വയം പറയുന്നതുപോലെ, അവർ ആശങ്കയുടെ മുഖഭാവങ്ങളിലൂടെ പകുതി പുഞ്ചിരിച്ചു.

അമ്മയുടെ അവസ്ഥ മെച്ചപ്പെടാതെ കടന്നുപോയ ഓരോ ദിവസവും, അവളുടെ രോഗനിർണയം കൂടുതൽ വഷളായി. പലതവണ ഡോക്ടർമാരോട് ഒരേ ചോദ്യങ്ങൾ ചോദിക്കുകയും, മസ്തിഷ്ക രക്തസ്രാവത്തെക്കുറിച്ച് എനിക്ക് കഴിയുന്ന എല്ലാ ഗവേഷണ പ്രബന്ധങ്ങളും വായിക്കുകയും ചെയ്തപ്പോൾ, കാത്തിരിക്കുക മാത്രമാണ് ചെയ്യാൻ കഴിഞ്ഞത്. എന്റെ പോഡ്കാസ്റ്റിനായി ചില ആമുഖങ്ങൾ എഴുതാൻ കഴിയുമോ എന്ന് നോക്കാൻ ഞാൻ തീരുമാനിച്ചു.

രോഗികൾക്ക് ഭക്ഷണം നൽകേണ്ട റോളിംഗ് ടേബിളിൽ എന്റെ ലാപ്ടോപ്പ് വെച്ചു, എന്റെ ടാസ്ക് മാനേജ്മെന്റ് സിസ്റ്റം തുറന്നു. "കാലഹരണപ്പെട്ട" ടാസ്ക്കുകളുടെ ഒരു നീണ്ട പട്ടിക ഉണ്ടായിരുന്നു, അവയിൽ മിക്കതും ഭാവിയിൽ എനിക്ക് കൂടുതൽ വ്യക്തമായി ചിന്തിക്കാൻ കഴിയുന്ന ഒരു ഏകപക്ഷീയ തീയതിക്കായി ഞാൻ പുനഃക്രമീകരിച്ചു.

ഒടുവിൽ, പോഡ്കാസ്റ്റ് ആമുഖങ്ങൾ എഴുതുന്നതിനുള്ള എന്റെ ജോലികളിൽ ഞാൻ മുഴുകി. "5 മിനിറ്റ് ആമുഖം ഡ്രാഫ്റ്റ് ചെയ്യുക," ഒരു ടാസ്ക് പറഞ്ഞു. എന്ത് എഴുതണമെന്ന് എനിക്ക് ചിന്തിക്കാൻ കഴിഞ്ഞില്ല, പക്ഷേ ഞാൻ ഒരു ഡോക്യുമെന്റ് തുറന്ന് അർത്ഥശൂന്യമായ ബോധപ്രവാഹത്തിൽ ടൈപ്പ് ചെയ്യാൻ തുടങ്ങി.

ഈ എഴുത്ത് എത്ര മോശമായിരുന്നുവെന്ന് അംഗീകരിക്കാൻ പ്രയാസമായിരുന്നു, പക്ഷേ തിരക്കഥാകൃത്ത് ജോൺ ബോക്കെൻകാമ്പിൽ നിന്ന് ഞാൻ പഠിച്ച കാര്യങ്ങൾ ഞാൻ ഓർത്തു. ജെയിംസ് സ്പേഡർ അഭിനയിക്കുന്ന ഒരു ത്രില്ലിംഗ് ക്രൈം സീരീസായ എൻബിസിയുടെ ദി ബ്ലാക്ക്ലിസ്റ്റിന്റെ സ്രഷ്ടാവാണ് ജോൺ.

മൂന്നാം അധ്യായത്തിൽ ഞാൻ നിങ്ങളോട് പറഞ്ഞിരുന്നു, ജോൺ ബോധപ്രവാഹത്തിൽ എഴുതുന്നുവെന്ന്. അദ്ദേഹം അക്ഷരാർത്ഥത്തിൽ ടൈപ്പ് ചെയ്യുമെന്ന് അദ്ദേഹം എന്നോട് വിശദീകരിച്ചു, ശരി, എന്തിനെക്കുറിച്ചാണ് രംഗം? നമുക്ക് ഒരു ആളുണ്ട്.... ഒരു ആളുണ്ട്, അവൻ ജനാലയിലൂടെ ഈ സ്ത്രീയെ നോക്കുന്നു, നമ്മൾ ആശ്ചര്യപ്പെടുന്നു...

സ്വന്തം ചിന്തകൾ ഉൾപ്പെടെ എല്ലാം എഴുതുന്നതിലൂടെ, അയാൾ സ്വയം മുന്നോട്ട് പോകാൻ മതിയായ സ്വാതന്ത്ര്യം നൽകുന്നു.

എനിക്ക് അറിയുന്നതിനുമുമ്പ്, ഒരു ആമുഖ സ്ക്രിപ്റ്റിന്റെ ഒരു ഡ്രാഫ്റ്റ് മാത്രമല്ല ഞാൻ എഴുതിയിരുന്നത് - ഓഗസ്റ്റ് മുഴുവൻ ഞാൻ ഡ്രാഫ്റ്റുകൾ എഴുതിയിരുന്നു. എന്റെ ആത്മാവ് അൽപ്പം ഉയർന്നതായി എനിക്ക് തോന്നി. കുറച്ച് ദിവസങ്ങൾക്കുള്ളിൽ ഞാൻ ഈ സ്ക്രിപ്റ്റുകളിലേക്ക് മടങ്ങിയാൽ, ഇൻകുബേഷൻ സംഭവിക്കുമെന്ന് എനിക്കറിയാമായിരുന്നു, കൂടാതെ ഈ സ്ക്രിപ്റ്റുകൾ റെക്കോർഡുചെയ്യാൻ പര്യാപ്തമാക്കാൻ എനിക്ക് കഴിയണം. എനിക്ക് പോഡ്കാസ്റ്റ് എപ്പിസോഡുകൾ പുറത്തിറക്കുന്നത് തുടരാൻ കഴിയുമെന്ന് തോന്നിത്തുടങ്ങി.

എനിക്ക് ഒട്ടും ഊർജ്ജമില്ലാതിരുന്നപ്പോഴും എന്റെ പ്രോജക്റ്റുകളിൽ പുരോഗതി കൈവരിക്കാൻ എന്നെ അനുവദിച്ചത്, എന്റെ ജോലികൾ സംഘടിപ്പിക്കുന്നതിന് ഞാൻ വികസിപ്പിച്ചെടുത്ത ഒരു പ്രത്യേക സമീപനമായിരുന്നു.

അതെ, എന്റെ ജോലികൾ സർഗ്ഗാത്മകതയുടെ കുറഞ്ഞ അളവ് ഉപയോഗിച്ച് വിഭജിച്ചു. എന്റെ നിഷ്ക്രിയ പ്രതിഭയ്ക്ക് മിക്ക ജോലികളും ചെയ്യാൻ കഴിയുന്ന തരത്തിൽ അവ തമ്മിൽ അകലം പാലിച്ചു. എന്നാൽ ഞാൻ ഏത് മാനസികാവസ്ഥയിലായിരുന്നാലും, ആ മാനസികാവസ്ഥയിൽ എനിക്ക് ചെയ്യാൻ കഴിയുന്ന ജോലികൾ കണ്ടെത്താൻ കഴിയുന്ന തരത്തിൽ എന്റെ ജോലികളും ക്രമീകരിച്ചിരുന്നു.

മാനസികാവസ്ഥ അനുസരിച്ച് ക്രമീകരിക്കുക

നമ്മളിൽ മിക്കവരും നമ്മുടെ ജോലികൾ പ്രോജക്റ്റ് അനുസരിച്ച് ക്രമീകരിക്കുന്നു. പ്രോജക്റ്റ് നിയന്ത്രണത്തിലാണെന്ന് ആത്മവിശ്വാസം നേടാനുള്ള ഒരു നല്ല മാർഗ്ഗമാണിത്. നിങ്ങൾ മുൻഗണനാക്രമത്തിൽ ആയിരിക്കുമ്പോൾ, ജോലികൾ നോക്കുക, നിശ്ചിത തീയതികൾ യാഥാർത്ഥ്യമാണെന്ന് ഉറപ്പാക്കുക, ജോലിയിൽ പ്രവേശിക്കാൻ നിങ്ങൾ തയ്യാറാണ്.

എന്നാൽ നിങ്ങൾ സർഗ്ഗാത്മക സംവിധാനങ്ങൾ ഉപയോഗിക്കുമ്പോൾ, നിങ്ങളുടെ ജോലികൾ പ്രോജക്റ്റ് അനുസരിച്ച് കാണുന്നതിൽ അർത്ഥമില്ല. നിങ്ങൾ നിശ്ചിത തീയതികളിൽ എത്തുന്നതുവരെ, നിങ്ങൾ പ്രോജക്റ്റ് കൃത്യസമയത്ത് പൂർത്തിയാക്കുമെന്ന് നിങ്ങൾക്ക് ഇതിനകം അറിയാം. ഒരു ജോലി ഏത് പ്രോജക്റ്റിൽ പെട്ടതാണെന്നത് പ്രശ്നമല്ല. നിങ്ങൾക്ക് ജോലി ചെയ്യാൻ കഴിയും എന്നതാണ് പ്രധാനം. ജോലി ചെയ്യാനുള്ള നിങ്ങളുടെ കഴിവ് ഒരു നിശ്ചിത നിമിഷത്തിൽ ഉള്ള നിങ്ങളുടെ സന്ദർഭത്തെ ആശ്രയിച്ചിരിക്കുന്നു.

"സന്ദർഭം" എന്ന ആശയം കാര്യങ്ങൾ ചെയ്തു തീർക്കൽ സംവിധാനത്തിന്റെ (Getting Things Done system) ഒരു പ്രധാന ആശയമാണ്, പക്ഷേ അത് സാധാരണയായി നിങ്ങളുടെ ശാരീരിക സന്ദർഭത്തെ സൂചിപ്പിക്കുന്നു. നിങ്ങൾക്ക് വീട്ടിൽ ചെയ്യാൻ കഴിയുന്ന ചില ജോലികളുണ്ട്, ഓഫീസിൽ ചെയ്യാൻ കഴിയുന്ന ചില ജോലികളുണ്ട്, പലചരക്ക് കടയിൽ ചെയ്യാൻ കഴിയുന്ന ചില ജോലികളുണ്ട്. പൂച്ചയുടെ ഭക്ഷണം വാങ്ങേണ്ടി വരുമ്പോൾ, നിങ്ങളുടെ പലചരക്ക് പട്ടികയിൽ ഉൾപ്പെടുത്തിക്കൊണ്ട് നിങ്ങൾ ആ തുറന്ന കണ്ണി അടയ്ക്കുന്നു. ആ പലചരക്ക് ലിസ്റ്റ് ഉപയോഗപ്രദമാകുന്നത്, ആ ലിസ്റ്റ് പരിശോധിക്കുന്ന നിമിഷം തന്നെ ആ ലിസ്റ്റിലുള്ളതെല്ലാം പ്രവർത്തനക്ഷമമാകും എന്നതാണ്.

നിങ്ങൾ ശരിയായ സന്ദർഭത്തിലാണ്: നിങ്ങൾ പലചരക്ക് കടയിലാണ്. നിങ്ങൾ സർഗ്ഗാത്മകമായ ഊർജ്ജം കൈകാര്യം ചെയ്യുമ്പോൾ, സന്ദർഭങ്ങൾ ഭൗതികം മാത്രമല്ല - സന്ദർഭങ്ങൾ മാനസികവുമാണ്. നിങ്ങൾക്ക് പുതിയ സർഗ്ഗാത്മകമായ ഊർജ്ജമുണ്ടെങ്കിൽ, സർഗ്ഗാത്മകമായ ജോലി ചെയ്യുന്നതാണ് നല്ലത്. നിങ്ങളുടെ സർഗ്ഗാത്മകമായ ഊർജ്ജം ഉപയോഗപ്പെടുത്തിയാൽ, നിങ്ങൾക്ക് ചില ഭരണപരമായ ജോലികൾ ചെയ്യാൻ കഴിയും - അല്ലെങ്കിൽ നിങ്ങളുടെ ഊർജ്ജം നിറയ്ക്കാൻ ഒരു ഇടവേള എടുക്കുന്നതാണ് നല്ലത്.

ടൈം മാനേജ്മെന്റ് ലോകത്ത്, മാനസിക സന്ദർഭം നിലവിലില്ല. കഴിയുന്നത്ര കുറഞ്ഞ സമയത്തിനുള്ളിൽ നിങ്ങൾ നിരവധി കാര്യങ്ങൾ ചെയ്യാൻ ശ്രമിക്കുകയാണ്. എന്നാൽ മൈൻഡ് മാനേജ്മെന്റ് ലോകത്ത്, മാനസിക സന്ദർഭമാണ് എല്ലാം. എഴുതാൻ നിങ്ങൾ ശരിയായ ശാരീരിക സന്ദർഭത്തിലായിരിക്കാം - നിങ്ങൾ നിങ്ങളുടെ മേശയ്ക്ക് മുന്നിൽ ഇരിക്കുന്നു. നിങ്ങൾ ശരിയായ താൽക്കാലിക സന്ദർഭത്തിലായിരിക്കാം - ആഴ്ചയിലെ പ്രവൃത്തി സമയമാണിത്. പക്ഷേ, ശരിയായ മാനസികാവസ്ഥയിലല്ലാത്ത ജോലി ചെയ്യാൻ സ്വയം നിർബന്ധിക്കുന്നത് പാഴാണ്.

എന്റെ അമ്മയുടെ കട്ടിലിൽ ഇരിക്കുമ്പോൾ, പ്രോജക്റ്റ് അനുസരിച്ച് എന്റെ ജോലികൾ ക്രമീകരിക്കുന്നത് സഹായിച്ചില്ല. എന്റെ മാനസിക ഊർജ്ജം വളരെ കുറഞ്ഞിരുന്നു, അതിനാൽ എന്റെ മുന്നിൽ വെച്ചിരിക്കുന്ന ഒരു ജോലിയും എനിക്ക് പെട്ടെന്ന് ചെയ്യാൻ കഴിഞ്ഞില്ല. ഭാഗ്യവശാൽ, എന്റെ ജോലികൾ പ്രോജക്റ്റ് അനുസരിച്ച് ക്രമീകരിക്കുക മാത്രമല്ല ഞാൻ ചെയ്തത് - മാനസികാവസ്ഥ അനുസരിച്ച് എന്റെ ജോലികളും ഞാൻ ക്രമീകരിച്ചു.

പല ടാസ്ക് മാനേജ്മെന്റ് സംവിധാനങ്ങൾക്കും ഒരു "ടാഗുകൾ" അല്ലെങ്കിൽ "ലേബലുകൾ" ചെയ്യാനുള്ള സവിശേഷതയുണ്ട്. (ഞാൻ

അതിനെ "ടാഗുകൾ" എന്ന് വിളിക്കും.) ഒരു പ്രോജക്റ്റിലേക്ക് ടാസ്ക്കുകൾ നൽകുന്നതിനു പുറമേ, ഓരോ ടാസ്ക്കിലേക്കും നിങ്ങൾക്ക് വിവിധ ടാഗുകൾ കൂട്ടിച്ചേർക്കാനും കഴിയും. തുടർന്ന്, നൽകിയിരിക്കുന്ന ടാഗുമായി ബന്ധപ്പെട്ട എല്ലാ ടാസ്ക്കുകളും നിങ്ങൾക്ക് ഒരേസമയം കാണാൻ കഴിയും.

ഭൗതിക സന്ദർഭത്തിനനുസരിച്ച് ജോലികൾ സംഘടിപ്പിക്കുന്നതിന് ടാഗുകൾ ഉപയോഗപ്രദമാണ്. ഉദാഹരണത്തിന്, എന്റെ പോഡ്കാസ്റ്റിനായി ആമുഖങ്ങൾ റെക്കോർഡുചെയ്യുമ്പോൾ, "റെക്കോർഡിംഗ്" എന്ന് ടാഗ് ചെയ്തിരിക്കുന്ന എല്ലാ ജോലികകളും ഞാൻ കാണുന്നു. എന്റെ സ്റ്റുഡിയോയിലോ പോർട്ടബിൾ സജ്ജീകരണത്തിന് മുന്നിൽ മാത്രമേ എനിക്ക് റെക്കോർഡുചെയ്യാൻ കഴിയൂ, അതിനാൽ മറ്റേതെങ്കിലും സന്ദർഭത്തിൽ ആ ജോലികൾ കാണുന്നത് എനിക്ക് ഒരു ഗുണവും ചെയ്യുന്നില്ല.

മാനസിക സന്ദർഭത്തിനനുസരിച്ച് ജോലികൾ സംഘടിപ്പിക്കുന്നതിനും ടാഗുകൾ ഉപയോഗപ്രദമാണ്. ഞാൻ ഒരു ജോലി സൃഷ്ടിക്കുമ്പോഴെല്ലാം, ആ ജോലി നിർവഹിക്കാൻ എനിക്ക് ഏഴ് മാനസികാവസ്ഥകളിൽ ഏതിലായിരിക്കണമെന്ന് ഞാൻ ചിന്തിക്കുന്നു: മുൻഗണനാക്രമം, പര്യവേക്ഷണം, ഗവേഷണം, ഉത്പാദിപ്പിക്കുക, മിനുക്കിയെടുക്കുക, നിർവ്വഹണം, അല്ലെങ്കിൽ ഊർജ്ജം ശേഖരിക്കുക? അതൊരു പ്രോജക്റ്റ് പ്ലാനിംഗ് ജോലിക്കാണെങ്കിൽ, ഞാൻ ഒരു "മുൻഗണന നൽകുക" ടാഗ് കൂടി ചേർക്കുന്നു. എനിക്ക് എന്തെങ്കിലും തിരയണമെങ്കിൽ, ഞാൻ ഒരു "ഗവേഷണ" ടാഗ് അറ്റാച്ചുചെയ്യുന്നു. എന്റെ സർഗ്ഗാത്മക സംവിധാനങ്ങളിൽ ടാസ്ക്കുകൾ സൃഷ്ടിക്കുന്ന ഓട്ടോമേഷനുകൾ പോലും ഓരോ ജോലിയെയും ഒരു മാനസികാവസ്ഥ ഉപയോഗിച്ച് ടാഗ് ചെയ്യുന്നു.

ഈ രീതിയിൽ, ഞാൻ ഏത് മാനസികാവസ്ഥയിലാണെങ്കിലും, ആ അവസ്ഥയുമായി പൊരുത്തപ്പെടുന്ന ജോലികൾ എനിക്ക് എളുപ്പത്തിൽ കണ്ടെത്താൻ കഴിയും. അടുത്തതായി എന്തുചെയ്യണമെന്ന് തീരുമാനിക്കാൻ ഞാൻ മുൻഗണനാക്രമം നൽകുക എന്ന മാനസികാവസ്ഥയിലേക്ക് മാറേണ്ടതില്ല - തുടർന്ന് ആ ജോലി ചെയ്യുന്നതിന് മറ്റൊരു മാനസികാവസ്ഥയിലേക്ക് മാറേണ്ടതില്ല.

എന്റെ അമ്മയുടെ കിടക്കയ്ക്കരികിലായിരിക്കുമ്പോൾ, വളരെയധികം മാനസിക പരിശ്രമം ആവശ്യമുള്ള എന്തെങ്കിലും ചെയ്യുമെന്ന് എനിക്ക് പ്രതീക്ഷയില്ലായിരുന്നു. ഉദാഹരണത്തിന്, ജോലികൾക്ക് മുൻഗണനാക്രമം നൽകുകയും സൃഷ്ടിക്കുകയും ചെയ്യുക എന്നത് ഒരു ചോദ്യത്തിന് പുറത്തായിരുന്നു. എന്നിരുന്നാലും, എനിക്ക് പര്യവേക്ഷണം ചെയ്യാനുള്ള ജോലികൾ ചെയ്യാൻ കഴിയും. ഒരു സർഗ്ഗാത്മകമായ പ്രശ്നവുമായി ബന്ധപ്പെട്ട വിവരങ്ങൾ ശേഖരിക്കുന്നതിൽ പര്യവേക്ഷണം ഉൾപ്പെടാമെങ്കിലും, ഡ്രാഫ്റ്റ് രചനയ്ക്കും "പര്യവേക്ഷണം ചെയ്യുക" എന്ന മാനസികാവസ്ഥ ഉപയോഗപ്രദമാണെന്ന് ഓർമ്മിക്കുക. ഞാൻ ഒരു ഡ്രാഫ്റ്റ് എഴുതുമ്പോൾ, ഒരു വിഷയത്തെക്കുറിച്ച് എനിക്കുള്ള എല്ലാ ചിന്തകളും ഞാൻ ഒരുമിച്ച് ശേഖരിക്കുന്നു. ആ ചിന്തകൾ തയ്യാറെടുപ്പായി വർത്തിക്കുന്നു. സെഷനുകൾക്കിടയിലാണ് ഇൻകുബേഷൻ സംഭവിക്കുന്നത്.

എന്റെ പോഡ്കാസ്റ്റ് ട്രാക്കിൽ സൂക്ഷിക്കാൻ കഴിയുമെന്ന് എനിക്ക് ആത്മവിശ്വാസം ഉണ്ടായപ്പോൾ, എന്റെ ചിന്തകൾ ഈ പുസ്തകത്തിലേക്ക് മടങ്ങി. ഒരു പ്രോജക്റ്റിൽ ഏകദേശം ഒരു പതിറ്റാണ്ട് ചെലവഴിക്കുമ്പോൾ അത് നിങ്ങളുടെ തലയെ കുഴപ്പിക്കുന്നു. ഉൽപ്പന്നം മികച്ചതാക്കുന്നതും വെറും നീട്ടിവെക്കലും തമ്മിലുള്ള വ്യത്യാസം പറയാൻ പ്രയാസമാണ്.

ഒരു ദിവസം രാവിലെ, എന്റെ അച്ഛനോടൊപ്പം നടന്നതിനുശേഷം, ഈ പുസ്തകത്തിലേക്ക് മടങ്ങാൻ സമയമായി എന്ന് ഞാൻ തീരുമാനിച്ചു. എന്റെ നൂറ് വാക്കുകളുള്ള ആൽഫസ്റ്റാർട്ട് ശീലവും ധ്യാന ശീലവും ഞങ്ങളുടെ പ്രഭാത നടത്തത്തിനുശേഷം ഞാൻ മാറ്റി.

ഇപ്പോൾ അതൊക്കെ മാർഗ്ഗമധ്യേ അല്ലാത്തതിനാലും, അച്ഛൻ അടുക്കളയിൽ പ്രഭാതഭക്ഷണം കഴിക്കുന്നതിനിടയിലായതിനാലും, ഈ പുസ്തകത്തിൽ പ്രവർത്തിക്കാൻ എനിക്ക് കുറച്ച് സമയം വേണമെന്ന് ഞാൻ തീരുമാനിച്ചു.

നിങ്ങളുടെ കയ്യിൽ ഉള്ളതുകൊണ്ട് നിങ്ങൾക്ക് ചെയ്യാൻ കഴിയുന്നത് ചെയ്യുക

താമസിയാതെ, ഞങ്ങളുടെ പുതിയ കുടുംബ ദിനചര്യയുടെ ബാക്കി ഭാഗങ്ങൾക്കായി ഞങ്ങൾ എന്റെ സഹോദരനെയും ഭാര്യയെയും കാണാൻ ആശുപത്രിയിലേക്ക് മടങ്ങും: കാർ പാർക്ക് ചെയ്യുക, കറുത്ത ആസ്ഫാൽറ്റ് പാർക്കിംഗ് ലോട്ടിലൂടെ 110° ചൂടിൽ നടക്കുക, ആശയക്കുഴപ്പമുണ്ടാക്കുന്ന ഇടനാഴികളിലൂടെ ICU ലേക്ക് - ഡെത്ത് കാബ് ഫോർ ക്യൂട്ടിയുടെ "വാട്ട് സാറാ സെയ്ഡ്" എന്ന പാട്ടിന്റെ വരികൾ എന്റെ തലയിൽ കേൾക്കുന്നതിനായി - പിന്നെ അമ്മയുടെ അരികിൽ കാത്തിരിക്കുക. ഞാൻ എന്റെ നിയുക്ത സ്ഥലത്ത് ഇരിക്കും, അവിടെ ഞാൻ അവളുടെ കൈ പിടിക്കും, ഓരോ കാൽ വിറയലിനെയും ശ്വസന ട്യൂബുകളിലെ ഓരോ ശ്വാസംമുട്ടലിനെയും കുറിച്ച് ഞങ്ങൾ കൂട്ടായി അഭിപ്രായം പറയും. മുറിയിൽ വന്ന എല്ലാ നഴ്സിനോടും ഞങ്ങൾ കൂടുതൽ ചോദ്യങ്ങൾ ചോദിക്കും, കാരണം അത് വെറും റിഫ്ലെക്സുകൾ മാത്രമാണെന്നും, ഗ്ലാസ്ഗോ കോമ സ്കെയിലിൽ അമ്മ ഇപ്പോഴും ഒരു നാലാം നമ്പറിൽ ആണെന്നും, അവളുടെ കോമ അവസ്ഥ തലച്ചോറിനേറ്റ ആഘാതം മൂലമാണോ അതോ പരിഹരിക്കാനാകാത്ത കേടുപാടുകൾ മൂലമാണോ എന്ന് കാണാൻ ഞങ്ങൾക്ക് കുറച്ച് ദിവസം കൂടി കാത്തിരിക്കേണ്ടി വരുമെന്നും അവർ ഞങ്ങളോട് വീണ്ടും വിശദീകരിക്കും.

ഇത്തരം ഒരു സമയത്ത് എന്റെ പുസ്തകത്തെക്കുറിച്ച് ചിന്തിക്കുന്നത് ശരിയാണോ എന്ന് എന്റെ ഒരു ഭാഗം ചിന്തിച്ചു. മറ്റൊരു ഭാഗം എന്നെത്തന്നെ ഓർമ്മിപ്പിച്ചു, ഇതുപോലുള്ള സമയങ്ങളാണ് നിങ്ങളുടെ ജീവിതകാലത്ത് ലോകത്തിന് എന്ത് സംഭാവന നൽകണമെന്ന് ചിന്തിക്കാൻ കൃത്യമായ കാരണം. എപ്പോൾ ദുരന്തം നമ്മുടെ ലോകത്തെ കീഴ്മേൽ മറിക്കുമെന്നോ, നമ്മുടെ ലോകത്തെ അവസാനിപ്പിക്കുമെന്നോ നമുക്കറിയില്ല.

എന്റെ കമ്പ്യൂട്ടറിന് മുന്നിൽ ഇരിക്കുമ്പോൾ, എനിക്ക് ലഭിച്ച പതിനഞ്ച് മിനിറ്റ് പോരാ എന്ന് ഞാൻ ചിന്തിച്ചു. പക്ഷേ, ദി ഹാർട്ട് ടു സ്റ്റാർട്ടിൽ ഞാൻ എഴുതിയ എന്റെ സ്വന്തം ഉപദേശം ഞാൻ എന്നെത്തന്നെ ഓർമ്മിപ്പിച്ചു, "മുതൽമുടക്ക് ഊതിവീർപ്പിക്കരുത്" എന്ന ചെറിയ അളവിലുള്ള സമയം മതിയാകും.

ഈ അടിയന്തര യാത്രയ്ക്ക് മുമ്പ്, എന്റെ പ്രഭാത സെഷനുകളിൽ ഞാൻ സ്ഥിരമായി 1,000, 1,500, 2,000 വാക്കുകൾ പോലും എഴുതിക്കൊണ്ടിരുന്നു. ഇന്ന് രാവിലെ എനിക്ക് അത്തരമൊരു നിലവാരത്തിൽ എന്നെത്തന്നെ നിലനിർത്താൻ കഴിയില്ലെന്ന് എനിക്കറിയാമായിരുന്നു. ഇന്ന് എന്തെങ്കിലും ചെയ്യുക, ഞാൻ സ്വയം

പറഞ്ഞു. പിന്നെ നാളെയും അടുത്ത ദിവസവും അത് ചെയ്യുക. ഒടുവിൽ നിങ്ങൾ എവിടെയെങ്കിലും എത്തും.

ഈ പുസ്തകത്തിനായി 250 വാക്കുകൾ എഴുതാൻ ശ്രമിക്കണമെന്ന് ഞാൻ തീരുമാനിച്ചു. അവ നല്ലതാണോ എന്നത് പ്രശ്നമല്ല. ഭാവിയിൽ എപ്പോഴെങ്കിലും അവ പൂർണ്ണമായും മാറ്റിയെഴുതേണ്ടി വന്നാലും പ്രശ്നമില്ല. ഞാൻ എന്തെങ്കിലും ചെയ്തോ എന്നതായിരുന്നു പ്രധാനം. കാരണം, എന്റെ ജീവിതം കൊണ്ട് ഞാൻ തീരുമാനിച്ചത് ഇതാണ്, കാരണം ജീവിതത്തിന് ഗ്യാരണ്ടികളില്ലായിരുന്നു, കൂടാതെ അത് എനിക്ക് അർത്ഥബോധം നൽകി. നിങ്ങൾ അനുഭവിക്കുന്നതെല്ലാം അർത്ഥശൂന്യമാകുമ്പോൾ, നിങ്ങൾക്ക് ലഭിക്കാവുന്ന എല്ലാ അർത്ഥവും നിങ്ങൾക്ക് ആവശ്യമാണ്.

പതിനഞ്ച് മിനിറ്റിനുശേഷം, ഞാൻ നേടിയതിൽ ഞാൻ അത്ഭുതപ്പെട്ടു: ഞാൻ എഴുതിയ 250 വാക്കുകൾ എളുപ്പത്തിൽ വന്നു. ഞാൻ 1,000 അല്ലെങ്കിൽ 2,000 വാക്കുകൾ ഉപയോഗിച്ച് എഴുതിയ വാക്കുകളേക്കാൾ കൂടുതൽ വ്യക്തമായിരുന്നു അവ. അവയ്ക്ക് വളരെ കുറച്ച് എഡിറ്റിംഗ് മാത്രമേ ആവശ്യമുള്ളൂ.

എല്ലാ ദിവസവും രാവിലെ ഇരുന്ന്, 250 വ്യക്തമായ വാക്കുകൾ എഴുതി, എന്റെ ദിവസത്തിന്റെ ശേഷിച്ച സമയം തുടരാൻ കഴിഞ്ഞിരുന്നെങ്കിൽ അത് എന്തെങ്കിലും ആകുമായിരുന്നില്ലേ എന്ന് ഞാൻ സ്വയം ചിന്തിച്ചു?! എന്റെ ആദ്യ പുസ്തകം എഴുതിയപ്പോൾ, എനിക്ക് ചെയ്യാൻ കഴിയുമെന്ന് ഞാൻ കരുതിയിരുന്നത് ഇതാണ്. പക്ഷേ ഇത് അസാധ്യമായ ഒരു ഫാന്റസിയാണെന്ന് ഞാൻ വിശ്വസിച്ചു. ജ്ഞാനോദയം കൈവരിക്കുന്നതിന് മുമ്പ് എനിക്ക് ആദ്യം തയ്യാറെടുപ്പ് നടത്തേണ്ടതുണ്ടായിരുന്നു.

എന്റെ ദിനചര്യയിൽ നിന്ന് വ്യതിചലിക്കാൻ ഞാൻ ഭയപ്പെട്ടിരുന്നു, പക്ഷേ - എന്നെത്തന്നെ അത്ഭുതപ്പെടുത്തിക്കൊണ്ട് - ഞാൻ അങ്ങനെ ചെയ്യാൻ തയ്യാറാണെന്ന് മനസ്സിലായി. ആറ് വർഷത്തേക്ക്, സർഗ്ഗാത്മകമായ ഊർജ്ജം കൈകാര്യം ചെയ്യുന്നതിനുള്ള ഒരു സംവിധാനത്തിന്റെ നിർമ്മാണ ബ്ലോക്കുകൾ ഞാൻ ശേഖരിച്ചിരുന്നു; രണ്ട് വർഷം കൂടി, ആ സംവിധാനത്തെ പൂർണതയിലെത്തിക്കുന്നതിനായി ഞാൻ എന്റെ ജീവിതം പുനർരൂപകൽപ്പന ചെയ്തു; അതിനുശേഷം ഒരു വർഷത്തേക്ക്, എന്റെ വിസ പ്രശ്നങ്ങൾ കാരണം ആ സംവിധാനം യുദ്ധത്തിൽ പരീക്ഷിക്കപ്പെട്ടു - യുദ്ധത്തിൽ മെച്ചപ്പെടുത്തി. എന്റെ സംവിധാനം ദുർബലമായിരിക്കുന്നു. തയ്യാറെടുപ്പും ഇൻകുബേഷനും എന്റെ ദൈനംദിന ജീവിതത്തിൽ ഉൾപ്പെടുത്തിയിട്ടുണ്ട്. ഇപ്പോൾ, എനിക്ക് എളുപ്പത്തിൽ ജ്ഞാനോദയം നേടാൻ കഴിയും.

ഇപ്പോൾ, ആ സംവിധാനം ആത്യന്തിക പരീക്ഷണത്തിന് വിധേയമാകുകയായിരുന്നു. ദുഃഖം എന്റെ മാനസിക ഊർജ്ജത്തെ

തളർത്തി, എനിക്ക് ഉണ്ടായിരുന്ന ചെറിയ ഊർജ്ജം കഴിയുന്നത്ര കാര്യക്ഷമമായി ഉപയോഗിക്കേണ്ടതുണ്ടായിരുന്നു. ഒരു ഭാഗത്ത്, അത് എന്റെ ബിസിനസ്സ് തകരാതിരിക്കാൻ വേണ്ടിയായിരുന്നു, പക്ഷേ ഞാൻ അനുഭവിക്കുന്ന ദുരന്തത്തിൽ സന്നിഹിതനായിരിക്കേണ്ടതും പ്രധാനമാണെന്ന് ഞാൻ ഓർമ്മിച്ചു.

ദി ഹാർട്ട് ടു സ്റ്റാർട്ടിൽ ഞാൻ പറഞ്ഞതുപോലെ, നമ്മുടെ അനുഭവങ്ങൾ പൊട്ടൻഷ്യൽ (സാധ്യതയുള്ള) ഊർജ്ജം വർദ്ധിപ്പിക്കുന്നു, അത് സൃഷ്ടിക്കുന്ന പ്രവർത്തനത്തിൽ നാം ഗതികോർജ്ജമായി (കൈനെറ്റിക് എനർജി) മാറുന്നു എന്ന് ഞാൻ എന്നെത്തന്നെ ഓർമ്മിപ്പിച്ചു. റേ ബ്രാഡ്ബറി പറഞ്ഞതുപോലെ, "നമ്മൾ കപ്പുകളാണ്, നിരന്തരം നിശബ്ദമായി നിറയുന്നു. സ്വയം എങ്ങനെ മറിക്കാമെന്നും മനോഹരമായ കാര്യങ്ങൾ പുറത്തുവിടാമെന്നും അറിയുക എന്നതാണ് തന്ത്രം."

സർഗ്ഗാത്മകമായ അവസരങ്ങൾ

ജെറി സീൻഫെൽഡും ലാറി ഡേവിഡും സീൻഫെൽഡ് നിർമ്മിക്കുമ്പോൾ, എപ്പിസോഡുകൾക്കായുള്ള എഴുത്തുകാരുടെ ആശയങ്ങൾ യഥാർത്ഥ സംഭവങ്ങളിൽ നിന്നാണ് വരുന്നതെന്ന് അവർ വാദിച്ചു. ജീവിതത്തിൽ അന്തർലീനമായിരിക്കുന്ന കുഴപ്പങ്ങളാണ് ഒന്നിനുപുറകെ ഒന്നായി സർഗ്ഗാത്മകമായ അവസരങ്ങൾ നമുക്ക് സമ്മാനിക്കുന്നതെന്ന് അവർ തിരിച്ചറിഞ്ഞു. യഥാർത്ഥ ജീവിതത്തിൽ നിന്ന് അവരുടെ സാഹചര്യങ്ങളെ സ്രോതസ്സ് ചെയ്തുകൊണ്ട്, ആർക്കും ബന്ധപ്പെടാൻ കഴിയുന്ന ഒരു ഷോ അവർ നടത്തി.

ജീവിതത്തിലെ കുഴപ്പങ്ങളുടെ പ്രകടനമാണ് കല. അപൂർവ്വ സന്ദർഭങ്ങളിൽ, കുഴപ്പങ്ങൾ യാദൃശ്ചികതയെ അവതരിപ്പിക്കുന്നു. തികഞ്ഞ അപകടം സംഭവിക്കുന്നത് തികഞ്ഞ സമയത്താണ്. മിക്കപ്പോഴും, കുഴപ്പങ്ങൾ സംഭവിക്കുന്ന നിമിഷം നിങ്ങൾക്ക് അവസരങ്ങൾ ഉപയോഗിക്കാൻ കഴിയുന്ന നിമിഷമല്ലാതെ മറ്റൊന്നുമല്ല.

സേത്ത് ഗോഡിൻ ചൂണ്ടിക്കാണിച്ചതുപോലെ, ന്യൂയോർക്ക് നഗരത്തിലെ പല ഉയരമുള്ള കെട്ടിടങ്ങളിലും ഇപ്പോഴും മുകളിൽ വെള്ളത്തിന്റെ ടവറുകളുണ്ട്. എന്തുകൊണ്ട്? കാരണം ആരെങ്കിലും ഒരു ടാപ്പ് തുറക്കുമ്പോഴെല്ലാം വെള്ളം മുകളിലേക്ക് പമ്പ് ചെയ്യുന്നത് കാര്യക്ഷമമല്ല. ഒരു വാട്ടർ ടവറിലേക്ക് വെള്ളം പമ്പ് ചെയ്ത് അവിടെ സംഭരിക്കുന്നത് കൂടുതൽ കാര്യക്ഷമമാണ്. തുടർന്ന് നിങ്ങൾക്ക് അത് ആവശ്യാനുസരണം വിടാം, ഗുരുത്വാകർഷണം ജോലി ചെയ്യാൻ അനുവദിക്കുന്നു.

ഈ വെള്ളത്തിന്റെ സംഭരണി പോലുള്ള സർഗ്ഗാത്മകമായ അവസരങ്ങൾ പിടിച്ചെടുക്കുകയും പുറത്തുവിടുകയും ചെയ്യുന്നത്

നിങ്ങളുടെ സംവിധാനത്തിലെ ഇൻബോക്സുകളുടെ ജോലിയാണ്. കുഴപ്പങ്ങൾ സൃഷ്ടിക്കുന്ന അവസരങ്ങൾ ഇൻബോക്സുകളിൽ സംഭരിക്കുന്നു, നിങ്ങൾക്ക് അവ ഉപയോഗിക്കാൻ കഴിയുന്നതുവരെ ഇൻബോക്സുകൾ ആ അവസരങ്ങൾ സംരക്ഷിക്കുന്നു.

ഏത് ആശയം മനസ്സിൽ വന്നാലും, നിങ്ങൾക്ക് ഇൻബോക്സുകൾ ഉള്ളപ്പോൾ, അത് നൽകാൻ നിങ്ങൾക്ക് എല്ലായ്പ്പോഴും ഒരു സ്ഥലമുണ്ട്. സബ്‌വേയിൽ സഞ്ചരിക്കുമ്പോഴോ ഒരു സുഹൃത്തിനൊപ്പം ഉച്ചഭക്ഷണത്തിനിടയിലോ ഒരു മികച്ച ആശയം നിങ്ങളെ തളർത്തുന്നതും ഉത്കണ്ഠ ഉളവാക്കുന്നതും ആകാം. ഈ ആശയം നിങ്ങൾക്ക് നഷ്ടപ്പെടില്ലെന്ന് നിങ്ങൾക്ക് എങ്ങനെ ഉറപ്പാക്കാൻ കഴിയും?

നിങ്ങൾ നാല് ഘട്ടങ്ങളെ ബഹുമാനിക്കുന്നതിനാൽ, നിങ്ങൾ ചെയ്യുന്നത് നിർത്താനും നിങ്ങളുടെ പുതിയ ആശയം പൂർത്തീകരിക്കുന്നത് കാണാനും കഴിയില്ലെന്ന് നിങ്ങൾക്കറിയാം. പകരം, നിങ്ങൾ ആശയം പിടിച്ചെടുക്കുകയും അത് എന്നെന്നേക്കുമായി വഴുതിപ്പോകില്ലെന്ന് ഉറപ്പുണ്ടായിരിക്കുകയും വേണം.

എന്റെ അമ്മയുടെ ആരോഗ്യ പ്രതിസന്ധിയോട് ഞാൻ പ്രതികരിച്ചപ്പോൾ ഇൻബോക്സുകളുടെ ശക്തി കൂടുതൽ വ്യക്തമായിരുന്നു. വാസ്തവത്തിൽ, ഫീനിക്സിലേക്കുള്ള വിമാന യാത്രയിലാണ് അത് ആരംഭിച്ചത്. ഈ ദുരന്തത്തോട് പ്രതികരിക്കുന്നതിനിടയിൽ, വ്യക്തമായ ഒരു ബോധം നിലനിർത്താൻ ഞാൻ പാടുപെട്ടു. എന്റെ ജീവിതത്തിലെ ഏറ്റവും രൂപീകരണാത്മകമായ അനുഭവങ്ങളിലൊന്നായി മാറുന്ന ഒന്നിന്റെ വേദനയിലാണെന്ന് എനിക്കറിയാമായിരുന്നു, പക്ഷേ അതിന്റെ അർത്ഥം അപ്പോഴും വ്യക്തമല്ലായിരുന്നു.

കല ജീവിതത്തിന്റെ ഒരു പ്രകടനമായതിനാൽ, ഈ സംഭവം ഏതെങ്കിലും വിധത്തിൽ എന്റെ കലയെ അറിയിക്കുമെന്ന് എനിക്കുറപ്പുണ്ടായിരുന്നു - മെച്ചപ്പെട്ട കലയ്ക്കുവേണ്ടിയല്ലെങ്കിൽ, കുറഞ്ഞത് എന്നെ ഫലപ്രദമായി അനുരൂപമാക്കുന്നതിൽ സഹായിക്കുന്നതിന് വേണ്ടിയെങ്കിലും. എന്നാൽ പിന്നീട് എല്ലാ വിശദാംശങ്ങളും ഓർമ്മിക്കാൻ പ്രതീക്ഷിക്കുന്നത് യാഥാർത്ഥ്യമാകില്ല, മാത്രമല്ല, ജീവിതത്തിൽ എന്തെങ്കിലും സംഭവിക്കുമ്പോൾ തൽക്ഷണം അർത്ഥവത്തായ കല സൃഷ്ടിക്കാൻ പ്രതീക്ഷിക്കുന്നത് കൂടുതൽ യാഥാർത്ഥ്യബോധമില്ലാത്തതായിരിക്കും.

വേഗത്തിൽ പോകാൻ കഴിയാത്ത ആ സ്ഥിതിയിൽ, എനിക്ക് ചെയ്യാൻ കഴിയുന്ന ചുരുക്കം കാര്യങ്ങൾ മാത്രമേ ഉണ്ടായിരുന്നുള്ളൂ. എനിക്ക് ജോലിയിൽ ശ്രദ്ധ കേന്ദ്രീകരിക്കാൻ കഴിഞ്ഞില്ല. ഒരു സിനിമ കാണാനുള്ള മാനസികാവസ്ഥയിലായിരുന്നില്ലെന്ന് മനസ്സിലാക്കാം.

എന്റെ യാത്രയുടെ അങ്ങേത്തലയ്ക്കൽ എന്നെ കാത്തിരുന്നത് ഇപ്പോഴും എന്നെ കരയിപ്പിക്കാൻ കഴിയാത്തത്ര നിഗൂഢമായിരുന്നു.

അങ്ങനെ,ഞാൻഎന്റെലാപ്ടോപ്പ്പുറത്തെടുത്ത്എഴുതാൻതുടങ്ങി. ഇതുവരെ സംഭവിച്ചതെല്ലാം ഞാൻ മന്ദഗതിയിൽ റെക്കോർഡുചെയ്തു, ഓരോ താളത്തിലും. സാധ്യമായ പ്രത്യാഘാതങ്ങളെക്കുറിച്ചുള്ള എന്റെ ചിന്തകളും വികാരങ്ങളും ഞാൻ പകർത്തി. അമ്മ മരിച്ചാൽ, നമ്മൾ എന്തു ചെയ്യും? അവൾക്ക് വർഷങ്ങളോളം ഫിസിയോതെറാപ്പി ആവശ്യമുണ്ടെങ്കിൽ, നമ്മൾ എന്തു ചെയ്യും?

നിലവിലുള്ള ഒരു പ്രോജക്റ്റിലും ഞാൻ ഇതൊന്നും എഴുതിയിട്ടില്ല. ഞാൻ അത് ഒരു ഇൻബോക്സിൽ എഴുതി.

എന്റെ സിസ്റ്റത്തിൽ ഞാൻ നിരവധി ഇൻബോക്സുകൾ സൂക്ഷിക്കാറുണ്ട്. എന്റെ പ്രതിവാര അവലോകനത്തിനായി ഞാൻ ഉപയോഗിക്കുന്ന "@thisweek" കുറിപ്പ് ഒരു ഇൻബോക്സ് ആണ് - എന്റെ പ്രതിവാര അവലോകനത്തിനിടെ ഞാൻ എന്തെങ്കിലും ചെയ്യണമെന്ന് ഞാൻ കരുതുന്നുവെങ്കിൽ, അത് എളുപ്പത്തിൽ ലഭ്യമാണെങ്കിൽ, ആ ഇൻബോക്സിൽ ഞാൻ ഒരു ക്വിക്ക് നോട്ട് എഴുതും.

എന്റെ ഓരോ പ്രോജക്റ്റിനും ഇൻബോക്സുകൾ ഉണ്ട്. പുതിയ ആശയങ്ങൾ ഉൾപ്പെടെ എന്റെ ഒരു പ്രോജക്റ്റിനെക്കുറിച്ച് ദിവസം മുഴുവൻ ഞാൻ ചിന്തിക്കുന്നതെന്തും ആ പ്രോജക്റ്റിന്റെ ഇൻബോക്സിലേക്ക് പോകുന്നു. എന്റെ സ്ലോപ്പി ഓപ്പറേറ്റിംഗ് നടപടിക്രമ രേഖകൾ എല്ലാം ഇൻബോക്സുകളാണ് - ഒരു പ്രക്രിയ എങ്ങനെ മെച്ചപ്പെടുത്താം എന്നതിനെക്കുറിച്ച് എനിക്ക് ഒരു ആശയമുണ്ടെങ്കിൽ, ഞാൻ അത് പ്രമാണത്തിന്റെ മുകളിൽ ഇടുന്നു.

ഇൻബോക്സുകളെ ശക്തമാക്കുന്ന രണ്ട് വലിയ കാര്യങ്ങളുണ്ട്: ഒന്ന്, ഒരു ആശയത്തെക്കുറിച്ചുള്ള ബോധപൂർവ്വമായ തുറന്ന കണ്ണി അടയ്ക്കാൻ ഇൻബോക്സുകൾ നിങ്ങളെ അനുവദിക്കുന്നു. നിങ്ങൾക്ക് ഇപ്പോൾ ആശയത്തെ അഭിസംബോധന ചെയ്യാൻ കഴിയില്ല, അതിനാൽ അത് ഒരു ഇൻബോക്സിലേക്ക് പോകുന്നു. രണ്ട്, ആശയങ്ങൾ ക്രോഡീകരിക്കാൻ നിങ്ങൾ ഒടുവിൽ ലഭ്യമാകുമ്പോൾ ഇൻബോക്സുകൾ നിങ്ങൾക്ക് പ്രവർത്തിക്കാൻ എന്തെങ്കിലും നൽകുന്നു.

എനിക്ക് എല്ലാത്തിനും ഇൻബോക്സുകൾ ഉണ്ട്. എനിക്ക് ഒരു "കോമഡി" ഇൻബോക്സ് ഉണ്ട്, ആളുകളെ ചിരിപ്പിക്കുന്ന കാര്യങ്ങൾ നിറഞ്ഞതാണ്. എനിക്ക് ഒരു "സ്പാനിഷ്/ഇംഗ്ലീഷ് രസകരമായ" ഇൻബോക്സ് ഉണ്ട്, സ്പാനിഷ് പഠിക്കുമ്പോൾ ഞാൻ ശ്രദ്ധിച്ച രസകരമായ കാര്യങ്ങൾ നിറഞ്ഞതാണ്. എനിക്ക് ഒരു "സമ്മാന" ഇൻബോക്സ് ഉണ്ട്. പ്രിയപ്പെട്ട ഒരാൾ എന്നോട് അവർക്കുള്ള ഒരു പ്രശ്നത്തെക്കുറിച്ച് പറയുമ്പോഴോ, അവർക്ക് ഇഷ്ടപ്പെട്ടേക്കാവുന്ന ഒരു കാര്യം യാദൃശ്ചികമായി പരാമർശിക്കുമ്പോഴോ, അത്

ഇൻബോക്സിലേക്ക് പോകുന്നു. അവധി ദിവസങ്ങളും ജന്മദിനങ്ങളും വരുമ്പോൾ സമ്മാനങ്ങളെക്കുറിച്ച് ചിന്തിക്കേണ്ടതില്ല - എനിക്ക് ഇതിനകം തന്നെ ധാരാളം ആശയങ്ങളുണ്ട്. എനിക്ക് ഒരു "കരോക്കെ ഗാനങ്ങൾ" എന്ന ഇൻബോക്സ് പോലും ഉണ്ട്. ഞാൻ കരോക്കെ പാടുമ്പോൾ, എന്ത് പാടണം എന്നതിനെക്കുറിച്ച് എനിക്ക് എന്റെ തലച്ചോറിനെ അലട്ടേണ്ടതില്ല. എന്റെ കൈവശം ഇതിനകം തന്നെ പാട്ടുകളുടെ ഒരു വലിയ ലിസ്റ്റ് ഉണ്ട് - ചില പാട്ടുകൾ - അവ ജനക്കൂട്ടത്തെ സന്തോഷിപ്പിച്ചിട്ടുണ്ടോ ഇല്ലയോ എന്നതിനെക്കുറിച്ചുള്ള കുറിപ്പുകൾ പോലും ഉണ്ട്.

അങ്ങനെ, ഞാൻ ഫീനിക്സിലേക്ക് പോകുന്നതിനായി എന്റെ വിമാനം കാത്തിരിക്കുമ്പോൾ, ഈ അനുഭവത്തിന്റെ വിശദാംശങ്ങൾ പകർത്തുന്നതിനായി ഞാൻ ഒരു പുതിയ ഇൻബോക്സ് ആരംഭിച്ചു.

ഇത്രയും ഇൻബോക്സുകൾ ഉള്ളപ്പോൾ, ഞാൻ എല്ലാം എങ്ങനെ ട്രാക്ക് ചെയ്യുന്നുവെന്ന് നിങ്ങൾ ചിന്തിച്ചേക്കാം. എന്റെ ഇൻബോക്സുകളിൽ എന്താണുള്ളത് എന്നതിനെക്കുറിച്ച് വിഷമിച്ച് മാനസിക ഊർജ്ജം പാഴാക്കാതിരിക്കാൻ എനിക്ക് ചില വ്യത്യസ്ത മാർഗങ്ങളുണ്ട്. ആദ്യത്തെ സാങ്കേതികതയെ ഞാൻ ക്രിയേറ്റീവ് കാസ്കേഡ് അഥവാ സർഗ്ഗാത്മക പ്രവാഹം എന്ന് വിളിക്കുന്നു.

സർഗ്ഗാത്മക പ്രവാഹം

ആശയങ്ങളുടെ വെള്ളമെന്ന രൂപകത്തിലേക്ക് തിരിച്ചുവരാം, ഇപ്പോൾ നമുക്ക് വെള്ളം നിറഞ്ഞ കോൺക്രീറ്റ് കാടുകളിൽ നിന്ന് ഒരു യഥാർത്ഥ കാടിലേക്ക് മാറാം, അവിടെ നമുക്ക് ഒരു മങ്ങിയ നീരൊഴുക്ക് കാണാം, സൗമ്യവും പതഞ്ഞൊഴുകുന്നതുമായ വെള്ളച്ചാട്ടം കാണാം. ഒരു നീർച്ചാട്ടത്തിൽ നിന്ന് വെള്ളം വീഴുകയാണെങ്കിൽ, അത് ഒരു നിര കുളങ്ങളിൽ ശേഖരിക്കപ്പെടുന്നു. എന്റെ ഇൻബോക്സുകൾ ഒരു വെള്ളത്തിന്റെ പ്രവാഹം പോലെ പ്രവർത്തിക്കുന്നു.

എന്റെ കാസ്കേഡിന്റെ മുകൾഭാഗം - പതഞ്ഞൊഴുകുന്ന അരുവി - ഞാൻ കൊണ്ടുപോകുന്ന ഒരു ചെറിയ പോക്കറ്റ് നോട്ട്ബുക്കാണ്. എനിക്ക് ഒരു ആശയം വരുമ്പോഴെല്ലാം - അത് ഒരു പുസ്തകത്തിൽ ഉപയോഗിക്കാൻ ആഗ്രഹിക്കുന്ന ഒരു കഥയായാലും, - ഒരു യാത്രയ്ക്ക് പായ്ക്ക് ചെയ്യാൻ ഞാൻ ഓർമ്മിക്കേണ്ട എന്തെങ്കിലും ആയാലും, അല്ലെങ്കിൽ ഞാൻ വാങ്ങാൻ ആഗ്രഹിക്കുന്ന ഒരു കാര്യം - ഞാൻ എന്റെ ചെറിയ നോട്ട്ബുക്ക് പുറത്തെടുക്കുന്നു, ഒരു കുറിപ്പ് എഴുതുന്നു, തുടർന്ന് ഞാൻ ചെയ്യുന്ന കാര്യത്തിലേക്ക് മടങ്ങുന്നു. എനിക്ക് എന്റെ ഫോണിൽ തൊടേണ്ടതില്ല, ശ്രദ്ധ വ്യതിചലിപ്പിക്കുന്ന നോട്ടിഫിക്കേഷനുകൾ ഞാൻ കാണില്ല. അതിനാൽ, ഞാൻ വഴിതെറ്റിക്കപ്പെടില്ല.

ഒരു പ്രവാഹത്തിൽ, ഒരു കുളത്തിൽ, അടുത്ത കുളത്തിലേക്ക് വെള്ളം അതിൽ നിന്ന് കവിഞ്ഞൊഴുകുന്നതുവരെ ശേഖരിക്കുന്നു. ഈ പ്രധാന ഇൻബോക്സിൽ ഒരു ആശയം ലഭിച്ചുകഴിഞ്ഞാൽ, ആ ആശയം ഞാൻ പരിഗണിക്കുമെന്ന് എനിക്ക് ഉറപ്പുണ്ട്, കാരണം ഞാൻ ആ ഇൻബോക്സ് പതിവായി അവലോകനം ചെയ്യാറുണ്ട്, ആശയം അടുത്ത ഉചിതമായ ഇൻബോക്സിലേക്ക് മാറ്റുന്നു.

എന്റെ പ്രധാന ഇൻബോക്സ് അവലോകനം ചെയ്യുമ്പോൾ, ഞാൻ അത് "ചെയ്യില്ല". സാധാരണയായി, ഞാൻ അത് കാസ്കേഡിൽ കൂടുതൽ താഴേക്ക് തള്ളുന്നു. ഉദാഹരണത്തിന്, എന്റെ പോഡ്കാസ്റ്റിനുള്ള സ്ലോപ്പി ഓപ്പറേറ്റിംഗ് നടപടിക്രമം മെച്ചപ്പെടുത്തുന്നതിനുള്ള ഒരു ആശയം ഞാൻ എന്റെ പോക്കറ്റ് നോട്ട്ബുക്കിൽ എഴുതിയേക്കാം. ഞാൻ എന്റെ നോട്ട്ബുക്ക് അവലോകനം ചെയ്യുമ്പോൾ, മുൻഗണനാക്രമത്തിൽ, ഞാൻ ആ ആശയം എന്റെ സ്ലോപ്പി ഓപ്പറേറ്റിംഗ് നടപടിക്രമ പ്രമാണത്തിലേക്ക് മാറ്റുന്നു. എന്റെ SOP പ്രമാണം സ്ലോപ്പി ആയതിനാൽ, അത് അടിസ്ഥാനപരമായി ഒരു ഇൻബോക്സാണ് - ഇനിയും വികസിച്ചിട്ടില്ലാത്ത ആശയങ്ങളെ അതിന് പകർത്താൻ കഴിയും. ഞാൻ കുറിപ്പ് ഡോക്യുമെന്റിന്റെ മുകളിൽ എഴുതുന്നു, അടുത്ത തവണ ഞാൻ പോഡ്കാസ്റ്റ് എപ്പിസോഡുകൾ നിർമ്മിക്കുമ്പോൾ, എനിക്ക് ആശയം കാണാനാകുമെന്ന് എനിക്കറിയാം. ഇത്തവണ എന്റെ പ്രക്രിയയിൽ ഇത് ഉൾപ്പെടുത്താൻ എനിക്ക് ശ്രമിക്കാം.

എന്റെ പ്രതിവാര അവലോകന സമയത്ത് ഞാൻ അവലോകനം ചെയ്യുന്ന "@thisweek" കുറിപ്പ് മറ്റൊരു ഇൻബോക്സാണ്. ഞാൻ പ്രവർത്തിക്കുന്ന ഓരോ പ്രോജക്റ്റിനും എനിക്ക് ഇൻബോക്സുകളും ഉണ്ട്. എന്റെ ചെറിയ നോട്ട്ബുക്കിൽ ഞാൻ എപ്പോഴും ആശയങ്ങൾ പകർത്താറില്ല. കാസ്കേഡിലെ ഏത് ഇൻബോക്സിലും അവ പകർത്തുന്നു, അത് രേഖപ്പെടുത്തുമ്പോൾ തന്നെ ഉചിതവും ഉടനടി സമീപിക്കാവുന്നതുമാണ്. എന്റെ ഒരു പ്രോജക്റ്റിനെക്കുറിച്ച് എനിക്ക് ഒരു ആശയം ഉണ്ടെങ്കിൽ, ഞാൻ ഇതിനകം എന്റെ കമ്പ്യൂട്ടറിൽ ഉണ്ടെങ്കിൽ, ആ ആശയം ഉദ്ദേശിച്ച പ്രോജക്റ്റിനായി ഞാൻ ഇൻബോക്സ് വേഗത്തിൽ തുറന്ന് അതിലേക്ക് ചേർക്കും. എന്റെ വീടിനു ചുറ്റും ചിതറിക്കിടക്കുന്ന ഇൻബോക്സുകളും എനിക്കുണ്ട്. ചെറിയ വൈറ്റ്ബോർഡുകളിലോ, ഷവറിലോ പോലും, ഒരു വാട്ടർപ്രൂഫ് നോട്ട്പാഡിലോ ഞാൻ ആശയങ്ങൾ പകർത്തുന്നു. പിന്നെ എനിക്ക് അവസരം ലഭിക്കുമ്പോൾ ഞാൻ ആശയങ്ങളെ കാസ്കേഡിലേക്ക് കൂടുതൽ താഴേക്ക് തള്ളിവിടുന്നു.

ഈ രീതിയിൽ, ഒരു ആശയത്തിന്റെ ബോധപൂർവ്വമായ കണ്ണികൾ എനിക്ക് എല്ലായ്പ്പോഴും വേഗത്തിൽ അടയ്ക്കാൻ കഴിയും. ഞാൻ സർഗ്ഗാത്മകതയുടെ ഏറ്റവും കുറഞ്ഞ അളവ് നൽകുകയും ചില ഉപബോധമനസ്സിലെ കണ്ണികൾ തുറക്കുകയും ചെയ്യുമ്പോൾ - എനിക്ക്

ആ ആശയം പിന്നീട് കൂടുതൽ ഇടപഴകാൻ കഴിയുന്ന ഒരു സ്ഥലത്തേക്ക് എത്തിക്കാൻ കഴിയും.

ക്രിയേറ്റീവ് കാസ്കേഡ് പ്രവർത്തിക്കണമെങ്കിൽ - അത് നിങ്ങളുടെ ബോധപൂർവ്വമായ കണ്ണികൾ അടയ്ക്കുന്നതിനും, ഉപബോധമനസ്സിലെ കണ്ണികൾ തുറക്കുന്നതിനും അനുവദിക്കുന്നതിന് - എല്ലാ ഇൻബോക്സുകളും നിങ്ങൾ ശ്രദ്ധിക്കുമെന്ന് നിങ്ങൾക്ക് വിശ്വസിക്കാൻ കഴിയണം, അതുവഴി നിങ്ങളുടെ ഓരോ ആശയങ്ങളും കാസ്കേഡിൽ കൂടുതൽ താഴേക്ക്, പുരോഗതിയിലേക്ക് നീക്കാൻ നിങ്ങൾക്ക് അവസരം ലഭിക്കും. ക്രിയേറ്റീവ് കാസ്കേഡ് പ്രവർത്തിക്കുന്നതിന്, നിങ്ങൾക്ക് ടാസ്ക് ട്രിഗറുകൾ അഥവാ കർത്തവ്യ ഉത്തേജകങ്ങൾ എന്ന് വിളിക്കുന്നത് ആവശ്യമാണ്.

കർത്തവ്യ ഉത്തേജകങ്ങൾ

ഒരു "ട്രിഗർ" എന്നത് ഒരു പ്രതികരണം ഉളവാക്കുന്ന ഒരു ഉത്തേജകമാണ്. അതിനാൽ, ഒരു ടാസ്ക് ട്രിഗർ എന്നത് ഒരു ജോലി ചെയ്യാൻ നിങ്ങളെ ഓർമ്മിപ്പിക്കുന്ന ഒരു ഉത്തേജകമാണ്. ഫലപ്രദമായി ഉപയോഗിക്കുന്നതിന്, നിങ്ങളുടെ ട്രിഗറുകൾ തന്ത്രപരമായി സ്ഥാപിക്കുക. നിങ്ങൾ ചെയ്യുമെന്ന് നിങ്ങൾക്ക് ഇതിനകം അറിയാവുന്ന ജോലികളിൽ ടാസ്ക് ട്രിഗറുകൾ സ്ഥാപിക്കുന്നതിലൂടെ, നിങ്ങൾ മറന്നുപോകാൻ സാധ്യതയുള്ള ജോലികൾ നിങ്ങൾ ചെയ്യുന്നുവെന്ന് ഉറപ്പാക്കാൻ കഴിയും.

മിഡിൽ സ്കൂളിൽ പഠിക്കുമ്പോൾ, അറിയാതെ തന്നെ, ഞാൻ ടാസ്ക് ട്രിഗറുകൾ ഉപയോഗിച്ചിരുന്നു. ചില കുട്ടികൾ സ്കൂളിലേക്ക് ശരിയായ പുസ്തകങ്ങൾ കൊണ്ടുവരാൻ മറക്കുകയോ അല്ലെങ്കിൽ അവരുടെ ബാക്ക്പാക്കുകൾ പൂർണ്ണമായും മറക്കുകയോ ചെയ്തതിൽ ഞാൻ അത്ഭുതപ്പെട്ടതായി ഓർക്കുന്നു.

എന്റെ ബാക്ക്പാക്ക് ഞാൻ ഒരിക്കലും മറന്നില്ല, കാരണം ഞാൻ അത് വാതിലിനടുത്ത് വെച്ചിരുന്നു. സ്കൂളിൽ പോകാൻ എനിക്ക് ആ വാതിലിലൂടെ പോകേണ്ടിവന്നു, അതിനാൽ അങ്ങനെ ചെയ്യാൻ എനിക്ക് എന്റെ ബാക്ക്പാക്ക് കടന്ന് നടക്കേണ്ടി വരും. വീട്ടിൽ നിന്ന് അടുത്തതായി ഇറങ്ങാൻ പോകുകയാണെങ്കിൽ, എന്റെ ബാക്ക്പാക്ക് ഉപയോഗിച്ച് വാതിൽ തടഞ്ഞു വയ്ക്കുമായിരുന്നു.

സ്കൂളിലേക്ക് ശരിയായ പുസ്തകങ്ങൾ കൊണ്ടുവരാൻ ഞാൻ അപൂർവ്വമായി മറന്നു, കാരണം എന്റെ ബാഗിൽ ശരിയായ പുസ്തകങ്ങൾ ഇടാൻ ഓർമ്മിപ്പിക്കാൻ ഞാൻ ടാസ്ക് ട്രിഗറുകൾ ഉപയോഗിച്ചു. എല്ലാ രാത്രിയിലും പല്ല് തേച്ചതിനുശേഷം, അടുത്ത ദിവസം എനിക്ക് ഏതൊക്കെ പുസ്തകങ്ങളാണ് വേണ്ടതെന്ന് അവലോകനം ചെയ്ത്

ശരിയായ പുസ്തകങ്ങൾ ബാഗിൽ വയ്ക്കുക എന്നതായിരുന്നു എന്റെ പതിവ്.

എല്ലാറ്റിനുമുപരി ഞാൻ എന്റെ ഉച്ചഭക്ഷണം മറന്നു പോയിട്ടുണ്ട്, പക്ഷേ അപ്പോഴും അത് അപൂർവ്വമായിരുന്നു. തലേദിവസം രാത്രി എനിക്ക് എന്റെ ഉച്ചഭക്ഷണം ബാഗിൽ വയ്ക്കാൻ കഴിഞ്ഞില്ല - അത് കേടാകും. പകരം, രാവിലെ പല്ല് തേച്ചതിനുശേഷം എന്റെ ഉച്ചഭക്ഷണം ബാഗിൽ വയ്ക്കാൻ ഞാൻ ഓർമ്മിക്കേണ്ടതുണ്ടായിരുന്നു.

ചില ടാസ്ക് ട്രിഗറുകൾ മറ്റുള്ളവയേക്കാൾ നന്നായി പ്രവർത്തിക്കുന്നത് എന്തുകൊണ്ട്? കാരണം മാതൃകാപരമായ ടാസ്ക് ട്രിഗറിന് പ്രത്യേക സ്വഭാവസവിശേഷതകൾ ഉണ്ടായിരിക്കണം. മാതൃകാപരമായ ടാസ്ക് ട്രിഗർ വിശ്വസനീയവും, സന്ദർഭത്തിനനുസരിച്ച് പ്രവർത്തിക്കുന്നതും, നടപ്പിലാക്കാൻ എളുപ്പമുള്ളതും, പ്രവർത്തനവുമായി ബന്ധപ്പെട്ടതുമാണ്.

ഒരു ടാസ്ക് ട്രിഗർ വിശ്വസനീയമായിരിക്കണം, കാരണം ഉത്തേജനം സംഭവിക്കുമെന്ന് നിങ്ങൾക്ക് കണക്കാക്കേണ്ടതുണ്ട്. അല്ലാത്തപക്ഷം, മറ്റ് കാര്യങ്ങളിൽ ശ്രദ്ധ കേന്ദ്രീകരിക്കാൻ നിങ്ങളുടെ മനസ്സിന് സ്വാതന്ത്ര്യം നൽകാൻ കഴിയില്ല.

ഇത് സന്ദർഭ-നിർദ്ദിഷ്ടമായിരിക്കണം, കാരണം നിങ്ങൾക്ക് ശരിയായ നടപടി സ്വീകരിക്കാൻ കഴിയുന്ന കൃത്യമായ സമയ<u>ത്തും</u> സ്ഥല<u>ത്തും</u> അത് നിങ്ങളെ ഓർമ്മിപ്പിക്കണം - എത്രയും വേഗം അല്ലെങ്കിൽ പിന്നീട് അല്ല, ഒരിക്കലും തെറ്റായ ഭൗതിക സന്ദർഭത്തിൽ അല്ല. ഇതാണ് സോഫ്റ്റ്‌വെയർ അപ്ഡേറ്റ് അറിയിപ്പുകളുടെ കാര്യത്തിലുള്ള അരോചകമായ ഒരു കാര്യം. നിങ്ങൾ ഒരു കോളിന് മറുപടി നൽകുമ്പോൾ നിങ്ങളുടെ സ്മാർട്ട്ഫോണിന്റെ ഓപ്പറേറ്റിംഗ് സിസ്റ്റം അപ്ഡേറ്റ് ചെയ്യാൻ തീരുമാനിക്കേണ്ട തെറ്റായ സന്ദർഭമാണിതെന്ന് ചിന്തിക്കുന്ന ഏതൊരു മനുഷ്യനും അറിയാം. ആ സന്ദർഭം തെറ്റാണ്.

ഒരു ടാസ്ക് ട്രിഗർ നടപ്പിലാക്കാൻ എളുപ്പമായിരിക്കണം, കാരണം അല്ലാത്തപക്ഷം നിങ്ങൾക്ക് ഉത്തേജകത്തെ വിശ്വസനീയമായി പിന്തുടരാനുള്ള ഊർജ്ജം സ്ഥിരമായി ശേഖരിക്കാൻ കഴിയില്ല.

ഒടുവിൽ, ഒരു നല്ല ടാസ്ക് ട്രിഗർ ആവശ്യമുള്ള പ്രവർത്തനവുമായി തന്നെ ബന്ധിപ്പിക്കണം. ഉത്തേജനം സംഭവിക്കുമ്പോൾ, നിങ്ങൾ കർത്തവ്യം നിർവഹിക്കേണ്ടുന്ന കാര്യത്തെ വീണ്ടെടുക്കാൻ നിങ്ങൾ കൂടുതൽ ഒന്നും ചെയ്യേണ്ടതില്ല.

എന്റെ ബാക്ക്പാക്ക് സ്കൂളിലേക്ക് കൊണ്ടുവരാൻ ഞാൻ ഒരിക്കലും മറന്നില്ല, കാരണം എന്റെ ബാക്ക്പാക്ക് കൊണ്ടുപോകുന്നതിനുള്ള എന്റെ ടാസ്ക് ട്രിഗർ ഈ ബോക്സുകളെല്ലാം ശരി വച്ചിരുന്നു. അത് വിശ്വസനീയമായിരുന്നു, കാരണം സ്കൂളിലേക്കുള്ള വഴിയിൽ

എന്റെ ബാക്ക്പാക്ക് മറികടന്ന് പോവുകയല്ലാതെ എനിക്ക് മറ്റ് മാർഗ്ഗമില്ലായിരുന്നു. അത് സന്ദർഭോചിതമായിരുന്നു, കാരണം ഞാൻ എന്റെ ബാക്ക്പാക്കിന് മുകളിലൂടെ കടക്കുന്ന നിമിഷം – ഉത്തേജനം – എനിക്ക് അത് എടുക്കേണ്ട നിമിഷമായിരുന്നു – പ്രതികരണം. അത് നടപ്പിലാക്കാനും എളുപ്പമായിരുന്നു, കാരണം ഞാൻ ചെയ്യേണ്ട കാര്യം എന്റെ ബാക്ക്പാക്ക് വാതിലിനടുത്ത് വയ്ക്കുക എന്നതായിരുന്നു.

ഒടുവിൽ, അത് പ്രവർത്തനവുമായി ബന്ധിപ്പിച്ചിരുന്നു. എന്റെ ഉത്തേജനത്തിന്റെ ഉറവിടം - എന്റെ ബാക്ക്പാക്ക് - എനിക്ക് നടപടിയെടുക്കേണ്ട വസ്തുവായിരുന്നു.

എന്റെ ബാക്ക്പാക്ക്-ബൈ-ദി-ഡോർ ട്രിഗർ പോലെ തികഞ്ഞ ഒരു ടാസ്ക് ട്രിഗർ നിങ്ങൾക്ക് അപൂർവ്വമായി നിർമ്മിക്കാൻ കഴിയും. മിക്ക കേസുകളിലും, വിവിധ ഘടകങ്ങൾക്കിടയിൽ ചില കൈമാറ്റയിടപാടുകൾ നടത്തേണ്ടതുണ്ട്. ആ ഘടകങ്ങളിൽ ഒന്ന് മാനസിക സമ്മർദ്ദത്തിന്റേതാണ്.

ഉദാഹരണത്തിന്, എന്റെ ബാക്ക്പാക്ക് ട്രിഗറിന് പോലും ഒരു ചെറിയ അളവിലുള്ള മാനസിക സമ്മർദ്ദം ആവശ്യമാണ്. എനിക്ക് എന്റെ ബാക്ക്പാക്ക് കാണേണ്ടിവന്നു, അത് എടുക്കാൻ ഞാൻ ഓർമ്മിക്കേണ്ടിവന്നു. എന്റെ ബാക്ക്പാക്ക് വാതിലിൽ തടസ്സം സൃഷ്ടിക്കുന്നില്ലെങ്കിൽ ഇത് പ്രത്യേകിച്ചും സത്യമായിരുന്നു.

എന്റെ ഉച്ചഭക്ഷണം ഓർമ്മിക്കുന്നതിനാണ് ഏറ്റവും കൂടുതൽ മാനസിക സമ്മർദ്ദം ആവശ്യമായിരുന്നത് - അതുകൊണ്ടാണ് ഞാൻ ഏറ്റവും കൂടുതൽ മറന്നുപോയ കാര്യം അതെന്ന് വിശദീകരിക്കുന്നു. ബാത്ത്റൂമിൽ നിന്ന് അടുക്കളയിലേക്ക് പോകാനും ഫ്രിഡ്ജ് തുറക്കാനും ഞാൻ ഓർമ്മിക്കേണ്ടിവന്നു, അവിടെയാണ് ഞാൻ തലേദിവസം രാത്രി ഉണ്ടാക്കിയ ഉച്ചഭക്ഷണം കണ്ടെത്തുന്നത്. ഇത് ചെയ്യുന്നത് തീർച്ചയായും എന്റെ ഉച്ചഭക്ഷണം ഉണ്ടാക്കിയതിനെ ആശ്രയിച്ചിരിക്കും. പതിമൂന്ന് വയസ്സുള്ള ഒരു കുട്ടിയുടെ തലച്ചോറിന് ഇതെല്ലാം കൈകാര്യം ചെയ്യേണ്ടിവന്നു!

എന്നാൽ മാനസിക സമ്മർദ്ദം സങ്കീർണ്ണതയുമായി സന്തുലിതമാക്കേണ്ടതുണ്ട്. ഇക്കാലത്ത്, ഞാൻ സ്കൂളിലേക്ക് പോകുന്നതിന് കുറച്ച് മിനിറ്റ് മുമ്പ്, ഒരു അലാറം വഴിയോ ഒരു അറിയിപ്പ് വഴിയോ എന്റെ സ്മാർട്ട്ഫോൺ എന്നെ ഓർമ്മിപ്പിക്കാൻ എനിക്ക് കഴിയും.

ആ സമയത്ത്, എനിക്ക് ഒരു സ്മാർട്ട്ഫോൺ ഇല്ലായിരുന്നു - അവ നിലവിലില്ല! എനിക്ക് ഒരു കൂട്ടം അലാറങ്ങളുടെ ഒരു ഭീമൻ പ്രോഗ്രാം സെറ്റ് ചെയ്യാവുന്ന വാച്ച് ഉണ്ടായിരിക്കാമെന്ന് ഞാൻ കരുതുന്നു, പക്ഷേ അത് വളരെ സങ്കീർണ്ണമായിരുന്നു (അത് എന്നെ സ്കൂളിലെ ചിരിപ്പിക്കുന്ന ഒരാളാക്കി മാറ്റുമായിരുന്നു). അങ്ങനെ, പല്ല് തേയ്ക്കുന്നത്

എന്റെ ഉച്ചഭക്ഷണം വീണ്ടെടുക്കുന്നതിനുള്ള പ്രതികരണത്തിന് കാരണമായ ഉത്തേജകമായി മാറി. ഒരു ശീലം മറ്റൊന്നിന് കാരണമായി. പെരുമാറ്റ ശാസ്ത്രജ്ഞനായ ബിജെ ഫോഗിന്റെ "ആങ്കറിംഗ്" (നങ്കൂരമിടൽ) എന്ന ആശയത്തെ അടിസ്ഥാനമാക്കി, ആറ്റോമിക് ഹാബിറ്റ്സിന്റെ രചയിതാവ് ജെയിംസ് ക്ലിയർ ഇതിനെ "ഹാബിറ്റ് സ്റ്റാക്കിങ്" അഥവാ "ശീലം അടുക്കിവയ്ക്കൽ" എന്ന് വിളിക്കുന്നു. ഇത് ഇടയ്ക്കിടെയുള്ള എന്റെ ഉച്ചഭക്ഷണം മറക്കുന്നതിന്റെ അപകടസാധ്യത വിലമതിക്കുന്ന ഒരു ലളിതമായ പരിഹാരമായിരുന്നു.

മാനസിക സമ്മർദ്ദത്തിനും സങ്കീർണ്ണതയ്ക്കും പുറമേ, ടാസ്ക് ട്രിഗറുകൾ നിർമ്മിക്കുമ്പോൾ പരിഗണിക്കേണ്ട മറ്റൊരു ഘടകം ശ്രദ്ധ വ്യതിചലനത്തിന്റെ അപകടസാധ്യതയാണ്. ഉച്ചഭക്ഷണം എടുക്കാൻ ഞാൻ ബാത്ത്റൂമിൽ നിന്ന് അടുക്കളയിലേക്ക് നടക്കുമ്പോഴെല്ലാം, "ഡോർവേ ഇഫക്റ്റിന്" (പ്രവേശനവാതിൽ സ്വാധീനം) ഞാൻ കീഴടങ്ങാനുള്ള സാധ്യതയുണ്ടായിരുന്നു. ഒരു വാതിലിലൂടെ നടക്കുമ്പോൾ കാര്യങ്ങൾ മറക്കാനുള്ള നമ്മുടെ പ്രവണതയാണ് ഡോർവേ ഇഫക്റ്റ്. (അതെ, ഇത് ഒരു യഥാർത്ഥ കാര്യമാണ്!) കൂടാതെ, എനിക്ക് ഫ്രിഡ്ജ് തുറക്കേണ്ടിവന്നു, അത് മറ്റൊരു ഡോർവേ ഇഫക്റ്റിന് കാരണമാകുന്നു. നാമെല്ലാവരും ഒരു ഫ്രിഡ്ജ് തുറന്നിട്ടുണ്ട്, പക്ഷേ എന്തിനാണ് ഫ്രിഡ്ജ് തുറന്നത് എന്ന് മറന്നുപോയി, ഒടുവിൽ കുറച്ച് മിനിറ്റുകൾ അതിനുള്ളിലെ സാധനങ്ങളിലേക്ക് ഉറ്റുനോക്കി.

ഒരു ടാസ്ക് ട്രിഗറിനായി നിങ്ങൾ ഒരു സ്മാർട്ട്ഫോൺ ഉപയോഗിക്കുമ്പോൾ ശ്രദ്ധ വ്യതിചലന സാധ്യത അപകടകരമാംവിധം കൂടുതലാണ്. സ്ക്രീനിൽ എന്തെങ്കിലും ശ്രദ്ധിക്കേണ്ടി വന്നാൽ, ശ്രദ്ധ വ്യതിചലിപ്പിക്കുന്ന ഒരു അറിയിപ്പ് കാണാനുള്ള സാധ്യതയുണ്ട്. ഫോണിൽ തൊടുന്നത് പോലും നമ്മളിൽ പലർക്കും - എനിക്കും ഉൾപ്പെടെ - ഒരു ശ്രദ്ധ വ്യതിചലിപ്പിക്കുന്ന അപകടസാധ്യതയാണ്.

ഇൻബോക്സുകളുടെ ക്രിയേറ്റീവ് കാസ്കേഡ് പ്രവർത്തിപ്പിക്കുന്നത് ടാസ്ക് ട്രിഗറുകളാണ്. എന്നാൽ ക്രിയേറ്റീവ് കാസ്കേഡ് തന്നെ ടാസ്ക് ട്രിഗറുകൾ സുഗമമായി പ്രവർത്തിക്കാൻ സഹായിക്കുന്നു. എന്റെ കൈവശമുള്ള ഒരു ടാസ്ക് ട്രിഗർ എന്റെ നോട്ട്ബുക്കിൽ ഒരു കുറിപ്പ് എഴുതാൻ എന്നെ പ്രേരിപ്പിക്കുന്ന ഒന്നാണ്. ഞാൻ എന്തെങ്കിലും ചിന്തിക്കുക എന്നതാണ് ട്രിഗർ. അത് നോട്ട്ബുക്കിൽ എഴുതുക എന്നതാണ് ടാസ്ക്. അപ്പോൾ മറ്റ് ട്രിഗറുകൾ കാരണം എനിക്ക് നോട്ട്ബുക്കിലുള്ളത് പ്രോസസ്സ് ചെയ്യാൻ കഴിയും. അത്തരമൊരു ട്രിഗറാണ് ഞാൻ മുമ്പ് സംസാരിച്ച ആഴ്ചതോറുമുള്ള അവലോകനം. ആഴ്ചതോറുമുള്ള അവലോകനം ഞായറാഴ്ച ഉച്ചകഴിഞ്ഞാണ് ആരംഭിക്കുന്നത്. ഓരോ ആഴ്ചതോറുമുള്ള അവലോകനത്തിനുമുള്ള എന്റെ ടാസ്ക്കുകളുടെ പട്ടികയിൽ

"ഇൻബോക്സുകൾ അവലോകനം ചെയ്യുക" എന്ന് നിങ്ങൾ ഓർമ്മിച്ചിരിക്കാം.

ആ ഇൻബോക്സുകളിൽ ഒന്ന് എന്റെ പോക്കറ്റ് നോട്ട്ബുക്കാണ്. എന്റെ പോക്കറ്റ് നോട്ട്ബുക്കിലെ ഇനങ്ങൾക്കായി ഞാൻ സാധാരണയായി ഗെറ്റിംഗ് തിംഗ്സ് ഡൺ എന്ന നിയമങ്ങൾ പാലിക്കുന്നു: ലിസ്റ്റിലുള്ള എന്തെങ്കിലും എനിക്ക് രണ്ട് മിനിറ്റോ അതിൽ കുറവോ എടുക്കാൻ പോകുകയാണെങ്കിൽ, ഞാൻ അത് ചെയ്യുന്നു. ദൈർഘ്യമേറിയ ടാസ്ക്കുകൾ ഉള്ളതിനാൽ, എന്റെ ടാസ്ക് മാനേജ്മെന്റ് സിസ്റ്റത്തിൽ ഞാൻ എന്തെങ്കിലും സജ്ജീകരിക്കുന്നു. എന്നാൽ ലിസ്റ്റിലെ ഇനം ഒരു ടാസ്ക് എന്നതിലുപരി ഒരു ആശയമാകുമ്പോൾ, ഞാൻ അത് ക്രിയേറ്റീവ് കാസ്കേഡിലെ അടുത്ത ഇൻബോക്സിലേക്ക് മാറ്റുന്നു.

എന്റെ പോക്കറ്റ് നോട്ട്ബുക്കിൽ നിന്ന് അടുത്തിടെ നടന്ന ഒരു ആഴ്ചതോറുമുള്ള അവലോകനത്തിൽ ഞാൻ പ്രോസസ്സ് ചെയ്ത ചില ഇനങ്ങൾ ഇതാ:

ക്രിസ്മസ് വരാൻ പോകുന്നു, എന്റെ നോട്ട്ബുക്കിൽ രണ്ട് വ്യത്യസ്ത സമ്മാന ആശയങ്ങൾ എഴുതിയിരുന്നു. ആ ഇനങ്ങൾ ഓരോന്നും ഞാൻ എന്റെ "സമ്മാനങ്ങൾ" എന്ന ഇൻബോക്സിലേക്ക് മാറ്റി. സമ്മാനങ്ങളെക്കുറിച്ച് ഗവേഷണം നടത്തുക എന്ന ജോലി ആരംഭിച്ചപ്പോൾ, ആ ഗവേഷണം നടത്താൻ എനിക്ക് സ്രോതസ്സിന്റെ വസ്തുക്കൾ ഉണ്ടായിരിക്കുമെന്ന് എനിക്കറിയാമായിരുന്നു.

ഇന്റർനെറ്റിൽ തിരയാൻ ഞാൻ ആഗ്രഹിച്ച നിരവധി കാര്യങ്ങൾ ഉണ്ടായിരുന്നു. അങ്ങനെ സമ്മാനങ്ങൾ അന്വേഷിക്കുന്നതിനുവേണ്ടി ഞാൻ ചെയ്യുന്ന ജോലി നിർത്തി ട്രാക്കിൽ നിന്ന് മാറാൻ ഞാൻ ആഗ്രഹിച്ചില്ല, അതിനാൽ ഞാൻ ആ ഇനങ്ങൾ എന്റെ പോക്കറ്റ് നോട്ട്ബുക്കിൽ എഴുതി. ഈ രീതിയിൽ എന്റെ ആഴ്ചതോറുമുള്ള അവലോകനത്തിനിടെ എനിക്ക് തിരയലുകൾ ബാച്ച് ചെയ്യാൻ കഴിയും. ഈ ഇനങ്ങൾക്കായി ഞാൻ പെട്ടെന്ന് രണ്ട് തിരയലുകൾ നടത്തി.

എന്റെ നോട്ട്ബുക്കിൽ ഒരു പുസ്തക ശീർഷകവും ഉണ്ടായിരുന്നു. വ്യത്യസ്ത തരം പുസ്തക ശീർഷകങ്ങൾ തരംതിരിക്കാൻ ഞാൻ ശ്രമിക്കുന്ന ഒരു കുറിപ്പ് എനിക്കുണ്ട് - എല്ലാത്തിനുമുപരി, ഞാൻ പുസ്തകങ്ങൾ എഴുതുന്നു! എന്റെ "പുസ്തക ശീർഷകങ്ങൾ" കുറിപ്പിലെ ശരിയായ വിഭാഗത്തിലേക്ക് ഞാൻ ആ പുസ്തക ശീർഷകം മാറ്റി - അത് അടിസ്ഥാനപരമായി ഒരു ഇൻബോക്സാണ്. ഈ പുസ്തകത്തിന്റെ തലക്കെട്ടിന് ഒരു ടാസ്ക്കും നൽകിയിട്ടില്ല. എന്റെ കുറിപ്പ് എന്റെ ചിന്തകളുടെ ഒരു രേഖ മാത്രമാണ്.

ജനപ്രിയ വാക്യങ്ങളും ശൈലികളും സൂക്ഷിക്കുന്ന ഒരു കുറിപ്പും എനിക്കുണ്ട്, അവയെ ഇനങ്ങളായി വേർതിരിക്കാൻ ഞാൻ ശ്രമിക്കുന്നു.

(എന്റെ സ്വന്തം എഴുത്ത് മെച്ചപ്പെടുത്താൻ ഈ വാക്യങ്ങൾ വിശകലനം ചെയ്യാൻ കഴിയുമെന്നതാണ് ആശയം.) എന്റെ നോട്ട്ബുക്കിൽ ഞാൻ എഴുതിയ രണ്ട് ജനപ്രിയ വാക്യങ്ങൾ ഉണ്ടായിരുന്നു. തുടർന്ന് ഞാൻ ആ വാക്യങ്ങൾ ഈ കുറിപ്പിലേക്ക് മാറ്റി. വീണ്ടും, എനിക്ക് ഒരു വാക്യം നൽകിയിട്ടില്ല. എന്റെ ചിന്തകളെക്കുറിച്ച് എന്റെ മനസ്സിൽ ചിന്തിക്കുന്നതിനുപകരം ഈ കുറിപ്പ് രേഖപ്പെടുത്താനുള്ള ഒരു സ്ഥലമാണ്.

അവസാനമായി, ഈ പുസ്തകത്തിന് നല്ല ഉറവിടമാക്കാൻ കഴിയുമെന്ന് ഞാൻ കരുതിയ രണ്ട് രസകരമായ ഉദ്ധരണികൾ ഉണ്ടായിരുന്നു. പോഡ്കാസ്റ്റുകൾ കേൾക്കുന്നതിനിടയിലാണ് ഞാൻ ഈ ഉദ്ധരണികൾ കണ്ടത്. ഞാൻ എന്റെ നോട്ട്ബുക്കിൽ ദ്രുത സംഗ്രഹങ്ങൾ എഴുതി, അതിൽ ഞാൻ കേട്ട ഷോകളും ഏകദേശ ടൈംസ്റ്റാമ്പുകളും എഴുതി. തുടർന്ന് ഞാൻ ആ കുറിപ്പുകൾ ഈ പുസ്തകത്തിന്റെ പ്രോജക്റ്റ് ഫയലിലെ എന്റെ ഗവേഷണ കുറിപ്പുകളിലേക്ക് മാറ്റി. ഈ ഉദ്ധരണികൾ ഞാൻ ഉപയോഗിക്കുമോ എന്ന് എനിക്ക് ഇതുവരെ ഉറപ്പില്ലായിരുന്നു, പക്ഷേ ഞാൻ അവ ഉപയോഗിക്കാൻ തീരുമാനിച്ചാൽ, പോഡ്കാസ്റ്റിന്റെ ആ ഭാഗം വീണ്ടും കേൾക്കാനും കൃത്യമായ ഉദ്ധരണി പകർത്താനും അവ എന്നെ പ്രേരിപ്പിക്കുമെന്ന് എനിക്കറിയാമായിരുന്നു.

ഈ ചിന്തകൾ എന്റെ പോക്കറ്റിൽ രേഖപ്പെടുത്തുന്നത് സങ്കീർണ്ണതയും ശ്രദ്ധ വ്യതിചലിപ്പിക്കുന്ന അപകടസാധ്യതയും എങ്ങനെ കുറച്ചുവെന്ന് നിങ്ങൾക്ക് കാണാൻ കഴിയുമോ? നോട്ട്ബുക്ക് വേഗത്തിൽ കൈയിലുണ്ടായിരുന്നു, ശ്രദ്ധ വ്യതിചലിപ്പിക്കുന്ന അറിയിപ്പുകൾ ഉണ്ടായിരുന്നില്ല. ഈ ജോലികൾ റെക്കോർഡുചെയ്യുന്നതിനും പ്രോസസ്സ് ചെയ്യുന്നതിനും നടപ്പിലാക്കുന്നതിനും ഘടിപ്പിച്ചിരിക്കുന്ന ട്രിഗറുകൾ എനിക്ക് വരുന്നതെല്ലാം പ്രോസസ്സ് ചെയ്യാൻ എങ്ങനെ സഹായിച്ചുവെന്ന് നിങ്ങൾക്ക് കാണാൻ കഴിയുമോ? എനിക്ക് ഉണ്ടായിരുന്ന ചിന്തകൾ പകർത്താനും - ആഴ്ചതോറുമുള്ള അവലോകനം പോലുള്ള പതിവ് ദിനചര്യകളിലൂടെ - അവ ക്രിയേറ്റീവ് കാസ്കേഡിലേക്ക് അയയ്ക്കാനും എനിക്ക് കഴിഞ്ഞു.

എനിക്ക് വരുന്ന എല്ലാ ആശയങ്ങളും എഴുതിവയ്ക്കാൻ തുടങ്ങിയപ്പോൾ, അത് എന്നെ സമ്മർദ്ദത്തിലാക്കി. അത് എന്നെ ഉത്കണ്ഠാകുലനാക്കി, കാരണം ആ ആശയങ്ങളുമായി എന്തെങ്കിലും ചെയ്യണമെന്ന് എനിക്ക് തോന്നി. ഈ ചിന്തകളെ അവഗണിക്കാൻ ശ്രമിക്കുന്നതാണ് നല്ലതെന്ന് എനിക്ക് തോന്നി.

പക്ഷേ, ഈ ഉത്കണ്ഠയുടെ ഉറവിടം എന്റെ മാനസികാവസ്ഥയാണെന്ന് ഞാൻ മനസ്സിലാക്കി. ആശയങ്ങൾ

എഴുതുമ്പോൾ, അവയെക്കുറിച്ച് എന്തെങ്കിലും ചെയ്യാൻ ഞാൻ സഹജമായി ബാധ്യസ്ഥനാണെന്ന് എനിക്ക് തോന്നി. ആ ബാദ്ധ്യത എന്ന തോന്നൽ ഞാൻ യഥാർത്ഥത്തിൽ ചെയ്യാൻ ഉദ്ദേശിച്ച കാര്യങ്ങളിൽ ശ്രദ്ധ കേന്ദ്രീകരിക്കാനുള്ള എന്റെ കഴിവിനെ തടസ്സപ്പെടുത്തി.

ആശയങ്ങൾ റെക്കോർഡുചെയ്യാൻ ഞാൻ എന്നെത്തന്നെ അനുവദിച്ചുകഴിഞ്ഞാൽ, ആ ആശയങ്ങൾ ഉപയോഗിച്ച് ഒന്നും ചെയ്യാൻ ഒരു ബാധ്യതയും തോന്നാതെ, ക്രമരഹിതമായ ആശയങ്ങൾ പിടിച്ചെടുക്കുന്നത് അവിശ്വസനീയമാംവിധം ഉൽപാദനക്ഷമമായി. ഈ തുറന്ന കണ്ണികളിൽ ഞാൻ പാഴാക്കിക്കൊണ്ടിരുന്ന ബോധപൂർവ്വമായ മാനസിക ഊർജ്ജം അവ എഴുതി സ്വതന്ത്രമാക്കി. എന്നിരുന്നാലും, അവ എഴുതി, ആ ആശയങ്ങൾ ഇൻകുബേറ്റ് ചെയ്യാൻ അനുവദിക്കുന്ന ഉപബോധമനസ്സിലെ തുറന്ന കണ്ണികളും ഞാൻ സൃഷ്ടിച്ചു.

ഫ്രണ്ട്-ബർണർ, ബാക്ക്-ബർണർ സർഗ്ഗാത്മക ഊർജ്ജം എന്ന ആശയത്തിലേക്ക് മടങ്ങുമ്പോൾ, ആശയങ്ങൾ പിടിച്ചെടുക്കുന്നതിന്റെ ശക്തി മനസ്സിലാക്കാൻ സഹായിക്കുന്ന മറ്റൊരു രൂപകം കൂടി നമുക്ക് ചേർക്കാൻ കഴിയും, അവ ഉപയോഗിച്ച് നമ്മൾ എന്തുചെയ്യുമെന്ന് നമുക്കറിയില്ലെങ്കിലും.

മെഡെലിനിലെ എന്റെ അപ്പാർട്ട്മെന്റിലെ സ്റ്റൗ പ്രാഥമികമായി ഒരു ഗ്യാസ് സ്റ്റൗവാണ്. എന്നാൽ സ്റ്റൗവിന്റെ പിന്നിൽ ഇടതുവശത്ത് വളരെ വ്യത്യസ്തമായ ഒരു യൂണിറ്റാണ്. ഗ്യാസ് അല്ലാത്ത, പകരം ഇലക്ട്രിക് ആയ ഒരു സ്ഥലമാണിത്. ഗ്യാസ് ബർണറിനേക്കാൾ അൽപ്പം കൂടുതൽ ചൂട് നിയന്ത്രണം ഒരു ഇലക്ട്രിക് ബർണർ നിങ്ങൾക്ക് നൽകുന്നു. പ്രത്യേകിച്ചും, ഇത് വളരെക്കാലം കുറഞ്ഞ ചൂട് നിലനിർത്താൻ നിങ്ങളെ അനുവദിക്കുന്നു. ഇത് നിങ്ങളെ "ചെറുചൂടിൽ പാകപ്പെടുത്താൻ" അനുവദിക്കുന്നു.

സർഗ്ഗാത്മകമായ പാകപ്പെടുത്തൽ

ഓർക്കുക, ഫ്രണ്ട്-ബർണർ പ്രോജക്ടുകൾ നിങ്ങളുടെ ഏറ്റവും മികച്ച സർഗ്ഗാത്മകമായ ഊർജ്ജം നൽകുന്നു. ബാക്ക്-ബർണർ പ്രോജക്ടുകൾ, വിശ്വസനീയമായ സർഗ്ഗാത്മക സംവിധാനങ്ങൾക്ക് നന്ദി, നിങ്ങൾക്ക് ഏറ്റവും കുറഞ്ഞ സർഗ്ഗാത്മകമായ ഊർജ്ജം ഉപയോഗിച്ച് പൂർത്തിയാക്കാൻ കഴിയും.

എന്നാൽ സിമർ പ്രോജക്ടുകൾ ഏതാണ്ട് പൂർണ്ണമായും പശ്ചാത്തലത്തിലാണ് പാകമാകുന്നത്. അതെ, ഇടയ്ക്കിടെ നിങ്ങൾ പാത്രം തുറന്ന് ഒരു സിമർ പ്രോജക്റ്റ് ഒന്ന് നോക്കൂ. ഒരുപക്ഷേ നിങ്ങൾ അത് ഇളക്കിവിടാം, സ്വയം ചലിച്ചുകൊണ്ടേയിരിക്കാൻ. പക്ഷേ വാസ്തവത്തിൽ, നിങ്ങൾക്ക് ദിവസങ്ങളോളം വീട്ടിൽ നിന്ന്

പുറത്തുപോകാൻ സാധ്യതയുണ്ട്, ആ പച്ചക്കറി സ്റ്റോക്കിന്റെ കലം രുചികരമായിരിക്കും.

പാചക രൂപകം വേറിട്ടുനിൽക്കാൻ തുടങ്ങുന്ന സ്ഥലം എന്നത്, സിമർ പ്രോജക്റ്റുകൾ ഒരിക്കലും പൂർത്തിയാക്കേണ്ടതില്ല എന്നതാണ്. ഒരുപക്ഷേ നിങ്ങളുടെ സിമർ പ്രോജക്റ്റുകൾ എപ്പോഴെങ്കിലും എന്തെങ്കിലും ആയി മാറിയേക്കാം, ഒരുപക്ഷേ അങ്ങനെയല്ല. അതിനിടയിൽ, നിങ്ങളുടെ സ്രോതസ്സിന്റെ വസ്തുക്കൾ നിങ്ങൾക്ക് കണ്ടെത്താൻ കഴിയുന്ന എവിടെയെങ്കിലും സൂക്ഷിച്ചിരിക്കുന്നു. നിങ്ങളുടെ ഉപബോധമനസ്സിൽ തുറന്ന കണ്ണികളും പ്രവർത്തിക്കുന്നുണ്ട്. ശരിയായ സർഗ്ഗാത്മകമായ അവസരം ലഭിക്കുകയാണെങ്കിൽ, നിങ്ങൾ തയ്യാറാകും. വെള്ളം നിറച്ച ഒരു സംഭരണി ഉണ്ടായിരിക്കുന്നതിനുപകരം, വർഷങ്ങളായി തിളച്ചുമറിയുന്ന ഒരു സങ്കീർണ്ണമായ മോൾ സോസ് (പഴങ്ങളും സുഗന്ധവ്യഞ്ജനങ്ങളും കൊണ്ട് ഉണ്ടാക്കുന്ന മെക്സിക്കൻ സോസ്) കൊണ്ട് സംഭരണി നിറഞ്ഞിരിക്കുന്നതുപോലെയാണ്.

മാസ്റ്റർക്ലാസിലെ (ഇന്ന് പ്രത്യേക വിഷയങ്ങളിൽ അതിലെ വിദഗ്ധരുടെ ക്ലാസുകൾ ഓൺലൈനായി നൽകുന്ന മാസ്റ്റർക്ലാസ് ലോകപ്രസിദ്ധമാണ്) തന്റെ ക്ലാസിൽ, മാൽക്കം ഗ്ലാഡ്‌വെൽ ഒരു കഥ അന്വേഷിക്കാൻ ഒരു പട്ടണത്തിലേക്ക് പോയ ഒരു സമയം പങ്കുവെച്ചു. അവിടെ പഠിച്ച കാര്യങ്ങളിൽ അദ്ദേഹം ആകൃഷ്ടനായി, പക്ഷേ തന്റെ കഥ ഒരു മണ്ടത്തരമാണെന്ന് അദ്ദേഹം പെട്ടെന്ന് മനസ്സിലാക്കി. വളരെക്കാലം കഴിഞ്ഞാണ്, തന്റെ 'ഔട്ട്‌ലിയേഴ്‌സ്' എന്ന പുസ്തകത്തിൽ പ്രവർത്തിച്ചുകൊണ്ടിരുന്നപ്പോൾ, ആ ഗവേഷണ യാത്ര അദ്ദേഹം ഓർമ്മിച്ചത്. അദ്ദേഹത്തിന്റെ അഭിമുഖങ്ങളുടെ റെക്കോർഡിംഗുകൾ ഇപ്പോഴും അദ്ദേഹത്തിന്റെ കൈവശമുണ്ടായിരുന്നു, അതിനാൽ അദ്ദേഹം ഒടുവിൽ ആ ഗവേഷണം ഉപയോഗിച്ചു - അല്ലെങ്കിൽ അത് "പര്യവേക്ഷണം" ആയിരുന്നു. അദ്ദേഹം പഠിച്ച കാര്യങ്ങൾ ഉപയോഗപ്രദമാകുന്നതിന് പതിനഞ്ച് വർഷത്തെ പരിശ്രമം എടുത്തു, പക്ഷേ അത് ഒരിക്കലും സംഭവിക്കാൻ സാധ്യതയില്ല.

വ്യക്തിപരമായി ഞാൻ എന്റെ 'ആർ & ഡി' എന്ന് ലേബൽ ചെയ്തിട്ടുള്ള ഫോൾഡറുകളിൽ എന്റെ 'ആർ & ഡി' പ്രോജക്റ്റുകൾ സൂക്ഷിക്കുന്നു. കമ്പനികൾക്ക് 'ആർ & ഡി' വകുപ്പുകളുണ്ട്, അവ എന്തെങ്കിലും ആയിത്തീരാൻ സാധ്യതയുള്ളതോ അല്ലെങ്കിൽ എന്തെങ്കിലും ആയിത്തീരാൻ സാധ്യതയില്ലാത്തതോ ആയ പ്രോജക്റ്റുകൾക്കായി വിഭവങ്ങൾ ചെലവഴിക്കുന്നു. ഗവേഷണത്തിനും വികസനത്തിനും വേണ്ടി അവരുടെ എല്ലാ ലാഭവും ചെലവഴിക്കുന്നതിൽ ആമസോൺ പ്രശസ്തമാണ്.

എനിക്ക് സ്വന്തമായി ഒരു ആർ & ഡി വകുപ്പ് ഉണ്ടാകുന്നതിന് മുമ്പ്, എനിക്കുണ്ടായിരുന്ന എല്ലാ ആശയങ്ങളും പിന്തുടരാത്തതിന്

ഞാൻ എന്നെത്തന്നെ ഉത്തേജിപ്പിക്കുമായിരുന്നു. ഒരു പ്രോജക്റ്റിൽ പ്രവർത്തിക്കാൻ തുടങ്ങുമ്പോഴെല്ലാം, ഒരിക്കലും ഒന്നും ആയിത്തീരാത്ത മറ്റ് പ്രോജക്റ്റുകളുടെ എണ്ണമറ്റ ഫോൾഡറുകൾ ഞാൻ കാണുമായിരുന്നു. ഞാൻ സ്വയം ചോദിക്കും, എന്താണ് പ്രയോജനം? മറ്റുള്ളവയെ പോലെ ഞാൻ ഈ പ്രോജക്റ്റ് ഉപേക്ഷിക്കും.

ഇനി, എനിക്ക് അവ കൂടുതൽ പിന്തുടരണമെന്ന് ഉറപ്പാകുന്നതുവരെ പ്രോജക്റ്റുകൾ ഗവേഷണ വികസനത്തിൽ സൂക്ഷിക്കാൻ ഞാൻ എന്നെത്തന്നെ അനുവദിക്കുന്നു. ഇത് എന്നെ സംഘടിപ്പിക്കുക മാത്രമല്ല, എന്നെ സുബോധമുള്ളവനാക്കുകയും ചെയ്യുന്നു. ഒരിക്കലും ഒന്നും ആകാത്ത ആശയങ്ങളെക്കുറിച്ച് വിഷമിച്ച് ഞാൻ എന്റെ ഊർജ്ജം പാഴാക്കുന്നില്ല. അവയെല്ലാം പ്രക്രിയയുടെ ഭാഗമാണ്. എന്റെ ഗവേഷണ വികസന പ്രോജക്റ്റുകളിൽ ഒന്നിനായി എനിക്ക് ഒരു പുതിയ ആശയം ലഭിക്കുകയാണെങ്കിൽ, ഞാൻ അത് റെക്കോർഡുചെയ്യുന്നത് ഉറപ്പാക്കുന്നു - തുടർന്ന് ഞാൻ അത് അനിശ്ചിതമായി തിളച്ചുമറിയാൻ വിടുന്നു.

അമ്മയുടെ ആരോഗ്യ പ്രതിസന്ധിക്കിടയിലും, ഞാൻ ഒരു ഇൻബോക്സിൽ ചിന്തകളും സംഭവങ്ങളും ശേഖരിച്ചുകൊണ്ടിരുന്നു. ഈ കാലയളവിൽ, എന്റെ നൂറ് വാക്കുകളുള്ള ആൽഫസ്മാർട്ട് ശീലത്തെ ഈ ഇൻബോക്സ് പൂരിപ്പിക്കുന്ന ഒരു ശീലമാക്കി മാറ്റി. വേഡ് പ്രോസസ്സറിലെ ഒരു ഫയലിലേക്ക് ഞാൻ ബോധപ്രവാഹത്തെ (സ്ട്രീം ഓഫ് കോൺഷ്യസ്) എഴുതി, എല്ലാ ദിവസവും അതിലേക്ക് ചേർത്തുകൊണ്ടിരുന്നു. പിന്നീട്, ഞാൻ അത് എന്റെ കുറിപ്പുകളുടെ ഡാറ്റാബേസിലേക്ക് മാറ്റി.

ഒന്നും ഒരു കാരണത്താൽ സംഭവിക്കുന്നില്ല, എന്നാലും അത് സംഭവിക്കുന്നു

കഥയിലെ ഒരു അത്ഭുതം സംഭവിച്ചതിനെക്കുറിച്ച് ഞാൻ നിങ്ങളോട് പറയേണ്ട ഭാഗമാണിത്. എന്റെ അമ്മ കണ്ണുതുറന്നു, എഴുന്നേറ്റു, സംസാരിക്കാൻ തുടങ്ങി. ജീവിതം കഥകളിലൂടെയാണ് പറയുന്നത്. സന്തോഷകരമായ അവസാനങ്ങൾ ഉണ്ടാകുന്നത് നല്ലതാണ്. പക്ഷേ ജീവിതത്തിൽ സന്തോഷകരമായ അവസാനങ്ങൾ എപ്പോഴും സംഭവിക്കില്ല.

ചിലർ പറയുന്നത് "എല്ലാം ഒരു കാരണത്താലാണ് സംഭവിക്കുന്നത്" എന്നാണ്. ചിലർ പറയുന്നത്, അത് പറഞ്ഞ വ്യക്തിയുടെ മുഖത്ത് അടിക്കുക എന്നതാണ്. അങ്ങനെ, ഒരു കാരണവുമില്ലാതെ നിങ്ങൾ എന്തിനാണ് മുഖത്ത് ഇടിച്ചതെന്ന് അവർ ചോദിക്കുമ്പോൾ, നിങ്ങൾക്ക് അവരെ ഓർമ്മിപ്പിക്കാൻ കഴിയും: "എല്ലാം ഒരു കാരണത്താലാണ് സംഭവിക്കുന്നത്."

നിങ്ങൾ സ്നേഹിക്കുന്ന ഒരാളെ നഷ്ടപ്പെടുന്നതിൽ നല്ലതൊന്നുമില്ല. എന്നിരുന്നാലും, കഴിഞ്ഞ വർഷത്തെ വിസയും കിടപ്പുരോഗവും കാരണം ഞാൻ അമ്മയോടൊപ്പം ചെലവഴിച്ച ആറ് ആഴ്ചകൾക്ക് എന്റെ അമ്മയുടെ മരണം പുതിയ അർത്ഥം നൽകി.

ജീവിതത്തിൽ നമ്മൾ അനുഭവിക്കുന്നതെല്ലാം എന്തെങ്കിലും പഠിക്കാനും, അതിൽ നിന്ന് അർത്ഥമുണ്ടാക്കാനും, വഴിയിൽ നമ്മൾ പഠിച്ച കാര്യങ്ങൾ മറ്റാരെങ്കിലും പഠിപ്പിക്കാനുമുള്ള അവസരമാണ്. ഏറ്റവും കുറഞ്ഞത് ഇതാണ്, ഈ ലോകം വിടുന്നതിന് മുമ്പ് നമുക്ക് ചെയ്യാൻ കഴിയുന്നത്. ഒരു രക്ഷിതാവ് പോയതിനാൽ, എന്റെ നാൽപ്പതാം ജന്മദിനം വളരെ പിന്നിലല്ല, ഫീനിക്സിൽ രണ്ട് മാസത്തെ അടിയന്തരാവസ്ഥയ്ക്ക് ശേഷം മെഡെലിനിലേക്ക് മടങ്ങുമ്പോൾ ഇതാണ് എന്റെ മനസ്സിലുണ്ടായിരുന്നത്.

എന്റെ അമ്മയെ നഷ്ടപ്പെട്ട അനുഭവത്തിൽ നിന്ന് പഠിച്ച പാഠങ്ങൾ ഞാൻ ഇപ്പോഴും പ്രോസസ്സ് ചെയ്യുന്നു. അനുഭവത്തിലുടനീളം, ആ കാര്യങ്ങൾ എഴുതാൻ ഒരു സ്ഥലം ലഭിക്കുന്നത് നല്ലതാണ്. അല്ലെങ്കിൽ ഭാവിയിലെ ചില സർഗ്ഗാത്മകമായ പ്രവർത്തനങ്ങളിൽ അവ ഉപയോഗിക്കാൻ, കുറഞ്ഞത് നഷ്ടം നേരിടാൻ എന്നെ സഹായിക്കാൻ.

എന്റെ അമ്മയെ നഷ്ടപ്പെട്ടതിന്റെ ദുരന്തത്തിലുടനീളം, എന്റെ പോഡ്കാസ്റ്റും ഇമെയിൽ വാർത്താക്കുറിപ്പും എല്ലാ ആഴ്ചയും വരുന്നത് നിലനിർത്താൻ എനിക്ക് കഴിഞ്ഞു. വീണ്ടും, നിങ്ങളുടെ അമ്മ മരിക്കുമ്പോൾ, നിങ്ങളുടെ പോഡ്കാസ്റ്റിനെയും വാർത്താക്കുറിപ്പിനെയും കുറിച്ച് ആരാണ് ശ്രദ്ധിക്കുന്നത് - പക്ഷേ എന്റെ ലോകത്തിന്റെ ഒരു പ്രധാന ഭാഗമെങ്കിലും കേട്ടുകൂടാതെ സൂക്ഷിക്കുന്നത് ആശ്വാസകരമായിരുന്നു. എന്റെ സർഗ്ഗാത്മക സംവിധാനങ്ങൾ കാരണവും എന്റെ മാനസികാവസ്ഥയുമായി പൊരുത്തപ്പെടുന്ന ജോലികൾ ചെയ്യാൻ എനിക്ക് ഉണ്ടായിരുന്ന ബാക്ക്-ബർണർ ഊർജ്ജം ഉപയോഗിച്ചതിനാലും ഇത് എനിക്ക് സാധ്യമായി.

ഈ പുസ്തകത്തിനായി ഒരു ദിവസം 250 വാക്കുകൾ എഴുതുന്ന ശീലം ഞാൻ തുടർന്നു. ഇത്രയും ചെറിയ അളവിലുള്ള വാക്കുകൾക്ക്, അത് അതിശയകരമാംവിധം ഫലപ്രദമായ ഒരു ശീലമായിരുന്നു. ഒരു ദിവസം 250 വാക്കുകൾ എന്ന വേഗതയിൽ, 50,000 വാക്കുകളുള്ള ഒരു പുസ്തകം എഴുതാൻ 200 ദിവസമെടുക്കും. നിങ്ങൾ പ്രവൃത്തിദിവസങ്ങളിൽ മാത്രമേ എഴുതുന്നുള്ളൂവെങ്കിൽ, അത് ഒരു വർഷം മുഴുവൻ.

ഈ പുസ്തകത്തിന്റെ മുൻ ഡ്രാഫ്റ്റുകളിൽ, ഞാൻ കൂടുതൽ ദൈർഘ്യമുള്ള ദൈനംദിന വാക്കുകളുടെ എണ്ണം ലക്ഷ്യമിട്ടിരുന്നു. കൂടുതൽ വാക്കുകൾ എഴുതാൻ ഞാൻ ലക്ഷ്യമിട്ടത് ഇപ്പോൾ എനിക്ക് മനസ്സിലായി, കാരണം എനിക്ക് ഭയപ്പെട്ടിരുന്നു. പൂർത്തിയാക്കുന്നതിന് മുമ്പ് ഞാൻ മരിക്കുമെന്ന് ഞാൻ ഭയപ്പെട്ടു. പൂർത്തിയാക്കാൻ

കഴിഞ്ഞില്ലെങ്കിൽ, ഞാൻ യഥാർത്ഥത്തിൽ ഒരു എഴുത്തുകാരനല്ലെന്ന് ഞാൻ ഭയപ്പെട്ടു. ഞാൻ എപ്പോഴെങ്കിലും പൂർത്തിയാക്കുമെന്ന് ചിന്തിച്ചുകൊണ്ട് ഞാൻ എന്നെത്തന്നെ വിഡ്ഢിയാക്കുകയാണെന്ന് ഞാൻ ഭയപ്പെട്ടു.

എന്നാൽ നിങ്ങൾക്ക് സർഗ്ഗാത്മകമായ ജോലിയിൽ തിരക്കുകൂട്ടാൻ കഴിയില്ല. ഓരോ ദിവസവും ചെറിയ അളവിലുള്ള വാക്കുകൾ എഴുതുന്നത് എന്റെ നിഷ്ക്രിയ പ്രതിഭയ്ക്ക് പ്രവർത്തിക്കാൻ കുറച്ച് അധിക ഊർജ്ജം നൽകി. ഇത് എന്റെ ദൈനംദിന ജീവിതത്തെ കൂടുതൽ ആസ്വാദ്യകരമാക്കി, ഇത് എന്റെ എഴുത്തിന്റെ ഗുണനിലവാരം വർദ്ധിപ്പിച്ചു.

എന്റെ സംവിധാനങ്ങളെ പരീക്ഷിച്ചു നോക്കിയപ്പോൾ ഞാൻ മനസ്സിലാക്കിയ ഒരു കാര്യം, നല്ല സംവിധാനങ്ങൾ അലസത ഇല്ലാതാക്കുക മാത്രമല്ല - എന്തിനേക്കാളും, നല്ല സംവിധാനങ്ങൾ അയഞ്ഞ രീതി സൃഷ്ടിക്കുന്നു എന്നതാണ്. നിങ്ങളുടെ സംവിധാനങ്ങൾ കൂടുതൽ സങ്കീർണ്ണവും ദൃഢമായി സംയോജിപ്പിച്ചതുമാകുമ്പോൾ, ഒരു കാര്യം തെറ്റുമ്പോൾ അവ വീഴുന്നത് കൂടുതൽ ബുദ്ധിമുട്ടായിരിക്കും. സിസ്റ്റങ്ങൾ സർഗ്ഗാത്മകമായ ഇന്ധനം സ്വതന്ത്രമാക്കണം, അവസാന തുള്ളിയും വറ്റിക്കരുത്.

മെഡെലിനിൽ തിരിച്ചെത്തിയ എന്റെ ആദ്യ ദിവസം, ഞാൻ എന്റെ പ്രഭാത ദിനചര്യയിൽ ഒരു മാറ്റം വരുത്തി. എന്റെ ആൽഫസ്മാർട്ടിൽ ഞാൻ ഇപ്പോഴും നൂറ് വാക്കുകൾ എഴുതി. ഞാൻ ഇപ്പോഴും ധ്യാനിച്ചു. പക്ഷേ അന്ന് ഞാൻ ഒരു ശൂന്യമായ മതിലിനെ അഭിമുഖീകരിച്ച് ഈ പുസ്തകത്തിൽ പ്രവർത്തിച്ചില്ല. പകരം, ഞാൻ കുളിച്ചു, എന്നെത്തന്നെ മനോഹരമാക്കി, പുറത്തേക്ക് കാലെടുത്തുവച്ചു. എന്റെ കൈകളിലെ ചർമ്മം മോശമാക്കുമെന്ന് തോന്നാത്ത പുറംലോകത്തെ വായുവിന്റെ സംവേദനം ഞാൻ വീണ്ടും പരിചയപ്പെട്ടു - വാസ്തവത്ത്ൽ, വായു ജീവിക്കാൻ വേണ്ടി നിർമ്മിച്ചതാണെന്ന് തോന്നി.

കുന്നിറങ്ങി ഒരു കഫേയിലേക്ക് ഞാൻ നടന്നു. ചായ മേശപ്പുറത്ത് വച്ചു, എന്റെ "ഗ്രിപ്പി" ടാബ്ലെറ്റും കീബോർഡ് കോംബോയും സജ്ജീകരിച്ച് ചുറ്റും നോക്കി. സൂര്യന്റെ കോണിൽ എന്തോ ഒരു പുതുമ ഉണ്ടായിരുന്നു - പച്ച മലനിരകളുടെ വശങ്ങളിൽ നിന്ന് ഉയർന്നുവരുന്ന കളിമൺ ഗോപുരങ്ങളെ അത് എടുത്തുകാണിക്കുന്ന രീതി. കൊളംബിയക്കാർ പ്രഭാതഭക്ഷണ പേസ്ട്രികൾ കഴിക്കുന്നതും കഫേയിൽ സംസാരിക്കുന്നതും - ജോലിക്കുള്ള വസ്ത്രങ്ങൾ ധരിച്ച് ബസിൽ നിന്ന് ഇറങ്ങുന്നതും - അവരുടെ ചുവടുകളിൽ ലക്ഷ്യബോധത്തോടെ അവരുടെ ഓഫീസുകളിലേക്ക് നടക്കുന്നതും - എന്തോ ഒരു പുതുമ ഉണ്ടായിരുന്നു.

ഇവിടെ നാല് വർഷം - നാല് വർഷം ആ അവ്യക്തവും അനായാസവുമായ സർഗ്ഗാത്മകമായ ഫലം പകർത്താൻ ശ്രമിച്ചതിന്

ശേഷം - ഒരു പ്രവൃത്തിദിവസത്തെ പ്രഭാതത്തിൽ ഞാൻ ആദ്യമായി പുറത്തുപോകുന്നത് അന്നാണെന്ന് ഞാൻ മനസ്സിലാക്കി. അത് ഞാൻ ജീവിച്ചിരിക്കുന്നതിന്റെ മഹത്തായ ഒരു പ്രഭാതമായിരുന്നു.

ഒരു പിയാനോ പ്രതിഭയുടെ ആത്മവിശ്വാസത്തോടെ ഞാൻ കീബോർഡിൽ വിരലുകൾ വച്ചു. എനിക്ക് ഭയം തോന്നിയില്ല. എനിക്ക് ഇത് ചെയ്യാൻ കഴിയും. ഹെൽംഹോൾട്ട്സ് പറയും പോലെ, ഞാൻ "എന്റെ പ്രശ്നം എല്ലാ ദിശകളിലേക്കും തിരിച്ചുവിട്ടു." ഈ പുസ്തകത്തിന്റെ “വളവുകളും തിരിവുകളും” എനിക്ക് “എന്റെ മനസ്സിന്റെ കണ്ണിൽ” കാണാൻ കഴിഞ്ഞു. എന്റെ ഊർജ്ജം എങ്ങനെ കൈകാര്യം ചെയ്യുവെന്നും എന്റെ ഷെഡ്യൂൾ എങ്ങനെ നടത്തി എന്നും എല്ലാം ഈ നിമിഷത്തിനുള്ള തയ്യാറെടുപ്പായി വർത്തിച്ചു.

ഞാൻ 250 വാക്കുകൾ എഴുതി. പതിനഞ്ച് മിനിറ്റ് എടുത്തു. പിന്നെ ഞാൻ എന്റെ ദിവസത്തിന്റെ ബാക്കി കാര്യങ്ങൾ തുടർന്നു.

ഉപസംഹാരം

2020-ന്റെ തുടക്കത്തിൽ എന്റെ ബ്ലോഗിന്റെ വരുമാന റിപ്പോർട്ടിൽ, ഞാൻ പറഞ്ഞു, "വലിയ ദുരന്തങ്ങളില്ലാത്ത ഒരു വർഷത്തേക്കായി ഞാൻ ശരിക്കും പ്രതീക്ഷിക്കുന്നു." ഒരു വർഷത്തെ വിസ പ്രശ്നങ്ങൾക്ക് ശേഷം, തുടർന്ന് എന്റെ അമ്മയുടെ പെട്ടെന്നുള്ള മരണവും എന്റെ അച്ഛനെ തിരികെ സാധാരണ സ്ഥിതിയിലേക്ക് തിരികെ കൊണ്ടുവരാൻ സഹായിച്ചതും, ജീവിതം വീണ്ടും "സാധാരണ" നിലയിലേക്ക് മടങ്ങാൻ ഞാൻ തയ്യാറായിരുന്നു. "പക്ഷേ," ഞാൻ കൂട്ടിച്ചേർത്തു, "ഇതാണ് ജീവിതമെന്ന് എനിക്കറിയാം, അതിന്മേൽ എനിക്ക് നിയന്ത്രണമില്ല."

എന്റെ ലോകം സ്ഥിരസ്ഥിതിയിലാകാൻ തുടങ്ങിയപ്പോൾ, ഈ ലോകം വളരെക്കാലമായി ഉണ്ടായിരുന്നതിനേക്കാൾ കൂടുതൽ കുഴപ്പത്തിലായി. ഞാൻ ഇത് എഴുതുമ്പോൾ, കൊറോണ വൈറസ് പകർച്ചവ്യാധിയുടെ അവസാന ഭാഗത്തേക്ക് നമ്മൾ എത്തിനിൽക്കുകയാണ്. 2020-ന് ശേഷം നിങ്ങൾ ഇത് നന്നായി വായിക്കുന്നുണ്ടെങ്കിൽ, ആ പകർച്ചവ്യാധി ചരിത്രത്തിലെ മറ്റൊരു സംഭവം മാത്രമായിരിക്കുമെന്ന് ഞാൻ പ്രതീക്ഷിക്കുന്നു.

മാസങ്ങളോളം ക്വാറന്റൈനിൽ കഴിയുന്നത് എനിക്ക് ബുദ്ധിമുട്ടായിരുന്നു, എന്നാൽ കഴിഞ്ഞ രണ്ട് വർഷത്തിനിടയിൽ എന്റെ ജീവിതത്തിലെ സംഭവങ്ങളേക്കാൾ വളരെ എളുപ്പമായിരുന്നു. വൈറസ് നേരിട്ടോ അല്ലാതെയോ ജീവിതത്തെയും ജോലിയെയും ബാധിച്ച ദശലക്ഷക്കണക്കിന് ആളുകളുടെ കാര്യത്തിൽ അങ്ങനെ അങ്ങനെയല്ലെന്ന് എനിക്കറിയാം.

കൊറോണ വൈറസ് പകർച്ചവ്യാധിയുടെ ആരംഭം എന്റെ നിരവധി വർഷത്തെ പ്രോജക്റ്റുകൾ ഒരേസമയം പൂർത്തിയാകുന്ന സമയത്തായിരുന്നു. കൊളംബിയയിലെ എന്റെ ആദ്യത്തെ ഫർണിഷ് ചെയ്യാത്ത അപ്പാർട്ട്മെന്റ് ഞാൻ സ്വന്തമാക്കിയിരുന്നു – ഒരു വിദേശിയെ വിശ്വസിക്കുന്ന ഒരു വീട്ടുടമസ്ഥനെ കണ്ടെത്തുക എന്നത് ചെറിയ കാര്യമല്ലായിരുന്നു. ഞാൻ എന്റെ പങ്കാളിയോടൊപ്പം താമസം മാറിയതേയുള്ളൂ. ഈ പുസ്തകത്തിന്റെ അവസാന അധ്യായങ്ങൾ ഞാൻ പൂർത്തിയാക്കുകയായിരുന്നു. വർഷങ്ങളായി

ഞാൻ നിർമ്മിച്ച ഈ ജീവിതവും ജോലിയും കൊറോണ വൈറസ് പകർച്ചവ്യാധിയെ അതിജീവിക്കുന്നതിനുള്ള അനുയോജ്യമായ ജീവിതവും ജോലിയുമായിരുന്നു (എന്റെ വിരലുകൾ ഇപ്പോഴും പരസ്പരം കോർത്തുപിടിച്ചിരിക്കുന്നു).

"ചൊവ്വയിൽ ചില്ല് ഭരണികളിൽ തലച്ചോറുകൾ" പോലെ എല്ലാം ലഭിക്കുന്ന നിരവധി ആളുകൾ ആദ്യമായി വീട്ടിൽ നിന്ന് ജോലി ചെയ്യുമ്പോൾ - പലരും അവരുടെ സമയം എങ്ങനെ ഉപയോഗിച്ചു എന്നതിൽ നിയന്ത്രണം നേടുകയും ചെയ്തു. ലോകം പ്രതിസന്ധിയിലായിരിക്കുമ്പോൾ ജോലിയിൽ ശ്രദ്ധ കേന്ദ്രീകരിക്കാൻ ശ്രമിക്കുന്നതിന്റെ വൈകാരികമായ ആശങ്കകൾക്ക് പുറമേ, വീട്ടിൽ നിന്ന് ജോലി ചെയ്യുമ്പോൾ എങ്ങനെ മുൻഗണന നൽകാം, പ്രചോദിതരായി തുടരാം, വ്യക്തമായി ചിന്തിക്കാം എന്നതിനെക്കുറിച്ച് ആളുകൾ വിഷമിക്കുകയായിരുന്നു, കാരണം ആ സമയത്ത് ക്ലോക്ക് അവരുടെ ഓരോ നീക്കത്തെയും നിയന്ത്രിക്കുന്നില്ലായിരുന്നു. പെട്ടെന്ന് അവർക്ക് സമയം ലഭിച്ചു, പക്ഷേ അവർക്ക് ഊർജ്ജം കണ്ടെത്തേണ്ടി വന്നു.

നിങ്ങളുടെ സർഗ്ഗാത്മകമായ ഊർജ്ജം കൈകാര്യം ചെയ്യാൻ ആരംഭിക്കുന്നതിന്, സമയത്തെക്കുറിച്ച് പുനർവിചിന്തനം നടത്തി തുടങ്ങുക. സമയാരാധനയ്ക്കായി കാത്തിരിക്കുക. സാധാരണയായി സമയം നിങ്ങൾ ഉത്തമീകരിക്കുന്ന ഒന്നല്ല. ശരിക്കും പ്രാധാന്യമുള്ളപ്പോൾ മാത്രം ക്ലോക്ക്-ടൈം അനുസരിച്ച് പ്രവർത്തിക്കുക. അല്ലാത്തപക്ഷം, ഇവന്റ്-ടൈം അനുസരിച്ച് പ്രവർത്തിക്കുക. ചില ഫലങ്ങളെ സമയ യൂണിറ്റുകളായി ചുരുക്കാൻ ശ്രമിക്കരുത്. പകരം, നിങ്ങളുടെ ലക്ഷ്യങ്ങളിലേക്ക് നിങ്ങളെ നയിക്കുന്ന പ്രവർത്തനങ്ങളിൽ നിങ്ങളുടെ ഊർജ്ജം വിനിയോഗിക്കുന്നതിന് സമയ യൂണിറ്റുകൾ ഏകദേശ വഴികാട്ടികളായി ഉപയോഗിക്കുക.

നിങ്ങളുടെ ക്രിയേറ്റീവ് സ്വീറ്റ് സ്പോട്ട് കണ്ടെത്തുക. നിങ്ങൾക്ക് ഒഴിവാക്കാനാകുന്ന ഓരോ ദിവസവും ഒരു ബ്ലോക്ക് സമയം കണ്ടെത്തുക, ആ സമയം 'ഉത്പാദന' മാനസികാവസ്ഥയിൽ ചെലവഴിക്കുക. രാവിലെ ഒരു ദിവസത്തിന്റെ തുടക്കത്തിൽ നിങ്ങൾ ഏറ്റവും സർഗ്ഗാത്മകമായ സ്ഥിതിയിൽ ആയിരിക്കും, അതിനാൽ ആദ്യ മണിക്കൂർ നിയമം പരീക്ഷിക്കുക. ഓർമ്മിക്കുക, നിങ്ങളുടെ മനസ്സ് ഏറ്റവും മൂർച്ചയുള്ള സമയമല്ല നിങ്ങളുടെ ക്രിയേറ്റീവ് സ്വീറ്റ് സ്പോട്ട്. നിങ്ങൾക്ക് വിഭിന്നമായി ചിന്തിക്കാൻ ആഗ്രഹമുണ്ട്, അതിനാൽ നിങ്ങൾക്ക് ഉൾക്കാഴ്ചകൾ ലഭിക്കും. പിന്നീട്, നിങ്ങൾക്ക് കേന്ദ്രീകൃതമായി ചിന്തിക്കാനും ആ ആശയങ്ങളെ പൂർത്തിയായ ഉൽപ്പന്നങ്ങളാക്കി മാറ്റാനും കഴിയും.

ഒരു സർഗ്ഗാത്മകമായ പ്രശ്നം കഠിനമാകുമ്പോൾ, സർഗ്ഗാത്മകതയുടെ നാല് ഘട്ടങ്ങളെ ബഹുമാനിക്കാൻ ഓർമ്മിക്കുക. ഒരു ജ്ഞാനോദയ

നിമിഷം കണ്ടെത്താൻ നിങ്ങൾ പാടുപെടുകയാണെങ്കിൽ, നിങ്ങൾക്ക് കൂടുതൽ തയ്യാറെടുപ്പും ഇൻകുബേഷനും ആവശ്യമായി വന്നേക്കാം. നിങ്ങൾക്ക് ഒരു മികച്ച ആശയം ലഭിക്കുന്ന നിമിഷം നിങ്ങളുടെ ജോലി പൂർണ്ണസ്ഥിതിയിൽ ആയെന്ന് പ്രതീക്ഷിക്കരുത്. പുതുമയുള്ള ആശയങ്ങളും ഉപയോഗപ്രദമാണോ എന്ന് കണ്ടെത്താൻ നിങ്ങൾ സ്ഥിതീകരണം നടത്തണം.

നിങ്ങളുടെ ജോലിയിലെ മാനസികാവസ്ഥകൾ ശ്രദ്ധിക്കുക. ഓർമ്മിക്കുക: PERGPAR - PER Golf, PAR. മുൻഗണന നൽകുക, പര്യവേക്ഷണം ചെയ്യുക, ഗവേഷണം നടത്തുക, സൃഷ്ടിക്കുക, മിനുക്കിയെടുക്കുക, നിർവ്വഹിക്കുക, ഊർജ്ജം ശേഖരിക്കുക. നിങ്ങളുടെ ജോലിയുടെ വിവിധ ഭാഗങ്ങൾക്ക് ഏറ്റവും അനുയോജ്യമായ മാനസികാവസ്ഥകൾ ഏതൊക്കെയാണെന്ന് തിരിച്ചറിയാൻ പരിശീലനം ആവശ്യമാണ്. ഒരു സമയത്ത് ഒരു മാനസികാവസ്ഥയിൽ വൈദഗ്ധ്യം വളർത്തിയെടുക്കുക. സൃഷ്ടി സൃഷ്ടിയെ വേർതിരിക്കുന്നതിലൂടെ ആരംഭിക്കുക. തുടർന്ന് മുൻഗണനാക്രമം ഒരു മുൻഗണനയാക്കുക. മറ്റ് മാനസികാവസ്ഥകൾ ആ "വലിയ പാറകൾക്ക്" ചുറ്റും വീഴട്ടെ. ഈ അവസ്ഥകൾക്കിടയിൽ ചില അവ്യക്തമായ അതിരുകൾ നിങ്ങൾ കാണും, അതിനാൽ വഴക്കമുള്ളവരായിരിക്കുക. നിങ്ങൾ ഉപയോഗിക്കുന്ന ഉപകരണങ്ങളെയും നിങ്ങളുടെ ജോലി ചെയ്യുന്ന ക്രമീകരണങ്ങളെയും കുറിച്ച് ശ്രദ്ധിക്കുക. നിങ്ങളുടെ ഉപകരണങ്ങളും പരിസ്ഥിതിയും നിങ്ങളുടെ മാനസികാവസ്ഥയെ എങ്ങനെ ബാധിക്കുന്നു? നിങ്ങളുടെ ആശയങ്ങൾ വികസിക്കാൻ തുടങ്ങുമ്പോൾ ഗ്രിപ്പി ഉപകരണങ്ങൾ തിരഞ്ഞെടുക്കുക, നിങ്ങൾ നടപ്പിലാക്കാൻ തയ്യാറാകുമ്പോൾ സ്ലിപ്പി ഉപകരണങ്ങൾ തിരഞ്ഞെടുക്കുക.

നിങ്ങളുടെ ജോലിയിലും ചുറ്റുമുള്ള ലോകത്തിന്റെ താളങ്ങളിലും സർഗ്ഗാത്മക ചക്രങ്ങൾക്കായി തിരയാൻ ആരംഭിക്കുക. നിങ്ങളുടെ ജോലിയെ ആവർത്തിക്കാവുന്ന പ്രോജക്റ്റുകളായി വിഭജിക്കാൻ നിങ്ങൾക്ക് എത്രത്തോളം നന്നായി കഴിയുമോ അത്രത്തോളം നിങ്ങൾക്ക് സർഗ്ഗാത്മക ചക്രങ്ങളെ തിരിച്ചറിയാനും അവയുടെ ശക്തി പ്രയോജനപ്പെടുത്താനും കഴിയും. ഒരു ആഴ്ചതോറുമുള്ള ദിനചര്യ കെട്ടിപ്പടുക്കാൻ തുടങ്ങുക, ഒരു സാധാരണ മാസം അല്ലെങ്കിൽ ഒരു സാധാരണ വർഷം പോലുള്ള ദൈർഘ്യമേറിയ ചക്രങ്ങളിൽ നിങ്ങൾ കാണുന്ന പാറ്റേണുകൾ ശ്രദ്ധിക്കുക.

നിങ്ങൾ സർഗ്ഗാത്മക ചക്രങ്ങളിൽ വൈദഗ്ധ്യം നേടുമ്പോൾ, നിങ്ങൾക്ക് സർഗ്ഗാത്മക സംവിധാനങ്ങൾ നിർമ്മിക്കാൻ തുടങ്ങാം. സ്ലോപ്പി ഓപ്പറേറ്റിംഗ് നടപടിക്രമം ഡോക്യുമെന്റുകൾ സൃഷ്ടിക്കുക, നിങ്ങൾ പോകുമ്പോൾ അവയിൽ പടുത്തുയർത്തുക. നിങ്ങളുടെ സർഗ്ഗാത്മക പ്രോജക്റ്റുകളിൽ നിങ്ങൾക്ക് എന്ത് വിട്ടുവീഴ്ചകൾ ചെയ്യാൻ കഴിയുമെന്ന് പരീക്ഷിക്കുക. നിങ്ങളുടെ ആശയങ്ങളുടെ

ഉണനിലവാരം കുറയ്ക്കാതെ തന്നെ നിങ്ങളുടെ സംവിധാനത്തെ ആവർത്തിക്കാവുന്നതാക്കുന്ന നിയന്ത്രണങ്ങൾ സൃഷ്ടിക്കാൻ നിങ്ങൾക്ക് കഴിയുമോ? നിങ്ങൾ നിങ്ങളുടെ സംവിധാനങ്ങൾ സ്ഥാപിക്കുമ്പോൾ, നിങ്ങളുടെ ബാക്ക്-ബർണർ ഊർജ്ജം ഉപയോഗിച്ച് സ്ഥിരമായി ഉത്പാദിപ്പിക്കാൻ കഴിയും, അങ്ങനെ ഒറ്റത്തവണ പ്രോജക്റ്റുകളിൽ പ്രവർത്തിക്കുന്നതിനോ അധിക സംവിധാനങ്ങൾ നിർമ്മിക്കുന്നതിനോ ഫ്രണ്ട്-ബർണർ ഊർജ്ജം സ്വതന്ത്രമാക്കുന്നു.

അവസാനമായി, ജീവിതത്തിലെ കുഴപ്പങ്ങളെ ചെറുക്കുക മാത്രമല്ല, ആ കുഴപ്പങ്ങളിൽ നിന്ന് മെച്ചപ്പെടുന്ന സംവിധാനങ്ങൾ നിർമ്മിക്കുക. എല്ലാം കൃത്യമായി നടക്കുന്നതിനെ ആശ്രയിച്ചുള്ള സംവിധാനങ്ങൾ നിങ്ങൾക്ക് നിർമ്മിക്കാൻ കഴിയില്ല, കാരണം കുഴപ്പങ്ങൾ ജീവിതത്തിലെ ഏക സ്ഥിരം സംഭവമാണ്. കുഴപ്പങ്ങൾ ഉണ്ടാകുമ്പോൾ, ഇൻബോക്സുകളുടെ ഒരു ക്രിയേറ്റീവ് കാസ്കേഡുമായി തയ്യാറാകുക. സർഗ്ഗാത്മക അവസരങ്ങൾ വരുമ്പോൾ പിടിച്ചെടുക്കുക, പിന്നീട് നിങ്ങൾക്ക് വികസിപ്പിക്കാൻ കഴിയുന്നിടത്ത് അവ സംഭരിക്കുക. ആവശ്യമുള്ളപ്പോൾ നിങ്ങളുടെ ആശയങ്ങളുമായി ഇടപഴകാൻ കഴിയുമെന്ന് നിങ്ങൾക്ക് ഉറപ്പുണ്ടായിരിക്കാൻ കഴിയുന്ന തരത്തിൽ ടാസ്ക് ട്രിഗറുകളുടെ ഒരു പരമ്പര നിർമ്മിക്കുക.

നിങ്ങളുടെ ടാസ്ക് ട്രിഗറുകൾ വിശ്വസനീയവും, സന്ദർഭത്തിനനുസരിച്ച്, നടപ്പിലാക്കാൻ എളുപ്പമുള്ളതും, പ്രവർത്തനവുമായി ബന്ധിപ്പിച്ചതുമാക്കി മാറ്റാൻ ശ്രമിക്കുക. ഏഴ് മാനസികാവസ്ഥകളുമായി വേണ്ടത്ര പരിശീലനത്തിന് ശേഷം, നിങ്ങളുടെ ജോലികൾ പ്രോജക്റ്റ് വഴിയല്ല, മാനസികാവസ്ഥ വഴി ക്രമീകരിക്കാൻ നിങ്ങൾ തയ്യാറാകണം.

ഷിക്കാഗോയിലെ ഒരു വൃത്തികെട്ട അലക്കുശാലയിലെ കുളിമുറിയിൽ വസ്ത്രം മാറുന്ന സമയം കൂടാതെ, "ഞാൻ എങ്ങനെ ഇവിടെ എത്തി?" എന്ന് ഞാൻ സ്വയം ചോദിക്കുന്ന മറ്റ് സമയങ്ങളുണ്ട്. വാസ്തവത്തിൽ, മിക്കവാറും എല്ലാ ദിവസവും ഞാൻ അങ്ങനെ ചോദിക്കാറുണ്ട്.

സ്റ്റീവൻ പ്രസ്സ്ഫീൽഡ് തന്റെ ഒരു പുസ്തകത്തിൽ എഴുതിയത്, ഒരു സുഹൃത്ത് പറഞ്ഞതായി, നിങ്ങൾക്ക് ഒരിക്കലും നിങ്ങളുടെ ജീവിതം ആസൂത്രണം ചെയ്യാൻ കഴിയില്ല എന്നാണ്. അപ്രതീക്ഷിതമായ നിരവധി കാര്യങ്ങൾ സംഭവിക്കുന്നു. അദ്ദേഹത്തിന്റെ സുഹൃത്ത് പറഞ്ഞു, "നിങ്ങൾ ഒരാളെ കണ്ടുമുട്ടുമ്പോൾ നിങ്ങൾ മറ്റൊരു രാജ്യത്ത് താമസിക്കുകയും മറ്റൊരു ഭാഷ സംസാരിക്കുകയും ചെയ്യും." അത് ഈ ഘട്ടത്തിൽ എന്റെ ജീവിതത്തെ സംഗ്രഹിക്കുന്നു: പകൽ സമയത്ത് ഞാൻ ലോകത്തിന് ഇംഗ്ലീഷ് എഴുതുന്നു, രാത്രിയിൽ എന്റെ ജീവിത പങ്കാളിയോട് സ്പാനിഷ് സംസാരിക്കുന്നു. എന്റെ ചെറിയ പരീക്ഷണം ഒരു സ്ഥിരമായ ജീവിത മാറ്റമായി മാറി.

കൊളംബിയൻ ഗ്രാമപ്രദേശങ്ങളിൽ അരേപാ (ചോളപ്പൊടി കൊണ്ടുള്ള കൊളംബിയൻ കേക്ക്) ഉണ്ടാക്കാൻ ഞാൻ പുതുതായി പറിച്ചെടുത്ത ചോക്കോളോ (ചോളത്തിന്റെ ചെറിയ വെളുത്ത മൂക്കാത്ത കോൺ) പൊടിക്കുകയാണെങ്കിലും, മെഡെലിനിലെ എന്റെ കെട്ടിടത്തിന് മുകളിലൂടെ ഒരു ജോടി ഭീമാകാരമായ കടും ചുവപ്പ് മക്കാവുകൾ (തെക്കേ അമേരിക്കയിൽ കണ്ടുവരുന്ന നീളൻ വാലുള്ള തത്തകൾ) പറക്കുന്നത് കാണുകയാണെങ്കിലും, രാവിലെ ഉണർന്ന് ചുറ്റുമുള്ള പർവതങ്ങളിൽ നിന്ന് മേഘങ്ങൾ കത്തുന്നത് കാണുമ്പോഴും, ഞാൻ എവിടെയാണ് എത്തിയതെന്ന് ഞാൻ പലപ്പോഴും അത്ഭുതപ്പെടാറുണ്ട്.

ഈ വിദേശ രാജ്യത്ത് ഞാൻ ഈ യാത്ര ആരംഭിച്ചപ്പോൾ, എന്റെ എല്ലാ സ്വത്തുക്കളും മൂന്ന് സ്യൂട്ട്കേസുകളിൽ ഒതുക്കണമെന്ന് ഞാൻ ആഗ്രഹിച്ചു. ഞാൻ ഇപ്പോൾ ആ പോയിന്റിനും അപ്പുറമാണ്. വെള്ള ഭിത്തിയുള്ള ആ മുറിയുടെ ഇടുങ്ങിയ കോണിലേക്ക് ഞാൻ കൊണ്ടിട്ട മേശ മാത്രമല്ല, അതിനായി ഒരു ഓഫീസ് കസേരയും എനിക്കുണ്ട്. എനിക്ക് സ്വന്തമായി ബുക്ക്കേസും കിടക്കയും ഡൈനിംഗ് ടേബിളും, എൽ ആകൃതിയിലുള്ള ഒരു വലിയ സോഫയും, വളരുന്ന സസ്യങ്ങളുടെ ഒരു ശേഖരവുമുണ്ട്. ഒരു വെക്കേഷൻ വാടക കമ്പനിക്ക് ഞാൻ ഇനി ഒരു ഭാരിച്ച തുക പോലും നൽകില്ല. വിരോധാഭാസമെന്നു പറയട്ടെ, ഒരു കൊളംബിയൻ നിവാസി എന്ന നിലയിൽ എന്റെ വാടകയും വൈദ്യുതി ബില്ലും ഇന്റർനെറ്റ് ബില്ലും ഓട്ടോ-പേയിൽ അടയ്ക്കാൻ ഞാൻ ഇതുവരെ വേണ്ടത്ര കഴിവുള്ളവനല്ല. അവ ഞാൻ സ്വമേധയാ അടയ്ക്കണം, ഒരു ഗുഹാമനുഷ്യനെപ്പോലെ, ചിലപ്പോൾ ഒരു ബാങ്കിലേക്ക് പോലും നടക്കേണ്ടി വരും.

ഞാൻ ആദ്യമായി ഈ സാഹസിക യാത്ര ആരംഭിച്ചപ്പോൾ, ഒടുവിൽ ഞാൻ സാധാരണ ജീവിതത്തിലേക്ക് മടങ്ങുമെന്ന് ഞാൻ കരുതി. കൊളംബിയയിൽ സാധാരണ ജീവിതം നടക്കുന്നുണ്ടെന്ന് മനസ്സിലായി. ഭാഗ്യവശാൽ, ആ ജീവിതത്തെ സർഗ്ഗാത്മകമായ ജോലികൾ കൊണ്ട് നിറയ്ക്കാൻ ഈ പുസ്തകത്തിന്റെ ഉള്ളടക്കങ്ങൾ എന്റെ പക്കലുണ്ട്. അതുപോലെ നിങ്ങളുടെ ജീവിതത്തിലും ജോലിയിലുമുള്ള ഈ ഉദ്വേഗജനകമായ മാറ്റം കൈകാര്യം ചെയ്യാൻ ഈ പുസ്തകം നിങ്ങളെയും സഹായിക്കുമെന്ന് ഞാൻ പ്രതീക്ഷിക്കുന്നു.

അംഗീകാരങ്ങൾ

ഈ പുസ്തകത്തെക്കുറിച്ച് പ്രാഥമിക അഭിപ്രായം പറഞ്ഞ താഴെ പറയുന്ന വായനക്കാർക്ക് നന്ദി.

സിന്‌ഡി കേസി
ടോണി ക്രോക്ക്‌ഫോർഡ്
ഷെറിൽ ഹൾസാപ്പിൾ
മസൂമി ഗോൾഡ്മാൻ
കോർണേലിസ് വാൻ ലിറ്റ്
കാരി മിൽസാപ്പ്
എറിക് റെൻ
കേറ്റ് സ്റ്റാൻ്റൺ

വെസ് കോഫി
ഹെലീന ഡെൻലി
ജ്ജൺ ഗിൽബാങ്ക്
എലിസബത്ത് കുഹൻ
ആൻഡ്രൂ മില്ലർ
ഡെവോൺ ഓസ്റ്റെൻഡോർഫ്
എഡ് സ്റ്റാൻഫീൽഡ്

ഈ പുസ്തകത്തിന്റെ പ്രിവ്യൂ പതിപ്പ് വാങ്ങിയ താഴെ പറയുന്ന വായനക്കാർക്ക് നന്ദി:

ക്ലൈഡ് ആഡംസ് മൂന്നാമൻ
സൂസൻ ബി.
വില്യം ബർത്തലോമിയോ
സൂസാൻ ബേർഡ്-ഹാരിസ്
ആൻഡ്രൂ ബ്രോമാൻ
ഇയാൻ കാമറൂൺ
ബീറ്റോ കാസെറെസ് കാസ്ട്രോ
വെസ് കോഫി
ടിം കോട്‌നി
ടോണി ക്രോക്ക്‌ഫോർഡ്
മാത്യു ഡബ്ല്യു ഡാർലിസൺ
ഹെലീന ഡെൻലി
എറിക് ഡിഡ്രിക്സൻ

ആൻഡി ആഞ്ചലോസ്
ജോർദാൻ ബേക്കർ
അക്ഷയ് ഭലോട്ടിയ
എംവി ബ്രാവർമാൻ
ജേക്കബ് ബ്രൂൺസ്
സിന്‌ഡി കേസി
ആനി ചെനി
ഷോൺ കോർബറ്റ്
ബോബി ക്രെയ്ഗ്
ജേക്കബ് ഡാനിയേൽക്ക
ബ്രാൻഡൻ ഡൗഫിനൈസ്
എമ്രൈ ദേവേച്ചി
തിൻ ദിൻ

കാത്‌ലീൻ ഡോനോഹ്യൂ
ഒലെഗ് ഇഫിമോവ്
ജിൽ ഫെച്നർ
ജേക്കബ് ജി.
പെഗ്ഗി ഗ്രാൻ്റ്
ക്രിസ്റ്റഫർ ഹഗഡ്
ഫേൺ ഹോർസ്റ്റ്
മേരി ഡിറോസ ഹ്യൂസ്
സോളി ജെ
JM&TB
ഡേവിഡ് കെർ
ഇയാൻ ലോട്ടൺ
ലിസ്. "81 വയസ്സിനു മുകളിൽ. സ്ത്രീ, പ്രായമായിട്ടില്ല"
സാം ലോപ്സ്
ബ്രയാൻ മക്കാൻ
മാത്യു മക്മില്ലൺ
ആൻഡി മില്ലർ
ഇയാൻ മോളി
ബ്രെന്നൻ മർഫി
എൽ. ആംബർ ഒ'ഹെയർൺ
ടിം ഓസ്ലോവിച്ച്
ജെഫ്രി ടി. പാമർ
കീത്ത് ആർ. പാർസൺസ്
ഡാനിയൽ പോർട്ടർ
ഉമേഷ് റാവു
അലജാൻഡ്രോ റെന്റേരിയ
ക്രെയ്ഗ് സ്കോട്ട് റോബർട്ട്സ്
റോഡേഴ്സ്
ജെറമി റൈക്കർ
റാമിൻ സരബി
ധൈര്യ ഹേമേന്ദ്ര
റോസ റോബോട്ട് ഷെർഷ്ന്യാഗ
സ്യോർഡ് സീബിംഗ
ബർദീസ് സ്മൈറത്ത്
എഡ് സ്റ്റാൻഫീൽഡ്
ജേസൺ ഡഗ്ലസ്
റിച്ചാർഡ് എഫ്. എമേഴ്സൺ
തോർവാൾഡ് ഫിൻബ്ജോൺസൺ
മസുമി ഗോൾഡ്മാൻ
ചാൻടെല്ലെ ഗ്രിഫിത്ത്സ്
ഡാരൻ ഹൈഡ്ജർകെൻ
ഡേവിഡ് റയാൻ ഹഫ്
ഉവെ ഹുസ്മാൻ
അരിയോ ജാഫർസാദെ
റിതു കൗശൽ
മാറ്റ് ലേസി
അഡ്രിയാൻ ലീ
അമാൻഡ മെയിന്റനൻസ്
പോൾ മക്ഗ്ലിഞ്ചെ
ആലിസ് മെറി
ജോൺ മിച്ചൽ
നാൻസി മർഡോക്ക്
മൈക്കൽ നസാരി
സീൻ ഒലിവർ
റൗൾ പാലാസിയോസ്
സുമിത് പരബ്
അജിത് പീറ്റർ
പോളോ-ആർ
ജോർജ്ജ് വി. റെയ്‌ലി
ടോം റിവേഴ്സ്
ക്രിസ്റ്റഫർ റോബി
കാർലോസ് റോഡ്രിഗസ്
കെവിൻ സാംപ്സൺ
ഫ്രാൻസിസ്കോ സരവിയ
അൽപ ഷാ
ഡോ. എലീസർ ഷോർ
കെ സിസ്റ്റി
ബ്രാഡൻ സ്മിത്ത്
കേറ്റ് സ്റ്റാൻ്റൺ

ഗ്ലാഡിസ് സ്ലീക്ലാൻഡ്
മെലിസയും ടൗണിയും
മിലോ ടോഡോറോവിച്ച്
മൈക്കൽ ഉർബോണസ്
മസൂദ് അഹമ്മദ് ഉസ്മാനി
ഷാർലറ്റ് വെറ
മൈക്കൽ വിറ്റ്മോർ
തായ് വുഡ്
മാറ്റ് സെഹനർ
ഏരിയൽ സ്ലോങ്
റവ. ലൂക്കാസ് തോംസൺ
ഐമി ട്വീഡി
അൽഫോൻസോ ഉർസുവ
കോർണലിസ് വാൻ ലിറ്റ്
നിക്കി വെയ്റ്റ്സ്
മാർക്ക് വൈസ്മാൻ
വാങ് യിപ്പ്

രചയിതാവിനെക്കുറിച്ച്

സർഗ്ഗാത്മകത പ്രധാനമാകുമ്പോൾ ഉൽപ്പാദനക്ഷമത വർദ്ധിപ്പിക്കാൻ സഹായിക്കുന്ന പുസ്തകങ്ങൾ രചിച്ച ബെസ്റ്റ് സെല്ലറായ എഴുത്തുകാരനാണ് ഡേവിഡ് കടവി. അദ്ദേഹം ബിഹേവിയറൽ സയന്റിസ്റ്റ് ഡാൻ ഏറിയലിയുടെ ഉൽപ്പാദനക്ഷമതാ ആപ്പായ ടൈംഫുളിന്റെ ഡിസൈൻ ഉപദേഷ്ടാവായിരുന്നു. ഗൂഗിൾ കലണ്ടറിൽ - ഡേവിഡിന്റെ "മൈൻഡ് മാനേജ്മെന്റ്" തത്ത്വങ്ങൾ ഇപ്പോൾ ദശലക്ഷക്കണക്കിന് ആളുകൾ ഉപയോഗിക്കുന്ന ആ ആപ്പിന്റെ സവിശേഷതകളിൽ പ്രയോഗിച്ചിട്ടുണ്ട്. കൊളംബിയയിലെ മെഡെലിനിലാണ് അദ്ദേഹം താമസിക്കുന്നത്. ട്വിറ്ററിലോ ഇൻസ്റ്റാഗ്രാമിലോ @kadavy എന്ന വിലാസത്തിൽ അദ്ദേഹത്തെ നിങ്ങൾക്ക് പിന്തുടരാൻ കഴിയും.

പുസ്തകത്തെ കുറിച്ച്

"സമയത്തിൻ്റെ സർഗ്ഗാത്മകമായ ഉപയോഗത്തോടുള്ള ആഹ്ളാദപരവും എന്നാൽ വളരെ ഘടനാപരമായതുമായ സമീപനം. കടാവിയുടെ സമീപനം പരമ്പരാഗത ടൈം മാനേജ്മെൻ്റിൻ്റെ ഒരു പുതിയ വിലയിരുത്തലിന് കാരണമാകും."

—കിർക്കസ് റിവ്യൂസ്

നിങ്ങൾക്ക് സമയമുണ്ട്. നിങ്ങൾക്ക് ഊർജ്ജമുണ്ടോ?

സമയം ലാഭിക്കാൻ നിങ്ങൾക്ക് കഴിയുന്നതെല്ലാം നിങ്ങൾ ചെയ്യു. ഓരോ ഉൽപ്പാദനക്ഷമത ടിപ്പും, ഓരോ "ലൈഫ് ഹാക്കും", ഓരോ ടൈം മാനേജ്മെൻ്റ് ടെക്നിക്കും.

എന്നാൽ നിങ്ങൾ കൂടുതൽ സമയം ലാഭിക്കുന്തോറും നിങ്ങളുടെ പക്കലുള്ള സമയം കുറയുന്നു. നിങ്ങൾക്ക് കൂടുതൽ പരാവശ്യവും സമ്മർദ്ദവും ക്ഷീണവും അനുഭവപ്പെടുന്നു.

LIST OF TITLES WITH ISBN NO.

ISBN	TITLE
9788194914129	1984
9789390575220	1984 & Animal Farm (2In1)
9789390575572	1984 & Animal Farm (2In1): The International Best-Selling Classics
9789390575848	35 Sonnets
9789390575329	A Clergyman's Daughter
9789390575923	A Study In Scarlet
9789390896097	A Tale Of Two Cities
9789390896837	Abide in Christ
9789390896202	Abraham Lincoln
9789390896912	Absolute Surrender
9789390896608	African American Classic Collection
9789390575305	Aldous Huxley: The Collected Works
9789390896141	An Autobiography of M. K. Gandhi
9789390575886	Animal Farm
9789390575619	Animal Farm & The Great Gatsby (2In1)
9789390575626	Animal Farm & We
9789390896158	Anna Karenina
9789390575534	Antic Hay
9789390896165	Antony & Cleopatra
9789390896172	As I Lay Dying
9789390896226	As You like it
9789390575671	At Your Command
9789390575350	Awakened Imagination
9789390575114	Be What You Wish
9789390896233	Believe In yourself
9789390896998	Best of Charles Darwin: The Origin of Species & Autobiography
9789390896684	Best Of Horror : Dracula And Frankenstein
9789390575503	Best Of Mark Twain (The Adventures of Tom Sawyer AND The Adventures of Huckleberry Finn)
9789390896769	Black History Collection
9789390575756	Brave New World, Animal Farm & 1984 (3in1)

9789390896240	Brother Karamzov
9789390575053	Bulleh Shah Poetry
9789390575725	Burmese Days
9789390896257	Bushido
9789390896066	Can't Hurt Me
9788194914112	Chanakya Neeti: With The Complete Sutras
9789390896042	Crime and Punishment
9789390575527	Crome Yellow
9789390575046	Down and Out in Paris and London
9789390896844	Dracula
9789390575442	Emersons Essays: The Complete First & Second Series (Self-Reliance & Other Essays)
9789390575749	Emma
9789390575817	Essential Tozer Collection - The Pursuit of God & The Purpose of Man
9789390896578	Fascism What It Is and How to Fight It
9789390575688	Feeling is the Secret
9789390575190	Five Lessons
9789390575954	Frankenstein
9789390575237	Franz Kafka: Collected Works
9789390575282	Franz Kafka: Short Stories
9789390575060	George Orwell Collected Works
9789390575077	George Orwell Essays
9789390575213	George Orwell Poems
9788194914150	Greatest Poetry Ever Written Vol 1
9788194914143	Greatest Poetry Ever Written Vol 1
9789390896301	Gulliver's Travel
9789390575961	Gunaho Ka Devta
9789390575893	H. P. Lovecraft Selected Stories Vol 1
9789390575978	H. P. Lovecraft Selected Stories Vol 2
9789390896059	Hamlet
9789390575022	His Last Bow: Some Reminiscences of Sherlock Holmes
9789390896134	History of Western Philosophy
9789390575121	Homage To Catalonia

9789390896219	How to develop self-confidence and Improve public Speaking
9789390896295	How to enjoy your life and your Job
9789390575633	How to own your own mind
9789390896318	How to read Human Nature
9789390896325	How to sell your way through the life
9789390896370	How to use the laws of mind
9789390896387	How to use the power of prayer
9789390896028	How to win friends & Influence People
9788194824176	How To Win Friends and Influence People
9789390896103	Humility The Beauty of Holiness
9789390896653	Imperialism the Highest Stage of Capitalism
9789390575084	In Our Time
9789390575169	In Our Time & Three Stories and Ten poems
9789390575145	James Allen: The Collected Works
9789390896189	Jesus Himself
9789390575480	Jo's Boys
9789390896394	Julius Caesar
9789390575404	Keep the Aspidistra Flying
9789390896400	Kidnapped
9789390896424	King Lear
9789390575824	Lady Susan
9789390896455	Law of Success
9789390896264	Lincoln The Unknown
9789390575565	Little Men
9789390575640	Little Women
9788194914174	Lost Horizon
9789390896462	Macbeth
9789390896929	Man Eaters of Kumaon
9789390896523	Man The Dwelling Place of God
9789390896349	Man The Dwelling Place of God
9789390575909	Mansfield Park
9788194914136	Manto Ki 25 Sarvshreshth Kahaniya
9789390896509	Marxism, Anarchism, Communism
9789390575664	Mathematical Principles of Natural Philosophy

9788194914198	Meditations
9789390575800	Mein Kampf
9789390575794	Memory How To Develop, Train, And Use It
9789390896486	Mind Power
9789390896585	Money
9789390575039	Mortal Coils
9789390575770	My Life and Work
9789390896035	Narrative of the Life of Frederick Douglass
9789390575152	Neville Goddard: The Collected Works
9789390575985	Northanger Abbey
9789390896530	Notes From Underground
9789390896547	Oliver Twist
9789390575459	On War
9789390575541	One, None and a Hundred Thousand
9789390896554	Othelo
9789390575435	Out Of This World
9789390575015	Persuasion
9789390575510	Prayer The Art Of Believing
9789390575091	Pride and Prejudice
9789390896561	Psychic Perception
9789390575381	Rabindranath Tagore - 5 Best Short Stories Vol 2
9789390575367	Rabindranath Tagore - Short Stories (Masters Collections Including The Childs Return)
9789390575374	Rabindranath Tagore 5 Best Short Stories Vol 1 (Including The Childs Return
9789390896622	Romeo & Juliet
9789390896127	Sanatana Dharma
9789390575596	Seedtime & Harvest
9789390896639	Selected Stories of Guy De Maupassant
9789390575206	Self-Reliance & Other Essays
9789390575176	Sense and Sensibility
9789390575299	Shyamchi Aai
9789390896738	Socialism Utopian and Scientific
9789390896646	Success Through a Positive Mental Attitude
9789390575428	The Adventures of Huckleberry Finn

9789390575183	The Adventures of Sherlock Holmes
9789390575343	The Adventures of Tom Sawyer
9789390896691	The Alchemy Of Happiness
9789390575862	The Art Of Public Speaking
9789390896288	The Autobiography Of Charles Darwin
9788194914181	The Best of Franz Kafka: The Metamorphosis & The Trial
9789390575008	The Call Of Cthulhu and Other Weird Tales
9789390575107	The Case-Book of Sherlock Holmes
9789390896110	The Castle Of Otranto
9789390896745	The Communist Manifesto
9789390575589	The Complete Fiction of H. P. Lovecraft
9789390575497	The Complete Works of Florence Scovel Shinn
9789390896820	The Conquest of Breard
9789390896813	The Diary of a Young Girl
9789390896332	The Diary of a Young Girl The Definitive Edition of the Worlds Most Famous Diary
9789390575701	The Great Gatsby, Animal Farm & 1984 (3In1)
9789390575312	The Greatest Works Of George Orwell (5 Books) Including 1984 & Non-Fiction
9789390575992	The Hound of Baskervilles
9789390896707	The Idiot
9789390896714	The Invisible Man
9789390575657	The Knowledge of the holy
9789390575558	The Law & the Promise
9789390896721	The Law Of Attraction
9789390896776	The Leader in you
9789390896363	The Life of Christ
9789390896196	The Man-Eating Leopard of Rudraprayag
9789390896783	The Master Key to Riches
9789390575268	The Memoirs Of Sherlock Holmes
9789390896479	The Midsummer Night's Dream
9789390575466	The Mill On The Floss
9789390896790	The Miracles of your mind
9789390896660	The Mutual Aid A Factor in Evolution
9789390896448	The Origin of Species

9789390896905	The Peter Kropotkin Anthology The Conquest of Bread & Mutual Aid A Factor of Evolution
9789390896806	The Picture of Dorian Gray
9789390896271	The Picture of Dorian Gray
9789390575275	The Power Of Awareness
9789390896356	The Power of Concentration
9788194824169	The Power of Positive Thinking
9789390575411	The Power of the Spoken Word
9788194914105	The Power Of Your Subconscious Mind
9789390896899	The Power of Your Subconscious Mind
9789390896417	The Principles of Communism
9789390575787	The Psychology Of Mans Possible Evolution
9789390896615	The Psychology of Salesmanship
9789390575732	The Pursuit of God
9789390575398	The Pursuit of Happiness
9789390896851	The Quick and Easy Way to effective Speaking
9789390575947	The Return Of Sherlock Holmes
9789390575138	The Road To Wigan Pier
9789390896981	The Root of the Righteous
9789390575855	The Science Of Being Well
9788194914167	The Science Of Getting Rich, The Science Of Being Great & The Science Of Being Well (3In1)
9789390896011	The Screwtape Letters
9789390896073	The Screwtape Letters
9789390575336	The Secret Door to Success
9789390575695	The Secret Of Imagining
9789390896868	The Secret Of Success
9789390896431	The Seven Last Words
9789390575930	The Sign of the Four
9789390896004	The Sonnets
9789390896516	The Souls of Black Folk
9789390896875	The Sound and The Fury
9789390575244	The State and Revolution
9789390896882	The Story of My Life
9789390896936	The Story Of Oriental Philosophy

9789390896752	The Strange Case of Dr. Jekyll and Mr. Hyde
9789390896943	The Tempest
9789390575916	The Valley Of Fear
9789390575879	The Wind in the willows
9789390896080	The Wind in the willows
9789390575763	Their eyes were watching gofd
9789390575831	Three Stories
9789390896950	Twelfth Night
9789390896592	Twelve Years a Slave
9789390896677	Up from Slavery
9789390896974	Value Price and Profit
9789390896967	Wake Up and Live
9789390896493	With Christ in the School of Prayer
9789390575602	Your Faith is Your Fortune
9789390575473	Your Infinite Power To Be Rich
9789390575251	Your Word is Your Wand
9789390575718	Youth
9789391316099	A Christmas Carol
9789391316105	A Doll's House
9789391316501	A Passage to India
9789391316709	A Portrait of the Artist as a Young Man
9789391316112	A Tale of Two Cities
9789391316747	A Tear and a Smile
9789391316167	Agnes Gray
9789391316174	Alice's Adventures in Wonderland
9789391316136	Anandamath
9789391316181	Anne Of Green Gables
9789391316754	Anthem
9789391316198	Around The World in 80 Days
9789391316013	As A Man Thinketh
9789391316242	Autobiography of a Yogi
9789391316266	Beyond Good and Evil
9789391316761	Bleak House
9789391316778	Chitra, a Play in One Act
9789391316310	David Copperfield

9789391316075	Demian
9789391316785	Dubliners
9789391316051	Favourite Tales from the Arabian Nights
9789391316235	Gitanjali
9789391316068	Gravity
9789391316150	Great Speeches of Abraham Lincoln
9789391316662	Guerilla Warfare
9789391316839	Kim
9789391316822	Mother
9789391316211	My Childhood
9789391316846	Nationalism
9789391316327	Oliver Twist
9789391316853	Pygmalion
9789391316334	Relativity: The Special and the General Theory
9789391316389	Scientific Healing Affirmation
9789391316341	Sons and Lovers
9789391316587	Tales from India
9789391316372	Tess of The D'Urbervilles
9789391316396	The Awakening and Selected Stories
9789391316402	The Bhagvad Gita
9789391316303	The Book of Enoch
9789391316228	The Canterville Ghost
9789391316907	The Dynamic Laws of Prosperity
9789391316006	The Great Gatsby
9789391316860	The Hungry Stones and Other Stories
9789391316433	The Idiot
9789391316440	The Importance of Being Earnest
9789391316297	The Light of Asia
9789391316914	The Madman His Parables and Poems
9789391316457	The Odyssey
9789391316921	The Picture of Dorian Gray
9789391316464	The Prince
9789391316938	The Prophet
9789391316945	The Republic
9789391316518	The Scarlet Letter

9789391316143	The Seven Laws of Teaching
9789391316525	The Story of My Experiments with Truth
9789391316532	The Tales of the Mother Goose
9789391316549	The Thirty Nine Steps
9789391316594	The Time Machine
9789391316600	The Turn of the Screw
9789391316983	The Upanishads
9789391316617	The Yellow Wallpaper
9789391316426	The Yoga Sutras of Patanjali
9789391316990	Ulysses
9789391316624	Utopia
9789391316679	Vanity Fair
9789391316020	What Is To Be Done
9789391316686	Within A Budding Grove
9789391316693	Women in Love

www.ingramcontent.com/pod-product-compliance
Lightning Source LLC
LaVergne TN
LVHW101419051026
849519LV00005BC/1808